வாசக மனப்பதிவுகள்
(ஆ.சிவசுப்பிரமணியனின் நூல் முன்னுரைகள்)

பதிப்பும் தொகுப்பும்
அம்மாசத்திரம் சரவணன்

நியூ செஞ்சுரி புக் ஹவுஸ் (பி) லிட்.,
41-பி, சிட்கோ இண்டஸ்டிரியல் எஸ்டேட்,
அம்பத்தூர், சென்னை- 600 050.
☎ : 044 - 26251968, 26258410, 48601884

Language : Tamil
Vasaga Manappathivugal
Author: **A. Sivasubramanian**
Compiled: **Ammasathiram Saravanan**
First Edition : January, 2022
Copyright: Author
No.of Pages: 328
Publisher :
New Century Book House Pvt. Ltd.,
41-B, SIDCO Industrial Estate,
Ambattur, Chennai - 600 050.
Tamilnadu State, India.
Email: info@ncbh.in
Online: www.ncbhpublisher.in

ISBN : 978 - 81- 2344 - 189 - 4
Code No. A 4542
₹ 350/-

Branches

Ambattur (H.O.) 044 - 26359906 **Spenzer Plaza (Chennai)** 044-28490027 **Trichy** 0431-2700885 **Pudukkottai** 04322- 227773 **Thanjavur** 04362-231371 **Tirunelveli** 0462-4210990, 2323990 **Madurai** 0452 2344106, 4374106 **Dindigul** 0451-2432172 **Coimbatore** 0422-2380554 **Erode** 0424-2256667 **Salem** 0427-2450817 **Hosur** 04344-245726 **Krishnagiri** 04343-234387 **Ooty** 0423 - 2441743 **Vellore** 0416-2234495 **Villupuram** 04146-227800 **Pondicherry** 0413-2280101 **Nagercoil** 04652 - 234990

வாசக மனப்பதிவுகள்
ஆசிரியர்: **ஆ. சிவசுப்பிரமணியன்**
பதிப்பும் தொகுப்பும்: **அம்மாசத்திரம் சரவணன்**
முதல் பதிப்பு: ஜனவரி, 2022

அச்சிட்டோர்: **பாவை பிரிண்டர்ஸ் (பி) லிட்.,**
16 (142), ஜானி ஜான் கான் சாலை, இராயப்பேட்டை, சென்னை - 14
☎: 044-28482441

All rights reserved. No part of this book may be reprinted or reproduced or utilised in any form or by any electronic, mechanical, or other means, now known or hereafter invented, including photocopying and recording, or in any information storage or retrieval system, without permission in writing from the publishers.

தொகுப்புரையாக...

தமிழ்ச்சமூகப் பண்பாட்டு வரலாற்றாய்வுத் தளத்திலும் நாட்டார் வழக்காற்றியல் புலத்திலும் ஏறத்தாழ அய்ம்பதாண்டுகளாக மிகத் தீவிரமாக இயங்கி வருபவர் தோழர் ஆ.சிவசுப்பிரமணியன் அவர்கள். தொடக்க காலந்தொட்டு தமிழகம் முழுவதும் பயணித்துக் களஆய்வுகள் செய்து அதனடிப்படையில் தமிழ் மக்கள் வரலாறு குறித்து அறியப் படாத பல புதிய தகவல்களையும் நம்பற்கரிய உண்மைகளையும் சான்றாதாரங்களுடன் இன்றளவும் இடைவிடாது வழங்கி வருபவர்.

தற்போதைய உடல்நிலைக்கேற்ப தம் இல்லமிருந்தபடியே ஆக்க பூர்வமான கலை இலக்கிய சமூகப் பணிகளைச் செய்து வருகிறார். அதில் முதன்மையானது தமிழிலும் பிற மொழிகளிலும் வெளியாகும் அரிதான நூல்களைத் தமிழ் வாசகர்களுக்கு எளிய வகையில் அறிமுகம் செய்விப்பதாகும். அதன் வாயிலாகத் தமிழ்ச் சூழலில் தனித்ததொரு அடையாளத்தைப் பெற்றவராகவும் விளங்குகிறார்.

அவ்வகையில் வெவ்வேறு காலகட்டங்களில் எழுத்தாளர்கள், வரலாற்றாய்வாளர்கள் எழுதிய நூல்களுக்கு தோழர் ஆ.சிவசுப்பிரமணியன் எழுதிய முன்னுரைகள் ‘வாசக மனப்பதிவுகள்’ எனும் நூலாகத் தற்போது தொகுக்கப்பட்டுள்ளன.

இவை வெறுமனே நூல் முன்னுரை என்பதோடு நின்றுவிடாமல் நூலின் இயங்குதளத்துடன் தொடர்புடைய வரலாற்று உண்மைகளையும் இன்னபிற செய்திகளையும் நம்பகத்தன்மையோடு வெளிப்படுத்துவதாக அமைந்துள்ளன.

இத்தொகுப்பிலுள்ள முன்னுரைகள் பல்வேறு காலநிலைகளில் வெவ்வேறு பதிப்பகங்களின் வாயிலாக வெளிவந்த நூல்களுக்காக எழுதப்பட்டவை (சில நூல்கள் பிறிதொரு பதிப்பகங்களால் மறுபதிப்பும் செய்யப்பட்டவை). இவை காலவரிசைப்படி அல்லாமல் வரலாறு(3), கடல்சார் வரலாறு(7), வாழ்க்கை வரலாறு(6), சமூகவியல் மானுடவியல்(15), நாட்டார் வழக்காற்றியல்(12), தமிழ் கிறித்தவம்(6), இலக்கியம்(5) ஆகிய பகுப்புகளாக மொத்தம் 54 தலைப்புகளில் தொகுக்கப்பட்டுள்ளன. நூல்களில் முன்னுரைகளாக இடம் பெற்றிருந்த இவற்றிற்கான ஒவ்வொன்றுக்கும் வாசகர் புரிதலுக்காக என்னால் தனித்தனித் தலைப்புகள் கொடுக்கப்பட்டுள்ளன.

'நூல் மதிப்புரை' என்ற பெயரில் நூலாசிரியருக்கும் தனக்குமான உறவிலிருந்து தொடங்கி தன்னையும் தன் அறிவுத்திறனையும் தானே வியந்துகொண்டு 'நூல் போற்றுத் துதி' என்பதாக நூல் மதிப்பிடல்கள் தரம் மலிந்து காணப்படும் தமிழ்ச்சூழலில் பேராசிரியரின் நூல் முன்னுரைகள் வித்தியாசமானதொரு முறைமையைக் கொண்டவை.

அவரது புத்தக மதிப்பிடல்கள் என்பன நூல் தொழிற்படும் தளம், நூலுக்கான தேவை, நூலாசிரியரின் பின்னணி, நூல் நுவலும் செய்தி, நூல் வாசகருக்குத் தருவிக்கும் அறிவு என்பதாக அமையும் தன்மையன. நூலில் இடம்பெற்றுள்ள தனக்கு உவப்பான செய்திகளை மட்டும் விதந்தோதிக் கடந்துவிடும் நலிந்த மனப்பாங்கு அவரிடத்தில் காணப்படாத அம்சமாகும். ஒரு நூல் வெளிப்படுத்தும் செய்தியை அதன் சாதக பாதகங்களோடு முழுமையாக விளக்குவதோடு விடுபடல்களைச் சுட்டுவது, அந்நூல் தொடர்புடைய பல்வேறு தகவல்களையும் சான்றுகளையும் ஒப்புநோக்குவது போன்றவை அவரது மதிப்பிடல் முறைமையாகும்.

தமிழ்ச்சூழலில் பேராசிரியர் அறிமுகம் செய்விக்கும் நூல்கள் ஒவ்வொன்றும் மதிப்பாய்ந்தவை என்பதனை தமிழ்ச்சமூகம் நன்கறியும். இன்னாரின்னாரென பெரியோர் சிறியோர் என்ற பேதமில்லாது புத்தகத்தின் உள்ளடக்க முக்கியத்துவத்தை மாத்திரமே கருத்தில்கொண்டு எழுதப்பட்டவை இம்மதிப்புரைகள். படைப்பின் செழுமையினாலும் அதன் கனமான பொருண்மையினாலும் மட்டுமே வாசகர்களுக்கு கவனப்படுத்தப்பட வேண்டிய நோக்கில் எழுதப்பட்ட இந்நூல் மதிப்புரைகள் குறித்து சிலாகிக்க ஏராளமிருப்பினும் அவை பெரும்பாலும் வாசகர்கள் அறிந்தவையே என்பதால் சில பகுதிகளை மட்டும் சுட்ட விரும்புகிறேன்.

'உவரி மீனவர் வாழ்வியல்' எனும் நூலுக்கான மதிப்புரையில், கடலில் கிடைக்கும் இழுப்பா, வேளா, உளுவை போன்ற மீன்களின் வயிற்றில் கிடைக்கும் முட்டையின் கருவுடன், மாவும் கருப்பட்டியும் கலந்து தோசை செய்தல், அப்போது எழும் மணம், அதைப் பகிர்ந்து கொடுக்கும் பண்பு, கொடுத்தாக வேண்டிய ஒருவருக்கு நினைவு மறதியால் கொடுக்க மறந்து போனால் உருவாகும் சண்டை, சில நேரங்களில் உறவே முறிந்து போதல் என அவர் குறிப்பிடும் செய்திகள், 'அடேயப்பா! மீன் முட்டைத் தோசைக்குள் இவ்வளவு செய்திகளா!' என்று வியப்படையச் செய்கிறது. இது போன்று மீனையும் ஆமையையும் மையமாகக் கொண்ட சமையல் முறைகளையும் குறிப்பிட்டுள்ளார்.

என்று கடல் உணவு பற்றிச் சுவைபட எழுதிச் செல்கிறார். புலால் உணவை விரும்பி உண்கிறவர்களே ஆச்சரியப்படும்படியான இத்தகவலை, பிடிமானமான தாவர உணவுப் பின்னணியைக் கொண்ட பேராசிரியரிடமிருந்து தமிழ் மக்களின் 'மீன் முட்டைத் தோசை' எனும் புலால் உணவு குறித்து ஆச்சரியத்தோடு வெளிப்படுவதிலிருந்து தமிழ் மக்கள் குறித்த உண்மையான வரலாற்றை வெளிக்கொணரும் அவரது ஆர்வத்தையும் அக்கறையையும் இனங்காணமுடியும். 'மக்களூ' எனும் நூலுக்கான மதிப்புரையில்,

> 'சார் போஸ்ட்' என்ற கட்டுரை அஞ்சல் முறை குறித்த எளிமையான அறிமுகக் கட்டுரை. உலகமயமாக்கலின் விளைவாக நாம் மெல்ல இழந்து வரும் பொதுத்துறைகளில் ஒன்று நம் அஞ்சல் துறை. எதிர்காலத் தலைமுறை அறிந்து கொள்ள வேண்டும் என்று இப்போது பதிவுசெய்துள்ளார். அஞ்சுவண்ணத் தெருக்களில் இருபத்தி அய்ந்து ஆண்டுகளாகப் பணிபுரிந்த அஞ்சற்காரரையும் கட்டுரையின் இறுதியில் நினைவு கூர்கிறார். இதைப் படித்து முடித்ததும் நான் அறிந்த செய்தி ஒன்றை இங்குக் குறிப்பிட உள்ளம் விழைகிறது.

அஞ்சல்காரராக இருந்த இந்து ஒருவர் முஸ்லிம் மக்களுடன் அவர்களுக்கு கடிதம் எழுதி உதவுவது, வாசித்துக் காட்டுவது என நெருங்கிய தொடர்புடன் இருந்துள்ளார். அவர் ஒருமுறை சொந்த வேலையாக சென்னை சென்றபோது அம்முஸ்லிம் மக்கள் சில வான் அஞ்சல் கடிதங்களை அவரிடம் கொடுத்து அங்கிருந்து அனுப்பச் சொல்கின்றனர். சென்னைப் பயணத்தின்போது சாலை விபத்தில் அவர் இறந்து போய்விடுகிறார். காவல்துறையினரால் இன்னொரென அடையாளங்காண இயலாநிலையில் அவர் வசமிருந்த வான்அஞ்சல் கடிதங்கள் அடிப்படையில் முஸ்லிம் என முடிவுகொண்டு துவரங்குறிச்சியில் முஸ்லிம் முறைப்படி அவரது உடல் நல்லடக்கம் செய்யப்பட்டுவிடுகிறது. பின்னாளில் இதனையறிந்த அவரது தம்பி,

> 'என் அண்ணன் கேம்பலாபாத் முஸ்லிம்களுடன் நெருக்கமாகப் பழகியவன். அதனாலோ என்னவோ அவன் உடல் இஸ்லாமிய முறைப்படி அடக்கம் செய்யப்பட்டுள்ளது' என்று கூறிவிட்டு அடக்கம் செய்த இஸ்லாமியர்களைச் சந்தித்து, நல்லடக்கம் செய்தமைக்கு நன்றி கூறி, அண்ணன் உடல் புதைக்கப்பட்ட இடத்தை வணங்கிவிட்டுப் புறப்பட்டுச் சென்றார்.

என்று நூலுக்குத் தொடர்புடைய செய்தியாகத் தானறிந்த உண்மைத் தகவலைப் பேராசிரியர் பதிவு செய்துள்ளமை நோக்கத்தக்கது.

'திருநெல்வேலிக்கு கிருத்தவம் வந்தது' என்ற நூலுக்கான மதிப்புரையில் நூலைப் பற்றிக் கூறுவதற்கு முன்னதாகப் புரிந்து கொள்ளவேண்டிய செய்திகளாக அவர் குறிப்பிடுபவை மிகவும் கூர்மையானவையாகும்.

> திட்டமிடாது கொலை செய்தவர்களுக்காக இஸ்ரவேலில் உருவான அடைக்கலப்பட்டினங்கள் குறித்த செய்திகள் பழைய ஏற்பாட்டில் இடம் பெற்றுள்ளன. இதுபோன்றே கிறித்தவராக மதம் மாறியமைக்காக கொலை அச்சுறுத்தலுக்கும் சாதி அல்லது ஊர் விலக்கத்திற்கும் ஆளானவர்களுக்காக அடைக்கலப் பட்டினங்கள் உருவாயின. நெல்லைச் சீமையில் முதன் முதலாக உருவான அடைக்கலப்பட்டினம் 'முதலூர்' என்று பெயர் பெற்றது.

என்ற தகவலைக் கூறுவதோடு, மதமாற்றத்திற்கான மக்களின் மனநிலை மாற்றத்திற்கான காரணச் சம்பவமாக,

> சீர்திருத்தக் கிறித்தவச் சமய குருவான சார்லஸ் ரேனியஸ் (தமிழறிஞர் ரேனியஸ் அய்யரின் மகன்) என்ற வெள்ளையர் அவ்வூரைக் கடந்து செல்லும்போது பண்ணையார் சவுக்கால் அடித்து வேலை வாங்குவதைக் கண்டார். உடனே தம் குதிரையி லிருந்து இறங்கி பண்ணையார் கையிலிருந்த, சவுக்கைப் பிடுங்கி அவரைத் திருப்பி அடித்தார். ஏழை மக்கள் மீது இத்தகைய வன்முறை கூடாது என்று கூறிவிட்டுத் தம் பயணத்தைத் தொடர்ந்தார்.
>
> இந்நிகழ்ச்சியை நேரில் கண்ட அப்பகுதி மக்கள் அவ் வெள்ளையர் ஒரு கிறித்தவக் குரு என்பதை அறிந்து கொண்டனர். அவர் போதிக்கும் சமயத்தைத் தழுவினால் தங்களுக்குப் பாதுகாப்பு கிடைக்கும் என்று கருதி கிறித்தவத்தில் இணைந்தனர்

என்று குறிப்பிடுகிறார். இம்மதிப்புரைகளில் இன்னுமின்னும் அறியப்படாத ஏராளமான செய்திகளும் தகவல்களும் களஞ்சியம் போலக் குவிந்துகிடக்கின்றன.

'காட்டிக்கொடுத்தவன்' என்றழைக்கப்படும் எட்டப்பன் வம்சத்தினரின் தமிழ்ச்சமூகத் தொண்டு, யுத்தத்தால் சிதைந்துபோன இலங்கைக் கடற்கரைச் சிற்றூர் மக்களின் வாழ்வியல், பரதவர்களின் மத மாற்றப் பயன்விளைவுகள், தமிழகத்தின் 'கண்ணியமிகு கொள்ளையன்', 'அங்கியணிந்த கலகக்காரர்கள்', தலித் மக்களின் 'பாடு'களும் 'பாட்டு'களும் என இன்னுமின்னும் இத்தொகுப்பு நூலில்

இடம்பெற்றுள்ள ஒவ்வொரு பகுதியும் அதனதன் தனித்துவமான சிறப்புக்கூறுகள் அடிப்படையில் வாசிக்கப்பட வேண்டியவையாகும்.

தமிழ்ச்சமூகப் பண்பாட்டு வரலாறு குறித்து பலதரப்பட்ட தளங்களில் பல்வேறு ஆய்வாளர்கள், ஆசிரியர்களால் எழுதப்பட்ட நூல்களைப் பற்றிய பேராசிரியரின் இம்முன்னுரைகள் தமிழ்ச் சமூகத்தின் பன்முகத்தன்மையை அறிந்துகொள்ள வழிகோலுவதாய் அமைந்துள்ளன. சமூக வரலாற்று நூல்களைப் பற்றிய ஆவணமாகவும் இதனைக் கருத இடமுண்டு.

தோழரின் முன்னுரைகள் தொகுப்பாக்கத்தைச் செய்ய எனைப் பணித்த நியூ செஞ்சுரி புத்தக நிறுவனத்தின் மேலாண்மை இயக்குனர், அன்பிற்கும் தோழமைக்குமுரிய திரு. சண்முகம் சரவணன் அவர்களுக்கு எனது மனம்நிறைந்த நன்றி. இம்முயற்சிக்கு முழுமையான ஒப்புதல் தெரிவித்து எல்லா வகையிலும் ஒத்துழைப்பு நல்கிய மதிப்பிற்குரிய தோழர் ஆ.சிவசுப்பிரமணியன் அவர்களுக்கு என் நெஞ்சார்ந்த நன்றி. இத்தொகுப்புக்கான அச்சுருப்படிகளை வழங்கி உதவிய என்.சி.பி.எச்., பாவை, காலச்சுவடு, நாட்டார் வழக்காற்றியல் ஆய்வு மையம் உள்ளிட்ட அனைத்து பதிப்பாளர்களுக்கும் எனது மேலான நன்றியைத் தெரிவித்துக்கொள்கிறேன். சில முன்னுரைகளின் அச்சு நகல்களைத் தேடி எடுத்து அனுப்பி உதவிய பேராசிரியர் நா.இராமச்சந்திரன் அவர்களுக்கு நன்றி.

இந்நூலைத் தட்டச்சு செய்து பக்க வடிவமைப்பு செய்த தோழர் ஞா.சரிதா, மெய்ப்பு பார்த்த தோழர் பூ.வெள்ளையன், அட்டை வடிவமைப்பாளர் தோழர் கா.குணசேகரன் மற்றும் பதிப்பகப் பிரிவு மேலாளர் ப.ரேவதி உள்ளிட்ட அனைத்து என்.சி.பி.எச். தோழர் களுக்கும் எனது நெகிழ்வான அன்பும் நன்றியும் உரித்து.

எப்போதும் போல் எனது சிந்தைப்படியே தொடர்ந்து இயங்க அனுமதிக்கும் மனைவி தமிழ்ச்செல்வி, மகள் ரோகிணி காயத்ரி, மகன் விக்னேஷ் ஆகியோருக்கும் எனது அன்பு.

அன்புடன்,
அம்மாசத்திரம் சரவணன்
8428418015
Vanansaravanan.g@gmail.com

பொருளடக்கம்

வரலாறு

1. தமிழர்தம் பண்டைய வரலாற்றுத் தரவுகள் — 11
2. எட்டையபுரம் ஜமீன்தார்கள் — 14
3. தமிழர்களின் அரசியல், சமயம், சமுதாயம் — 24

கடல்சார் வரலாறு

4. போர்ச்சுக்கீசியர் காலத் தமிழகக் கடற்கரைத் தமிழர்கள் — 29
5. ஏழுகடல் துறைகளில் ஒன்றான புன்னைக்காயல் — 33
6. தமிழ் மண் சார்ந்த கத்தோலிக்க இலக்கியங்கள் — 43
7. புறக்கணிக்கப்படும் பூர்வீக மீனவக் குடிகள் — 46
8. இலங்கை குருநகர் கடற்கரைக் கரையர்கள் — 57
9. விவிலியத்தில் வரும் 'ஓபிர்' துறைமுக ஊர் — 64
10. பரதவர் சமூக பாரம்பரிய சிறப்புகள் — 69
11. பண்புசார் பெருநகரம் காயல் — 72

வாழ்க்கை வரலாறு

12. இந்தியப் பழங்குடிகளின் பாதுகாவலர் — 73
13. தமிழக வரலாற்றில் ஒரு 'கண்ணியமிகு கொள்ளையன்' — 79
14. தமிழ்ச் சமூகப் பெண்களின் வாழ்வியல் — 85
15. தி இந்து, சுதேசமித்திரன் வார இதழ்களைத் தொடங்கியவர் — 94
16. தோழர் அழகர்சாமியின் வரலாற்றுச் சித்திரம் — 104
17. வ.உ.சியால் அடையாளங் காணப்பட்ட மாசில்லாமணிப் பிள்ளை — 111

சமூகவியல் மானுடவியல்

18. ஆடு மாடு மேய்ச்சி ஆளாப் போகலாம் — 115
19. பன்னிரெண்டு தமிழகப் பழங்குடிகளின் வாழ்வியல் — 120
20. மெட்ராஸ் வரலாறு — 126
21. சாதியம் - சாதிய ஒடுக்குமுறை — 133
22. மீண்டெழும் மற்றமை — 141
23. தீண்டாமை எதிர்ப்பில் புராணங்களின் பயன்பாடு — 147
24. தலித் மக்களின் பிரச்சினைகள் — 153
25. ஆரிய திராவிடப் போரின் தொடக்கம்தான் பவுத்தம் — 157
26. தொடுதோல் — 162

27. தென் திருவிதாங்கூர் வாழ்வியல்	165
28. பண்பாட்டு அடையாளப் போராட்டம்	177
29. சூழலியல் கல்வி	180
30. தமிழ் பௌத்தம்	182
31. புதிய கோட்பாடுகளை அணுகவேண்டும்	185

நாட்டார் வழக்காற்றியல்

32. நாட்டார் வழக்காற்றியல் ஆய்வுகளின் தேவை	189
33. நாட்டார் பாடல்கள்	195
34. தக்கலை அஞ்சுவண்ணத்தார்	201
35. நிகழ்த்துக்கலைகளும் சடங்குகளும்	211
36. ஒடுக்கப்பட்டோரின் ஏழை இயேசு	220
37. தமிழ்ச் சமுகமும் நாட்டார் கலைகளும்	227
38. ஒயில் கும்மி	237
39. இனவரைவியலும் இலக்கியமும்	242
40. வாய்மொழிக் கதைகளில் சமூக வரலாற்று உண்மைகள்	248
41. பொருள்சார் பண்பாட்டு ஆய்வு	253
42. நாட்டார் கலைகளும், கலைஞர்களும்	257
43. இராவணன் கதை	261

தமிழ் கிறித்தவம்

44. மதமாற்றம்	265
45. ஜெர்மன் லூதரன் திருச்சபை மறைப் பணியாளர்கள்	269
46. நெல்லைச் சீமையில் கிறித்தவம் பரவிய வரலாறு	274
47. தமிழ்மொழி அச்சு வரலாறு	283
48. அறிவியல் தமிழும் கிறித்தவர்களும்	287

இலக்கியம்

49. அறிவியல் பூர்வமான அணுகுமுறையிலிருந்து...	293
50. சாதிய மேலாண்மைக்கெதிரான கலகக்குரல்	300
51. திரிங்கால் பாதிரியார் ஓர் அங்கியணிந்த கலகக்காரர்	305
52. திசைமாறிய பறவை	311
53. தலித் மக்கள் வாழ்வுரிமை	315
54. காலனியக் கிறித்தவத்தின் வெற்றி	320

தமிழர்தம் பண்டைய வரலாற்றுத் தரவுகள்

இந்தியப் பண்பாடு, நாகரிகம், வரலாறு, தத்துவம் என்பன குறித்துப் பல்வேறு கோட்பாடுகளின் அடிப்படையில் ஆய்வுகள் நிகழ்ந்துள்ளன, நிகழ்ந்தும் வருகின்றன.

இக்கோட்பாட்டு அணுகுமுறைகள் ஒருபுறமிருக்க, மிக எளிமையாக, ஆனால் புறக்கணிக்க இயலாத பாரம்பரியமான இரு அணுகுமுறைகள் தொடர்ச்சியாக இருந்து வருகின்றன.

ஒன்று, வேதம் சார்ந்த அணுகுமுறை, மற்றொன்று வேதம் சாராத அல்லது வேத மறுப்பு அணுகுமுறை. இவ்விரு அணுகுமுறைகளின் தாக்கம் தமிழிலும் தொடர்ச்சியாக இருந்து வருகிறது. தமிழ் நாகரிகத்தையும், பண்பாட்டையும் வேதங்களின் தாக்கத்திற்கு உட்பட்டதாக வலியுறுத்தும் கருத்துப் பள்ளியும் வேதத்திற்கு ஆட்படாத தனித்துவமான தன்மை கொண்டதாகத் தமிழ் நாட்டையும், தமிழ்ப்பண்பாட்டையும், தமிழ் மொழியையும் சித்தரிக்கும் கருத்துப் பள்ளியும் தமிழ்நாட்டில் நீண்ட நெடுங்காலமாக நிலவி வருகின்றன. தொல்லியல் ஆய்வும் மானுடவியல் ஆய்வும் தமிழ்நாட்டில் வளர்ச்சி பெறாத பழைய சமூகச்சூழலில் இலக்கிய இலக்கணம் சார்ந்து செயல்பட்டன.

இன்று தொல்லியலும் மானுடவியலும் வளர்ச்சியுற்ற நிலையில், தமிழர்தம் பண்டைய வரலாறு குறித்த புதிய தரவுகள் கிட்டியுள்ளன. இவற்றை அடிப்படையாகக் கொண்டு தமிழரின் பண்டைய வரலாற்றை மீட்டுருவாக்கம் செய்யும் முயற்சி தொடங்கியுள்ளது. அதன் ஓரங்கமாக திரு. இலா.வின்சென்ட் அவர்களின் இந்நூலும் உருப்பெற்றுள்ளது.

ஐந்து இயல்களைக் கொண்ட இச்சிறு நூல் தமிழரின் நிலத்தையும் இனத்தையும் ஆராய்ந்து அடையாளம் காட்ட முனைகிறது. 'பேரினத் தமிழ்ச் சமூக உருவாக்கம்' என்ற முதல் இயல் குடிகளாகவும், இனங் களாகவும் தமிழ் மூதாதையர்கள் பரவிக்கிடந்த நிலையை அறிமுகப் படுத்துகிறது. பின் தமிழ் இலக்கண இலக்கியங்களுக்குரித்தான திணைக் கோட்பாட்டின் அடிப்படையில் ஆண் ஆதிக்க முறை இருந்ததை நூலாசிரியர் வெளிப்படுத்துகிறார்.

இரண்டாவது இயலில் தமிழில் நிலவும் சில தொன்மைச் சிந்தனைப் போக்கை ஆசிரியர் மறுத்துள்ளார். தமிழ்ச்சங்கம், இறையனார் களவியல் தொடர்பாக நிலவும் நம்பிக்கைகள் ஆகியன வற்றை ஆசிரியர் ஏற்கவில்லை. தமிழை வைதீக மரபுக்குள் கொண்டு வரும் முயற்சியின் வெளிப்பாடே இக்கதைகளின் தோற்றத்திற்குக் காரணம் என்று வலியுறுத்துகிறார். 'ஐதீகவாக்கம் என்பது வரலாற்றினைத் தயாரிக்கும் ஒருவகை முறையாகும்' என்ற கா. சிவத்தம்பியின் கூற்று இங்கு நினைவில் கொள்ளத்தக்கது.

மூன்றாவது இயலில் தமிழரின் தாய்நிலம் எது? என்பதை ஆராய்கிறார். இவ்வியல் சற்று நீண்ட இயல், விவாதத்திற்குரிய பல கருத்துக்களை இவ்வியலில் ஆசிரியர் முன்வைக்கிறார். இவ்வியலின் சாரமாக, நூலாசிரியர்,

1. திராவிடர்களின் தாயகம் குமரிக்கண்டம் அன்று; நடுநில கடலோரப்பகுதி.
2. தமிழ், ஓர் இனம் அல்லது ஒரு நிலம் அடிப்படையில் தோன்றிய மொழியன்று; பல இனங்கள் கலந்தும் பல நிலங்களில் வாழ்ந்தவர்கள் ஒன்று கலந்தும் உருவாக்கிய ஒரு வகைக் கலப்பின மொழி.
3. முதல் மனிதர் ஆப்பிரிக்கர். அவர்களே நமது மூதாதை.

என்று இயலின் இறுதியில் குறிப்பிடுகிறார். இம்மூன்று கருத்துக் களையும் நிறுவ இன்னும் வலுவான சான்றுகள் தேவை. குமரிக் கண்டம் ஒரு நேரத்தில் கடலில் மூழ்கவில்லை, படிப்படியாக மூழ்கியது என்பது அலெக்சாந்தர் கோந்த்ரதோவின் கருத்து.

இதற்குச் சான்றாக கிரேக்க மாலுமிகள் பயன்படுத்திய வரைபடங்களில் குறிப்பிடப்பட்டிருந்த தீவுகள் படிப்படியாக இடம் பெறாது போனமையைக் குறிப்பிடுகிறார்.

சிந்துவெளி எழுத்துக்கள் குறித்து ஐராவதம் மகாதேவன் எழுதியுள்ள கட்டுரையும், ஆதிச்சநல்லூர் தொடர்பான அண்மைக்கால கண்டுபிடிப்புகளும் பயன்படுத்தப்பட்டிருக்க வேண்டும்.

சங்க இலக்கியங்களின் துணையுடன் பண்டைத் தமிழ்ச் சமூகத்தில் நிகழ்ந்த சமூக மாறுதல்களை நுணுக்கமாகச் சித்தரிக்கிறது நான்காவது இயல். நெல் வேளாண்மை நிகழ்ந்த ஆறு பாயும் மருத நிலங்கள் மட்டுமின்றி முல்லை நிலமும் அரசு உருவாக்கத்திற்குத் துணைபுரிந்துள்ளன என்று தொல்லியலாளர் கா. ராஜன் சான்றுகளுடன் நிறுவியுள்ளதை கா.சிவத்தம்பி ஏற்றுக் கொண்டுள்ளார்.

இந்நூலாசிரியரும் இக்கருத்தை ஏற்றுக்கொண்டுள்ளார். இவ்வியலின் இறுதியில் தம் முடிவுகளாக ஆசிரியர் கூறும் செய்திகள் விவாதத்திற்குரியன. இப்படிக் கூறுவதால் இக்கருத்துக்கள் தவறானவை என்பது பொருளல்ல. ஆய்வு என்பது விவாதத்திற்குரிய ஒன்றுதானே!

இறுதி இயலில் மொழியின் தோற்றம், வளர்ச்சி, மாற்றம் என்பன குறித்தும் விரிவாகக் கூறுகிறார்.

'தமிழே உலகின் முதல் மொழி' என்று நிலவி வரும் கருத்து அல்லது நம்பிக்கை குறித்து "இன்னும் பல அறிஞர்களால் அது ஒரு பஜனை பல்லவி போல் பாடப்படுகிறது. அப்படி முழங்குவதே மொழிப்பற்று ஆகிவிடாது. அது உயிரியல், ஒலியியல், சொல்லியல், மொழியியல், மானுடவியல், சமூகவியல் ஆய்வுகளின் அடிப்படையில் மெய்ப்பிக்கப்பட வேண்டும். இன்றைய அறிவியல் சூழலில் ஒரே ஒரு மொழியை மட்டும் முன்னிறுத்தி 'இதுவே உலகின் முதல் மொழி' என மெய்ப்பிப்பது கடினம். இந்த எதார்த்தத்தை ஏற்கும் பக்குவம் (தமிழர்க்கு) வேண்டும்' என்கிறார் ஆசிரியர். மேலும்,

"ஆட்சி மொழி, பயிற்று மொழி, நீதிமன்ற மொழி. வழிபாட்டு மொழி என வாழ்வின் அனைத்துக் கூறுகளோடும் இணைந்து இயங்காத மொழி மெல்லச்சாகும்" என்ற முடிவுக்கு ஆசிரியர் வருகிறார். உண்மைதான்.

"எங்கள் தமிழ் உயர்வென்று நாம் சொல்லிச் சொல்லித் தலைமுறைகள் பல கழித்தோம்; குறை களைந்தோமில்லை" என்ற பாரதிதாசனின் கவிதை வரிகள் காலம் கடந்த ஒன்றாக மாறாமல் இன்றும் நிலைத்து நிற்கும் அவலம் மாற வேண்டும்.

ஒரு சிறிய நூலில் பல ஆழமான கருத்துக்களை ஒரு சேரத் தொகுத்துத் தந்துள்ளதுடன், திறனாய்வுடன் கூடிய தம் கருத்துக் களையும் ஆசிரியர் பதிவு செய்துள்ளார்.

ஒவ்வொரு இயலின் இறுதியிலும் அதன் பொழிவாக, செய்திகளைத் தொகுத்தளித்துள்ள பாங்கு குறிப்பிடத்தக்கது. உணர்ச்சி சாராது, தாம் படித்த, தாம் நம்பும் தரவுகளின் அடிப்படையில் இந்நூலை உருவாக்கியுள்ளார். அவரது கருத்துக்களுடன் மாறுபாடு கொள்வோரும் இவ்வுண்மையை ஏற்பர் என்றே நம்புகிறேன். நூலைப் படிப்போம். சிந்திப்போம். விவாதிப்போம்.

தமிழ் இனமும் நிலமும்,
இலா.வின்சென்ட்,
பாரதி புத்தகாலயம், சென்னை

எட்டையபுரம் ஜமீன்தார்கள்

பிற்காலப் பாண்டியர் மரபில் வந்த வீரபாண்டியனுக்கும் சுந்தர பாண்டியனுக்கும் இடையே நிகழ்ந்த பங்காளிச் சண்டையின் இறுதியில், டெல்லியின் இஸ்லாமிய ஆட்சி கிபி. 1323ல் மதுரையில் நிலைப்பட்டது. இதனையடுத்து விஜயநகரப் பேரரசை நிறுவிய இருவருள் ஒருவரான ஹரிஹரனின் பேரனான குமாரகம்பணன் என்பவன் மதுரையின் மீது படையெடுத்து, தமிழகத்தில் விஜயநகரப் பேரரசை நிறுவினான். தொண்டை மண்டலப்பகுதியில் செஞ்சியைத் தலைநகராகக்கொண்டும், சோழ நாட்டுப் பகுதியில் தஞ்சையைத் தலைநகராகக் கொண்டும், பாண்டிய நாட்டுப் பகுதியில் மதுரையைத் தலைநகராகக்கொண்டும் விஜயநகரப் பேரரசுப் பிரதிநிதிகள் ஆளத் தொடங்கினர்.

வடமொழியில் 'நாயக்' என்ற சொல் தலைவனைக் குறிக்கும். செஞ்சி, தஞ்சை, மதுரை ஆகிய மண்டலங்களில் தலைவர்களாக விளங்கிய விஜயநகரப் பேரரசின் அதிகாரிகள் நாயக் என்ற பட்டத்தின் அடிப்படையிலும் ஆளும் பகுதியின் அடிப்படையிலும் முறையே, செஞ்சி நாயக்கர், தஞ்சை நாயக்கர், மதுரை நாயக்கர் என்றழைக்கப் பட்டனர்.

மதுரை நாயக்கர் ஆட்சியில் அவர்களின் ஆளுகைக்குட்பட்ட பகுதி களைப் பாளையங்கள் என்று பிரித்து ஒவ்வொரு பாளையத்திற்கும் பொறுப்பாக ஒருவரை நியமித்தனர். இவரே பாளையக்காரரர் என்றழைக்கப்பட்டார். பாளையக்காரர்கள் தம் ஆட்சிப் பகுதியில் வரி வாங்குவது, நீதி வழங்குவது போன்ற பணிகளை மேற்கொண்டனர். தாம் வாங்கும் வரியில் ஒரு பங்கை மதுரை நாயக்கருக்கு ஆண்டு தோறும் இவர்கள் செலுத்த வேண்டும். இதுதவிர மதுரை நாயக்க மன்னர் நிகழ்த்தும் போர்களில் அவர் சார்பில் போரிட ஒரு படையுடன் உதவ வேண்டும்.

இவ்வாறு உருவாக்கப்பட்ட பாளையங்களின் எண்ணிக்கை எழுபத்திரெண்டு என்று குறிப்பிடுவர். அவற்றுள் பாஞ்சாலங் குறிச்சியும் எட்டையபுரமும் இன்று வரை பரவலாக அறிமுகமாகியுள்ள ஊர்களாகும். வெள்ளையரை எதிர்த்துப் போரிட்டு அழிந்தமையால் பாஞ்சாலங்குறிச்சியும் இப்போரில் வெள்ளையருக்கு ஆதரவாகப் போரிட்டு பாஞ்சாலங்குறிச்சியின் அழிவிற்குக் காரணமாக

இருந்தமையால் எட்டையபுரமும் பிரபலமாகி விட்டன. துரோகி, காட்டிக் கொடுப்பவன் என்ற பொருளில் 'எட்டப்பன்' என்ற சொல்லாட்சி இன்றுவரை வழக்கத்திலுள்ளது. எட்டப்பன் என்பது, எட்டையபுரம் பாளையக்காரர்களின் பின்னொட்டாகும்.

எட்டையபுரம் தனக்கென சில வரலாற்றுப் பதிவுகளைக் கொண்டது. கி.பி. 1327-28இல், முகமது பின் துக்ளக்கின் இரண்டாவது படையெடுப்பு திருஅரங்கத்தின் மீது நிகழ்ந்தது. பிள்ளை லோகாச்சார்யா என்பவரின் சீடரான, வேதாந்த தேசிகரின் தலைமையில், வைணவக் கடவுளர்களின் உலோகச் சிலைகளைப் பாதுகாக்கும் நோக்கில், பல்லக்கில் அவற்றை வைத்து ஊர்ஊராகச் சுற்றித் திரிந்துள்ளனர். அவ்வாறு சுற்றித் திரிந்தவர்கள் எட்டையபுரம் பெருமாள் கோவிலில் அவற்றை வைத்து சிறிது காலம் தங்கியிருந்துள்ளனர்.

எட்டையபுரத்தை ஆண்ட மன்னர்கள் குறிப்பிடத்தக்க ஆக்கப் பணிகளைச் செய்துள்ளனர். எட்டையபுரம் ஆட்சிப் பகுதியைச் சேர்ந்த ஒரு கிராமம் காமநாயக்கன்பட்டி. இங்குள்ள 'பரலோக மாதா தேவாலயம்' என்ற கத்தோலிக்க ஆலயத்திற்கு எட்டையபுரம் ஜமீன்தார் ஒருவர் பாதுகாப்பு வழங்கியுள்ளார். இதை வெளிப்படுத்தும் வகையில் கி.பி. 1690ஆம் ஆண்டைச் சார்ந்த பின்வரும் கல்வெட்டு ஒன்று தேவாலயத்தின் முகப்பின் தென்பகுதியில் இடம்பெற்றுள்ளது.

> இந்தச் சர்வேசுரனுடைய கோயிலுக்குங் குருக்களுக்கும் அவர்களுடைய சீடர்களுக்கும் யாதொரு விக்கினம் பண்ணுகிறவன் நமக்குத் துரோகியாயப் போறதுமல்லாமல் கெங்கைக்கரையிலே காறாம்பசுவையும் பிராமணரையும் கொன்ண தோஷத்திலே போவாராகவும், இப்படிக்கு சந்திராதித்தன் உள்ளவரைக்குங் கட்டளையிட்டோம் செகவிர எட்டப்பனாயக்கர். சுவாமி ரட்சிக்க.

கள்ள அளவுக் கருவியை நீக்கி புதிய மரக்கால் ஒன்றை எட்டையபுரம் ஜமீன்தார் ஒருவர் அறிமுகப்படுத்தியுள்ளார். இதைப் புகழ்ந்தும் இச்செயலை மேற்கொண்ட ஜமீன்தாரின் மறைவிற்கு வருந்தியும்

> கார்த்திகை மாத்தையிலே
> கடலைக் களை கட்டயிலே
> மார்கழி மாத்தையிலே
> மாண்டாரே மகாராஜா.
>
> யார் வந்து கூப்பிட்டாலும்
> போக மாட்டார் மகாராசா
> யமன் வந்து கூப்பிட்டதும்
> ஏறிவிட்டார் பூந்தேரில்.

பூவரசங்கப்பு வெட்டி
புது மரக்கால் உண்டு பண்ணி
நித்த நித்தம் படியளக்கும்
வள்ளத்தையா மகாராசா.

ஆடு அழுக! மாடு அழுக!
ஆயிரம் சனம் அழுக,
பட்டத்து யானை யெல்லாம்
பாதையிலே நின்றழுக.

என்ற நாட்டார் பாடல் வழங்கியுள்ளது. எட்டையபுரம் வடக்கு வீதியின் வட பகுதியிலுள்ள அழகான தெப்பக்குளமும், படந்தபுளி என்ற கிராமத்தில் உள்ள ஊருணியும் வறண்ட கரிசல் நிலப் பகுதியின் தண்ணீர்ப்பஞ்சத்தைப் போக்க இவர்கள் மேற்கொண்ட முயற்சியின் வெளிப்பாடாகும். எட்டையபுரம் ஜமீனின் அவையில் தான் தேசியகவி சுப்பிரமணிய பாரதியாருக்கு, ‘பாரதி’ என்ற பட்டம் வழங்கப்பட்டது. இன்று வரை இப்பட்டமே தமிழ் இலக்கிய உலகில் நிலைத்துள்ளது.

காசிமகாராஜா என்ற ஜமீன்தார் நாடகக் கலையில் ஆர்வம் கொண்டவராக இருந்தார். அவரைக் குறித்து ஒளவை டி.கே. சண்முகம் தமது கட்டுரை ஒன்றில் பின்வருமாறு சிறப்பித்துப் பாராட்டியுள்ளார்.

வீரபாண்டிய கட்டபொம்மனைக் காட்டிக்கொடுத்தது எட்டப்பர் பரம்பரை என்று நாம் எல்லோரும் பேசி வருகிறோம். அது உண்மை; ஆனால் அந்த எட்டப்பர் பரம்பரையில் பின்னால் தோன்றிய பல அரசர்கள் தமிழ் மொழிக்கும், தமிழ்க்கலைகளின் வளர்ச்சிக்கும் செய்துள்ள சிறந்த சேவையை நாம் நன்றியுணர்வோடு என்றென்றும் போற்றக் கடமைப்பட்டிருக்கிறோம். இராமநாதபுரம் சேதுபதி மன்னர்கள் தமிழ்ப்புலவர்களை ஆதரிப்பதில் எவ்வாறு புகழ்பெற்று விளங்கினார்களோ அதே போன்று தமிழ்ப் புலவர்களையும், கலைஞர்களையும் ஆதரிப்பதில் தாத்தா மகாராஜாவும் அவரது முந்திய பரம்பரையினரும் முன்னணியில் நின்றார்கள் எனக் கூறுவது சிறிதும் மிகையாகாது.

கடிகை முத்துப்புலவர், நமச்சிவாயப் புலவர், சீறாப் புராணம் பாடிய உமறுப் புலவர், மகாகவி சுப்பிரமணிய பாரதியார் முதலிய எத்தனையோ தமிழ்ப் புலவர்கள் எட்டையபுரத்தின் ஆதரவில் வளர்ந்தவர்கள். முத்துசாமி தீட்சிதர், சுப்பராம தீட்சிதர், இராமச்சந்திர பாகவதர், புஷ்பவனம் ஐயர், காஞ்சிபுரம் நாயனா பிள்ளை, கஞ்சிராமான்பூண்டியா பிள்ளை, தட்சிணாமூர்த்திப் பிள்ளை, நாதசுரம் மதுரை பொன்னுசாமிப் பிள்ளை, செம்பொன்னார் கோயில் ராமசாமிப் பிள்ளை, திருவாவடுதுறை

ராஜரத்தினம்பிள்ளை, நடேச நாயனக்காரர், பக்கிரி நாயனக்காரர், காரைக்குடி வீணை சாம்பசிவய்யர் முதலிய மகா வித்வான் களெல்லாம் எட்டையபுரம் மன்னர்களின் ஆதரவைப் பெற்றவர்கள். நாடகத் துறையில் கல்யாணராமையர் முதல் எம்.ஆர். கோவிந்த சாமிப் பிள்ளை, எஸ்.எஸ். விஸ்வநாததாஸ், சின்னமகாதேவ ஐயர், சின்னசாமி ஐயர், வேலு நாயர், அனந்த நாராயண ஐயர், கிட்டப்பா சகோதரர்கள் முதலிய கலைஞர்களுக்கெல்லாம் எட்டையபுரத்தார் பரிசு வழங்கிப் பாராட்டியிருக்கிறார்கள். கன்னட நாடகப் பெரும் புலவரான குப்பி வீரண்ணாவையும் அவரது குழுவினரையும் கூட மொழி வேற்றுமையின்றிப் பாராட்டிய பெருமை எட்டையபுரத்தார்க்கு உண்டு.

எட்டையபுரம் ஜமீனுக்கு உரிமையான ஈராச்சி என்ற கிராமத்தில் நல்ல சிங்கத்தேவர் என்ற சமூகம் சார் கொள்ளையர் வாழ்ந்துள்ளார். இவர் ஜமீனுக்கு உரிமையான தானியக்களஞ்சியத்தைக் கொள்ளையிட்டு ஏழை மக்களுக்குத் தானியங்களை வழங்கியுள்ளார்.

இவை போன்ற நிகழ்வுகள் ஒருபுறமிருக்க மன்னர்கள், ஜமீன்தார் களுக்குரிய பாலியல் முறைகேடுகளுக்கு எட்டையபுர ஜமீன்தார்கள் விதிவிலக்காக இல்லை. எட்டையபுரத்திலுள்ள போத்தி அம்மன், கசவன்குன்று ஊரிலுள்ள கல்தச்சர் குடும்ப அம்மன் ஆகியன ஜமீன்தாரின் பாலியல் வேட்கையிலிருந்து காப்பாற்றும் வழிமுறையாகப் பெற்றோர்களால் கொலை செய்யப்பட்ட இளம்பெண்கள்தாம்.

எட்டையபுரம் ஜமீனின் எல்லைக்குள் இருந்த கழுகுமலையின் இரத வீதிகளில் நாடார் சமூகத்தினர் மங்கல அமங்கல நிகழ்ச்சிகளை யொட்டி ஊர்வலங்கள் நடத்தக் கூடாது என்ற தடை உத்தரவை *1889* இல் எட்டையபுரம் ஜமீன் நிர்வாகம் நீதிமன்றம் வாயிலாகப் பெற்றிருந்தது.

இதை எதிர்கொள்ளும் வழிமுறையாகப் பெரும்பாலான நாடார்கள் கத்தோலிக்கர்களாக மதம் மாறினர். *1895*ஆம் ஆண்டு ஏப்ரல் மாதம் நிகழ்ந்த தேரோட்டத்தின் போது ஜமீன் மேலாளர் வெங்கடராயர் என்பவர் கொலை செய்யப்பட்டார். இதனையொட்டி நாடார்களுக்கு எதிரான கலவரம் ஒன்று நிகழ்ந்தது. நாடார்களின் குடியிருப்பு சூறையாடப்பட்டது. சிலர் கொலை செய்யப்பட்டனர். ஆனால் பாதிப்புக்குள்ளான நாடார்களையே காவல்துறை குற்றவாளி களாக்கிப் பலரைக் கைது செய்தது. இக்கலவரத்தின் போது ஜமீன் நிர்வாகம் நீதிமன்றத்தினால் நியமிக்கப்பட்டவரின் கட்டுப்பாட்டில் இருந்தது. ஏனெனில் அப்போதைய ஜமீன்தார் உரிய வயதை எட்டவில்லை.

இவ்வாறு நிறையும், குறையும் கலந்த எல்லா ஆட்சியாளர்களைப் போன்றே எட்டையபுரம் ஜமீன்தார்கள் இருந்துள்ளார்கள் என்பதே உண்மை. மற்றபடி இவர்களை மட்டுமே குறையுடையவர்களாகச் சித்தரிப்பது ஒரு தலைச் சார்பானது. மேலும் எட்டையபுரம் வரலாற்றை பாஞ்சாலங்குறிச்சிப் போருடன் மட்டுமே இணைத்து மதிப்பிடக்கூடாது.

★ ★ ★

சங்க காலம் தொட்டு குறுநில மன்னர்கள் தம்மைவிடப் பெரிய ஆட்சியாளர்களுக்குப் படை உதவி செய்து ஆதாயம் பெறுவது வழக்கமான ஒன்றாக இருந்துள்ளது. மதுரை நாயக்கர் ஆட்சியில் உருவாக்கப்பட்ட பாளையக்காரர்களின் முக்கிய கடமையாக, நாயக்க மன்னரின் படையெடுப்புகளின் போது படைகொடுத்து உதவுவது இருந்துள்ளது. இதற்கு எட்டையபுரம் பாளையமும் விதிவிலக்கல்ல. முத்துக்கிருஷ்ணப்ப நாயக்கர் (1601-1609) என்ற மதுரை நாயக்க மன்னர், இன்றைய குமரி மாவட்டத்திலுள்ள இரணியல் மீது படை எடுத்தார். அவருக்குத் துணையாகச் சென்ற எட்டையபுரம் பாளையக்காரர் குமார எட்டப்பன், எதிரியின் அம்பு பட்டு இறந்து போனார். இதன் பொருட்டு அவரது குடும்பத்தாருக்கு, தூத்துக்குடி மாவட்டத்தின் மேற்குப் பகுதியிலுள்ள கழுகுமலைக்கிராமமும், அதைச் சுற்றியுள்ள கிராமங்களும் 'இரத்தக் காணிக்கையாக' நாயக்க மன்னரால் தரப்பட்டன. இவ்வாறு நாயக்க மன்னரின் படை எடுப்பிற்கு உதவி செய்து உயிர் துறந்தமையால் தான் எட்டையபுரத்திற்கு மேற்கே 36 கி.மீ. தொலைவிலுள்ள கழுகுமலையும் அதைச் சுற்றியுள்ள கிராமங்களும் எட்டையபுரத்துடன் இணைந்தன. தம் ஆட்சிப் பரப்பை விரிவுபடுத்த மேற்கொள்ளும் வழிமுறைகளுள் ஒன்றாகப் படை உதவி செய்வதன் தொடர்ச்சியாகவே, கிழக்கிந்தியக் கம்பெனிக்கு பாளையக்காரர்கள் படை உதவி செய்துள்ளனர்.

கி.பி.1772இல் வாரன் ஹேஸ்டிங்ஸ் இந்தியாவின் முதல் கவர்னர் ஜெனரலாக நியமிக்கப்பட்ட பின்னர்தான் ஆங்கில ஆட்சி இந்தியாவில் முறையாக உருப்பெற்றது. தமிழ்நாட்டில் ஆங்கிலேயர் கைப்பற்றிய இந்த நிலப்பகுதிகளில் ஆங்கில நிர்வாக முறை அறிமுகமானது. மாவட்டங்கள், மாவட்ட ஆட்சித் தலைவர்கள், வருவாய்க் கழகம், உரிமையியல் குற்றவியல் நீதிமன்றங்கள் ஆகியன உருப்பெற்றன. இதன் பின்னர்தான் தமிழ்நாடு இந்திய நாட்டின் ஓர் அங்கமாக மாறியது அல்லது மாற்றப்பட்டது.

என்றாலும் வாரன் ஹேஸ்டிங்சின் ஆட்சி அதிகாரம் செல்லு படியாகாத நிலப்பகுதிகள் தென்மாவட்டங்களில் அதிக அளவில்

இருந்தன. நாயக்கர் ஆட்சி மறைந்தபின் அவர்கள் உருவாக்கிய பாளையங்களை ஆட்சிபுரிந்த பாளையக்காரர்கள், தன்னிச்சையாகத் தம்மை சிற்றரசர்கள் போல் கருதி ஆளத் தொடங்கினர். 'தடி எடுத்தவன் தண்டல்காரன்' என்ற பழமொழிக்கு எடுத்துக்காட்டாக இப்பகுதிகள் அமைந்தன.

தென்பகுதிப் பாளையக்காரர்களிடம் இருந்து கப்பம் பெற்று வந்த ஆற்காடு நவாப்பின் ஆட்சிக்குக் கப்பம் கட்டுவதை பல பாளையக் காரர்கள் நிறுத்திவிட்டார்கள். அவர்களிடம் இருந்து அதைப் பெறும் ஆற்றலை நவாப் இழந்த நிலையில், 1794 இல் அவனுடன் செய்து கொண்ட ஒப்பந்தத்தின் அடிப்படையில் பாளையக்காரர்களிடமிருந்து கப்பம் வாங்கும் உரிமையைக் கிழக்கிந்தியக் கம்பெனி பெற்றது. இதன் பின்னர் சிலர் அதன் வலிமைக்குப் பயந்து கப்பம் கட்டினர். சிலர் கப்பம் செலுத்த மறுத்தனர்.

இதன் தொடர்ச்சியாகத்தான் புலித்தேவன், கட்டபொம்மன், மருது சகோதரர்கள் போன்றோருக்கும் கிழக்கிந்தியக் கம்பெனிக்கும் இடையே போர் மூண்டது. சாவைப் பற்றிக் கவலைப்படாமல் தீரமுடன் போரிட்டு அழிந்தமையால், இவர்களது வீரம் மக்களது நெஞ்சில் நிலைத்து இன்று வரை போற்றப்படுகிறார்கள்.

இந்திய தேசம் என்ற அமைப்பு உருவாகத் தொடங்கி, இந்திய தேசியம் என்பது துளிர்விட்டுக் கொண்டிருந்த நிலையில், இப்போர்கள் நிகழ்ந்தன என்பதை நாம் நினைவில் கொள்ள வேண்டும். தம் மரபிற்கேற்ப வலுவான அரசுடன் இணக்கமாக நின்று, தம் ஆட்சிப் பரப்பை விரிவுபடுத்த விரும்பிய பாளையக்காரர்கள் சிலர், வலுவான கிழக்கிந்தியக் கம்பெனிக்குத் துணை நின்றமை வியப்பான ஒன்றல்ல. கிழக்கிந்தியக் கம்பெனியின் ஆட்சி முடிவுற்று, இந்தியா என்ற நாடு உருவாகி, நவீனக் கல்வி பரவலாகி, அதன் விளைவாக மத்திய தர வர்க்கம் தோன்றி, தொழிற்கூடங்கள் உருப்பெற்று, நவீனத் தொழிலாளர் வர்க்கம் தோன்றிய பின்னரே இந்திய தேசியம் வளர்ச்சி பெற்றது.

வெள்ளையர் ஆட்சிக்கெதிரான இந்திய தேசிய இயக்கம் உருவான பின்னர். கடந்த கால வரலாற்றில் இருந்து வெள்ளை எதிர்ப்பாளர்களைத் தேடத் தொடங்கினர். இதன் வெளிப்பாடாகவே பாளையக்காரர்கள் சிலர் விடுதலை வீரர்களாகவும் சிலர் தேசத் துரோகிகளாகவும் அடையாளம் காட்டப்பட்டனர். இந்திய தேசியம் வளர்ச்சியுற்ற பின்னர் அதை அளவுகோலாகக் கொண்டு, தேசியம் என்ற கருத்துநிலை தோன்றி வளர்ச்சியடையாத காலத்திய நிகழ்வுகளை மதிப்பிட்டனர்.

விடுதலை வீரர்களாக அடையாளம் காணப்பட்டவர்கள் நிகழ்த்திய நிலவுடைமைக் கொடுமைகள் மறைக்கப்பட்டன. துரோகிகளாகச் சித்தரிக்கப்பட்டவர்கள் மட்டுமல்ல, அவர்தம் வழிவந்தவர்களும் இழிவுக்குள்ளாயினர். வரலாறு என்பது உணர்ச்சிவயப்படாது எழுதப்பட வேண்டுமென்பது குறித்து யாரும் கவலைப்படவில்லை.

ஆனால் வரலாற்று வரைவியல் வளர்ச்சியுற்ற இன்றையச் சூழலில், ஒவ்வொரு வட்டாரத்தைக் குறித்தும் அதை ஆட்சி புரிந்தவர்கள் குறித்தும் உண்மையான மதிப்பீடு செய்வது அவசியமான ஒன்று. பல வட்டாரங்களின் இணைப்புதான் தமிழ்நாடு. எனவே வட்டார வரலாறுகளைப் புறக்கணித்துவிட்டு தமிழ்நாட்டு வரலாற்றை எழுதுவதில் பல செய்திகள் விடுபட்டுப் போகும் ஆபத்துள்ளது.

★★★

எட்டையபுரம் ஜமீனின் வரலாற்றை எழுத்து வடிவில் பதிவு செய்துள்ள 'வம்சமணி தீபிகை' என்ற நூல் 1879ஆம் ஆண்டில் வெளியாகி உள்ளது. இந்நூலைத் திருத்தி நல்ல இனிய தமிழ்நடையில் அமைத்துத் தருவேன் என்று, ஆகஸ்ட் 1919இல் பாரதியார் எட்டையபுரம் ஜமீன்தாருக்குக் கடிதம் எழுதியுள்ளார். இவ்வாறு கடிதம் எழுதிய பாரதிதான் தமது நையாண்டி இலக்கியமான சின்னச்சங்கரன் கதையில், எட்டையபுரம் ஜமீன்தாரையும், அவரது ஆட்சி முறையையும் பகடி செய்துள்ளார்.

கணபதி பிள்ளை என்பவர் 'Ettayapuram Past & Present' என்ற தலைப்பில் 1890இல் வெளியிட்ட நூலுக்கும், குருகுதாஸப் பிள்ளை எழுதி 1931 இல் வெளியான 'திருநெல்வேலிச் சீமைச் சரித்திரம்' என்ற நூலுக்கும் இந்நூல் ஆதாரமாக அமைகின்றது. வாய்மொழிச் செய்திகள், அரண்மனை ஆவணங்கள் ஆகியனவற்றின் துணையுடன் இந்நூல் எழுதப்பட்டது என்பதை இந்நூலின் முகப்புரையில்,

> பூர்வ இராஜாக்களா லெழுதிவைக்கப்பட்டிருக்கின்ற
> தாஸ்தாவேசுகளாலும்
> ஷியார்களுக்கு கனம்பொருந்திய இங்கிலீஷ்
> துரைத்தனத்தாரவர்களால்
> அனுப்பப்பட்டிருக்கின்ற லிகிதங்களாலும்,
> மற்றும்
> பூர்வ விர்த்தாந்தங்களை நன்குணாந்த வயோவிர்த்தர்களின்
> வாய்மொழிகளாலும்
> தெளிந்து
> யாரும் எளிதிலறியும் பொருட்டு
> வசனரூபமாயியற்றி

என்று நூலாசிரியர் குறிப்பிட்டுள்ளார். இந்நூல் எட்டையபுரம் ஜமீனின் தோற்றம் குறித்த புராணக்கதை ஒன்றுடன் தொடங்கி, ஜெகவீரராமகுமார எட்டப்ப நாயக்கர் அய்யன் என்பார், ஆட்சிப் பொறுப்பை ஏற்கும் வயதை எட்டாத நிலையில், நீதிமன்றத்தால் நியமிக்கப்பட்டவரின் துணையுடன் ஜமீன் செயல்பட்டது வரையிலான நிகழ்வுகளைக் கூறுகிறது. முற்றிலும் ஜமீன் சார்புடன் இந்நூல் எழுதப் பட்டிருந்தாலும், இந்நூலில் உள்ள செய்திகள் பெரும்பாலானவை வரலாற்று ஆவணங்களாக விளங்கும் தகுதியுடையவை.

குறிப்பாக 1799இல் நிகழ்ந்த முதலாம் பாஞ்சாலங்குறிச்சிப் போர், 1801 இல் நிகழ்ந்த இரண்டாம் பாஞ்சாலங்குறிச்சிப் போர் ஆகியன குறித்த வாய்மொழிச்செய்திகளையும், ஆவணச் செய்திகளையும் இந்நூல் பதிவு செய்துள்ளது. சான்றாக, கட்டபொம்மன் தூக்கிலிடப்பட்ட காட்சி, பெண் ஒருத்தியால் ஊமைத்துரை காப்பாற்றப்பட்டமை, பாஞ்சாலங்குறிச்சிக் கோட்டையிலிருந்த இடத்தை உழுது, ஆமணக்கு முத்து விதைக்கும்படி கும்பினியார் இட்ட கட்டளை ஆகியனவற்றைக் குறிப்பிடலாம்.

இந்நூலின் 13ஆவது பிரகரணம் தொடங்கி 37வது பிரகரணம் முடிய பாஞ்சாலங்குறிச்சி சண்டை தொடர்பான செய்திகள் இடம் பெற்றுள்ளன. இவை ஒருபக்கச் சார்பானவை என்றாலும் வாய்மொழிச் செய்திகள் என்று நாம் நம்பும் சில செய்திகள் 1879ஆம் ஆண்டில் இந்நூலில் எழுத்து வடிவம் பெற்றுள்ளன. குறுநில மன்னர்களின் கொடூரமான நடைமுறைகள் சிலவும் இந்த வகையில் எழுத்து வடிவம் பெற்றுள்ளன.

- ★ ஆதனூர் கோட்டையைக் கைவசப்படுத்திய கட்டபொம்மன், குப்பா நாயக்கர் என்பவரைப் பிடித்து மார்பில் முளை அறைந்து கொன்றமை.
- ★ எட்டையபுரத்தை சிறிது காலம் ஆண்ட பூதலப்புரம் எட்டய்யா என்பவன் மதுரையில் ராஜபுத்திரப் பெண்ணின் மீது பாலியல் வன்முறை நிகழ்த்தி, அவள் கணவனால் வெட்டப்பட்டு இறந்து போதல்.
- ★ கட்டபொம்மன் படைவீரர்கள் சில பாளையக்காரர்களைக் கூட்டுச் சேர்த்துக் கொண்டு நிகழ்த்திய கொலைகள்.
- ★ 1799ஆம் ஆண்டில் கடுகுசந்தை கிராமத்தில் உள்ள சத்திர மணியக்காரரிடம் உப்பு, மிளகு வற்றல் கேட்டு நிகழ்த்திய சண்டை.

★ பாளையங்கோட்டையில் சிறைவைக்கப்பட்டிருந்த ஊமைத் துரையை விடுவிப்பதற்காக பாஞ்சாலங்குறிச்சி வீரர்கள் பரதேசிகள் போல வேடம் பூண்டு, விறகுக் கட்டுகளிலும் புல்லுக்கட்டுகளிலும் ஆயுதங்களை ஒளித்து வைத்துக் கொண்டு காவலர்களைத் தாக்கி ஊமைத்துரையையும் மற்றவர்களையும் மீட்டுக் கொண்டு வந்தமை.

பாஞ்சாலங்குறிச்சி கோட்டையை இதன் பின்னர் எப்படி மீண்டும் கட்டினார்கள் என்பதை 'நல்ல களிமண்களோட கம்மஞ்சக்கையை சேர்த்து மெழுகுபோல் துவழும்படி நன்றாய் மிதித்துத் திரட்டி ஆறு தினத்திற்குள் பலமான கோட்டை, கட்டப்பட்டது' என்கிறார். மேலும் பீரங்கிக் குண்டுகளால் அது உடைக்கத்தக்கது இல்லை என்றும் குறிப்பிட்டுள்ளார்.

இவ்வாறு பாஞ்சாலங்குறிச்சிப் போரைக் குறித்த பல செய்திகள் இந்நூலில் ஆவணப்படுத்தப்பட்டுள்ளன. பார்ப்பனர்களை ஜமீன்தார்கள் எவ்வாறு பேணினார்கள் என்பதையும் இந்நூலின் வாயிலாக அறிய முடிகிறது. இவை தவிர சித்திராநதியில் கங்கை கொண்டான் ஊர் அருகில் பாலம் கட்டியது, கோவில்களுக்குத் தான தர்மங்கள் செய்தது, பஞ்ச நிவாரண வேலைகளை மேற்கொண்டது, பாஞ்சாலங்குறிச்சி யுத்தத்தில் வெள்ளையர்களுக்கு உதவியதற்குக் கைமாறாக எட்டையபுரம் ஜமீனுக்கு வழங்கப்பட்ட கிராமங்கள், இளைய ஜமீன்தாரின் இந்திய சுற்றுப் பயணம் போன்ற செய்திகள் இந்நூலில் இடம்பெற்றுள்ளன.

★★★

வருவாய்த்துறை, நீதித்துறை, காவல்துறை, சிறைத்துறை போன்ற துறைகளின் ஆவணங்கள் வரலாற்று வரைவில் பரவலாகப் பயன்படுத்தப்படுவது வழக்கம். ஆனால் தனிப்பட்ட மனிதர்களின் ஆவணங்களையும், வாய்மொழி வழக்காறுகளையும் அதிக அளவில் பயன்படுத்தும் வழக்கம் தமிழ்நாட்டு வரலாற்றுவரைவில் குறிப்பிடத்தக்க அளவில் இடம்பெறவில்லை. THE SWADESHI MOVEMENT IN BENGAL என்ற நூலில், தனிமனிதர்கள் சிலரின் ஆவணங்களைக் குறிப்பிடத்தக்க அளவில் சுமித் சர்கார் பயன்டுத்தியுள்ளார். ஆனால் தமிழில் இத்தகைய அணுகுமுறை, சொல்லிக் கொள்ளும் அளவுக்கு இல்லை. 19ஆவது நூற்றாண்டின் இறுதிப் பகுதியில் உருவான 'வம்சமணி தீபிகை' போன்று பல நூல்களை உருவாக்குவதற்கான தரவுகள் பல்வேறு அரண்மனைகளில் உள்ளன. அவை வெளிக்கொணரப் பட்டால் வட்டார அளவிலான பல்வேறு வரலாற்றுச் செய்திகள் நமக்குக் கிட்டும்.

ஓலை ஆவணங்களையும் காகித ஆவணங்களையும் மெக்கன்சி (1754-1821) தொகுத்துத் தந்ததை, நாம் இன்னும் முறையாகப் பயன்படுத்தவில்லை. மெக்கன்சியின் தொகுப்பில் பல அரிய சமூகச் செய்திகள் இடம்பெற்றுள்ளன. இதுபோன்றே தஞ்சை மராத்திய மன்னர்களின் மோடி ஆவணங்களைத் தமிழ்ப் பல்கலைக்கழகத்தின் துணைவேந்தராக இருந்த வ.அய். சுப்பிரமணியன் பல்கலைக் கழகத்தின் வாயிலாக வெளியிட்டுள்ளார். வெளிவந்த மூன்று தொகுதிகளிலேயே மராத்தியர் ஆட்சிக் கால சமூகத்தின் உண்மை நிலையை நாம் அறிந்து கொள்ள முடிகிறது. இது போன்று மேலும் பல தொகுதிகள் வரவேண்டிய நிலையில் மூன்று தொகுதிகளுடன் இம்முயற்சி நின்றுபோய்விட்டது.

நம் வரலாற்றிற்கான தரவுகளை நாம் அழியவிட்டுக் கொண்டிருக்கும் சூழலில் 'வம்சமணிதீபிகை' நூலின் பழைய அச்சுப் பிரதியைத் தேடி எடுத்து, தோழர் இளசை மணியன் பதிப்பித்துள்ளார்.

ஏற்கனவே இவர் 'எட்டையபுரம் வரலாறு' என்ற தலைப்பிலான குறுநூலை தோழர் சதாசிவன், மா.ராஜாமணி ஆகியோருடன் இணைந்து 1976இல் எழுதியுள்ளார். பாரதி நடத்திய 'இந்தியா' பத்திரிகையின் பழைய இதழ்களைத் தேடிப்பிடித்து 'பாரதி தரிசனம்' என்ற பெயரில் இரு தொகுதிகளாக வெளியிட்டவர். நூல் வடிவம் பெறாது, பழைய இதழ்களில் பதுங்கியிருக்கும் தொ.மு.சி. ரகுநாதனின் படைப்புகளைத் தேடிப் பிடித்து நூலாக்கி வருபவர். இது போன்ற முயற்சிகளில் தொடர்ந்து ஈடுபட்டு, பல ஆவணங்களை இவர் வெளிக்கொணர வேண்டும்.

விரல்விட்டு எண்ணத்தகும் பதிப்பகங்கள் தான் இத்தகைய ஆவணங்களைத் துணிந்து வெளியிடுகின்றன. 'தென்திசைப் பதிப்பகம்' இம் முயற்சியில் தன்னை இணைத்துக் கொண்டுள்ளமை பாராட்டுதலுக்குரிய ஒன்று. இந்நூலுக்குத் தமிழ் வாசகர்கள் தரும் வரவேற்பு இத்தகைய நூல்களை மேலும் வெளியிடத் தூண்டுதலாக அமையும்.

வம்சமணி தீபிகை
இளசை மணியன்,
தென்திசை பதிப்பகம், சென்னை

தமிழர்களின் அரசியல், சமயம், சமுதாயம்

நூலாசிரியரின் மறைவுக்குப் பின்
நியூ செஞ்சுரி வெளியீடாக
இந்நூல் வெளிவந்தபோது
எழுதப்பட்ட அறிமுகக் கட்டுரை.

- தொகுப்பாசிரியர்

இரண்டாயிரம் ஆண்டுகட்கும் முற்பட்ட நீண்ட நெடிய பாரம்பரியம் தமிழர்களுடையது. இப்பாரம்பரியத்தை வெளிப்படுத்தப் பெருந்துணையாய் நமது பண்டைய இலக்கியங்கள் அமைந்துள்ளன. ஆங்கிலேயர் ஆட்சியில் வரலாறு என்ற அறிவுப் புலம் உருவாக்கப் பட்ட பின்னரே, நம்முடைய வரலாற்றைத் தனி அறிவுத்துறையாகப் பார்க்கும் போக்கும், அதை எழுதும் ஆர்வமும் உருவாகியது.

இவ்வாறு வரலாற்றை எழுதப் புகுந்தவர்களை, வடமொழி அல்லது ஆரியச் சார்பானவர்கள், தமிழ் அல்லது திராவிடச் சார்பானவர்கள் என இருவகையாகப் பகுக்கலாம், பி.டி.சீனிவாச ஐயங்கார், கிருஷ்ணசாமி ஐயங்கார், நீலகண்ட சாஸ்திரி போன்றோர் வடமொழிச் சார்பானவர்களாகவும், கனகசபைப் பிள்ளை, கே.என்.சிவராஜ் பிள்ளை, கே.கே.பிள்ளை, மறைமலையடிகள், சுந்தரம்பிள்ளை, எம்.எஸ்.பூரணலிங்கம் பிள்ளை போன்றோர் தமிழ் மரபு சார்ந்தவர் களாகவும் கொள்ளலாம்.

இவ்விரு பிரிவினரில், முதற் பிரிவினர் பார்ப்பனச் சார்புடை யோராகவும், இரண்டாவது பிரிவினர் வேளாளச் சார்புடையோராகவும் விளங்கினர். இவர்கள் இருவருக்கும் இடையில் நிலவிய ஓர் ஒற்றுமை அம்சம், வரலாற்றில் உழைக்கும் மக்களது பங்களிப்பிற்கு முக்கியத்துவம் தராதது, இல்லாத பொற்காலத்தை நமக்கு உருவாக்கிக் காட்டியதும், அவைதீக சமயங்களின் பங்களிப்பை ஓரங்கட்டியதும்தான்,

இதன் அடுத்த கட்டமாகத் தமிழ்நாட்டு வரலாற்று வரைவில், தமிழர்தம் நியாயமான பங்களிப்பும் பாரம்பரியச் சிறப்புகளும் இடம்பெற வேண்டுமென்ற வேட்கை மீதுர, தமிழ் இலக்கியம் பயின்றோர் சிலரும் வரலாறு எழுத முற்பட்டனர், இவர்களுள் பலர்

இலக்கியங்களை மட்டுமே நம்பித் தம் பணியைச் செய்தமையால், இலக்கியங்களின் பொழிப்புரையாக வரலாறு அமையலுற்றது.

இப்போக்கிற்கு மாறாக, தமிழக வரலாற்றைக் கல்வெட்டுகளின் துணையுடன் எழுதத் தொடங்கிய தமிழ் அறிஞர்களாக, தி.சதாசிவப் பண்டாரத்தார், சுந்தரேச வாண்டையார், மயிலை சீனி வேங்கடசாமி, மா. இராசமாணிக்கனார் ஆகியோர் அமைந்தனர். இவர்களுள் மயிலை சீனி வேங்கடசாமி 'சைவமும் தமிழும்' என்ற பிணைப்பிலிருந்து, தம்மை முற்றிலும் துண்டித்துக் கொண்டவர். பிறப்பால் வைணவராகவும் நடைமுறையில் நாத்திகராகவும் வாழ்ந்த இவரை, சமணரோ? பௌத்தரோ? என்று பலரும் ஐயுறத்தக்க அளவுக்கு, ஓரங்கட்டப்பட்டிருந்த சமண, பௌத்த சமயங்களின் பங்களிப்பைத் தமிழர்களுக்கு நல்லமுறையில் அறிமுகப்படுத்தினார். சைவ எல்லைக்குள் நின்றாலும் ஒருதலைப் பட்சமாக வரலாற்றை அணுகாதவர், மா. இராசமாணிக்கனார்.

வரலாற்றுத் துறையில்-ஆங்கில ஆட்சியினால் பெற்ற பயன்களில் ஒன்று-தொல்பொருள் துறை உருவாக்கப்பட்டு, தமிழ் நாடெங்கும் இருந்த கல்வெட்டுக்கள் படியெடுக்கப்பட்டமையாகும். ஆயினும் வரலாற்றுணர்வு பரவலாக மக்களிடம் சென்றடையாமையால், கல்வெட்டுக்களும், தொல்பொருட் சின்னங்களும் அழிவுக்காளாயின. கோவில்களில் குடமுழுக்கு நிகழும்போது சில கல்வெட்டுக்களை உட்புறமாக வைத்துப் பூசிவிட்டனர். தொடர்ந்து வெயிலிலும் மழையிலும் கிடந்தமையால் சில கற்களும். சிலைகளும் சிதைந்து போயின.

மற்றொரு பக்கம் கல்வெட்டுக் கல்வி, பரவலாக அறிமுகமாகாத நிலையில் ஒருசிலரே அதில் பயிற்சி பெற்றுக் கல்வெட்டுக்களைப் படித்தறியும் ஆற்றலைப் பெற்றனர். இவ்வாற்றல் இல்லாதோர் இந்திய அரசின் தொல் பொருள் துறை, ஆண்டுதோறும் வெளியிடும், கல்வெட்டு ஆண்டு அறிக்கையையும் (Annual Reports on Indian Epigraphy) தென்னிந்தியக் கல்வெட்டுக்கள் (South Indian Inscriptions) என்ற தலைப்பில் வெளியான கல்வெட்டுத் தொகுதிகளையும் மட்டுமே நம்பியிருந்தனர்.

மேலும் கல்வெட்டுக்கள் என்பன அரசர்களின் ஆட்சிக் காலத்தையும், அவர்கள் வழங்கிய கொடைகளையும், அவர்தம் போர் ஆற்றலையும் வெளிப்படுத்துவன என்றே பலரும் கருதினர்.

இத்தகைய சூழலில் கல்வெட்டுக்களைக் குறித்த, நல்ல அறிமுகமாகவும், அவற்றில் புதைந்துள்ள நுணுக்கமான செய்திகளை

வெளிப்படுத்தும் தன்மையதாகவும் அமைந்த இந்நூலைத் தமிழ் அறிஞர் மா.இராசமாணிக்கனார் உருவாக்கியுள்ளார்.

மதுரை தியாகராயர் கலைக்கல்லூரியின் தமிழ்த் துறைத் தலைவராக அவர் பணியாற்றிய போது, அண்ணாமலைப் பல்கலைக் கழகத்தில் 'கல்வெட்டுக்களும் அரசியல் வரலாறும்' என்ற தலைப்பில் உரையாற்றியுள்ளார். அண்ணாமலைப் பல்கலைக்கழக ஆய்விதழில் (Journal of the Annamalai University, Vol : XXII) இவ்வுரை வெளியானது. இதுவே தற்போது 'கல்வெட்டுக்களும் தமிழ்ச் சமுதாயமும்' என்ற தலைப்பில் நூல் வடிவம் பெற்றுள்ளது.

இந்நூலாசிரியர் அழுத்தமான சைவப் பற்றுக்கொண்டவர். 'பெரிய புராண ஆராய்ச்சி' 'சேக்கிழார்', 'சைவ சமய வளர்ச்சி' ஆகிய நூல்களை எழுதியவர்.

ஆயினும் வரலாறு என்று வரும்போது சில உண்மைகளை அவர் மறைக்க விரும்பவில்லை என்பது குறிப்பிடத்தக்கது. சான்றாகக் காஞ்சிபுரம் கோவிலிலுள்ள இரண்டாம் நந்திவர்மன் (கி.பி. 710-775) என்ற பல்லவ மன்னனின் சிற்பம் குறித்து அவர் கூறும் பின்வரும் செய்தியைக் குறிப்பிடலாம்.

"அரசன் அரியணையில் அமர்ந்துள்ளான். அவனுக்குப்பின் ஒருத்தி கவரி வீசுகிறாள். அரசற்கு எதிரில் துறவிகள் இருவர் கழுவேற்றப்படுகின்றனர். இச்சிற்பத்திற்கு வலப்புறம் ஆழ்வார் சிலைகொண்ட கோவிலையும் அதன் வலப்புறம் வைகுந்தப் பெருமாள் கோவில் போன்ற கோவிலையும் குறிக்கும் சிற்பங்கள் காண்கின்றன. ஆழ்வார் சிலை முதல் மூன்று ஆழ்வாருள் ஒருவரைக் குறிப்பதாகலாம். அவர்கள் அக்காலத்திற் பூசிக்கப் பட்டனர் போலும்! சமணம், புத்தம் போன்ற புறச் சமயத்தவரை அழித்து வைணவம் நிலைநாட்ட முயன்றதைத்தான் அச்சிற்பங்கள் உணர்த்துகின்றன. இஃது அக்காலத்தையொட்டிய செயல்போலும்! கழுவேற்றப்பட்டவர் யாவராயினும் ஆகுக; இச்சிற்பங்களால் பல்லவ மல்லன் நடத்தை இன்னது என்பது நன்கு புலனாகிறது." வைணவர், பௌத்தர்க்கு அல்லது சமணர்க்கு இழைத்த இக்கொடுமைகளை நோக்க, சம்பந்தர் காலத்தில் சமணர் கழுவேற்றப்பட்டனர் என்று பெரியபுராணம் கூறுதலோ, மதுரை மீனாட்சியம்மன் கோவிலிலுள்ள சிற்பங்கள் இதனை உணர்த்தலோ உண்மைக்கு மாறானது என்று கூறுதல் இயலாமை காண்க.

சமணருக்கு எதிரான வைதீக சமயவாதிகளின் வன்முறையை அவர் மறைக்கவுமில்லை, நியாயப்படுத்தவுமில்லை.

நூலாசிரியர் இந்நூல் எழுதிய காலத்தில் தொல் தமிழ்க் கல்வெட்டுக்கள் (தமிழ் பிராமிக் கல்வெட்டுக்கள்) பதிப்பித்து வெளியாகவில்லை, தென் இந்தியக் கல்வெட்டுக்கள் பன்னிரண்டு மட்டுமே வெளியாகியுள்ளதாக அவர் தமது உரையின் தொடக்கத்தில் குறிப்பிடுகிறார். தற்போது இருபத்தியாறு தொகுதிகள் வெளிவந்துள்ளன. 'ஆவணம்', 'கல்வெட்டு', 'வரலாறு' என்ற தலைப்பில் கல்வெட்டுக்கள், காகித மற்றும் ஓலை ஆவணங்கள் தொடர்பான புதிய கண்டுபிடிப்புகளை வெளிப்படுத்தும் ஆய்விதழ்கள் அவர் மறைந்த பின்னரே வெளிவரத் தொடங்கின.

இத்தகைய அறிவுச் சூழலில் அவர் ஆற்றிய மூன்று சொற் பொழிவுகளும், கல்வெட்டுச் செய்திகளின்பால் ஓர் ஈர்ப்பை தமிழ் ஆர்வலர்களிடம் ஏற்படுத்தும் தன்மையில் அமைந்தமை கவனத்தில் கொள்ளவேண்டிய செய்தியாகும். இலக்கியக் கல்விக்கும் கல்வெட்டுக் களுக்கும் இடையிலான உறவை அவர் சான்றுகளுடன் நிறுவியுள்ளார்.

கல்வெட்டுக்கள், கல்வெட்டுகளின் எழுத்துக்கள் குறித்த பொதுவான அறிமுகத்தில் தொடங்கி, பாண்டியர், விசயநகரப் பேரரசுகள், இஸ்லாமியர்கள் தொடர்பான அரசியல் செய்திகளைக் கல்வெட்டுக்களின் துணையுடன் அறிமுகப்படுத்துகிறார்.

சமய வரலாறு குறித்த இரண்டாம் பகுதியில் தமிழ்ப் பிராமிக் கல்வெட்டுக்கள் குறித்து அறிமுகப்படுத்துகிறார். ஐராவதம் மகாதேவனின் ஆய்வுகள் வெளிவராத காலத்தில், கிடைத்த செய்திகள் அடிப்படையில் இப்பகுதி எழுதப்பட்டுள்ளது என்பதை நினைவில் கொள்ளுவது அவசியம். பல்லவர் வரலாறு குறித்து ஏற்கெனவே இந்நூலாசிரியர் தனி நூல் ஒன்றை எழுதியுள்ளமையால், பல்லவர் கால சமய நிலை குறித்து விரிவாக அறிமுகப்படுத்துகிறார். அடுத்து, பாண்டியர் மற்றும் சோழர் காலச் சமய நிலை குறித்துக் குறிப்பிட்டுள்ளார். இஸ்லாமியப் படையெடுப்பின்போது மட்டுமே கோவில்கள் அழிக்கப்பட்டன என்று பலர் நம்பி வருவதற்கு மாறாக, ஹொய்சால மன்னன், தன் சோழப் படையெடுப்பின்போது தெய்வங்களின் உலோக உருவங்களைக் கவர்ந்து சென்றதையும் குறிப்பிட்டுள்ளார்.

பெரியபுராணத்தில் இடம்பெறும் திருக்குறிப்புத் தொண்டநாயனார் என்பவர் ஏகாலி (வண்ணார்) வகுப்பைச் சேர்ந்தவர். காஞ்சியில் உள்ள முத்தீஸ்வரர் கோவிலில் அவரது உருவச் சிலை இருப்பதையும்,

அக்கோவில் மேற்பார்வை ஏகாலியர் சமுகத்திடம் இருப்பதையும் ஆசிரியர் கள ஆய்வின் அடிப்படையில் குறிப்பிட்டுள்ளார்.

இவ்வாறு கல்வெட்டுக்களின் துணையுடன் தமிழர்களின் அரசியல் - சமயம் - சமுதாயம் சார்ந்த செய்திகளை இந்நூல் வெளிப்படுத்துகிறது.

கல்வெட்டுச் செய்திகளை மேலும் அறியவேண்டும் என்ற ஆர்வத்தைக் தூண்டும் வகையிலும், வரலாற்றுணர்வை வளர்த்தெடுக்கும் முறையிலும் இந்நூல் அமைந்துள்ளமை குறிப்பிடத்தக்கது.

கல்வெட்டு என்றால், 'புரியாத ஒன்று' என்றஞ்சி ஒதுங்குவோர் இந்நூலைப் படித்தால் கல்வெட்டுக்கள் மீது காதல்கொள்வர். தமிழர் வரலாற்றை அறிய ஆர்வம் கொண்டோர் பல அரிய செய்திகள் இந்நூலில் புதைந்து கிடப்பதைக் கண்டு மகிழ்வர்.

இத்தகைய சிறப்பு வாய்ந்த இந்நூல் அண்ணாமலைப் பல்கலைக் கழக ஆய்விதழில் புதையுண்டு கிடந்ததைத் தேடியெடுத்து நூலாக வெளியிட்டுள்ள நியூ செஞ்சுரி புத்தக நிறுவனத்தின் ஆர்வமும் முயற்சியும் பாராட்டுதலுக்குரியன. கட்டுரைகளைத் தொகுத்து வெளியிடுவதற்கு உதவிய மா.இரா.அரசு அவர்க்கு நன்றி உரித்து.

கல்வெட்டுகளும் தமிழ்ச் சமூக வரலாறும்,
மா.இராசமணிக்கனார்,
நியூ செஞ்சுரி புக் ஹவுஸ், சென்னை

போர்ச்சுக்கீசியர் காலத் தமிழகக் கடற்கரைத் தமிழர்கள்

சோழப் பேரரசின் வீழ்ச்சிக்குப் பின் ஒரு வலுவான மத்திய அரசு தமிழகத்தில் இல்லாமல் போனது. இதைப் பயன்படுத்திக்கொண்டு வடஇந்திய முஸ்லிம்கள், தெலுங்கர்கள் ஆகியோரின் படையெடுப்புக்குத் தமிழகம் ஆளாகி வந்தது. இதன் அடுத்த கட்டமாக அய்ரோப்பியர்களின் குடியேற்ற நாடாகத் தமிழகம் மாறியது. அய்ரோப்பியர் ஆட்சியில் தமிழ்நாட்டின் நிலை எவ்வாறிருந்தது என்பதையும், அவர்களின் ஆட்சியின்போது ஏற்பட்ட சமூக மாறுதல்கள், சமூகத் துயரங்கள் எவையென்பதையும் அறிந்துகொள்வதன் வாயிலாகவே 16ஆம் நூற்றாண்டு தொடங்கி தமிழக வரலாற்றின் ஒரு பகுதியை நாம் புரிந்துகொள்ள முடியும்.

16ஆம் நூற்றாண்டுத் தமிழகம் குழப்பம் மிகுந்த காலமாக இருந்தபோது போர்ச்சுக்கல் காலனியாக சோழ மண்டலக் கடற்கரையின் பல பகுதிகள் மாற்றப்பட்டன. கடல் சார்ந்து வாழ்ந்த பரதவர்கள் ஒரு குழுமமாகக் கத்தோலிக்கர்களாக மாறி போர்ச்சுக்கல் மன்னரின் குடிமக்கள் போலாயினர். தமிழ்நாட்டில் நிகழ்ந்த மிகப்பெரிய குழும மதமாற்றமாக (mass conversion) பரதவர்களின் மதமாற்றம் அமைந்தது. கடலோடிகளாகவும், கடல் வணிகர்களாகவும் விளங்கிய தமிழக இஸ்லாமியர்கள் ஓரங்கட்டப்பட்டனர். ஏற்றுமதி இறக்குமதி வாணிபத்தில் போர்ச்சுக்கீசியரின் கை ஓங்கியது. கி.பி. 1533 அல்லது 1536 தொடங்கி 1658இல் டச்சுக்காரர்கள் தூத்துக்குடியைக் கைப்பற்றும் வரை இந்நிலை நீடித்தது.

போர்ச்சுக்கீசியர், டச்சுக்காரர், பிரெஞ்சுக்காரர் என அய்ரோப்பிய நாட்டினர் தமிழகத்தின் சிற்சில பகுதிகளைத் தம் குடியேற்ற நாடாக்கினர். தரங்கம்பாடியில் டேனிஷ்காரர்கள் ஆதிக்கம் செலுத்தினர். இன்றைய புதுச்சேரிப் பகுதியில் பிரெஞ்சுக்காரர்கள் ஆதிக்கம் செலுத்தினர். தமிழகம் முழுவதிலும் 19ஆம் நூற்றாண்டின் தொடக்கத்தில் ஆங்கிலக் கிழக்கிந்தியக் கம்பெனியின் ஆட்சி நிலைபெற்றுவிட்டது.

ஆங்கிலக் காலனி ஆட்சி குறித்து தெளிவான சான்றுகள் நமக்குக் கிட்டுகின்றன. அவர்கள் எழுதிப் பராமரித்த அரசு ஆவணங்கள் அடங்கிய ஆவணக் காப்பகத்தை விட்டுச் சென்றுள்ளனர். அரசு அதிகாரிகளுக்காக அவர்கள் தயாரித்த மாவட்ட கெசட்டியர்கள், மேனுவல்கள் ஆகியன அச்சு வடிவில் கிட்டுகின்றன. தாய்மொழியாம் தமிழை அடுத்து தமிழர்கள் அறிந்த ஓர் அய்ரோப்பிய மொழியாக ஆங்கிலம் அமைந்தது. இன்று வரை அறிவுத் துறையைச் சார்ந்த மொழியாக அது விளங்குகிறது. இக்காரணங்களால் ஆங்கிலக் காலனிய ஆட்சிக்கால வரலாற்றை எழுதுவதில் பெரிய அளவில் இடரப் பாடில்லை. இங்கிலாந்தில் உள்ள பிரிட்டிஷ் தேசிய அருங்காட்சியக நூலகமும், சில ஆவணக் காப்பகங்களும் நம் வரலாறு தொடர்பான ஆவணங்களைக் கொண்டுள்ளன.

ஆனால் தூத்துக்குடி, நாகப்பட்டினம், தரங்கம்பாடி, பழவேற்காடு போன்ற முக்கிய துறைமுக நகரங்களிலும் அவற்றிற்கு அருகில் உள்ள ஊர்களிலும் ஆதிக்கம் செலுத்தி வந்த போர்ச்சுக்கீசியர், டச்சுக்காரர், டேனிஷ் நாட்டினர் காலத் தமிழ்ச் சமூகத்தைக் குறித்து விரிவாக இன்று வரை நாம் அறிய முடியவில்லை. இதற்குக் காரணம் இக்காலத்திய அரசு ஆவணங்களும் கிறித்தவ மிஷினரிகளின் பதிவுகளும் போர்ச்சுக்கீஸ், டச்சு, டேனிஷ் மொழிகளில்தான் உள்ளன. இது ஒரு பிரச்சனையாகவே இன்றுவரை உள்ளது.

இதன் காரணமாகவே ஆங்கில ஆட்சிக் காலத்திய தமிழ்ச் சமூகத்தை அறிந்துகொள்வதைப் போன்று போர்ச்சுக்கீஸ், டச்சு, டேனிஷ் காலனிய ஆட்சிக்காலத் தமிழகத்தை நாம் விரிவாக அறிய முடியாமல் உள்ளோம். தமிழக வரலாற்று வரைவுக்கு ஏற்பட்டுள்ள மிகப் பெரிய இழப்பாக இது உள்ளது.

சஞ்சய் சுப்பிரமணியம், ஜெயசீல ஸ்டீபன், மாத்தியு, அரச ரத்தினம் ஆகியோர் தம் ஆங்கில நூல்கள், கட்டுரைகள் வாயிலாக இக்குறையை ஓரளவுக்கு ஈடுசெய்துள்ளனர்.

இத்தகைய சூழலில் போர்ச்சுக்கீசியர் ஆட்சிக் காலத்திய தூத்துக்குடி நகரம் குறித்தும் முத்துக்குளித்துறைக் கடற்கரைப் பகுதிகள் குறித்தும் இந்நூலின் வாயிலாகப் பல புதிய செய்திகளை சகோ. டெக்லா தமிழில் எழுதி வெளியிட்டுள்ளார். இது வரவேற்க வேண்டிய முயற்சியாகும்.

தமிழ்நாட்டின் முதல் காலனிய ஆட்சியாகப் போர்ச்சுக்கல் ஆட்சி கால்கொண்ட இடம் தூத்துக்குடி நகரமாகும். இந்நகரில் போர்ச்சுக்கீசியர்

அறிமுகப்படுத்திய அரசியல் பொருளாதார, பண்பாட்டு ஆதிக்கத்தை இந்நூல் அறிமுகப்படுத்துகிறது.

நூலின் முதல் இயல், முத்துக்குளித்தலையும், கொற்கைத் துறைமுகத்தையும், பரதவர்கள் என்ற பாரம்பரிய கடலோடிகளையும் அறிமுகம் செய்கிறது.

இரண்டாவது இயல், பரதவர்களுக்கும், அரேபிய மூர்களுக்கும் இடையிலான மோதலையும், தம்மைப் பாதுகாத்துக்கொள்ளும் வழிமுறையாகக் கத்தோலிக்கர்களாக மதம் மாறி போர்ச்சுக்கிசியரின் பாதுகாப்பை பரதவர் பெற்றதையும் அறிமுகப்படுத்துகிறது.

மூன்றாவது இயல், போர்ச்சுக்கீசியர் நடத்திய வாணிபத்தில் குதிரை, யானை, வெடியுப்பு ஆகியன இடம் பெற்றமையைக் குறிப்பிடுகின்றது. இந்தியப் பெண்களைப் போர்ச்சுக்கீசியர் மணம் புரிந்து கொண்டதால் உருவான கலப்பினம் குறித்து இவ்வியல் குறிப்பிடுகிறது. ‘காசாதுகள்’ என்றழைக்கப்பட்ட இப்பிரிவினர் போர்ச்சுக்கீசியரிடம் வாணிபச் சலுகை பெற்று வாழ்ந்ததையும் ஆசிரியர் வெளிப்படுத்தியுள்ளார்.

போர்ச்சுக்கீசிய எதிர்ப்பில் முஸ்லிம்களின் பங்களிப்பு குறித்தும், தமிழகத்தில் போர்ச்சுக்கீசியர் நிறுவி இருந்த காலனியப் பகுதியில் விஜயநகரப் பேரரசு நிகழ்த்திய படையெடுப்புகள் குறித்தும் நான்காம் இயலில் சுட்டிக்காட்டியுள்ளார். போர்ச்சுக்கீசியரின் வீழ்ச்சியைக் குறித்தும் இவ்வியல் ஆராய்கிறது.

ஆங்கிலேயர்களைப் போல் முறையான சிவில் நிர்வாகத்தைப் போர்ச்சுக்கீசியர்கள் நிறுவவில்லை என்று குறிப்பிடும் ஹீராஸ் அடிகளார் சமயம் சார்ந்த அரசாங்கமாகவே போர்ச்சுக்கீசிய அரசு விளங்கியது, அதன் வீழ்ச்சிக்கான காரணங்களில் ஒன்று எனக் குறிப்பிடுவார். ஹீராஸ் அடிகளாரின் இக்கருத்தை ஆசிரியர் விவாதித்து இருக்கலாம்.

நூலின் இறுதி இயலில் போர்ச்சுக்கீசிய காலனியம் ஏற்படுத்திய பல்வேறு பாதிப்புகளைக் குறித்த செய்திகள் இடம்பெற்றுள்ளன. நூலின் முக்கியப் பகுதியாக இவ்வியல் அமைந்துள்ளது. மருத்துவமனை, நூல் அச்சாக்கம், கல்லூரி என நவீனத்துவத்தின் தாக்கம் ஏற்பட்டதை ஆசிரியர் வெளிப்படுத்தியுள்ளார். முதல் முறையாகத் தமிழ் நூல் அச்சு வடிவம் பெற்றதையும், அம்முயற்சிக்குப் பரதவர்கள் நிதியுதவி செய்ததையும் ஆசிரியர் சுட்டிக்காட்டியுள்ளார். சமயப் பணியாற்றிய சேசு சபை துறவியர்க்கும், போர்ச்சுக்கீசிய காலனியவாதிகளுக்கும்

இடையிலான முரண்பாடும், சேசு சபை துறவியர் பரதவரின் நலன் பேணியது குறித்தும் சில செய்திகள் இடம்பெற்றுள்ளன.

நூலின் இறுதியில் "பரதவர்கள் முஸ்லிம்களிடம் அனுபவித்தது போலவே போர்ச்சுக்கீசியர்களின் ஆட்சியிலும் காலனி ஆதிக்கத்தின் கொடுமைகளை அனுபவித்தனர் என்பது மறுக்க முடியாத, மறைக்க முடியாத உண்மை" என்று மிகச் சரியாகவே ஆசிரியர் கணித்துள்ளார். ஆவணங்கள் கிட்டாத ஒரு காலக்கட்டத்தின் வரலாற்றைத் தமிழ் மக்களுக்கு அறிமுகப்படுத்துவதில் இந்நூலாசிரியர் வெற்றி பெற்றுள்ளார். அவரது பணி தொடர வாழ்த்துக்கள்.

முத்துக்குளித்துறையில் போர்ச்சுக்கீசியர்கள்,
சகோ.டெக்லா,
நியூ செஞ்சுரி புக் ஹவுஸ், சென்னை

ஏழுகடல் துறைகளில் ஒன்றான புன்னைக்காயல்

ஒரு நாட்டின் கடற்கரையென்பது மணற்பரப்பையும், அலை மோதி ஆர்ப்பரிக்கும் கடலையும் மட்டுமே கொண்டதல்ல. அதில் பல்லாயிரம் ஆண்டுகால வரலாறு புதைந்து கிடக்கும்.

சங்கு, முத்து, பவளம், மீனினம், உப்பு எனப் பல்வேறு கடல்படு பொருட்கள், ஏற்றுமதி இறக்குமதிப் பொருட்கள், கடல்வழிப் போக்குவரத்துக் கருவிகள் என்பன கடற்கரைச் சிற்றூர்களுடனும், நகரங்களுடனும் இணைந்து காணப்படும்.

வணிகராகவோ, பகைவராகவோ, பயணியராகவோ வரும் அயலவர் ஒரு நாட்டில் கால் பதிக்கும் இடம் பெரும்பாலும் கடற்கரை நகராகவே அமையும்.

இச்சிறப்புக்களையெல்லாம் நன்குணர்ந்த நம் முன்னோர் தமிழக நிலப்பகுதிகளை அய்ந்து திணைகளாகப் பகுக்கும்போது, கடலும் கடல் சார்ந்த இடமும் நெய்தல் என்று அடையாளப்படுத்தினர். அகப்பாடல் தொகுப்பில் நெய்தல் திணைப்பாடல்கள் இடம் பெற்று 'இரங்கலும் இரங்கல் நிமித்தமும்' என்ற உரிப்பொருளை மட்டுமின்றி, நெய்தல் நிலம் குறித்த வர்ணனைகளையும் அங்குக் காணப்படும் புள்ளினங்கள் மற்றும் தாவரங்கள் குறித்த செய்திகளையும் அங்கு வாழும் மக்களையும் அவர்தம் பொருளாதார நடவடிக்கைகளையும் நாம் அறியச் செய்கின்றன.

முசிறி, கொற்கை, தொண்டி, புகார் போன்ற துறைமுகங்கள் குறித்து நம் இலக்கியங்களும் வரலாற்றாவணங்களும் பல செய்திகளைப் பதிவு செய்துள்ளன. தொல்லியல் துறையினரும் நீர் அகழ் ஆய்வுத் துறையினரும் மேற்கொண்ட அண்மைக்கால ஆய்வுகள் நம் பண்டைத் துறைமுகங்கள் தொடர்பான பல புதிய வரலாற்றுண்மைகளை வெளிக்கொணர்ந்துள்ளன.

இந்திய மாநிலங்களில் நீண்ட கடற்கரையைக் கொண்ட மாநிலம் தமிழ்நாடு. 1,076 கி.மீ. தூரமுள்ள கடற்கரைப் பகுதியில் பெரிய துறைமுகங்கள் மட்டுமின்றி சிறிய துறைமுகங்கள் சிலவும் இடம் பெற்றுள்ளன. இவற்றுள் சில பயன்பாட்டில் இல்லாவிட்டாலும் வரலாற்றுப் பாரம்பரியம் கொண்டவை.

தமிழ்நாட்டுத் துறைமுகங்கள் குறித்துத் தொன்மையான வரலாற்றுப் பதிவுகள் உண்டு. அகஸ்டஸ் சீசர் (கி.மு.63-கி.பி.14) என்ற ரோம் நாட்டு

மன்னன் உருவாக்கிய வரைபடத்தில் தமிழ்நாட்டின் துறைமுகங்கள் சில இடம்பெற்றுள்ளன. கி.பி. இரண்டாம் நூற்றாண்டைச் சேர்ந்த தாலமியின் நூலில் தமிழ்நாட்டுத் துறைமுகங்கள் சில குறிப்பிடப் பட்டுள்ளன. இத்தாலிய நாட்டுச் சுற்றுப் பயணியான மார்க்கோ போலோ காயல் துறைமுகம் குறித்தும் அங்கு நிகழும் முத்துக்குளித்தல், அரேபியர்களின் குதிரை வாணிபம் தொடர்பான செய்திகளையும் விரிவாக எழுதியுள்ளார்.

தமிழ்நாட்டுக் கடல்வணிகன் ஒருவனுக்கும் கிரேக்க வணிகன் ஒருவனுக்கும் இடையில் கி.பி. இரண்டாம் நூற்றாண்டின் நடுப் பகுதியில் எழுதப்பட்டுள்ள வணிக ஒப்பந்தம் ஒன்று கண்டுபிடிக்கப் பட்டுள்ளதைத் தொல்லியலாளர் ராஜன் வெளிப்படுத்தியுள்ளார். தமிழரின் கடல் வாணிபம் குறித்த அரிய சான்றாக இது அமைகிறது. கடல்சார் வரலாறு என்ற அறிவுத்துறை தொடர்பான தொன்மையான சான்றுகளாக இச்செய்திகள் அமைகின்றன.

மயிலை சீனி. வேங்கடசாமி, சாத்தான்குளம் அ. இராகவன் ஆகிய மூத்த தமிழ் அறிஞர்கள் பண்டைத் தமிழரின் கடல்சார் வரலாறு தொடர்பான ஆய்வு நூல்களை வெளியிட்டுள்ளனர். சோழர்களின் கடற்போர் குறித்த செய்திகளை நீலகண்ட சாஸ்திரிகள் எழுதியுள்ளார்.

என்றாலும் தமிழர்களின் கடல்சார் வரலாறானது அதன் தொன்மைச் சிறப்புக்கேற்ப இன்னும் விரிவாக எழுதப்படவில்லை. கிரேக்கர், உரோமர், அரேபியர், டேனியர், போர்த்துக்கேயர், டச்சுக்காரர், பிரெஞ்சுக்காரர், ஆங்கிலேயர் எனப் பல்வேறு நாட்டினரின் வருகை, வாணிபச் செயல்பாடு, மதப் பரப்பல், காலனிய ஆட்சி உருவாதல் எனப் பல வரலாற்று நிகழ்வுகளின் தொடக்கக் களமாகத் தமிழ்நாட்டின் கடற்கரையூர்கள் அமைந்துள்ளன.

சென்ற நூற்றாண்டின் இறுதிப் பத்தாண்டுகள் தொடங்கி இந்த நூற்றாண்டின் முதல் பத்தாண்டுகள் வரையிலான இருபதாண்டுக் காலத்தில் தமிழரின் கடல்சார் வரலாற்று வரைவு வளர்ச்சி பெறத் தொடங்கியுள்ளது. ஜெயசீல ஸ்டீபன், சஞ்சய் சுப்பிரமணியன், முனைவர் அதியமான், டாக்டர் ராஜமாணிக்கம், அருணாசலம், ராஜா முகம்மது, நரசய்யா, ஜெயகுமார், சகோ.டெக்லா எனப் பல அறிஞர்கள் கடல்சார் வரலாறு தொடர்பான நூல்களை எழுதி வெளியிட்டுள்ளனர். பேராசிரியர் அதியமானின் முயற்சியால் தஞ்சை தமிழ்ப்பல்கலைக்கழகம் கடல்சார் வரலாற்றை மையமாகக் கொண்டு இரு கருத்தரங்குகள் நடத்தியதுடன், அதில் படிக்கப்பட்ட

கட்டுரைகளைத் தொகுத்து நூலாகவும் வெளியிட்டுள்ளது. சென்ற நூற்றாண்டின் நடுப்பகுதியில் வெளியான அருணாசலத்தின் 'History of Pearl fishery in the Tamil Coast' என்ற நூல் மறுபதிப்புக் காணாதிருந்த நிலையில் அந்நூலின் மறுமதிப்பும் அதன் தமிழ் மொழிபெயர்ப்பும் ஒருசேர 2011 இல் வெளிவந்துள்ளன. இத்தகைய சூழலில் அருள்திரு. அமுதன் அடிகளாரின், 'வரலாற்றில் புன்னைக்காயல்' என்ற நூல் வெளிவருவது மகிழ்ச்சியான ஒன்றாகும்.

இந்த இடத்தில் பரதவர் மிகுதியாக வாழும் கிராமங்களில் நீண்டகாலமாக நடைமுறையிலுள்ள பழக்கம் ஒன்றைக் குறிப்பிட விரும்புகிறேன். தம் ஊரில் உள்ள தேவாலயத்தையும் தம் ஊரில் பிறந்த குருக்கள், துறவியரையும் மையமாகக் கொண்டும் சிறப்பு மலரை வெளியிடுவது இப்பகுதியில் நீண்ட கால மரபாக உள்ளது. தம் ஊர், அங்குள்ள தேவாலயம், அங்குத் தோன்றிய ஆளுமைகள் தொடர்பான எழுத்தாவணங்கள் மற்றும் வாய்மொழி வழக்காறுகளின் தொகுப்பாக இம்மலரை உருவாக்குவது வழக்கம். கடற்கரை ஊர்களைக் குறித்த முறையான வரலாற்று நூல்கள் இல்லாக் குறையை இம்மலர்களே ஓரளவுக்கு ஈடு செய்துவந்தன.

இன்று, உள்ளூர் வரலாறு (Local History), வட்டார வரலாறு (Regional History), வாய்மொழி வரலாறு (Oral History) என்று குறிப்பிடப்படும் புதிய வரலாற்றுப் போக்குகளின் அடிப்படையில் வரலாறு எழுத முற்படுவோருக்கு இம்மலர்கள் தரவுகளாகப் பயன்படும் தன்மையன. இம்மலர்களில் இடம் பெறும் கற்பனைக் கூறுகளையும், உயர்வு நவிற்சியையும், புறந்தள்ளிவிட்டு ஓரளவுக்காவது சில உண்மைகளைக் கண்டறிய முடியும்.

இம்மலர்களின் வளர்ச்சி நிலையாக கடற்கரை ஊர்களின் வரலாறுகள் வெளிவந்துள்ளன. வெனான்சியுஸ் அடிகளாரின் 'தியாகபூமி பெரியதாழை', ஜோசப் லடிஸ்லாஸ் அடிகளாரின் 'பெருமணல்', தம்பி அய்யா பர்னாந்தின் 'பாண்டியர் பண்பாட்டில் பழையகாயல்' ஆகியன இவ்வகையில் குறிப்பிடத்தக்கன. இவ்வரிசையில் அமுதன் அடிகளின் இந்நூலும் இணைகிறது.

முத்துக்குளித்துறைப் பகுதியில் வடக்கே வேம்பாறு தொடங்கி வைப்பாறு, தூத்துக்குடி, புன்னைக்காயல், வீரபாண்டியன் பட்டினம், ஆலந்தலை, மணப்பாடு ஆகிய ஏழு ஊர்களையும் 'ஏழுகடல்துறை' என்றழைப்பது பழமையான மரபு. 'ஏழு கடல்துறைக்கும், ஏக அடைக்கலமாதாவே' என்று தூத்துக்குடி பனிமயமாதா மீது விருத்தம் பாடுவது இன்றும் வழக்கிலுள்ளது.

ஏழுகடல் துறைகளில் ஒன்றான புன்னைக்காயல், பொருநையாறு கடலுடன் கலக்கும் பகுதியில் உள்ளது. இவ்வூருக்கு வடக்கில் தீவு போன்ற பகுதியில் மணல் திட்டு ஒன்றுள்ளது. இங்கு யேசுவின் சீடரான புனித தாமஸ் தங்கியிருந்ததாக வாய்மொழிப் பாரம்பரியம் உண்டு. இதன் அடிப்படையில் அவர் பெயரால் சிற்றாலயம் ஒன்று அங்குள்ளது. ஏழுகடல் துறை பரதவர்களின் தலைவர் இங்கு வாழ்ந்துள்ளார். பதினாறாம் நூற்றாண்டில் போர்ச்சுக்கீசியர் ஆட்சியின் போது, இவர் தூத்துக்குடிக்கு இடம் பெயர்ந்து 'பாண்டியபதி' என்றழைக்கப்படும் இல்லத்தில் குடியேறியுள்ளார்.

முத்துக்குளித்துறையில் பணியாற்றிய சேசு சபைக் குருக்களின் தலைமையிடமாகப் புன்னைக்காயல் விளங்கியுள்ளது. புனித சவேரியார் தமது தலைமையிடமாக இதைக் கொண்டிருந்தார். இங்கிருந்து அவர் எழுதிய கடிதங்களும் வெளியூர்ப் பயணங்களின் போது, தம் உதவியாளர் மன்சிலாஸ் என்பவருக்கு எழுதிய கடிதங்களும் 'தூய சவேரியார் கடிதங்கள்' தொகுப்பு நூலில் இடம் பெற்றுள்ளன. மதுவிலக்கை இவ்வூரில் நடைமுறைப்படுத்தியது தொடர்பான செய்தி அவரது கடிதத்தில் இடம்பெற்றுள்ளது. இவரது கரம் போன்று செயல்பட்ட அண்டிரிக் அடிகளார் என்ற சேசுசபைத் துறவி 'அடியார் வரலாறு' என்ற மொழிபெயர்ப்பு நூலை புன்னைக் காயலில் தாம் நிறுவிய அச்சகத்தில் 1586-இல் அச்சிட்டு வெளியிட்டார். 668 பக்கங்கள் கொண்ட இந்நூல்தான் தமிழ்நாட்டு எல்லைக்குள் அச்சான முதல் தமிழ் நூலாகும். முதல் அச்சகமும் இதுதான். மருத்துவமனையொன்றும் 1550-இல் இவரால் நிறுவப்பட்டது. கல்லூரி ஒன்றும் இங்குச் செயல்பட்டுள்ளது.

கி.பி. 1658-இல் டச்சு நாட்டினர் தூத்துக்குடி நகரைப் போர்த்துக் கேயரிடமிருந்து கைப்பற்றினர். இதன் பின்னர் முத்துக்குளித்துறைப் பகுதி ஊர்கள் இவர்கள் கட்டுப்பாட்டிற்குள் வந்தன. தூத்துக்குடி நகர் இவர்களின் தலைமையிடமாகச் செயல்படத் தொடங்கியது. சீர்திருத்தக் கிறித்தவர்களான இவர்களால் கத்தோலிக்கம் நெருக்கடிக்குள்ளானது. இத்தகைய சூழலில் புன்னைக்காயலில் செயல்பட்டு வந்த கத்தோலிக்க நிறுவனங்கள் பாதிப்புக்குள்ளாயின. இதன் தொடர்ச்சியாகப் புன்னைக் காயல் தன் சிறப்பையிழந்தது.

இத்தகைய வரலாற்றுப் பாரம்பரியம் கொண்ட புன்னைக் காயலின் வரலாறு தனி நூலாக வெளிவந்துள்ளமை வரவேற்கப்பட வேண்டிய ஒன்று. இந்நூலின் உள்ளடக்கத்தை அதன் இயல்கள் வழி நின்று சுருக்கமாக அறிமுகப்படுத்தலாம் என்று எண்ணுகிறேன்.

'நம் முன்னோர்கள்' என்ற முதல் இயல் புன்னைக்காயலின் பூர்வீகக் குடிகளான பரதவரின் தொன்மையை அறிமுகப்படுத்துகிறது. மீன் பிடித்தல், உப்பு விளைவித்தல், முத்துக்குளித்தல், மரக்கலம் செலுத்துதல் எனப் பல்வேறு தொழில்களை மேற்கொண்டு வாழ்ந்த நெய்தல் நிலமக்களே, பரவர், பரதர், பரதவர் என்றழைக்கப்படுகின்றனர். இவர்கள் வீரம் மிக்கவர்களாகவும் தன்னிச்சையான குறுநில மன்னர்களாகவும் விளங்கியுள்ளனர். பரத மன்னனின் வழித்தோன்றல்கள், இஸ்ரேயலின் கோத்திரங்களில் ஒன்றான பர்வயிம் கோத்திரத்தினர் என்று கூறப்படும் கருத்தை நூலாசிரியர் ஏற்றுக்கொள்ளவில்லை. சங்க இலக்கியங்கள் குறிப்பிடும் நெய்தல் நிலமக்களே பரதவர் என்பது ஆசிரியரது கருத்தாகும்.

'பரதவர்களும் கிறித்தவமும்' என்ற இயல் பரதவர் சமூகம் குழுமமாகக் கத்தோலிக்க சமயத்தைத் தழுவிய வரலாற்றை விவரிக்கிறது. அவர்களுக்கு வழங்கப்பட்ட போர்ச்சுக்கீசியக் குடிப்பெயர்களின் பட்டியல் இவ்வியலின் இறுதியில் இடம்பெற்றுள்ளது. இப்பட்டியலின் இறுதியில் இடம்பெற்றுள்ள பூபாலராயர், வில்லவராயர், காலிங்கராயர், வர்மா என்ற குடிப்பெயர்கள், போர்ச்சுக்கீசியர் தந்த குடிப்பெயர்களா? என்பது ஆய்வுக்குரியது.

'புனித சவேரியாரும் பரதவர்களும்' என்ற இயல் சவேரியாரின் வாழ்க்கை வரலாற்றையும், பரதவர்களிடம் அவரது பணி தொடங்கிய வரலாற்றையும் அறிமுகப்படுத்துகிறது.

'புனித சவேரியாரும் புன்னைக்காயலும்' என்ற இயல் புன்னைக்காயலில் சவேரியார் மேற்கொண்ட சமயப்பணியையும் அது தொடர்பாக அவர் மேற்கொண்ட வழிமுறைகளும் குறித்து அறிமுகப்படுத்துகிறது. அவர் எழுதிய கடிதங்கள் குறித்து அறிமுகப்படுத்துவதுடன் அவற்றில் இடம்பெற்றுள்ள சமுதாய மற்றும் வரலாற்றுச் செய்திகளைத் தொகுத்துரைக்கிறது. இதன் வாயிலாக 16-ஆம் நூற்றாண்டின் புன்னைக்காயல் குறித்த வரலாற்றுண்மைகளை அறிய முடிகிறது.

'போர்த்துக்கேயரும் புன்னைக்காயலும்' என்ற இயல் வரலாற்றுச் செய்திகள் பலவற்றை உள்ளடக்கியுள்ளது. புன்னைக்காயலில் முத்துக்குளித்தல் நடைபெற்றமை, மண்ணால் கோட்டை கட்டிச் சிறு படையுடன் போர்த்துக்கேயர் வாழ்ந்தமை, போர்த்துக்கல் மன்னரின் குடிகளாக விளங்கிய பரதவர் போர்த்துக்கல் மன்னருக்கு வரி செலுத்தியமை, போர்த்துக்கல் படையினரின் பொருளியல் சுரண்டல், இதற்கு எதிராகவும் பரதவருக்கு ஆதரவாகவும் சேசுசபைக் குருக்கள் செயல்பட்டமை, மதுரை நாயக்கரின் படையெடுப்பால் பரதவ

சமுகம் எதிர்கொண்ட இன்னல்கள், இஸ்லாமியப் படையெடுப்பு, மண்கோட்டையைக் கற்கோட்டையாகப் போர்த்துக்கேயர் மாற்றி யமைத்தல், நாயக்கர் படையெடுப்பின்போது அண்ட்ரிக் அடிகளார் சிறைப்படல், அவர் பட்ட துன்பங்கள், அவர் மீட்கப்படல் எனப் பல வரலாற்றுச் செய்திகள் கோவையாக இவ்வியலில் இடம்பெற்றுள்ளன.

'சீனாவுடன் தொடர்பு' என்ற இயல் புன்னைக்காயல் தொடர்பாகச் சீன ஆவணங்களில் இடம்பெற்றுள்ள செய்திகளை அறிமுகப்படுத்துகிறது. பல புதிய உண்மைகளை நாம் அறிய இவ்வியல் உதவுகிறது.

16-ஆம் நூற்றாண்டுப் புன்னைக்காயல் வரலாற்றில் அழுத்தமான இடத்தைப் பிடிப்பவர்கள் இருவர். முதலாமவர் புனித பிரான்சிஸ் சேவியர். இரண்டாமவர் அண்ட்டிரிக் அடிகளார். இருவரில் புன்னைக் காயலில் அதிக காலம் வாழ்ந்தவர் அண்ட்டிரிக் அடிகளார். அய்ரோப்பிய நவீனத்துவத்தின் அடையாளங்களான மருத்துவமனையையும் அச்சாக்கத்தையும் அறிமுகப்படுத்தியவர். அத்துடன் புன்னைக் காயலின் தேவாலயத்தில் முதல் பங்குக் குருவாகப் பணியாற்றியவரும் இவர்தான். இவரையும் இவரது பணிகளையும் 'புன்னையின் முதல் பங்குத் தந்தை' என்ற இயல் விரிவாக அறிமுகப்படுத்துகிறது. அத்துடன் அவருக்கு நினைவுச் சின்னம் எழுப்பிப் போற்றவேண்டிய அவசியத்தையும் இவ்வியலின் இறுதியில் ஆசிரியர் எழுதியுள்ளமை குறிப்பிடத்தக்கது.

புன்னைக்காயலில் அண்ட்ரிக் அடிகளார் உருவாக்கிய கத்தோலிக்க சமயம் சார்ந்த சபை குறித்து, 'அண்டிறிக்கி அடிகளின் அன்புச் சபை' என்ற இயல் அறிமுகப்படுத்துகிறது. இச்சபையின் சட்ட திட்டங்களை ஆசிரியர் குறிப்பிட்டுள்ளார். மனித நேயம் தொடர்பானவை அதில் இடம்பெற்றுள்ளன. இச்சபைக்கு உரோமிலிருந்த யேசுசபைத் தலைவர்கள் ஒப்புதல் அளிக்கவில்லை என்று ஆசிரியர் கூறும் செய்தி வியப்பிற்குரிய ஒன்று. இச்சபை தொடங்கப்பட்ட புன்னைக்காயலில் இது இன்று இயங்கவில்லை என்று குறிப்பிடும் ஆசிரியர் வீரபாண்டியன்பட்டினம், மணப்பாடு, ஆலந்தலை, கூடுதாழை ஆகிய கடற்கரை ஊர்களில் இன்றும் இயங்கி வருவதாகக் குறிப்பிடுகிறார். இது தொடர்பான இவ்வியலின் இறுதியில் அவர் கூறும் செய்தி வருமாறு:

> சகோதரத்துவ சபை எனப் பொருள்படும் Confraternidade என்னும் போர்த்துக்கேய மூலச்சொல் திரிந்து 'கொம்பேதிரி சபை' என அது இன்று அழைக்கப்படுகிறது. உறுப்பினர்களுக்கென அண்டிறீக்கி தயாரித்து வழங்கிய சீருடை, தலைக்கிரீடம், செங்கோல் போன்றவை அவ்வூர்களில் இன்றும் வழக்கில்

இருக்கின்றன. சபையின் உறுப்பினர் இறந்தால் சீருடை, தலைக்கிரீடம் போன்றவற்றை அவருக்கு அணிவித்துச் சடலத்தைக் கோவிலுக்கும் கல்லறைக்கும் எடுத்துச் செல்லும் வழக்கமும் இருக்கிறது.

'சாதித்தலைவர்களும் புன்னைக்காயலும்' என்ற இயலில் பரதவர்களின் தலைவராக 'சாதித்தலைவர்' என்ற பெயரில் ஒருவர் செயல்படத் தொடங்கிய வரலாற்றை ஆராய்கிறார். 'பட்டங்கட்டிகள்' என்ற பெயரில் கடற்கரை ஊர்களில் தலைவர்கள் செயல்பட்டு வந்துள்ளனர். போர்த்துக்கேயர் ஆட்சியில் ஏழுகடல் துறைகள் அனைத்துக்கும் ஒரே பட்டங்கட்டியாக உருவாக்கப்பட்டவரே சாதித் தலைவர் என்பது ஆசிரியரின் கருத்து. பரதவர்களிடம் மேசைக்காரர், கம்மாரக்காரர் என்ற பிரிவு உருவானது தொடர்பாக சுருக்கமாகச் சில செய்திகளை ஆசிரியர் குறிப்பிட்டுள்ளார். மேசையில் விருந்து சாப்பிட்ட பரதவர்கள் மேசைக்காரர் எனப்பட்டனர் என்பது பரவலாக நிலவி வரும் ஒரு கருத்து. ஆசிரியரும் இக்கருத்தை ஏற்றுக் கொண்டு உள்ளார். 'மேசா' என்பது கத்தோலிக்கத் திருச்சபையில் நிலவிய ஒரு பதவிப் பெயர் என்றும், இது போர்ச்சுக்கீசிய மொழிச்சொல் என்றும் ஒரு கருத்துண்டு.

ஆண் வாரிசின்றி இறந்துபோன சாதித்தலைவர் ஒருவரின் மகள் வயிற்றுப் பேரனுக்கு சாதித்தலைவர் பட்டங்கட்டுவது தொடர்பாக 1916இல் உருவான கருத்து வேறுபாடுகளையும், அப்போது புன்னைக் காயல் ஊரிலிருந்து அனுப்பப்பட்ட கடிதங்களையும் ஆசிரியர் வெளிப் படுத்தியுள்ளார். இக்கடிதங்களில் கையெழுத்திட்ட புன்னைக்காயல் வாசிகள் சிலரை அடையாளம் காட்டுகிறார்.

17, 18ஆம் நூற்றாண்டுகளில் முத்துக்குளித்துறையிலும், புன்னைக் காயலிலும் நிகழ்ந்த முக்கிய சமூக அரசியல் நிகழ்வுகளை 'பதினேழு பதினெட்டாம் நூற்றாண்டுகளில்' என்ற இயல் விவரிக்கிறது. மதுரை நாயக்க மன்னரின் அநியாய வரிவிதிப்புக்கஞ்சி, பரதவர்கள் தூத்துக்குடி அருகிலுள்ள ராஜதீவுக்கு (தற்போதைய முயல்தீவு) இடம்பெயர்ந்தனர். அவர்களுடன் சேசுசபைக் குருக்களும் சென்றனர். அப்போது முத்துக்குளித்துறையின் ஆயராக பிரான்சிஸ்கன் சபையைச் சேர்ந்தவர் இருந்தார். ஆயரின் இருப்பிடமாக, கொச்சி நகர் இருந்தது.

பரதவர்கள் மற்றும் சேசுசபையினரின் இடப் பெயர்ச்சிக்கான உண்மைக் காரணத்தை அறியாத அவர், தம் கட்டுப்பாட்டிலிருந்து விடுபடும் நோக்கிலேயே இடப்பெயர்ச்சி நடந்ததாகத் தவறாக எண்ணினார். இதன் அடிப்படையில் அவர்கள் அனைவரையும் திருச்சபையில் இருந்து நீக்கினார். பின்னர் போர்த்துக்கல் மன்னரின் தலையீட்டினால் சேசுசபையினர் திரும்பி வந்தனர்.

1626-ஆம் ஆண்டில் நிகழ்ந்த பஞ்சத்தால் புன்னைக்காயல் மக்கள் பாதிக்கப்பட்டனர். தம்மைத் தாமே அடிமையாக விற்பதும் தம் குழந்தைகளை விற்பதும் நிகழ்ந்தன. சேசுசபையினர் மக்களுக்கு உணவு வழங்கியதுடன் திருமலை நாயக்கரைச் சந்தித்து வரிக்குறைப்பிற்கும் வரித்தள்ளுபடிக்கும் ஏற்பாடு செய்தனர்.

போர்த்துக்கல் அதிகாரிகள் பரதவர்மீது பொருளாதாரச் சுரண்டலை நிகழ்த்தியபோது, யேசுசபையினர் பரதவருக்கு ஆதரவாக நின்றனர். இதனால் உருவான முரண்பாட்டில் யேசுசபையினர் 1630-இல் வெளியேற்றப்பட்டனர். பின் 1632-இல் திரும்பினர்.

இச்செய்திகளையெல்லாம் விரிவாகக் கூறும் இவ்வியல் 1658-இல் டச்சுக் காலனியம் இப்பகுதியில் ஏற்பட்டதையும் அதனால் புன்னைக் காயல் பரதவர்களுக்கு ஏற்பட்ட பாதிப்பையும் விவரிக்கிறது.

1773-இல் போப்பின் ஆணையால் கலைக்கப்பட்ட யேசுசபைக்கு 1814-ஆம் ஆண்டில் மீண்டும் செயல்பட அனுமதி கிட்டியது. 1836-இல் பிரான்ஸ் நாட்டு யேசுசபையினர் மீண்டும் பணிபுரிய முத்துக்குளித் துறைக்கு வந்தனர் என்றாலும் இரட்டை ஆட்சி முறை என்றழைக்கப் பட்ட இரு ஆயர்களின் மேலாண்மையினால் குழப்பங்கள் நிகழ்ந்தன: இது குறித்தும் பின்னர் இதற்குத் தீர்வு காணப்பட்டமையையும் 'புத்துயிர்பெற்ற யேசுசபை' என்ற இயல் விவரிக்கிறது. இவ்வியலும் முந்தைய இயலும் கத்தோலிக்கத் திருச்சபையின் உள் முரண்களைக் குறிப்பிடுகின்றன. பரதவர் வாழ்வும் பாதுகாப்பும் கத்தோலிக்கத்துடன் பிணைக்கப்பட்டிருந்த வரலாற்றுச் சூழலில் இச்செய்திகளைக் குறிப்பிடாது இருக்க முடியாதென்பதால் புன்னைக்காயலின் வரலாற்றைக் கூறும் இந்நூலில் இச்செய்திகள் இடம்பெற்றுள்ளன என்பதுதான் உண்மை.

'புன்னைக்காயலில் உள்ள கோவில்கள்' என்ற இயல் தலைப்புக் கேற்ப அங்குள்ள கோவில்களையும் குருசடிகளையும் அறிமுகப் படுத்துகிறது. தூத்துக்குடியைத் தலைநகராகக் கொண்டு புதிய மறைமாவட்டம் 1923-இல் உருவாக்கப்பட்ட பின்னர் அதன் முதல் ஆயராகப் பரதவர் சமூகத்தினரான பிரான்சிஸ் திபூர்சியஸ் ரோச் என்ற சேசுசபைத் துறவி பொறுப்பேற்றார். இவரது ஆட்சிக்காலத்தில் புன்னைக்காயலில் நிகழ்ந்த மாறுதல்களையும் பிணக்குகளையும் 'ரோச் ஆண்டகையின் அருளாட்சியில்' என்ற இயல் விவரிக்கிறது.

1936-இல் புன்னைக்காயலில் நிகழ்ந்த கலவரத்தினால் புன்னைக் காயல் பரதவர்கள் சிலர் ஊரைவிட்டுக் குடும்பத்துடன் வெளியேறி பழையகாயலுக்கு வடபகுதியில் குடியேறினர். இவர்கள் சீர்திருத்தக்

கிறித்தவர்களாக மாறி இன்றளவும் அப்பிரிவிலேயே உள்ளனர். இவர்கள் குடியிருக்கும் பகுதி, இரட்சண்யபுரம் எனப் பெயர் பெற்றுள்ளது.

இவர்களின் இச்செயல்பாடுக்கு மற்றொரு காரணமும் கூறப்படுகிறது. 'சம்மாட்டிமார்' என்றழைக்கப்படும் வள்ளங்களின் உரிமையாளர்களுக்கும், அதில் பணிபுரியும் ஏழைப் பரதவர்களுக்கும் ஏற்பட்ட முரண்பாட்டில் பங்குக் குரு சம்மாட்டிமார் சார்பாக நின்றமையால் தம் எதிர்ப்பைக் காட்டும் வழிமுறையாக இச்செயலை மேற்கொண்டனர் என்பதே அக்காரணமாகும்.

திரு இருதய சபை என்ற துறவறச் சபையின் செயல்பாடு புன்னைக்காயலில் இருந்தமை குறித்து 'திரு இருதய சபைச் சகோதரர்கள்' என்ற இயல் வாயிலாக அறிய முடிகிறது.

கோவில்கள் மலிந்த புன்னைக்காயலில் திருவிழாக்களுக்குப் பஞ்சமில்லை. திருவிழா நடைபெறும் முறை, அத்துடன் தொடர்புடைய 'விருத்தம் பாடல்' என்ற நிகழ்வு ஆகியன குறித்து 'புன்னைக்காயல் திருவிழாக்கள்' என்ற இயல் அறிமுகம் செய்கிறது. தாயகமாக்கல் அல்லது பண்பாட்டுமயமாக்கல் குறித்து ஆய்வு செய்வோருக்கான ஓர் அரிய களத்தை இவ்வியல் காட்டுகிறது. புன்னைக்காயல் வாசிகளின் சமயம் சார்ந்த சடங்குகளையும் வாழ்க்கை வட்டச் சடங்குகளையும் 'பழக்க வழக்கங்களும் பண்பாட்டுக் கூறுகளும்' என்ற இயல் வாயிலாக அறிய முடிகிறது. இவ்வியலும் பண்பாட்டு மயமாக்கல் ஆய்வுக்கான தரவுகளைக் கொண்டுள்ளது. வாசல்படி மறியல் அல்லது வாசற்படி மறிப்பு என்ற சடங்கில் மணமகன் சார்பிலும், முறைமாப்பிள்ளை சார்பிலும் பாடல் வடிவிலான உரையாடலை நிகழ்த்துவோர் முன்னர் புன்னைக்காயலில் இருந்துள்ளனர். இப்பாடலை 1969-இல் நான் சேகரித்துள்ளேன்.

அர்ச்சிட்ட மிக்கேல் மா அதிதூதர் ஆலயத்தில்
பேர் கண்ட மஜோராளைப் பிணைகட்டி வாங்கி வந்தேன்
வாங்குதற்குச் சாட்சிவேண்டாம்
வையம் புகழ் பிண்டோசாமி ஆண்டவர் அறியக் கைபிடித்தேன்.

என்று மணமகன் சார்பில் பாடப்பட்ட வரிகள் மட்டும் நினைவில் உள்ளன. இப்பாடலில் இடம் பெறும் மிக்கேல் அதிதூதர் ஆலயம் குறித்தும் பிண்டோ என்ற பங்குக் குரு குறித்தும் ஆசிரியர் குறிப்பிட்டுள்ளார். மஜோராள் என்பது பெண்ணின் பெயர். தேவைக்கேற்ப அவவப்போது ஆலயத்தின் பெயரையும், பங்குக் குரு மற்றும் மணமகளின் பெயரையும் மாற்றியமைத்துக் கொள்வர்.

ஒரு குருவானவர் வரலாறு எழுதும் போது ஏற்படும் சிக்கல் நூலாசிரியருக்கும் நிகழ்ந்துள்ளது. வெகுசனக் கத்தோலிக்கம் தொடர்பான சில வழிபாட்டுமுறைகள் புன்னைக்காயலில் நிகழ்வதைக் குறிப்பிடுவதை ஆசிரியர் தவிர்த்துள்ளார். சான்றாகத் திருமணச் சிலுவை, லோபோ அடிகளாரின் கல்லறை தொடர்பான நிகழ்வுகளையும் நம்பிக்கைகளையும் குறிப்பிடலாம். புன்னைக்காயலின் கவிஞர் அந்தோனிக்குட்டி அண்ணாவியாரைக் குறிப்பிடாது விட்டதும் குறைபாடாகப் படுகிறது.

பரந்த களத்தை மையமாகக் கொண்டு எழுதப்படும் மரபு சார்ந்த வரலாற்று வரைவுடன் நிறைவடையாது உள்ளூர் வரலாறு, வட்டார வரலாறு இவற்றுக்குத் துணை நிற்கும் வாய்மொழி வரலாறு ஆகியன குறித்த சிந்தனைப்போக்குகள் இன்று வளர்ச்சியடைந்து வருகின்றன. இந்நூல் இப்புதிய போக்குகளுடன் இணைந்து நிற்கிறது. தூத்துக்குடி மறை மாவட்டக் குருவாகப் பணியாற்றி மறைந்த வண.வெனான்சியஸ் அடிகளாரின் அடிச்சுவட்டில் இந்நூலாசிரியர் பயணித்துள்ளார்.

இந்நூலாசிரியர் வண.அமுதன் அடிகள் தஞ்சாவூர்க் கத்தோலிக்க மறைமாவட்டத்தின் குருவாகப் பணியாற்றி வருகிறார். தமிழ் அறிஞர் தனிநாயகம் அடிகளார் தூத்துக்குடியில் நிறுவிய தமிழ் இலக்கியக் கழகம் தற்போது திருச்சியில் செயல்பட்டு வருகிறது. அமுதன் அடிகள் அதன் பொறுப்பாளராகப் பணியாற்றி அதன் செயல் தளத்தை விரிவுபடுத்தியவர். இவர் பணியாற்றிய காலத்தில் பல்வேறு சித்தாந்தச் சார்புடையவர்களும் சந்தித்து உரையாடும் களமாக அது விளங்கியது. தனிநாயக அடிகளார் பெயரால் இதழியல் கல்லூரி ஒன்றையும் அங்கு நிறுவியுள்ளார்.

தம் பூர்வீக ஊரான புன்னைக்காயலின் வரலாற்றை எழுத மிகுந்த முயற்சியெடுத்துள்ளார். அவரது உழைப்பின் வெளிப்பாடாக இந்நூல் அமைந்துள்ளது. உள்ளூர் வரலாற்று வரைவின் இன்றியமையாமையையும் அதன் ஆழத்தையும் இந்நூல் வாயிலாக உணர்த்தியுள்ளார்.

ஆழமான தமிழ் அறிஞராகவும் நாவலராகவும் விளங்கும் இவர், தற்போது இந்நூல் வாயிலாகத் தம்மை ஒரு வரலாற்றாசிரியராகவும் வெளிப்படுத்தியுள்ளார். சமயக் குரு ஒருவரை வாழ்த்தும் தகுதி எனக்கின்மையால் அவர் பணியைப் பாராட்டுவதுடன் நிறுத்திக் கொள்கிறேன்.

வரலாற்றில் புன்னைக்காயல்,

அமுதன் அடிகள்,

தியான இல்லம், வேளங்கண்ணி

தமிழ் மண் சார்ந்த கத்தோலிக்க இலக்கியங்கள்

ஒரு குறிப்பிட்ட சமூகத்தில் நிகழும், சமூக மாறுதல்கள் அச் சமூகத்தில் உருவாகும் இலக்கியத்தின் மீதும் தாக்கத்தை ஏற்படுத்துவது இயல்பான ஒன்று. இவ்வகையில் பதினாறாம் நூற்றாண்டின் முதல் கால்பகுதியை அடுத்து நிகழ்ந்த சில சமூக வரலாற்று நிகழ்வுகள் தமிழ்ச் சிற்றிலக்கிய மரபிலும், தனிப்பாடல் மரபிலும் சில புதிய உள்ளடக்கத்தை அறிமுகப்படுத்தியுள்ளன.

முத்துக்குளித்துறை பகுதியில் போர்ச்சுக்கீசியரின் வருகையால் இப்பகுதியின் பூர்வீகக் குடிகளான பரதவர்கள் கி.பி.1533 அல்லது 1535-இல் கத்தோலிக்க சமயத்தைத் தழுவினர். இது பண்பாட்டு அளவிலான பெரிய மாற்றமாக அமைந்தது.

பொதுவாகப் பண்பாட்டு மாறுதல்கள் ஒருவழிப் பாதையாக அமைவதில்லை. கொள்வன, கொடுப்பன என இரண்டும் நிகழும். ஒரு பண்பாட்டைப் பின்பற்றும் சமூகக் குழுமம் வேறொரு பண்பாட்டுக் குழுமத்தின் பண்பாடுகளை ஏற்பதை 'பண்பாடு ஏற்றல்' என்று மானுடவியலார் குறிப்பர். இலக்கியமும் பண்பாட்டின் ஒரு கூறு என்பதன் அடிப்படையில் பண்பாடு ஏற்றல் இலக்கியத்திலும் நிகழும் வாய்ப்புண்டு.

முத்துக்குளித்துறையின் புதிய கத்தோலிக்கர்களிடம் தோன்றிய கவிஞர்கள், தாம் தழுவிய கத்தோலிக்க மறையையும், வாழும் மண்ணின் இலக்கிய மரபையும் இணைத்துள்ளனர்.

இப்போக்கிற்கு சான்றாக அந்தோனிக்குட்டி அண்ணாவியாரைக் குறிப்பிடலாம். பழைய யாப்பு மரபில் புதிய உள்ளடக்கத்தை அவர் வெளிப்படுத்தியுள்ளார். அவரது 'பேரின்பக் காதல்' உரக்கப் பாடும் முறையில் அமைந்தது. இராமர்-சீதை, முருகன்-வள்ளி, சொக்கர்-மீனாட்சி போன்ற தெய்வங்களை மையமாகக் கொண்ட தாலாட்டுகளைப் பாடி வந்தோர் கத்தோலிக்கரான பின், இப்பாடல்களைப் பாட முடியாத நிலையில், அவரது 'பேரின்பக் காதல்' தாலாட்டுப் பாடலாகக் கடற்கரைக் கிராமங்களில் ஒலித்தது. யேசுவின் சிலுவைப் பாடுகளை,

"ஆணி தைத்த செங்கரமும் அம்போருக பதமும்
பூணும் முடிமுள்ளால் புனைந்த திருத்தலையும்"

என்று படிப்படியாக அவர் கூறிச் செல்லும் பகுதியை உரக்கப் பாடித் தாலாட்டும் பெண்களின் கண்களில் உணர்ச்சிப் பெருக்கால் கண்ணீர் மல்குவதை நான் கண்டுள்ளேன். தேவாரம், திருவாசகம், திவ்வியப் பிரபந்தம் ஆகியனவற்றின் தாக்கத்தை அவரது பாடல்களில் காணமுடியும். புன்னைக்காயல் இராசகன்னி மாதாவின் மீது மட்டற்ற பக்தி கொண்ட இவர் ஒருவகையில், 'கலகக்காரத் திருச்சபையைச்' சார்ந்தவர் போல் காட்சியளிப்பார்.

தாய் மண்ணின் எதிர்மறையான பண்பாட்டுக் கூறான சாதியத்தில் இருந்து தன்னைத் துண்டித்துக் கொண்டு சமத்துவம் பேசும் கிறித்தவத்தை உள்வாங்கி;

"பறையன் பள்ளன் புலையன் பதறன் அம்
பட்டன் வாணியன் வண்ணான் புரவலன்
மறைவல் லோன்செட்டி சூத்திரன் என்னவே
வான ராச்சியத் துக்கோர் வரம்புண்டோ?
இறைவ னேஉனக் கேற்ப நடப்பவன்
எவன் என்கிலும் எல்லாம் சரி; ஒரு
குறையில் லாதது பேரின்ப வீடு) அறக்
குழப்பம் இந்தக் குவலய வாழ்க்கையே!"

என்று பாடியுள்ளார். தமிழின் தனிப்பாடல் இலக்கிய மரபில் அப்பாடல்களை முழுமையாகப் புரிந்து கொள்ள அப்பாடல்கள் பாடப்பட்ட சூழலை அறிவது அவசியம். ஆனால் வாய்மொழி வழக்காறாகவே இச்சூழல்கள் கூறப்படுகின்றன. அந்தோனிக்குட்டி அண்ணாவியாரின் சில பாடல்களும் இதற்கு விலக்கல்ல. 'தரத்தயை செய்வாய் தரத்தயை செய்வாய்' என்ற பாடலுக்குப்பின் ஒரு வாய்மொழி வழக்காறு மறைந்துள்ளது.

முத்துக்குளித்துறையின் பண்பாட்டுத் தலைநகர் என்று குறிக்கப்படும் மணப்பாடு மற்றும் வேம்பாரில் வாழ்ந்த கவிஞர்களின் பாடல்களுக்கும் பாடப்பட்ட சூழல் குறித்த வாய்மொழி வழக்காறுகள் உண்டு. கூத்தங்குளி ஊரில் நிகழும் கித்தேரியம்மாள் நாடகத்தின் பனுவலை ஆய்வு செய்து சில பாடல்களை மாதிரிகளாக வெளியிட்டு இருப்பது சிறப்பானது. தமிழ் நாடக அரங்கு ஆர்வலர்களுக்கு மகிழ்ச்சி யூட்டுவது. வீரமாமுனிவரின் கித்தேரியம்மாள் அம்மானையையும் இந்நாடகத்தையும் ஒப்பிட்டு ஆய்வும் செய்துள்ளது இந்நூல்.

யூதப் பண்பாட்டில் உருவாகி, போர்ச்சுக்கீசியர்களால் அறிமுகமான கத்தோலிக்கம் இம்மண் சார்ந்தே வளர்ந்துள்ளது என்ற உண்மையை இந்நூல் வாயிலாக உணரமுடியும். விடுதலைக்கான இறையியல் உருவாக்கத்தின் முன்னோடியான குஸ்தாரோவ் குத்தியோராவ் 'நம் சொந்தக் கிணறுகளில் இருந்தே நாம் தண்ணீர் பருகுவோம்' என்று கூறியதற்கேற்ப தமிழ் மண் சார்ந்தே கத்தோலிக்க இலக்கியங்கள் உருவாகியுள்ளதை இத்தொகுப்பு உணர்த்தி நிற்கிறது.

பணி.ஸ்டீபன்கோம்ஸ் அடிகளார் அடக்கத்துடனும், உறுதியுடனும் செயல்படும் செயல் வீரர். அவர் முயற்சியால் உருவான 'வலம்புரிநாதம்' இத்தொகுப்பை வெளியிட்டு கடற்கரைப் பகுதியில் உருவான இலக்கியங்கள் மறைந்து போவதைத் தடுத்து நிறுத்தியுள்ளமை பாராட்டுதலுக்குரியது.

நெய்தல் இலக்கியம்,
பணி.ஸ்டீபன் கோம்ஸ் அடிகளார்,
வலம்புரிநாதம், வீரபாண்டியன் பட்டினம்

புறக்கணிக்கப்படும் பூர்வீக மீனவக் குடிகள்

நீண்ட கடற்கரையைத் தமிழ்நாட்டிற்கு இயற்கை வழங்கியுள்ளது. ஆற்றங்கரை நாகரிகத்தை அடுத்த வரலாற்றுத் தொன்மை கடற்கரை நகரங்களுக்கும் அங்கு வாழும் குடிகளுக்கும் உண்டு. தமிழகத்தைப் பொறுத்தவரையில் தென்மாவட்டங்களின் கடற்கரைப்பகுதியானது தொன்மைச் சிறப்புடையது. மதிப்புமிக்க முத்துகள் ஒரு காலத்தில் இப்பகுதியில் கிடைத்தன. இதன் அடிப்படையிலேயே இராமேஸ்வரம் தொடங்கிக் கன்னியாகுமரி வரையிலான கடற்கரைப்பகுதி 'முத்துக் குளித்துறை' என அழைக்கப்பட்டது. சைவம், வைணவம், இஸ்லாம், கத்தோலிக்கம் தொடர்பான புண்ணியத்தலங்கள் இப்பகுதியில் இடம் பெற்றுள்ளன. தென்மாவட்டங்களின் கடலோடிகளில் மிகப் பெரும்பான்மையினராகப் பரதவர், முக்குவர் என்னும் இரு சாதியினர் அமைகின்றனர். இவ்விரு சாதியினரும் 16ஆம் நூற்றாண்டில் போர்ச்சுக்கீசியர்களின் துணையுடன் கத்தோலிக்கத்தைத் தழுவி இன்றளவும் அச்சமயத்தில் நிலைத்து நிற்கின்றனர். இக்கடற்கரைப் பகுதிகளில் கம்பீரமான தோற்றத்துடன் காட்சியளிக்கும் தேவாலயங்களைத் தம் சொந்தப் பணத்தில் நிறுவிய இவர்கள், தம் வாழ்வின் ஒரு கூறாக அல்லாமல், தம் வாழ்வையும் சமயத்தையும் ஒன்றாகப் பிணைத்துக் கொண்டவர்கள். தம் வாழ்வின் ஆதாரமாகக் 'கடல் மாதா', 'மேரி மாதா' என்னும் இரு மாதாக்களை ஏற்றுக்கொண்டவர்கள்.

கடந்த இருபதாம் நூற்றாண்டின் இறுதிப்பகுதி தொடங்கி இவர்களின் வாழ்க்கை படிப்படியாகக் கேள்விக்குறியாகி, 2004இல் நிகழ்ந்த சுனாமியின் விளைவாக, எதிர்காலம் குறித்த அச்ச உணர்வை இவர்களிடம் ஏற்படுத்தியுள்ளது. இத்தகைய சூழலில் இவர்களின் வாழ்க்கையைக் குறித்த ஒரு தேடலை இந்நூலின் பதிப்பாசிரியர்கள் இருவரும் மேற்கொண்டுள்ளனர். கடந்தகாலப் பெருமையில் முகம் புதைத்துக்கொள்ளாமலும் நிகழ்கால இன்னல்களால் கலங்கிச் செயலற்றுப் போகாமலும் எதிர்காலம் குறித்த நம்பிக்கை உணர்வுடன் கூடிய தேடலின் வெளிப்பாடாகவே ஆழிப்பேரிடருக்குப் பின் என்னும் இந்நூல் உருவாகியுள்ளது. கடல்சார் மக்களின் வாழ்க்கை குறித்தும் நிகழ்காலப் பிரச்சினையின் அடிப்படையில், அவர்களின் எதிர்காலம் குறித்த சிந்தனைகளின் தொகுப்பாகவும் வழிகாட்டியாகவும் இந்நூல் அமைந்துள்ளது.

சுனாமியின் பாதிப்புகள் ஏற்படுத்திய காயங்களும் அதன் அடிப்படையில் உருவான உணர்ச்சிகளும் மட்டுமே இந்நூலை உருவாக்கவில்லை. இது இந்நூலின் சிறப்பம்சமாகும். விலங்கியல் துறையில் முனைவர் பட்டம் பெற்ற விஞ்ஞானி ஹீதையாவும், ‘ஐயோ, என் மக்கள் பசியோடு இருப்பார்களே’ என்று வருந்திய இயேசுவின் பணியாளராக, தேவாலய எல்லைக்குள் மட்டுமே தம் செயல்பாட்டைக் குறுக்கிக்கொள்ளாத அருட்பணியாளர் ஜோசப் ஜஸ்டசும் இணைந்து இந்நூலை உருவாக்கியுள்ளார்கள்.

சுனாமியின் பாதிப்பு ஏற்படுத்திய துயரம், கோபம் என்னும் உணர்ச்சிகளுக்கு ஆட்படாது சமூகப் பொறுப்புணர்வுடன் கூடிய அறிவுசார் அணுகுமுறையே இந்நூலில் மேலோங்கியுள்ளது. கடற்கரை மக்களின் வாழ்க்கை தொடர்பான பட்டறிவும் நூலறிவும் இந்நூலில் ஒருசேர இணைந்துள்ளன. இந் நூலில் இடம் பெற்றுள்ள செய்திகளை அமைப்பு தொடர்பானவை, சூழலியல் தொடர்பானவை, கத்தோலிக்கத் திருச்சபை தொடர்பானவை, மீனவர் எதிர்கொள்ளும் பிரச்சினைகள் தொடர்பானவை மற்றும் சுனாமி தொடர்பானவை என ஐந்தாகப் பகுக்கலாம். இச்செய்திகள் அனைத்தும் மீனவர்களின் நிகழ்காலப் பிரச்சினைகள் மட்டுமல்ல, எதிர்காலத்தோடும் தொடர்புடையன. இவற்றை நம்முன் எடுத்துரைப்பதுடன் நின்றுவிடாமல் அவற்றுக்கான தீர்வுகளையும் நம்முன் வைப்பது இந் நூலின் சிறப்பாகும்.

பரம்பரை அடிப்படையிலும் செல்வாக்கின் அடிப்படையிலும் தனிப்பட்ட குடும்பங்களின் கட்டுப்பாட்டிலிருந்த பாரம்பரியமான அதிகார மையங்களுக்கு மாற்றாக அக்கம்பக்கத்து மக்கள் மன்றம் (Neighbourhood Parliament), அடிப்படைக் கிறிஸ்தவச் சமூகம் (Basic Christian Community), அன்பியம் என்றெல்லாம் பெயர் பெற்றுள்ள அமைப்புகள் மீனவர் சமூகத்திலிருந்து உருவான வளர்ச்சிக் குழுக்களாகும். ‘இன்று அன்பியம் அமைப்பு கத்தோலிக்க அதிகார அமைப்பின் ஒரு கருவியாகவே மாறிப்போனது’ என்று குறிப்பிடும் வஹீதையா “இத்தோல்வியானது ‘மக்கள் மன்றம்’ என்னும் சிந்தாந்தத்தின் தோல்வியல்ல. அது கையாளப்பட்ட முறையின் தோல்வி, மக்கள் மன்றம் என்னும் வளர்ச்சி வடிவம் சுனாமிப் பேரழிவின் பின்னணியில் புத்தாக்கம் செய்யப்பட வாய்ப்பிருக்கிறது” என்று நம்புகிறார்.

மேலமணக்குடி, கீழ மணக்குடி என்னும் இரு கடற்கரைக் கிராமங்களை இணைக்கும் மணக்குடிப் பாலம் ‘மணக்குடிக் கடல் காயல் வளர்ச்சிக் குழு’ என்னும் அமைப்பின் முயற்சியால் அரசால்

கட்டப்பட்டதைக் குறிப்பிடுகிறார். மக்கள் பங்கேற்பு அமைப்பின் வெற்றிக்கு நல்லதொரு சான்றாக இது அமைகிறது.

நிதி உதவி பெறும் அரசு சாராத் தொண்டு நிறுவனங்களின் பங்களிப்பை ஏற்றுக்கொள்ளும் வஹீதையா இது குறித்துச் சில விமர்சனங்களையும் கேள்வி ஒன்றையும் முன்வைக்கிறார்.

'தொண்டு நிறுவனங்கள் புழங்குகிற பெரும் நிதியைப் பயன் படுத்தித் தங்கள் பிரசன்னத்தை முன்னிலைப்படுத்துவதற்கும் கிளைத்துப் பரவுவதற்கும் விளிம்பு மக்கள்மீது தங்களின் செல்வாக்கினை நிலைப் படுத்திக் கொள்வதற்கும் முயற்சிப்பதை மறைக்க முடியவில்லை. சில நிறுவனங்கள் விலாங்குகளைப் போல் இரு பரிமாணம் காட்டி நிற்கின்றன; நிதி வழங்கும் பன்னாட்டு நிறுவனங்களையும் நடுவண் அரசையும் திருப்திப்படுத்துகிற அளவில் தன்னார்வத் தொண்டு நிறுவனம் என்னும் மீனின் தலை; அரசை எதிர்த்து மக்கள் பிரச்சினை களுக்காகப் போராடும் இயக்கம் என்கிற பாம்பின் வால். ஒரே நிறுவனம் எப்படி இரு வேறு பரிமாணங்களில் இயங்க முடியும்?'

வஹீதையாவின் இக்கணிப்பு சரியான ஒன்றுதான். மார்ச் 2005இல் நிகழ்ந்த இந்தியக் கம்யூனிஸ்ட் கட்சியின் 19ஆம் அகில இந்திய மாநாட்டில் நிறைவேற்றப்பட்ட அரசியல் தீர்மானத்தில் இத்தொண்டு நிறுவனங்கள் குறித்து இடம்பெற்றுள்ள பகுதிகளை இங்கு மேற்கோளாகக் காட்டுவது பொருத்தமாக இருக்கும்.

'...அரசு சாரா அமைப்புகள் பல வகைப்பட்டவை. சில உண்மை யானவை. அவை ஒரு குறிப்பிட்ட நோக்கத்திற்காகப் பணியாற்று கின்றன அல்லது ஒரு தெளிவான பிரச்சினையில் தனிக்கவனம் செலுத்துகின்றன. பொதுவான ஜனநாயக இயக்க வளர்ச்சிக்கு அவை பயனுடையவையாக இருக்கின்றன. ஆனால், வேறு சில அரசு சாரா அமைப்புகள் இருக்கின்றன. அவற்றின் நிதி மூலாதாரமும் அந்நிதியை அவை எவ்வாறு பயன்படுத்துகின்றன என்பதும் மர்மமாகவே இருக்கின்றன. மிகத் தாராளமாகச் செலவழிக்கின்றன. இங்கு யாருக்கும் அவர்கள் பதில் சொல்லத் தேவையில்லை. வெளிநாடு களோடு அவர்களுக்குள்ள தொடர்பு பற்றி எதுவும் தெரிவதில்லை. இத்தகையவர்கள்தான் பெருமளவில் இருக்கிறார்கள். கட்சி மற்றும் வெகுஜன இயக்கங்களின் நடவடிக்கைகள், மக்கள் இயக்கங்கள் ஆகியவற்றில் பங்கேற்பதினின்றும் ஊழியர்களையும் மக்கள் பகுதியினரையும் திசை திருப்பி இழுப்பதே இத்தகைய அரசு சாரா அமைப்புகளின் நடவடிக்கைகளாகும். ஏகாதிபத்திய எதிர்ப்பு இயக்கங்களை வலுவிழக்கச்செய்வதையே குறியாகக் கொண்டு அவர்கள் செயல்படுகிறார்கள்...'

பணமும் கல்வியும் மட்டுமே ஒரு கிராமத்தை வளர்ச்சி நிலைக்கு அழைத்துச் செல்லமாட்டா. மக்கள் இணைந்து செயல்படுவதன் வாயிலாகவே வளர்ச்சி உருவாகும் என்று எட்வின் குறிப்பிடுவதும் மிகச்சரியானது.

உலக அளவில் சுற்றுப்புறச்சூழல் சீர்கெட்டு வருவதை பேராசிரியர் சோபனராஜ் குறிப்பிடுகிறார். துருவப் பனி உருகுவதால் இன்னும் சில ஆண்டுகளில் கடல் மட்டம் நான்கிலிருந்து அய்ந்து சென்டி மீட்டர்வரை உயரலாம். அய்ந்து சென்டி மீட்டர் உயர்வினால் ஏறத்தாழ பதினைந்து கிலோ மீட்டர்வரை கடல் முன்னேற முடியும். மீனவக் குடியிருப்புகள் அய்நூறு மீட்டர் எல்லைக்குள்ளாகவே இருக்கின்றன என்று குறிப்பிடும் வஹீதையா, கடற்கரை மணலை அள்ளுதலின் விளைவாக, இயற்கை அரணாக இருந்த மணற் குன்றுகளும் மணல் வெளியும் சிதைந்து வருவதை வெளிப்படுத்துகிறார். சுனாமியால் கொட்டில்பாடு, மரமடி முதலிய பகுதிகளில் ஏற்பட்ட உயிரிழப்பு களுக்கு ஏ.வி.எம். கால்வாய் காரணம் என்று கூறி அதை மூட வேண்டும் என்னும் கருத்து உருவாகி வருவதையும் சுட்டிக்காட்டி அது தவறானது என்பதை அவர் அறிவியல்பூர்வமாக மறுப்பது குறிப்பிடத்தக்கது.

‘மரணங்களுக்குக் காரணம் கடலும் அல்ல, கால்வாயும் அல்ல. இயற்கையை நாம் கையாண்டு வந்திருக்கிற விதம்தான். தவறு எங்கே நடந்தது என்று தவறாய்க் கைகாட்டக்கூடாது’ என்கிறார் வஹீதையா. ஏ.வி.எம் கால்வாய் தொடர்பான அவரது கருத்தும் இத்தகையதே. கடற்கரைப் பகுதியில் நிலவும் நன்னீர்ப் பஞ்சத்தைப் போக்கும் வழிமுறையாக ஏ.வி.எம். கால்வாயைப் பயன்படுத்தலாம் என்னும் அவரது கருத்து நடைமுறைச் சாத்தியமானது.

சுற்றுலா என்பது வருவாய் ஈட்டும் வழிமுறையாக அரசினால் முன்மொழியப்படுகிறது. சுற்றுலா என்னும் தொழிலை முன்னிலைப் படுத்திப் பூர்வீக மீனவக் குடிகள் புறக்கணிக்கப்பட்ட அவலம் குமரி மாவட்டக் கடற்கரைப் பகுதிகளில் நிகழ்ந்துள்ளதைச் சுட்டிக்காட்டும் சோபனராஜ் சுற்றுலா எத்தன்மையுடையதாக விளங்க வேண்டும் என்பதைக் ‘கடலையும் கடற்கரையையும் காயப்படுத்தாமல் அனுபவிக்கிற அனுபவமாகவே கடற்கரைச் சுற்றுலா இருக்க வேண்டும். கடற்கரைச் சுற்றுலா என்பது கலாச்சாரப் பரிவர்த்தனைக்கும் கடற்கரைச் சமூகங்களுக்கும் உதவுகிற வகையில் அமைந்திருப்பதுதான் அழகானது. ஐந்து நட்சத்திரப்பாணி சுற்றுலா நமக்குத் தேவையே இல்லை’ என்று குறிப்பிடுகிறார்.

குமரி மாவட்ட மீனவர்கள் அனைவரும் கத்தோலிக்கர்கள் என்பதால் கத்தோலிக்கத் திருச்சபைக்கும் மீனவர்களுக்கும் இடையிலான உறவைப் பேசுவது இங்குத் தவிர்க்க இயலாததாகிவிடுகிறது. குமரி மாவட்டத்தின் உள்நாட்டுப் பகுதிகளில் பரவிய சீர்திருத்தக் கிறிஸ்தவம் அம்மதத்தைத் தழுவிய மக்களின் சமூகப் பொருளாதார நிலையை உயர்த்த முற்பட்டது. ஆனால் இதற்கு ஏறத்தாழ ஒன்றரை நூற்றாண்டுகளுக்கு முன்பே பரவிய கத்தோலிக்கம் அத்தகைய பணிகள் எவற்றையும் மேற்கொள்ளவில்லை. இது குறித்து ரொசாரியோ நற்சீசன், வரலாற்று நிலையில் இவ்வாறு விளக்கம் தருகிறார்:

'அறிவொளிக் காலம் (Period of enlightment) நிகழ்ந்து கொண்டிருந்த நாடுகளிலிருந்து வந்தவர்கள் என்பதால் சீர்திருத்தக் கிறிஸ்தவ மிஷனரிகளால் இவ்வாறு செய்ய முடிந்தது. ஆனால் கத்தோலிக்கத்தை இங்கு அறிமுகப்படுத்திய போர்ச்சுக்கீசிய நாடு அன்றையக் கணக்குப்படி மிகவும் பின்தங்கியதாகவும் வெறும் மீனவர்களின் பொருளாதாரத்தைச் சார்ந்து வாழ்ந்த நாடாகவும் இருந்துவந்தது'. இது சரியான கணிப்பு தான். ஆனால், இரு பிரிவுகளுக்கும் இடையில் நிலவிய ஒரு முக்கிய வேறுபாட்டையும் கணக்கில் எடுத்துக்கொள்ள வேண்டும். அன்றையக் காலகட்டத்தில் விவிலிய வாசிப்புக்கு, கத்தோலிக்கம் முக்கியத்துவம் தரவில்லை. விவிலியத்தைப் படித்து விளக்கம் தருவதை பாதிரியார்களுக்கே உரியதாக ஆக்கிக்கொண்டார்கள். மக்களைப் பொறுத்த வரையில் தேர், சப்பரப்பவனி, புனிதர்கள், நேர்ச்சைகள், மன்றாட்டுகள் ஆகியன சமய வாழ்வாக விளங்கின. ஆனால், சீர்த்திருத்தக் கிறிஸ்தவம் தன் சபை உறுப்பினர்கள் ஒவ்வொருவரும் விவிலியத்தை வாசிக்கத் தெரிந்தவர்களாய் இருக்க வேண்டும் என்று கருதியது. விவிலிய வாசிப்பு என்று வரும்போது எழுத்தறிவு அவசியமாகிறது. எனவே எழுத்தறிவைப் புகட்டக் கல்வி தருவது கட்டாயமாகிறது. இதன் அடிப்படையிலேயே கல்விக் கூடங்களை அவர்கள் உருவாக்கினர். குமரி மாவட்டக் கடற்கரைப் பகுதியைச் சேர்ந்த முக்குவர்களும் பரதர்களும் கடல் சார்ந்து வாழ்ந்தமையால் மதமாற்றம் அவர்களது பொருளாதார வாழ்வைப் பாதிக்கவில்லை. ஆனால், நம்பூதிரிகள், நாயர்கள், வேளாளர்கள் ஆகிய நிலவுடைமையாளர்களின் நிலங்களைச் சார்ந்து வாழ்ந்தமையால் உள்நாட்டுக் கிறிஸ்தவர்கள் தம் தொழிலை இழக்கும் ஆபத்து ஏற்பட்டது. எனவே, இதற்கு மாற்றாக வேலை வாய்ப்புகளை உருவாக்க வேண்டிய கட்டாயம் சீர்த்திருத்தக் கிறிஸ்தவ மிஷனரிகளுக்கு இருந்தது.

சுருங்கக்கூறின், கடற்கரை மக்கள் தழுவிய கத்தோலிக்கம் அவர்களது பாரம்பரியத் தொழிலில் இருந்து அவர்களை விடுவிக்கவில்லை. மேலும், கத்தோலிக்கத் திருச்சபையின் அடிப்படை அலகான பங்கு (Parish) என்பது நிலவுடைமை கோலோச்சிய பண்டைய ரோம் நாட்டின் ஆட்சிப் பிரிவை ஒத்ததாகவே உருவாக்கப்பட்டது. ஒரு குறிப்பிட்ட பங்கில் வாழும் பங்கு மக்களின் ஞானவழிகாட்டி என்பதைவிடவும், பங்கின் ஆட்சியாளராகவும் நீதிபதியாகவும் வெளி உலகத் தொடர்பாளராகவும் பங்குக் குரு விளங்கினார். அவரால் அபராதம் விதிக்க முடியும். சிறுசிறு தண்டனைகளையும்கூட விதிக்க முடியும். எனவே, தமது தலைவிதியை நிர்ணயம்செய்வது தம்முடைய கையில் இல்லை. 'எல்லாமே பங்குக் குருவின் கையில்', என்னும் மனநிலைக்குப் பங்கு மக்கள் பல நூற்றாண்டுகளாகத் தள்ளப்பட்டு விட்டார்கள். இது எத்தகைய எதிர்நிலையை உருவாக்கியுள்ளது என்பதை ரொசாரியோ நற்சீசன் தெளிவுபடுத்துகிறார்.

'சுனாமியால் பாதிக்கப்பட்ட நாகப்பட்டினம், கடலூர் மீனவர்களின் குரல் பத்திரிகைகளிலும் மின்னணு ஊடகங்களிலும் அவ்வப்போது ஒலிக்கிறது. கத்தோலிக்க நிறுவன அமைப்புகளுடன் தொடர்பேதும் இல்லாத அந்தச் சமூகங்களால் தங்கள் நிலையைத் தெளிவுபடுத்த முடிகிறது. தேசத்தின் சிறந்த கடல் மீனவர்களும் 500 ஆண்டுகள், கத்தோலிக்க மத நிறுவன முறைமைகளால் பயிற்றுவிக்கப் பட்டவர்களுமான குமரி மீனவர்களின் குரல் எங்கும் கேட்கக் காணோம்...' என்னும் வஹீதையாவின் கூர்ந்தறிதலுக்கு நற்சீசனின் பதில் இப்படியாக இருக்கிறது:

'நாகப்பட்டினம், கடலூர் மீனவர் பலரைச் சுனாமிக்குப் பின் நான் சந்தித்திருக்கிறேன். கத்தோலிக்க நிர்வாகிகள்போல யாரும் அவர்களுக்கு வழிகாட்டுவதில்லை. அவர்களே முன் வந்து தங்கள் பிரச்சினைகளை வெளியிடத் துடிக்கிறார்கள். அவர்களில் இளைஞர்கள் சிலர் பயிலரங்குகளுக்கு வந்த பொழுது மீனவச் சமூகம் பற்றி அவர்கள் கொண்டிருந்த அறிவையும் தொலை நோக்கு உணர்வையும் குமரி மாவட்ட மீனவர்களோடு ஒப்பிட்டுப் பார்த்தபோது எனக்கே வெட்கமாக இருந்தது. இதற்கெல்லாம் காரணம், பங்குக் குருக்களே எல்லாம் செய்வார்கள் என்னும் தவறான எண்ணம் குமரி மாவட்ட மீனவர்கள் மத்தியில் காணப்படுவதுதான்.'

மூன்று தென்மாவட்டங்களின் மீனவர் சமூகத்தை அவர்கள் தழுவியுள்ள கத்தோலிக்க மதம் எவ்வாறு தன் கட்டுப்பாட்டிற்குள்

வைத்துள்ளது என்பது பெரும்பாலோர் அறிந்த செய்திதான். இதைக் கடந்து வருவதன் அவசியத்தை,

'...மதம் சுரண்டலின் அடையாளம் என்பது மீனவர்கள் வாழ்க்கையில் நாம் அன்றாடம் அனுபவிப்பது. வரலாற்றில் நெருக்கடி நேரத்தில் அன்று தற்காப்பு கொடுத்த மதம் இன்று நெருக்கடி நேரத்தில் பாதுகாப்பு என்னும் பெயரில் தலையிட்டு, காட்டிக்கொடுக்க, மக்களைக் காவல்துறையிடம் கையளிக்க மீனவர் வாழ்வுரிமையை, எழுச்சியை முடக்க உதவுகிறது. அரசு இயந்திரங்கள் நெருக்கடி நேரத்தில் மத அமைப்புகளைத் தங்களுக்குச் சாதகமாகத் திறம்படக் கையாளுகின்றன. தென்மாவட்டங்களில் 400 ஆண்டு கால மத வரலாற்றுக்குப் பின்னும் திருச்சபை கடற்கரையில் 50 விழுக்காடு கல்வியைக்கூட உறுதிசெய்யவில்லை. கடலோடிகளுக்கு விடுதலை தேவை என்றால் மதத்தைக் கடந்து வந்தால்தான் சாத்தியம்...' என்கிறார் ராயன். அவர் குறிப்பிடும் இச்செய்திகள் மிகைப்படுத்தப் பட்டவை அல்ல. 1996இல் தூத்துக்குடி நகரில் பணியாற்றிய புனிதர் பெயர் கொண்ட பங்குக் குரு ஒருவர் பரதவ இளைஞர்கள் சிலரை ஏமாற்றி அழைத்துச் சென்று காவல்துறையினரிடம் ஒப்படைத்தார். அதன்பின் அவர்கள் அடைந்த சித்திரவதைகள் குறித்து அவர் கவலைப்படவில்லை.

கடற்கரைப் பகுதியில் மணல் அள்ளுவது தொடர்பான பிரச்சினையையொட்டி, பங்குக் குரு ஒருவர், காவல்துறையின் கடுமையான தாக்குதலுக்கு ஆளானார். பங்கு மக்களும் தாக்குதலுக்கு ஆளாயினர். இவர்களைச் சந்தித்து ஆறுதல்கூற வேண்டிய ஆயரை, அவ்வாறு சந்திக்கவிடாமல் தடுத்துக் காவல்துறை உயர் அதிகாரிகளைச் சந்திக்க அழைத்துச்சென்றார் இதே பங்குக் குரு.

வெள்ளையங்கி அணிந்த இந்த யூதாஸ் இவ்வுதவிகளுக்காக எவ்வளவு வெள்ளிப்பணம் பெற்றார் என்று தெரியவில்லை. இக்கருத்துகள் சற்று அதிர்ச்சியாக இருக்கலாம். ஆனால், மீனவர்களின் வாழ்வியல் பிரச்சினையில் கத்தோலிக்கத் திருச்சபையின் பங்களிப்பு குறித்த நட்புணர்வுடன் கூடிய விமர்சனமாகவே இவற்றைக் கொள்ள வேண்டும்.

பிடித்த மீன்களைப் பதப்படுத்தி டப்பாக்களில் அடைத்து அவற்றைச் சந்தைப்படுத்துதலிலும் வெளிநாட்டுக்கு ஏற்றுமதி செய்வதிலும் மீனவர்களின் பங்களிப்பு மிகவும் அற்பமான நிலையிலேயே உள்ளது. மீன்பிடிப்பதோடு அவர்கள் பணி முடிவடைந்துவிடுகிறது. மீனவர் அல்லாதாரே பிடிபட்ட மீன்களின் விற்பனையில் ஆதிக்கம்

செலுத்துகின்றனர். இவற்றையெல்லாம் உணராமல் 'மச்சம் பிடிச்சவனுக்கு மிச்சம் இல்லை' என்னும் பழமொழியைக் கூறி மீனவர்கள் தம்மைத்தாமே ஏமாற்றிக் கொள்கின்றனர்.

கடலுக்குள் சென்ற மீனவர்கள் காணாமல்போவது அவ்வப்போது நிகழ்கின்றது. மீன்பிடிப் படகுகளில் சிப்பை (chip) பொருத்தித் துணைக்கோள்களின் மூலம் அப்படகுகளின் இருப்பிடங்களைக் கண்டறியும் நவீனத் தொழில் நுட்பத்தை அறிமுகப்படுத்துவது குறித்து ஜேசர் ஜெபநேசனின் கட்டுரை குறிப்பிடுகிறது. சுற்றுலா மையமாகக் கடற்கரையை மாற்றுவதற்கு ஆதரவான குரல் இவருடைய கட்டுரையில் ஒலிக்கிறது. கருத்தளவில் இது ஏற்றுக்கொள்ளத்தக்கது தான். ஆனால், எல்லா விதிமுறைகளையும் காலடியில் போட்டு மிதிக்கும் இந்நாட்டில் இது சாத்தியம்தானா என்பது ஆய்வுக்குரியது. ஆதிவாசிகளின் சமூகப் பண்பாடு குமரி மாவட்ட மீனவர்களிடம் அதிக அளவில் காணப்படுவதை வின்சென்ட் வில்சன் கட்டுரையால் அறியமுடிகிறது.

இச்செய்திகள் எல்லாவற்றையும் உள்ளடக்கியுள்ள இந்நூலில் முக்கியமான இரு செய்திகள் விடுபட்டுள்ளதைக் குறிப்பிட வேண்டும். போதிய அழுத்தம் பெறாத முதல் செய்தி மீனவர்களிடையே பரவலாகக் காணப்படும் குடிப்பழக்கம் ஆகும். பொதுவாக உடல் ஆரோக்கியம் குறித்த கண்ணோட்டத்திலும் ஒழுக்கம் சார்ந்த கண்ணோட்டத்திலும் குடிப்பிரச்சினை அணுகப்படும். ஆனால், இங்கு இவ்விரு அணுகு முறைகளாலும் குடிப் பழக்கத்தைப் பார்க்க வேண்டியதில்லை. மாறாக மீனவர்களின் பொருளாதார வாழ்வை அவர்களிடம் ஆதிக்கம் செலுத்தும் குடிப்பழக்கம் எந்த அளவுக்குப் பாதிக்கிறது என்பதையும் அதைக் கட்டுப்படுத்துவது குறித்தும் ஆராய்வது மிகவும் அவசியமான ஒன்று.

இரண்டாவது செய்தி, அரசியல் ஆகும். இங்கு அரசியல் என்று குறிப்பிடப்படுவது கட்சி சார்ந்த அரசியல் அல்ல. மீனவர்கள் இன்று எதிர்கொள்ளும் முக்கியப் பிரச்சினைகளை ராயன் பின்வருமாறு பட்டியலிடுகிறார்:

- சேதுக் கால்வாய்த் திட்டம்
- கூடங்குளம் அணு உலைத்திட்டம்
- கடற்கரையில் இருந்து மீனவர் வெளியேற்றம்
- திட்டமிடப்பட்டிருக்கிற சுற்றுலா வளர்ச்சித் திட்டங்கள்
- அதிகரித்து வரும் கடல் / கனிம வளங்களின் கொள்ளை

- கடலில் மீன் பிடிக்கும் பகுதிகள் வரையறுக்கப்படுவது
- வெளிநாட்டு ஆலைக் கப்பல்களின் ஆழ்கடல் மீன்பிடிப்பு
- சமூகப் பிரிவினைகள்
- கடற்கரைச் சமூகத்தில் கம்பெனிகளின் ஆட்சி

இவை நிகழ்காலத்தில் மட்டுமல்ல. மீனவர்களின் எதிர்காலத்திற்கும் அறைகூவல் விடுக்கின்றன. இவற்றுடன் 'சந்தைச் சக்திகளின் மீது அவர்களுக்குச் செல்வாக்கு இல்லை' என்னும் ஜான்சன் ராஜ் கருத்தையும் சேர்த்துக் கொள்ளலாம். தற்போது, மீனவரின் அரசியல் என்பது இப்பாதிப்புகளுக்கு எதிரான செயல்பாடுகளைத்தான் குறிக்கும்.

உலகின் மொத்தக் கத்தோலிக்கர்களில் 50 விழுக்காட்டைக் கொண்ட லத்தீன் அமெரிக்க நாடுகளில் பி. இ. சி. (Base level Ecclesial Communities) என்னும் அமைப்பு சென்ற நூற்றாண்டின் அறுபதுகளில் உருவாகியது. பி.இ.சி., பி.சி.சி. என்னும் பெயர்களில் (Basic Christian Communities - Communidadas Ecclesiales de Base) அழைக்கப்பட்ட இப்பணிக் குழுக்கள் அடிப்படையில் சாமானியர்களின் குழுமங்களாக (grassroot communities) அமைந்து அவர்களின் நலனை வெளிப்படுத்தி நின்றன. சாமானியர்களின் நலனை வெளிப்படுத்தல் என்பது நடை முறையில் சாமானியர்களின் நலனுக்கான அரசியலைச் சார்ந்து நிற்பதுதான். இதனால்தான் இக்குழுக்களின் தோற்றத்துக்குப் பின்னர் இதன் ஓர் அங்கமாக அங்கி அணிந்த கலகக்காரர்கள் (Rebels clad in cassock) லத்தீன் அமெரிக்க நாடுகளில் உருவாயினர். யேசுவின் நற்செய்தியை ஏழைகளுக்கு நெருக்கமாக்கி, 'ஏழைகளின் திருச்சபை' என்னும் ஒன்று உருவாகவும் விடுதலை இறையியல் என்னும் புதிய கோட்பாடு உருவாகவும் பி.இ.சி.யின் வளர்ச்சி நிலை உதவியாக அமைந்தது. இதன் தாக்கத்தினால்தான் தலித் இறையியல் குறித்து இந்தியக் கிறிஸ்தவ இறையியலாளர்கள் சிந்திக்கத் தொடங்கியுள்ளனர். விடுதலை இறையியலானது வெனிசுலோ, பிரேசில், அர்ஜன்டீனா, சிலி, பொலிவியா, ஹைத்தி ஆகிய லத்தீன் அமெரிக்க நாடுகளில் ஏகாதிபத்திய எதிர்ப்புணர்வையும் உழைக்கும் மக்களின் மேம்பாடு குறித்த சிந்தனையையும் உருவாக்குவதில் குறிப்பிடத்தக்க வகையில் பங்காற்றியுள்ளது. குமரி மாவட்ட மீனவக் கிராமங்களில் செயல்படும் அன்பியம் அமைப்பு பி. இ. சி. போன்று அரசியல் சிந்தனையுடையதாய் உருப்பெற வேண்டும்.

அன்பியம் அமைப்பின் பங்கேற்பு குறித்து 'ஜெபமாலை செய்பவர்களின் ஒரு கூட்டமாக அல்லது காணிக்கைப் பவனிக்கு

ஆள்பிடிக்கிற கூட்டமாக அல்லது வரி பிரித்துக்கொடுக்கிற கூட்டமாகத் திரிந்து போனது' என்று எட்வின் குறிப்பிடுவது கவனத்தில் கொள்ள வேண்டிய ஒன்று.

வழக்கறிஞர் தமிழ்ச்செல்வன் எழுதிய 'நீதிமன்றக் கூண்டில் திருக்குடும்பம்' என்னும் நூலில் 'அன்பியங்கள் உருவாக்கப்பட்டதன் நோக்கங்கள்', 'அன்பியங்களின் அதிகாரங்கள்' ஆகிய தலைப்புகளில் இடம்பெற்றுள்ள செய்திகள் இதைவிடக் கடுமையாக உள்ளன.

1982ஆம் ஆண்டு குமரி மாவட்டம் மண்டைக்காட்டில் நிகழ்ந்த கலவரம் தொடர்பாக நியமிக்கப்பட்ட வேணுகோபால் விசாரணை ஆணையம் 21. 09. 1985 அன்று தனது அறிக்கையை அரசிடம் தந்தது. இவ்வறிக்கையை ஏற்று அரசாணை ஒன்றை (அரசாணை நிலை எண் 916, நாள்: 29 ஏப்ரல் 1986) தமிழ்நாடு வெளியிட்டது. அதில் இடம் பெற்றுள்ள பரிந்துரைகளில் 28 முதல் 30 வரையிலான பரிந்துரைகள் வருமாறு:

(28) மீனவர்களுக்கு எல்லாப் பருவ நிலைகளிலும் தொழில் நடத்த முழு அளவில் வாய்ப்பில்லாததால், அவர்களுக்கு மேற் கொண்டு வேலைவாய்ப்பு ஏற்பாடுகள் செய்யலாம்.

(29) மீனவர்கள் தற்பொழுது கடலோரப் பகுதியில் தனித்து வாழ்வதைத் தவிர்த்து எல்லோருடனும் உள்ளூரில் சேர்ந்து வாழும் வகையில் ஏற்பாடுகள் செய்தும் அரசுப் பணிகளில் சேர்ந்து பணியாற்றும் வாய்ப்புகளை ஏற்படுத்தியும் ஒற்றுமை உணர்வை ஏற்படுத்தலாம்.

(30) மீனவர்கள் தங்கள் குறைகளை அரசுக்கு எடுத்துக்காட்ட ஏதுவாக மீனவச் சமுதாயத்துக்கு என்று ஒரு சட்டமன்றப் பேரவைத் தொகுதி ஒதுக்கலாம்.

ஆனால் இவற்றை நிறைவேற்றுவதற்கான எவ்வித முயற்சியையும் அ.தி.மு.க. ஆட்சியோ தி.மு.க. ஆட்சியோ இதுவரை எடுக்கவில்லை. மீனவர்களின் வாக்குகளை மிக எளிதில் வளைத்துப்போட்டுவிடலாம் என்று அரசியல் கட்சிகள் நம்புகின்றன. அந்நம்பிக்கை பெரும்பாலும் பொய்த்துப்போவதில்லை. நடிகர் மீதான கவர்ச்சி, சமுதாயக் கூடங்கள், கெபிகள் ஆகியனவற்றைக் கட்டித்தரல், வீட்டு உபயோகப் பொருட்களை இலவசமாக வழங்குதல், ஊர்த் தலைவர்களை விலைக்கு வாங்குதல், ஆயர்களின் 'சுற்று மடல்' (Epistle) என்பன வெல்லாம் மீனவர்களின் வாக்குகளைப் பெற உதவும் தூண்டிற் புழுக்களாக விளங்குகின்றன.

நாட்டின் இயற்கை வளங்களை உள்நாட்டு அல்லது பன்னாட்டு நிறுவனங்களிடம் தாரை வார்க்கும் போக்கு, சுற்றுப்புறச் சூழலை அவை அழிப்பதைக் கண்டுகொள்ளாமல் இருக்கும் போக்கு, கல்வியும் மருத்துவமும் விலைபடு பொருளாக ஆக்கப்பட்ட நிலை, நுகர்வோருக்கும் உற்பத்தியாளருக்கும் எதிரான சந்தைப் பொருளாதாரம், பெருகி வரும் நுகர்வோர் பண்பாடு (consumeristic culture) என இவை ஒவ்வொன்றிலும் அரசியல் இடம் பெற்றுள்ளது. உழைக்கும் மக்கள் அடையாளம் கண்டு ஓரணியில் திரள்வதைத் தடுக்கும் வகையில், சாதிய வாதமும் மத அடிப்படைவாதமும் உருவாக்கப்பட்டுச் சுரண்டுவோரின் அரசியல் செழித்து வளர்கிறது. இதற்கு எதிரான நிலைப்பாட்டை எடுக்கும் அணியைச் சார்ந்து நிற்க வேண்டிய அவசியம் மீனவர்களுக்குள்ளது. மீனவர்கள் எடுக்கவேண்டிய இச்சார்பு நிலைதான் மீனவரின் அரசியல் ஆகும். அன்பியம் போன்ற அமைப்புகள், இச்சார்பு நிலை அரசியல் தொடர்பான விழிப்புணர்வை உருவாக்குவதில் முனைப்புடன் செயல்பட வேண்டும். ‘மருத்துவன் நோய் அற்றவர்களுக்கு அன்று, நோய் உற்றவருக்கே தேவை’ என்னும் விவிலிய வாசகத்திற்கேற்ப, ஒடுக்கப்பட்ட மீனவர்களுக்கு இத்தகைய அரசியல் உணர்வு தேவை. இவ்வுணர்வுதான் நண்பர்களையும் பகைவர்களையும் பசப்புபவர்களையும் இனங்காண உதவும்.

இச்சிறிய நூல் மீனவர்களின் வாழ்வாதாரப் பிரச்சினைகளைச் சுட்டிக்காட்டி அவற்றைக் குறித்துச் சிந்திக்கத் தூண்டுகிறது. சிந்தனையைத் தூண்டும் தம் கருத்துகளை மனம் திறந்து முன்வைத்த அறிஞர்களும் பாராட்டுதற்குரியவர்கள். இது போன்ற நூல்களை அவர்கள் தொடர்ந்து படைக்க வேண்டும். அதற்கு ஆதரவளித்து உறுதுணையாக இருப்பது ஜனநாயக உணர்வும் மனித நேயச் சிந்தனையும் கொண்ட அனைவரது கடமையாகும்.

‘இங்கே விவாதிக்கப்பட்டவை என்பதனால் இந்தக் கருத்துகள் இறுதியானவையல்ல. இந்தக் கருத்துகள் யாருக்காகப் பேசப்படு கின்றனவோ, யாரைப் பற்றிப் பேசப்படுகின்றனவோ அவர்களுக்கு எட்டப்பட வேண்டும்.’

என்னும் வஹீதையாவின் கூற்றுக்கேற்ப இந்நூல் மீனவர் களிடையே விவாதிக்கப்பட வேண்டும்.

ஆழிப் பேரிடருக்குப் பின்,

வஹீதையா - அருட்பணி ஜோசப் ஜஸ்டஸ்,

காலச்சுவடு, நாகர்கோவில்

இலங்கை குருநகர் கடற்கரைக் கரையர்கள்

வரலாறு என்பது குறித்த வரையறைகளும், விளக்கங்களும் இன்று மாறிவருகின்றன. பரந்த நிலப் பரப்பை மையமாகக் கொண்டும் போர்க்களங்களை மையமாகக்கொண்டும் எழுதப்படும் மரபுவழி வரலாற்றைச் சற்று ஒதுக்கிவிட்டு வட்டார வரலாறு, உள்ளூர் வரலாறு, வாய்மொழி வரலாறு, அடித்தள மக்கள் வரலாறு என்று வரலாற்று வகைமைகள் குறித்து இன்று விரிவாக ஆராயும் சூழல் உருவாகியுள்ளது.

திரு. புஷ்பராஜன் எழுதியுள்ள 'வலை உணங்கு குருமணல்' என்ற இந்நூலை 'வட்டார வரலாறு' என்று வகைப்படுத்தலாம்.

வட்டார வரலாறு, உள்ளூர் வரலாறு என்பன ஒரு வகையில் பார்த்தால் தமிழுக்குப் புதியதல்ல. சைவ வைணவ சமயம் சார்ந்த புண்ணியத்தலங்களை மையமாகக் கொண்டு 'தல புராணம்' என்ற பெயரில் புராணங்கள் பல உரைநடையிலும் செய்யுள் வடிவிலும் உருவாகியுள்ளன. மகாவித்வான் மீனாட்சி சுந்தரம் பிள்ளை சளைக்காது இத்தகையத் தல புராணங்களை எழுதிக் குவித்துள்ளார். இத்தகைய போக்கு இலங்கைத் தமிழர்களிடமும் நடைமுறையில் இருந்துள்ளது. சான்றாக 'மட்டக் களப்பு மான்மியம்' என்ற நூலைக் குறிப்பிடலாம்.

ஆனால் இந்நூல்கள் கோவில், கடவுளர், முனிவர், சமய அடியார்களை மட்டுமே சார்ந்து ஓரளவு உண்மையும் மட்டுமீறிய கற்பனையும் கொண்டு எழுதப்பட்டவை. வரலாற்றுக் கூறுகள் இவற்றில் மிகவும் குறைவாகவே காணப்படும். தலம் என்பது புண்ணியத்தலம் ஒன்றைக் குறிப்பதாகவே பொருள் கொள்ளப் படுவதால் Local History என்ற ஆங்கிலச் சொல்லைத் 'தல வரலாறு' என்று தமிழாக்கம் செய்வதில் தயக்கம் ஏற்படுகிறது. இத்தயக்கத்தின் அடிப்படையிலேயே 'வட்டார வரலாறு', 'உள்ளூர் வரலாறு' போன்ற சொற்கள் பயன்படுத்தப்படுகின்றன. வட்டார வரலாறு, உள்ளூர் வரலாறு என்பன ஒரு குறிப்பிட்ட வட்டாரத்தின் வரலாற்றை மையமாகக்கொண்டன என்னும்போது அவற்றின் ஆய்வுப் பொருளாக அமைவன எவை என்ற வினா எழுவது இயற்கை. இது தொடர்பாக மானுடவியலாளர் பக்தவத்சலபாரதியின் பின்வரும் விளக்கத்தை விடையாகக் குறிப்பிடுவது பொருத்தமாக இருக்கும்.

வட்டார வரலாறு என்பது, குறிப்பிட்ட புவியியல் பரப்பு சார்ந்த பிராந்தியத்துக்கான வரலாற்றைக் குறிக்கும். இதில் எண்ணற்ற வரலாற்றுக் கூறுகள் அடங்கியுள்ளன. இத்தகைய வரலாறு இடம் பற்றியதாக இருக்கலாம். முக்கியத்துவம் கொண்ட ஆறு, மலை, குளம் பற்றியதாக அமையலாம். அப்பிராந்தியத்தின் சமூகங்களைப் பற்றியதாக இருக்கலாம். சமூக நாயகர்கள், வரலாற்றில் இடம் பிடித்தவர்கள், விடுதலை வீரர்கள், மதகுருமார்கள் பற்றியதாக அமையலாம். அப்பிராந்தியத்தின் கோயில், விழாக்கள், சாமிகள், வழிபாட்டு மரபுகள், வீர விளையாட்டுகள், பிற பண்பாட்டு நிகழ்வுகள் பற்றியதாகவும் இருக்கலாம். அப்பிரதேசத்திலிருக்கும் பழம்பெரும் கட்டிடங்கள், அரண்மனைகள், கோட்டைகள், தானியக் கிடங்குகள், சுரங்கப் பாதைகள், பெருவழிச் சாலைகள், நினைவுச் சின்னங்கள் பற்றியதாகவும் இருக்கலாம். இவ்வாறாக இன்னும் பிற வகைகளிலும் அமையலாம்.

இவ்விளக்கத்திற்குப் பொருந்தும் வகையில் தமிழ்நாட்டிலும் இலங்கையிலும் குறிப்பிட்ட ஊர்களின் வரலாறுகள் நூல்வடிவம் பெறத் தொடங்கியுள்ளன. இலங்கையின், புத்தளம் குறித்த நூல் வட்டார வரலாற்றில் குறிப்பிடத்தகுந்த இடத்தைப் பெற்றுள்ளது. இவ்வரிசையில் புஷ்பராஜன் எழுதிய 'வலை உணங்கு குரு மணல்' என்ற இந்நூலும் இணைகிறது.

'அம்பா' என்ற சிறு நூலின் வாயிலாக திரு. புஷ்பராஜனை முதல் முறையாக 1976ஆம் ஆண்டில் நான் அறிந்துகொண்டேன். இலங்கையின் குருநகர் என்ற பகுதியில் வாழும் மீனவர்களின் தொழிற்பாடலாகிய 'அம்பா' குறித்த அச்சிறுநூல் என்னை மிகவும் ஈர்த்தது.

பின்னர் 'கல்லறை வாசகப்பா' என்ற நாடகத்தை 2006இல் பதிப்பிக்கும்போது அந்நாடகம் குருநகர் ஊரில் அரங்கேற்றம் செய்யப்பட்டதாக அந்நூலில் குறிப்பிடப்பட்டிருந்தது. இச்செய்தி குருநகர் குறித்து மேலும் அறிந்துகொள்ளும் ஆவலைத் தூண்டியது.

தற்போது பல ஆண்டுகள் கழித்து புஷ்பராஜன் எழுதிய இந்நூல் என் ஆவலை நிறைவு செய்துள்ளது. ஆனால் இந்நூல் முழுவதையும் படித்து முடித்த பிறகு அதில் மறைந்துள்ள சோகமும் என்னைப் பாதித்தது.

இந்நூல் ஓர் ஊரின் வரலாறா? அல்லது அவ்வூரில் வாழும் மக்கள் குறித்த இனவரைவியல் ஆய்வா? என்ற ஐயம் தோன்றும் அளவுக்கு

ஊரின் வரலாறும் இனவரைவியல் செய்திகளும் ஒன்றிலிருந்து ஒன்றைப் பிரிக்க முடியாதவாறு இணைந்து காணப்படுகின்றன.

புஷ்பராஜன் குருநகரில் பிறந்து வளர்ந்தவர் என்பதுடன், நூலில் இடம்பெறும் பறையர் சமூகத்தைச் சார்ந்தவர் என்பதும் தன் ஊரையும் தன் சமூகத்தையும் நேசிப்பவர் என்பதும் இதற்குக் காரணமாகும்.

இனவரைவியல் என்ற அறிவுத்துறை விவரணைத்தன்மை கொண்டதாக அமையும் என்பர். அதற்கு ஏற்ப இந்நூலும் விவரணைத் தன்மைமிக்க நூலாகவே அமைந்துள்ளது. இதுவே இந்நூலுக்கு வலிமை சேர்த்துள்ளது. அத்துடன் ஒரு சிறிய ஊருக்குள் எவ்வளவு செய்திகள் புதைந்து கிடக்கின்றன என்று நம்மை வியப்படையச் செய்கின்றது.

நான்கு பகுதிகளாகப் பிரிக்கப்பட்டுள்ள இந்நூலின் முதற் பகுதி, குருநகரின் வரலாற்றையும், குருநகர் வாழ் கரையர்களின் பூர்வீகத்தையும் ஆராய்கிறது. "வட இந்தியாவில் குருவம்சத்தோடு உறவு கொண்ட தென்னிந்தியப் பாண்டவ அரசர்கள் மகரத்தைத் தமது அடையாளமாகக் கொண்டதனால்தான் மீனவன் என்று அழைக்கப்பட்டனர்" எனக் குறிப்பிடும் ஆசிரியர் குருநகர் மக்கள்தம் கொடியாக மகரக் கொடியைக் கொண்டுள்ளதையும் குருநகர் பெண்கள் தமக்கிடையே நிகழும் சண்டைகளில் தத்தம் மார்புகளில் அடித்துக்கொண்டு 'நான் குருகுல ராசாத்தி' என்று கூறிக்கொள்வதையும் ஏதோ ஒரு வகையில் குருவம்சத்தோடு குருநகரின் பூர்வீகம் பிணைந்துள்ளதை நிறுவும் சான்றாகக் கொள்கிறார்.

'சுவடுகளை நோக்கி' என்ற இரண்டாவது இயலில் குரு நகரில் வாழும் கரையர்களின் பூர்வீகத்தை ஆராய்கிறார். கொழும்பு தேசிய அருங்காட்சியகத்தில் கரையர்களின் வாளொன்றில் 'குருவீர' என்ற பெயர் பொறிக்கப்பட்டுள்ளதையும் வீரராசேந்திரன் என்ற சோழ மன்னனின் கல்வெட்டில் இலங்கை மன்னனின் அணியில் நின்று போராடிய குருகுலத்த ராயன் என்பவன் விழுந்து மடிந்தது இடம்பெற்றுள்ளதையும் குறிப்பிடுகிறார்.

கப்பலோடிகளாகவும் வணிகர்களாகவும் யானைகளைப் பிடித்துப் பழக்குவோராகவும் முத்துக்குளிப்பவர்களாகவும் கரையர் விளங்கியதை வரலாற்றுச் சான்றுகளுடன் நிறுவியுள்ளார்.

ஆங்கிலக் காலனியத்தின் வருகையால் இத்தொழில்களை விட்டு விலகி மீன்பிடிப்பவர்களாக மட்டுமே கரையர் மாறியதாகவும், இச்சமூகத்தின் மேட்டிமையோர் வணிகர்களாக விளங்கியதாகவும் குறிப்பிடுகிறார்.

அடுத்து வரும் இயலில் 16ஆம் நூற்றாண்டில் போர்ச்சுக்கீசியர்களின் உதவியுடன் குருநகர் கரையர்கள் கத்தோலிக்கர்களாக மதம் மாறியதை விவரிக்கிறார்.

இந்நூலின் இரண்டாவது பகுதி, குருநகர் கரையர்களின் சமூக வாழ்வை வருணனையுடன் கூறுகிறது. மீனவர்கள் மீன் பிடிக்கச் செல்வதையும் மீன்பிடித்துத் திரும்புவதையும் குரு நகரின் கடற்கரையில் அமர்ந்துகொண்டு நாம் பார்ப்பது போன்ற உணர்வை ஆசிரியர் ஏற்படுத்துகிறார்.

பாரம்பரிய மீன்பிடிப்பு தொடங்கி இன்றைய இயந்திரப் படகுவரை மீனவர்களின் மீன்பிடித் தொழில் நுட்பத்தை ஐந்தாவது இயல் வெளிப்படுத்துகிறது. கரையர்களின் தொழில்சார் மரபுகளை மிக நுட்பமாக இவ்வியல் பதிவுசெய்துள்ளது.

திருக்கைமீன் முள்ளால் ஏற்படும் காயம், அதற்குச் செய்யப்படும் மரபு வழி வைத்தியம், நச்சுநீர் என்ற நீர்படுவதனால் ஏற்படும் பாதிப்பு என்பனவெல்லாம் இவ்வியலில் இடம்பெற்றுள்ளன. இன்றையத் தொழிலாளர் நலக் காப்பீட்டுத் திட்டம் போன்று இப்பாதிப்புகளுக்கு ஆளானவர்களுக்கு ஊதியம் வழங்கப்பட்டதாக ஆசிரியர் குறிப்பிடுவது வியப்பாயுள்ளது.

'கலாச்சார மரபுகள்' என்ற ஏழாவது இயலில் கரையர்களின் சமூக வாழ்வில் நிகழும் பூப்புச் சடங்கு, திருமணம், இறப்பு தொடர்பான வாழ்க்கை வட்டச் சடங்குகள் கள ஆய்வின் அடிப்படையில் விவரிக்கப்படுகின்றன. 'அற்ஹோம்' என்ற சடங்கு குறித்து அவர் கூறுவது தமிழ்நாட்டில் பட்டுக்கோட்டை, பேராவூரணி ஆகிய பகுதிகளில் நிகழும் 'மொய்விருந்து'ச் சடங்கை நினைவூட்டுகிறது. அற்ஹோம் சடங்கு கரையர்களின் பொருளாதார வாழ்வில் சிக்கலை ஏற்படுத்தியதால், குருநகர் முன்னேற்ற ஐக்கிய முன்னணி என்ற அமைப்பு இச்சடங்கு தொடர்பாக சில கட்டுப்பாடுகளை விதித்துள்ளதையும் சுட்டிக் காட்டியுள்ளார்.

கத்தோலிக்கர்களின் சமய வாழ்வில் புனிதர்களுக்கு முக்கிய இடமுண்டு. இவ்வகையில் குருநகர் கரையர்களின் சமய வாழ்வில் புனித யாகப்பர் முக்கிய இடத்தை வகிக்கிறார். 'படையாளி' என்று யாகப்பரை குருநகர் மக்கள் செல்லமாக அழைப்பதையும் ஸ்பானிய உடையுடன் வாள் ஏந்தியவாறு காட்சி தரும் யாகப்பரின் உருவம் படைத்த படம் வீடுகளில் பரவலாக இடம் பெறச் செய்துள்ளதையும் ஆசிரியர் குறிப்பிட்டுள்ளார். 1861இல் முப்பத்தியொன்பது கரையர் குடும்பங்களால் திட்டமிட்டுக் கட்டப்பட்ட புனித யாகப்பர் ஆலயம்,

ஒன்றரை நூற்றாண்டு கடந்தும் குருநகர் மக்கள் தொகைப் பெருக்கத்திற்கு ஈடு செய்யும் வகையில் அமைந்துள்ளதாக ஆசிரியர் பெருமிதம் கொள்கிறார்.

1968இல் சிங்களக் காவல்துறையின் தாக்குதலுக்கு ஆளான இவ்வாலயம் 1993இல் சிங்கள விமானப் படையின் தாக்குதலுக்கு ஆளாகி ஒன்பது பேர்கள் உடல் சிதறிப் பலியானது இவ்வியலில் பதிவாகியுள்ள சோக நிகழ்வு.

யாகப்பரின் சொரூபம் ஊர்வலமாக எடுத்துவரப்படும்போது ஆன்மீகப் பலன் மட்டுமின்றி உலகியல் பலனும் கிட்டுவதை 'காதலர்கள் தம் காதலிகளை, தெருவிற்குத் தெரு, பலமுறை ஒளிவு மறைவின்றி, பெற்றோர்களின் பயமின்றி பார்க்கக்கூடிய பெரும் வரப்பிரசாதத்தை, படையாளி தனது வீதிவலத்தின்போது இவர்களுக்கு அளித்துக்கொள்வார்' என்கிறார் ஆசிரியர்.

நூலின் மூன்றாவது பகுதியின், தலைப்பு 'அம்பா' என்பதாகும். மீனவர்களின் தொழிற்பாடல் 'அம்பா' என்றழைக்கப்படுகிறது. அம்பாப் பாடல் பாடப்படும் சூழ்நிலையை விளக்கிவிட்டு அதன் உள்ளடக்கத்தை ஐந்து தலைப்புகளில் தனித்தனி இயல்களில் விவரிக்கிறார். தென்தமிழ் நாட்டு அம்பாப் பாடல்களை இவற்றுடன் ஒப்பிட்டு ஆராய இடமுள்ளது.

'போர் மேகங்களின் பின்னால்' என்ற தலைப்பிலான பதினைந்தாவது இயல் சிங்களப் பேரினவாதமும், அதன் எதிர் முகமான ஈழ விடுதலை இயக்கமும் குருநகரின் வாழ்வைச் சிதைத்து விட்டதைச் சோகத்துடன் பதிவு செய்துள்ளது. உள் நாட்டுச் சமூகத்தின் மைய நீரோட்டத்திலிருந்து விலகி நின்று அமைதியாகத் தொழில் புரிந்து வாழ்ந்து வந்த குருநகர் மீனவர்கள் வாழ்வில் ஏற்பட்ட அவலங்கள் நம் உள்ளத்தைத் தொடுகின்றன.

நூற்றாண்டுகளைத் தாண்டி ஒரு கடற்கரைக் கிராமத்திற்கு வாசகரை அழைத்துச் சென்று அம்மக்களுடன் உலாவவிட்ட நூலாசிரியர் நிகழ்கால யதார்த்தத்திற்கு நம்மை அழைத்து வந்ததும் சோகம் மனதைப் பிழிகிறது.

அவர்களது கடல் அவர்களுக்குச் சொந்தமில்லை. கடலலை ஓசைகள் தம்மை அழைப்பதாக உணர்வதை மறந்து வெகுகாலமாகிவிட்டது.

அவர்களது கடலை, அதிகார பலத்தால் தமதாக்கிக் கொண்டவர்கள் குறிப்பிட்ட வேளைகளில் மட்டுப்படுத்தப்பட்ட எல்லைக்குள் குறிப்பிட்ட தொகையினரை மட்டுமே மீன்பிடிக்க அனுமதிக்கிறார்கள். அதுவும்

அடையாள அட்டைகள் உள்ளவர்கள் மட்டுமே அனுமதிக்கப்படு கிறார்கள். குறிப்பிட்ட நேரத்தினுள் மீண்டும் திரும்பி வந்துவிட வேண்டும். வரத்தவறியவர்களுக்கு எவ்விதத் தண்டனை என்பதை பாலத்தில் காவலிற்கு நிற்கும் இராணுவத்தினர்தான் தீர்மானித்துக் கொள்வார்கள். அனுமதிக்கப்பட்ட நேரங்களில்கூட அவர்கள் உயிருக்கு எந்த உத்தரவாதமும் இல்லை.

> "தொடரும் யுத்தச் சூழலுக்குள் குருநகர் மக்கள் என்றுமில்லாத வாறு மனநெருக்கடிக்கு ஆளாகியுள்ளார்கள். போர்க்களத்தில் வீரமரணம் அடையும் தம் புதல்வர், புதல்வியர்கள் செய்திகேட்டு வாய்விட்டு அழ முடியாத நிலையிலுள்ளனர். அழும்குரல் கேட்டவுடன், அங்குள்ள இராணுவமும் அதனுடன் சேர்ந்து இயங்குபவர்களும் அங்கு வந்து விடுகின்றனர். இறந்தவரின் உடல் இல்லாத நிலையில் அழுபவர்கள் போராளிகளின் பெற்றோர் உறவினர்கள் எனக் கூறி அவர்களைக் கைது செய்து கொண்டுசென்று சித்திரவதை செய்கின்றார்கள். அழைத்துச் செல்லப்பட்டவர்கள் திரும்பி வருவார்கள் என்ற நம்பிக்கை எவருக்கும் இல்லை. எனவே மரணித்தவர்களின் உடல்களும் கிடைக்காமல் வாய்விட்டு அழவும் முடியாமல் சோகத்தை மனதுள் அடக்கிக் குமுறிக்கொண்டிருக்கிறார்கள். யாராவது இயற்கையாக இறந்தால் அந்தச் செத்த வீட்டில் சென்று தம் மனதில் அடக்கி வைத்த சோகத்தைக் கொட்டித் தீர்க்கிறார்கள். 1986இல் குருநகரின் கடற்கரை வீதியில் முதலாவது செல் விழுந்ததில் சிந்தத் தொடங்கிய அவர்களின் இரத்தம் இன்னமும் சிந்திக்கொண்டேயிருக்கிறது."

என்று நூலாசிரியர் கூறுவது ஓர் அயற்பண்பாட்டை ஓரத்தில் நின்று அவதானித்து எழுதும் மானுடவியலாளரின் மனப்பதிவல்ல. தன் சொந்தப் பண்பாட்டை எழுத்து வடிவில் பதிவு செய்யும் மனசாட்சியுள்ள ஆய்வாளனின் உணர்ச்சி ததும்பும் பதிவாக அமைந்துள்ளது.

நூலின் நான்காவது பாகம் நூலின் பின்னிணைப்பு போல் அமைந்துள்ளது. குருநகரில் புழங்கும் தொழில் கலைச்சொற்கள், பழமொழிகள், மீனவர்களின் பெயர்கள், உறவு முறைச் சொற்கள் ஆகியனவற்றை நூலாசிரியர் அகராதி போன்று தொகுத்தளித்துள்ளார். இது ஒரு நல்ல ஆவணமாகும். பழமொழிகளைச் சற்று விளக்கி யிருந்தால் இன்னும் சிறப்பாக அமைந்திருக்கும்.

யுத்தத்தால் சின்னாபின்னப்பட்டுப் போன ஒரு கடற்கரைச் சிற்றூரையும் அங்கு வாழும் மக்களின் வாழ்வியலையும் ஒருவித ஏக்கத்துடன்தான் ஆசிரியர் பதிவு செய்துள்ளார். இப் பதிவை அவர் மேற்கொண்டிராவிட்டால் ஓர் ஊரின் வரலாறு உலகிற்குத் தெரியாமல் போயிருக்கும். அதற்காகக் குருநகரின் இன்றையத் தலைமுறையும் எதிர்காலத் தலைமுறையும் மட்டுமின்றி நாமும்கூட ஆசிரியருக்கு நன்றி சொல்லியாக வேண்டும். தென்தமிழ் நாட்டுக் கத்தோலிக்க மீனவர்களின் வாழ்வியலைப் பதிவு செய்ய விரும்புவோருக்கு இந்நூல் வழிகாட்டியாக அமையும் தன்மையது.

வலை உணங்கு குறுமணல்,
புஷ்பராஜன்,
காலச்சுவடு, நாகர்கோவில்

விவிலியத்தில் வரும் 'ஓபிர்' துறைமுக ஊர்

ஏறக்குறைய 1,076 கிலோமீட்டர் நீளம் கடற்கரையைக் கொண்ட மாநிலம் தமிழ்நாடு. சிறிதும் பெரிதுமான துறைமுகங்கள் இக் கடற்கரையில் உள்ளன. இக்கடற்கரையில் இடம்பெற்றுள்ள பல சிற்றூர்கள் தொன்மையான வரலாற்றுச் சிறப்புடையன. ரோமானியர், கிரேக்கர், அரேபியர் ஆகியோருடன் தமிழ்நாட்டுத் துறைமுகங்கள் ஏற்றுமதி, இறக்குமதி வாணிபத்தை மேற்கொண்டிருந்தமைக்குத் தொல்லியல், நாணயவியல், வரலாற்றியல் மற்றும் இலக்கியம் சார்ந்த வலுவான ஆவணங்கள் உள்ளன. டேனிஷ்காரரர்கள், பிரெஞ்சு நாட்டினர், டச்சுக்காரரர்கள், ஆங்கிலேயர்கள் என ஐரோப்பியர்களின் தாக்கத்திற்கு அவ்வூர்கள் ஆளாகியுள்ளன. ஆனால் கடற்கரை ஊர்களின் வரலாறுகள் குறிப்பிடத்தகுந்த அளவில் வெளியாகவில்லை.

விவிலியத்தின் பழைய ஏற்பாட்டில் ஓபிர் - என்ற தமிழ்நாட்டுத் துறைமுகம் குறிப்பிடப்பட்டுள்ளது. ஓபிர் என்னும் துறைமுகம் இன்று எங்குள்ளது என்பது குறித்து வரலாற்றாய்வாளர்களிடம் கருத்து வேறுபாடுள்ளது. என்றாலும் பெரும்பாலானோர் திருநெல்வேலி மாவட்டத்திலுள்ள உவரி என்ற கடற்கரைச் சிற்றூர்தான் விவிலியத்தில் குறிப்பிடப்படும் ஓபிர் என்று கருதுகிறார்கள். அந்த ஊரையும் அதன் அருகிலுள்ள கடற்கரை ஊர்களில் வாழும் மக்களின் இனவரைவியலையும், நாட்டார் வழக்காறுகளையும் 'உவரி மீனவர் வாழ்வியல்' என்ற இந்நூல் அறிமுகப்படுத்துகிறது.

இந்நூலின் ஆசிரியர் திரு. எஸ்.பி.அந்தோணிசாமி உவரியில் பிறந்து வளர்ந்தவர் என்பதுடன், தொடர்ச்சியாக இங்கு வாழ்ந்து வருபவர். கடல் தொழிலில் மட்டுமின்றி நாட்டார் நிகழ்த்துக் கலைகளில் ஒன்றான கழியலாட்டத்தில் நன்கு பயிற்சி பெற்றவர். கழியலாட்டம் கற்பிக்கும் ஆசானாக விளங்கி வருபவர். தம் ஊரின் ஒவ்வொரு அசைவுகளையும் நிகழ்ந்துள்ள மாறுதல்களையும் மக்களின் மன உணர்வுகளையும் நன்றாக அறிந்தவர் என்பதால் ஏராளமான தரவுகள் இந்நூலில் இடம்பெற்றுள்ளன. இந்நூலை எழுதுவதற்கு அவர் முற்றிலும் பொருத்தமானவர் என்பதை இத்தரவுகள் உணர்த்தி நிற்கின்றன.

ஏழு இயல்களைக் கொண்ட இந்நூலின் முதலாவது இயல் உவரி வாழ் பரதவர்களின் வாழ்வியலைக் குறித்த விரிவான செய்திகளைக்

கொண்டுள்ளது. இம்மக்களின் வரலாற்றுத் தொன்மை, இவர்களுக்குக் குடி ஊழியம் செய்வோர், சிறுவர்களுடைய விளையாட்டுகள், பயன்படுத்தும் பாரம்பரியமான மீன்பிடிக்கும் கருவிகள், கத்தோலிக்கத் தேவாலயச் சடங்குகள், நிலவிய குத்தகை முறைகள், பாலியல் குற்றம் செய்தோர் இறந்து போனால் கல்லறைத் தோட்டத்தில் ஒதுக்குப் புறமாக அடக்கம் செய்தல், ஊரில் நிலவும் மரபுவழிச் சட்டங்கள், தண்டனை முறைகள் எனப் பரதவரின் சமூக வாழ்வை எடுத்துரைக்கிறது.

கடலில் கிடைக்கும் இழுப்பா, வேளா, உளுவை போன்ற மீன்களின் வயிற்றில் கிடைக்கும் முட்டையின் கருவுடன், மாவும் கருப்பட்டியும் கலந்து தோசை செய்தல், அப்போது எழும் மணம், அதைப் பகிர்ந்து கொடுக்கும் பண்பு, கொடுத்தாக வேண்டிய ஒருவருக்கு நினைவு மறதியால் கொடுக்க மறந்து போனால் உருவாகும் சண்டை, சில நேரங்களில் உறவே முறிந்து போதல் என அவர் குறிப்பிடும் செய்திகள், 'அடேயப்பா! மீன் முட்டைத் தோசைக்குள் இவ்வளவு செய்திகளா!' என்று வியப்படையச் செய்கிறது. இது போன்று மீனையும் ஆமையையும் மையமாகக் கொண்ட சமையல் முறைகளையும் குறிப்பிட்டுள்ளார்.

அழுத்தமான சமயப் பற்று கொண்ட பரதவக் கத்தோலிக்கர்களின் சமய வாழ்வும், சமயம் சார்ந்த கொண்டாட்டங்களும் விரிவாக இடம்பெற்றுள்ளன.

சாதிய எல்லையைத் தாண்டி, வேறு சாதியினருடன் நெருக்கமாகப் பழகும் பண்பும் 'உயிரக்காரன்' என்ற அடைமொழியிட்டு அவர்களை அழைப்பதும், மனித மாண்புகள் இன்னும் வற்றிவிடவில்லை என்பதை உணரச் செய்கிறது. பரதவர்களின் வாழ்க்கை வட்டச் சடங்குகளும் விரிவாக இடம்பெற்றுள்ளன.

பரதவர்களின் கடல் தொழில்நுட்பத்தை இரண்டாவது இயல் விவரிக்கிறது. அவர்களின் சூழலியல் அறிவையும், கட்டுமரம் தயாரிக்க மரங்களைத் தேர்ந்தெடுத்தல், இம்மரங்களைக் கொண்டு கட்டுமரம் தயாரிக்கும் 'ஓடவியார்' என்போரின் தொழில்நுட்ப அறிவு, புதிய கட்டுமரத்தை முதல் முதலாகக் கடலில் இறக்கும்போது மேற்கொள்ளும் சடங்குகள் குறித்து இவ்வியலின் வாயிலாக அறிய முடிகிறது.

மீன்பிடித் தொழிலில் பயன்படும் பலவகையான மீன்பிடி வலைகள், இவ்வலைகள் ஒவ்வொன்றிலும் சிக்கும் கடல்வாழ் உயிரினங்கள், அவற்றின் பயன்பாடு, கடல் நண்டுகளைப் பிடிக்கும் பல்வேறு தொழில்நுட்பங்கள், கரையில் இருந்தவாறே கடலில்

மீன்பிடிக்கும் முறை, இரை வைத்தும் விளக்கின் ஒளியைக் கடலில் காட்டியும் மீன்பிடிக்கும் தொழில்நுட்பங்கள் ஆகியனவற்றை மூன்றாவது இயல் விவரிக்கிறது.

ஏனைய பாரம்பரியத் தொழில்களைவிட அதிக நேரத்தை விழுங்கக்கூடிய தொழில் மீன்பிடித் தொழிலாகும். வேலை முடிந்த பிறகும்கூட தம் தொழில் கருவிகளைப் பழுது பார்க்கும் பணியை அவர்கள் மேற்கொள்ள வேண்டும். இல்லாவிட்டால் மறுநாள் கடலுக்குள் போக முடியாது. இப்பணிகள் குறித்தும் தம் தொழிலுக்குத் தேவையான பொருட்களை அவர்கள் சேகரித்துக் கொள்வது குறித்தும் நான்காவது இயல் குறிப்பிடுகிறது. உயிரக்காரர்களான பனைத் தொழிலாளிகளிடம் அவர்கள் மேற்கொள்ளும் நட்புறவுடன் கூடிய பண்டமாற்று குறித்தும் இவ்வியல் வாயிலாக அறியமுடிகிறது. பரதவப் பெண்களின் பணிகளையும் ஆசிரியர் குறிப்பிட்டுள்ளார். இதை இன்னும் விரிவாகச் செய்திருக்கலாமோ என்று எண்ணத் தோன்றுகிறது.

அன்றாடக் குடும்ப வாழ்க்கையிலும் கடல் தொழிலில் இடம்பெற்றுள்ள பல்வேறு நம்பிக்கைகளையும் அவற்றை மையமாகக் கொண்டு உருவான வாய்மொழிக் கதைகளையும் ஐந்தாவது இயலில் ஆசிரியர் தொகுத்தளித்துள்ளார்.

ஆறாவது இயல் கடற்கரை மீனவர்களின் விளையாட்டுகள், அவை விளையாடப்படும் முறை, விளையாட்டு விதிமுறைகள் ஆகியனவற்றை விரிவாக விளக்குகிறது. நமது பாரம்பரிய விளையாட்டுக்கள் மறைந்து வரும் சூழலில் இவ்வியலில் இடம்பெற்றுள்ள செய்திகள் மிகவும் முக்கியமானவை.

ஏழாவது இயலில் தாம் பயிற்றுவிக்கும் ‘கழியலாட்டம்’ குறித்து மிக நுட்பமாக எழுதியுள்ளார். இச்செய்திகளுடன் கோட்டுச் சித்திரங் களையும் பொருத்தமாக இணைத்திருந்தால் கழியலாட்டம் பயில வழிகாட்டியாக அமைந்திருக்கும் என்று எண்ணத் தோன்றுகிறது.

நூலின் இறுதியில் ஆசிரியர் தொகுத்துள்ள கடல் கனிமங்கள், எல்லைகள், கடல் பாறைகள், நீரோட்டங்கள், கடல் திசைகள், நீரோட்ட வகைகள், காற்றின் பெயர்கள், கடல்வாழ் உயிரினங்கள் குறித்த பட்டியல் நம்மை வியக்கச் செய்கிறது.

ஒருவரை ஒருவர் கேலி செய்யும் வகையில் உருவாக்கிக் கொள்ளும் பட்டப் பெயர்களை ‘வக்கப் பேர்கள்’ என்ற தலைப்பில் நீண்ட பட்டியலாகத் தொகுத்தளித்துள்ளார். இப்பட்டியலில் புனித

சவேரியார் பரதவர்களுக்கு 16ஆம் நூற்றாண்டில் வழங்கிய குடிப்பெயர்களில் ஒன்றான 'தல்மேதா' என்பதையும் பட்டங்கட்டியா, மொடுதவம் என்ற பதவிப் பெயர்களையும் தவிர்த்திருக்கலாம் என்று தோன்றுகிறது. ஏனைய பெயர்கள் உருவான காரணத்தை ஆசிரியர் விளக்கியிருக்கலாம். ஆனால் அப்பெயருக்குரியவர் அல்லது அவரது பரம்பரையினர் மனம் நோகக்கூடாது என்ற எண்ணத்தில் தவிர்த்துள்ளார் என்று கருதுகிறேன்.

பழமொழிகளை வெறுமனே தொகுப்பதில் பயனில்லை. குறிப்பிட்ட சூழலில் அது பயன்படுத்துவதன் அடிப்படையிலேயே அதன் முழுமையான பொருளைப் புரிந்து கொள்ள முடியும். சூழலில்லாத நிலையில் சேகரிக்கப்பட்ட பழமொழிகள் வெற்றுப் பனுவல்களாகவே (empty text) அமையும். என்றாலும் கால வெள்ளத்தில் அடித்துச் செல்லாமல் இப்பழமொழிகளைக் காப்பாற்றியுள்ளார்.

வாய்மொழி வழக்காறுகள், சமூகப் பழக்கவழக்கங்கள், நாட்டார் நிகழ்த்துக் கலைகள், பொருள் சார் பண்பாடு என்பன நாட்டார் வழக்காற்றியலின் நான்கு முக்கியக் கூறுகள். இந்நூல் இந்நான்கு கூறுகள் குறித்தும் விரிவாகப் பதிவு செய்துள்ளது.

தயிர், பனிக்கட்டி, சர்க்கரை ஆகிய மூன்றையும் கலந்து அரைத்து 'லசி' என்ற பெயரில் தயாரிக்கப்படும் பானத்தில் தயிர் புளித்திருந்தால் அதை மறைக்க நறுமணப் பன்னீரை அதன் மீது தெளிப்பார்கள். அதுபோல் அரைகுறையான களஆய்வின் வாயிலாக மேலெழுந்த வாரியாகத் திரட்டப்படும் தரவுகளையும் பிறர் திரட்டிய தரவுகளையும் அடிப்படையாகக் கொண்டு கோட்பாடு என்ற பன்னீரைத் தெளிக்கும் ஆய்வுகளின் மத்தியில் நல்ல இனிமையான தயிராக இந்நூலின் தரவுகள் அமைந்துள்ளன.

மொத்தத்தில் ஒரு சிறிய கடற்கரை ஊரைக் குறித்த ஓர் ஆழமான ஆய்வாக இந்நூல் அமைந்துள்ளது. இதற்கு அடிப்படைக் காரணமாகச் சிலவற்றைக் குறிப்பிடலாம்.

முதலாவதாக ஆசிரியர் இவ்வூரில் பிறந்து வளர்ந்து இன்றளவும் வாழ்ந்து வருபவர். இரண்டாவது அங்கு வாழும் ஒரே சமூகமான பரதவர் சமூகத்தைச் சேர்ந்தவராக இருப்பது. மூன்றாவது அவருடைய கடந்த கால அனுபவங்களும் உற்றுநோக்கும் திறனும். நான்காவதாக அலட்டிக் கொள்ளாமல் தான் கண்டு கேட்டு உற்றுணர்ந்த மற்றும் பெற்ற அனுபவங்களை மிக இயல்பாக மிகைப்படுத்தாமல் பதிவு செய்துள்ளமை.

தமிழ்நாட்டின் வரலாறு என்பது தமிழ்நாட்டில் உள்ள ஊர்களை உள்ளடக்கியதுதான். இதனால்தான் ‘ஊரின் வரலாறே நாட்டின் வரலாறு’ என்று குறிப்பிடும் போக்கு தற்போது உருவாகியுள்ளது. ஊர்களின் வரலாறு முறையாக எழுதப்பட்டால்தான் அவற்றை அடிப்படையாகக் கொண்டு பரந்துபட்ட தமிழ்ச் சமூகத்தின் சமூகப் பண்பாட்டு வரலாற்றையெழுத முடியும். இது தொடர்பாக ஆங்காங்கே சிலர் முயற்சியெடுத்து வருவது குறிப்பிடத்தக்கது.

இதுபோன்று மேலும் பல உள்ளூர் வரலாறுகள் உருவாகத் தூண்டும் தன்மை இந்நூலுக்கு உள்ளது. அத்துடன் கடற்கரை ஊர்களின் வரலாற்றை எழுத முனைவோருக்கு வழிகாட்டியாக அமையும் சிறப்புடையது.

நாட்டார் வழக்காறானது பண்பாட்டுக் கூறுகளையும் சமூகவியல் கூறுகளையும் உள்ளடக்கியது. இந்நூலில் பரதவரின் பண்பாட்டுக் கூறுகளை வெளிப்படுத்தும் தன்மை மேலோங்கியுள்ளது. அதே நேரத்தில் சமூகவியல் கூறுகளை வெளிப்படுத்தும் வாய்ப்புமுள்ளது. இந்நூலின் ஒவ்வொரு இயலையும் பின்இணைப்பையும் அடிப் படையாகக் கொண்டு மேலும் கள ஆய்வு நிகழ்த்தினால் குறைந்தது ஐந்து நூல்களை எழுத முடியும்.

வலம்புரி ஜான், ஜோ-டி-குரூஸ் போன்ற படைப்பாளர்களையும் கத்தோலிக்க மறைத் தள ஆய்வாளரான பேரா. ஜார்ஜ் ஜெகதீசனையும் தமிழகத்திற்கு வழங்கிய உவரி, தற்போது அந்தோணிசாமி என்ற நாட்டார் வழக்காற்றியல் ஆய்வாளரையும் வழங்கியுள்ளது.

எவ்விதப் பகட்டும், உயர்கல்வியும், பதவியும் இல்லாத ஓர் எளிய மீனவரின் இந்நூலை வெளியிட்டதன் வாயிலாக நாட்டார் வழக்காற்றியல் ஆய்வு மையம் உண்மையான கள ஆய்வுகளை மதிக்கும், தன் உயரிய பண்பை வெளிப்படுத்தியுள்ளது. இதன் பொருட்டு இவ்வாய்வு மையத்தின் இயக்குநர் அருட்தந்தை சேவியர் அந்தோனி சே.ச., கலைமனைகளின் அதிபர் தந்தை பிரிட்டோ வின்செனட், சே.ச., அடிகளார், முனைவர் தனஞ்செயன், முனைவர் இராமச்சந்திரன், திரு. பீட்டர் ஆரோக்கியராஜ், திரு. லெ. முத்துராஜா ஆகியோர் பாராட்டுதலுக்குரியவர்கள்.

உவரி மீனவர் வாழ்வியல்,

எஸ்.பி.அந்தோணிசாமி,

நாட்டார் வழக்காற்றியல் ஆய்வுமையம்,

பாளையங்கோட்டை

பரதவர் சமூக பாரம்பரிய சிறப்புகள்

ஓர் ஆசிரியனுக்கு மகிழ்ச்சியூட்டும் செயல்களுள் ஒன்று அவனது மாணாக்கர் ஒருவர் நூலாசிரியராக மாறுவது. ஒரு நூலுக்குப் பாயிரம் எழுதுவோர் பட்டியலில் முதலிடத்தைக் கற்றுக்கொடுத்த ஆசிரியனுக்கு 'தன்னாசிரியன்' என்ற பெயரை நன்னூல் வழங்குகிறது. அதனடிப்படையில்தானோ என்னவோ இந்நூலுக்கு முன்னுரை எழுதும்படி அன்பு மாணவர் திரு. மோ. நேவிஸ் விக்டோரியா கேட்டுள்ளார்.

கல்லூரிக் கல்வியின் முக்கியக் குறைபாடுகளுள் ஒன்று தன்னிடம் பயிலும் மாணவர்களைக் குறித்த சரியான புரிதல் ஆசிரியர்களிடம் உருவாகாமை. வகுப்பறைக் கும்பலுக்குள், ஆற்றல் மிகு மாணவர்கள் மறைந்து கிடப்பதை அறிவதற்குள் கல்லூரியை விட்டு, அவர்கள் வெளியேறி விடுகின்றனர். அல்லது ஆசிரியர் ஓய்வு பெற்றுவிடுகிறார். இதை இங்குக் குறிப்பிடுவதற்கான காரணம் திரு. மோ. நேவிஸ் விக்டோரியா என்னிடம் பயின்ற பொழுது அவரிடம் மறைந்திருந்த வரலாற்றுணர்வையும், எழுத்தாற்றலையும், அறிந்து கொள்ளத் தவறி விட்டேன். ஏறத்தாழ முப்பது ஆண்டுகள் கழித்து வரலாற்றுணர்வும் நுண்ணிய நூலறிவும் கொண்டவராக அவரைச் சந்தித்தபோது வியப்பும் மகிழ்ச்சியும் ஒருசேரத் தோன்றின.

'முத்துக்குளித்துறைப் பரதவர்' என்ற இந்நூல் அவரது வரலாற்றுணர்விற்குச் சான்றாக அமைந்துள்ளது. முதல் இயலில், மீன்பிடித்தல், உப்பு எடுத்தல், சங்கு குளித்தல், முத்துக்குளித்தல் போன்ற பரதவர்களின் பாரம்பரியத் தொழில்களை, இலக்கியம் மற்றும் வரலாற்றுச் சான்றுகளின் அடிப்படையில் அறிமுகப்படுத்து கிறார். 'பாண்டியர்களும் பரதவர்களும்' என்ற தலைப்பின் கீழ் பரதவருக்கும் பாண்டியருக்கும் இடையிலான உறவைச் சுருக்கமாகவும், தெளிவாகவும் ஆராய்ந்துள்ளார்.

இரண்டாவது இயலில் முத்துக்குளித்துறைப் பரதவர்கள் கத்தோலிக்க சமயத்தைத் தழுவிய நிகழ்வைக் குறிப்பிடுகிறார்.

மூன்றாவது இயலில், புனித சவேரியாருக்கும், பரதவருக்கும் இடையிலான உறவையும் முத்துக்குளித்துறையில் அவர் ஆற்றிய பணியையும் விளக்குகிறார்.

நான்காவது இயலில், போர்ச்சுக்கீசியர்களை வென்றுவிட்டு முத்துக்குளித்துறையில் டச்சுக்காரர்கள் ஆதிக்கம் செலுத்தியதையும், பரதவர்கள் மீது அரசியல் அதிகாரம் செலுத்திய டச்சுக்காரர்களால், தாம் பின்பற்றிய சீர்திருத்தக் கிறிஸ்தவத்தைத் திணிப்பதில் வெற்றி பெற முடியவில்லை என்பதையும் வெளிப்படுத்தியுள்ளார்.

தூத்துக்குடியின் மற்றொரு பெயர் 'திருமந்திர நகர்' என்பதாகும். இப்பெயரை, தம் தேவாலயம் தொடர்பான விருத்தப்பாக்களில் பரதவர்கள் இன்றும் பயன்படுத்தி வருகின்றனர். இதுதொடர்பாக நூலாசிரியர் முன் வைக்கும் கருத்துக்கள் ஆய்வுக்குரியன. இறுதியாக இரண்டாயிரத்து நான்கில் நிகழ்ந்த சுனாமிப் பேரழிவைச் சுட்டிக்காட்டி அதைத் தாங்கிக் கொண்டு பரதவர்களின் கடற்பயணம் தொடர்வதைக் கூறி முடிக்கிறார்.

'தென்பாண்டி நாட்டில் கத்தோலிக்க ஆலயங்கள்' என்ற இறுதி இயலில் தூத்துக்குடி பனிமயமாதா பேராலயம், வேம்பார் பரிசுத்த ஆவி ஆலயம், ஆலந்தலை புனிதர்கள் இராயப்பர், சின்னப்பர் ஆலயம், கன்னியாகுமரி அலங்கார உபகார மாதா ஆலயம், வீரபாண்டியன் பட்டினம் புனித தோமையார் ஆலயம், மணப்பாடு திருச்சிலுவை ஆலயம் ஆகிய புராதனக் கத்தோலிக்கத் தேவாலயங்களின் வரலாற்றை விவரிக்கிறார். இந்த ஆலயங்கள் அனைத்தும், மடி (வலை) ஒன்றுக்கு இவ்வளவு ரூபாய் என்று தாமே விதித்துக்கொண்ட வரியினாலும், அஞ்சு மீன் குத்தகை, செவ்வாய்க்கிழமைத் தெறிப்பு, துவிக்குத்தகை எனப் பல்வேறு குத்தகை முறைகளால் திரட்டப்பட்ட பணத்தாலும் கட்டப்பட்டவையே. எந்த வெளிநாட்டிலிருந்தும் கிடைத்த நிதி ஆதாரத்தால் இவை கட்டப்படவில்லை என்பதையும், சவேரியார் காலத்திய தேவாலயங்களில் பெரும்பாலானவை ஓலை வேயப் பட்டவையே என்பதையும் இங்குக் குறிப்பிடுவது அவசியம்.

பரதவர் சமூகத்தின் தொன்மை, அவர்களைப் பாதித்த நிகழ்வுகள், அதை அவர்கள் எதிர்கொண்ட முறை, அவர்களது சமய மாற்றம், அவர்களது ஆழ்ந்த சமயப்பற்று ஆகியன இந்நூலில் அழுத்தமாகவும், செறிவாகவும், சுருக்கமாகவும் பதிவாகியுள்ளன. ஆசிரியரின் நூலறிவும், கள ஆய்வை மேற்கொண்டு திரட்டிய செய்திகளும் நூல் முழுவதும் விரவிக் கிடக்கின்றன. ஆசிரியரின் கடின உழைப்பு நூலில் பளிச்சிடுகிறது. பரதவ சமூகத்தின் பாரம்பரியச் சிறப்பைப் பதிவு செய்துள்ள நூலாசிரியர் வேம்பார் ஊரைப் பூர்வீகமாகக் கொண்டவர். தெற்கே மணப்பாடு, வடக்கே வேம்பார்(று) என்ற இரு கடற்கரைக்

கிராமங்கள் முத்துக்குளித்துறை பரதவர்களின் பண்பாட்டுத் தளங்கள் என்றால் மிகையன்று. இவ்விரு கிராமங்களிலும் கவிஞர்கள் பலர் வாழ்ந்துள்ளனர்.

தன் சமூகத்தின் கடந்த கால வரலாற்றுச் சிறப்பைக் கூற வேண்டும் என்ற முடிவில் இந்நூலை எழுதியுள்ளமையால், நிகழ்கால, வாழ்க்கைச் சிக்கல்களுக்குள் ஆசிரியர் நுழையவில்லை என்று கருதுகிறேன். வரலாற்றுப் பாரம்பரியம் மிக்க பரதவர் சமூகம், தன் எதிர்காலத்தைக் கேள்விக்குறியாகக் கொண்டுள்ளமை, கவனத்தில் கொள்ள வேண்டிய ஒன்று. அண்மையில், விஞ்ஞானி எம்.எஸ். சுவாமிநாதன் தலைமையிலான குழு, மத்திய அரசுக்கு அளித்துள்ள அறிக்கை, கடல் தொழிலை நம்பி வாழும் மக்களின் நலனுக்கு எதிரான கருத்துக்களைக் கொண்டுள்ளது. எம்.எஸ்.சுவாமிநாதன் அளித்த அறிக்கையின் அடிப்படையில் மத்திய அரசு சட்டம் ஒன்றை இயற்ற முன்வந்துள்ளது. இதன்படி இரசாயன ஆலைகளைக் கடற்கரைப் பகுதியில் அமைக்கவும், அவற்றின் கழிவுகளைக் கடலில் கொட்டவும், தமது பாரம்பரியமான வாழ்விடங்களை விட்டு மீனவர்களை வெளியேற்றவும் முடியும்.

ஏற்கனவே மணற்கொள்ளையால் பாதிக்கப்பட்டு வரும் பரதகுல மக்கள், பாரம்பரியப் பெருமைக்குள் முகம் புதைத்து அமிழ்ந்து விடாமல், அதை நிகழ்காலத்திற்கான உந்து சக்தியாகக் கொண்டு புதிய வரலாற்றை உருவாக்க முன்வரவேண்டும். இந்த வகையில் இந்நூல் எதிர்காலத்திற்கான போராட்டத்திற்குள் ஓர் உந்துசக்தியாக அமையும் என்பது என் நம்பிக்கை. ஏனெனில் வரலாற்றில் ஒரு சமூகம் தன் அடையாளத்தைத் தேடுவதன் வாயிலாக எதிர்காலத்தில் அதன் இருப்பை நிலைநிறுத்திக் கொள்ள முடியும்.

முத்துக்குளித்துறை பரதவர்கள்,
நேவிஸ் விக்டோரியா,
காவ்யா, சென்னை

பண்புசார் பெருநகரம் காயல்

இந்நூலின் ஆசிரியர் திரு. தம்பி ஐயா பர்னாந்து என் உடன்பிறவா சகோதரர் போன்றவர். எண்பது வயதைக் கடந்தாலும் அவரது அறிவுத் தேட்டம் இடைவிடாது தொடர்ந்து கொண்டே இருக்கிறது.

இதன் வெளிப்பாடாய் இந்நூல் அமைந்துள்ளது. தான் நன்கறிந்த ஒரு வட்டாரத்தைக் குறித்த வரலாற்றுச் செய்திகளை நமக்குத் தொகுத்தளித்துள்ளார். 'பண்புசார் பெருநகரம் காயல்' என்று புகழ்ந்துரைக்கப்பட்ட காயல் ஊர் இந்நூலின் ஆய்வுப் பொருளாக அமைந்தாலும் காயல் எல்லையைத் தாண்டி அருகிலுள்ள ஊர்களைக் குறித்த ஆவணப் பதிவாகவும் இந்நூல் அமைந்துள்ளது.

எழுத்தாவணங்கள், வாய்மொழி வழக்காறுகள், தொல்லியல் சான்றுகள் எனப் பல்வேறு சான்றுகளைத் திரட்டி ஓர் ஊரின் தொன்மைச் சிறப்பை நாம் அறியச் செய்துள்ளார். இம்முயற்சியில் கத்தோலிக்கம், கிறிஸ்தவம், இஸ்லாம், சைவம், சமணம், நாட்டார் சமயம் என பல்வேறு சமயச் செய்திகளை நடுநிலைமையுடன் எடுத்தாண்டுள்ளார். தமது கருத்துக்கு வலுவூட்டும் வகையில் தக்க புகைப்படங்களை ஆங்காங்கே இணைத்துள்ளார்.

அவர் தந்துள்ள புகைப்படங்களுள் கொற்கையில் இடம் பெற்றிருந்த சமணத் தீர்த்தங்கரர் சிலையும் அடங்கும். ஆனால் ஓராண்டுக்கு முன்னர் இச்சிலை களவு போய்விட்டது. நமது வரலாற்றுச் சின்னங்கள் அழிந்துவரும் இத்தகைய அவலச் சூழலில் இத்தகைய நூல்கள் அவ்வப்பகுதி மக்களிடையே வரலாற்று உணர்வையும், விழிப்புணர்வையும் ஏற்படுத்தும் என்பதில் ஐயமில்லை.

பாண்டியர் பண்பாட்டில் பழைய காயல்,

தம்பி அய்யா பர்னாந்து,

நெய்தல் வெளி,

இந்தியப் பழங்குடிகளின் பாதுகாவலர்

இந்தியாவின் வடகிழக்குப் பகுதியில் வாழும் பழங்குடிகள் குறித்து, அறிவியல் நோக்கில் அறிய விழைவோரால் புறக்கணிக்க இயலாத ஒரு பெயர் வெர்ரியர் எல்வின் *(1902 - 1964)*. சிறந்த இனவரைவியலாளராகவும், அவர்களது நாட்டார் வழக்காறுகளைச் சேகரித்தவராகவும் அவரைக் கருதினால் அது முழுமையானதன்று.

தன் ஆய்வுக்களத்தையே தான் வாழும் களமாக ஏற்றுக்கொண்டவர் எல்வின். அத்துடன் பழங்குடிகளின் முன்னேற்றம் குறித்து ஆழ்ந்து சிந்தித்து, பல செயல் திட்டங்களை உருவாக்கியவர். இதுவே பிற ஆய்வாளர்களிடமிருந்து இவரை வேறுபடுத்திக் காட்டுகிறது. பழங்குடிகளின் நண்பராக மட்டுமின்றி அவர்களது பாதுகாவலராகவும் விளங்கியவர்.

இங்கிலாந்தில் பிறந்து ஆக்ஸ்போர்டு பல்கலைக்கழகத்தில் பயின்று கிறித்துவ மறைப்பணி ஊழியராக எல்வின் இந்தியாவிற்கு வந்தார். ஒடுக்கப்பட்டோரும் பழங்குடிகளும் வாழும் பகுதியே கிறித்தவப் பரப்பலுக்கான பொருத்தமான தளம் என்பதன் அடிப் படையில் பழங்குடிகளிடம் மறைபரப்புப் பணியைத் தொடங்கினார். காந்தியம் அவரை ஈர்த்தது. காந்தியவாதியாக மாறினார். காந்தியின் ஆசிரமத்தில் தங்கினார். அதன் தாக்கத்தால் தாமும் ஆசிரமம் ஒன்றை நிறுவினார்.

கோண்டு ஆதிவாசிகளிடம் பணிபுரிந்தபோது, ஒரு கோண்டு சமூகப் பெண்ணைத் திருமணம் செய்துகொண்டார். இப்பெண்ணுடன் ஏற்பட்ட மணவிலக்கை அடுத்து பர்தான் என்ற ஆதிவாசிப் பிரிவைச் சேர்ந்த லீலாவைத் திருமணம் செய்துகொண்டார்.

இந்திய விடுதலைக்குப் பின் இந்தியக் குடியுரிமை பெற்று இந்தியாவிலேயே தங்கிவிட்டார். 1953இல் இந்தியாவின் வடகிழக்கு மாநில நிர்வாகத்தின் ஆலோசகராக எல்வினை பிரதமர் நேரு நியமித்தார். 1954 சனவரி முதல் தான் இறக்கும்வரை இப்பணியை அவர் மேற்கொண்டார். இந்திய ஆதிவாசிகளின் மேம்பாட்டிற்காக இவர் ஆற்றிய பணிகளைப் பாராட்டி இந்திய அரசு ‘பத்மபூஷண்’ விருதை 1961இல் வழங்கிச் சிறப்புச் செய்தது. இவரது நூலுக்கு சாகித்திய அகாதெமி பரிசும் வழங்கப்பட்டது.

எல்வினின் வாழ்க்கை வரலாற்றை ஓர் ஆழமான ஆய்வு நூலாகவும் அதே நேரத்தில் நல்ல வாசிப்புத் தன்மையுடனும் பேராசிரியர் ராமச்சந்திர குஹா எழுதியுள்ளார். ஏற்கெனவே எல்வின் ஆங்கிலத்தில் எழுதிய சுயசரிதை 'எல்வின் கண்ட பழங்குடி மக்கள்' என்ற தலைப்பில் தமிழில் வெளிவந்துள்ளது. 1967இல் 'வாசகர் வட்டம்' வெளியீடாக இது வெளிவந்தது. அம்மொழிபெயர்ப்பு நூலையும் இந்நூலையும் ஒப்பிட்டுப் பார்த்தால் அந்நூலில் இடம்பெறாத ஏராளமான செய்திகள் இந்நூலில் இடம்பெற்றுள்ளதை உணரமுடியும்.

எல்வின் பதிவு செய்யாத அல்லது பதிவுசெய்ய விரும்பாத பல அரிய செய்திகள் இந்நூலில் இடம்பெற்றுள்ளன. எல்வின் மீது அவர் கொண்டுள்ள மரியாதையையும், தரவுகள் தேடலில் அவர் மேற்கொண்ட கடின உழைப்பையும் ஆய்வு நேர்மையையும் இந்நூலில் காணமுடிகிறது.

எல்வினது நாட்குறிப்புகள், அவரது கடிதத் தொடர்புகள், பத்திரிகைச் செய்திக் குறிப்புகள், எல்வினின் நெருங்கிய நண்பர் ஆர்ச்சர், உதவியாளர் ஷாம்ராவ் ஆகியோருடனும் தன் தாய், உறவினர்கள், காந்தி, நேரு இன்னும் சமூகத்தில் பல்வேறு தளங்களில் வாழ்ந்தோருடனும் எல்வின் நடத்திய கடிதப் போக்குவரத்துகள் ஆகியவற்றை குஹா படித்தறிந்து பயன்படுத்தியுள்ளார்.

இவை தவிர எல்வினின் சுயசரிதை, பழங்குடிகளிடம் அவர் சேகரித்துத் தொகுத்தவற்றுள் நூல் வடிவம் பெற்றவை, அவரது ஆய்வுகள், நூற்றுக்கணக்கான ஆய்வுக்கட்டுரைகள், குறுநூல்கள் என்பனவற்றை எல்லாம் இந்நூல் எழுதப் பயன்படுத்தியுள்ளார்.

இத்தகைய கடும் உழைப்பில் உருவான நூலைப் படித்து முடித்ததும், ஒரு சிறந்த ஆளுமையாளனைக் குறித்து ஒரு சிறந்த ஆய்வாளன் எழுதுவது எவ்வளவு பொருத்தமானது என்ற உணர்வு தோன்றுகிறது.

பிரபுத்துவப் பின்புலம் எதுவும் இல்லாத, ஆங்கிலேய சாக்சன் பரம்பரையைச் சேர்ந்த, கீழ்த்தர உயர் நடுத்தர வர்க்கக் குடும்பத்தில் பிறந்தவர் என்று எல்வினை அறிமுகம் செய்யும் ஆசிரியர் அக்குடும்பத்தின் இறைப்பற்றை அழுத்தமாகவே விவரிக்கிறார்.

கண்ணுக்குப் புலப்படாத ஓர் உறுப்பினராகக் கடவுளைக் கொண்ட குடும்பம் எல்வினது குடும்பம். தந்தை ஆங்கிலிகன்

கிறித்தவத் திருச்சபையின் ஆயராகவும் மறைப்பணியாளராகவும் பணியாற்றியவர். தன் ஏழாவது வயதில் தந்தையை இழந்த எல்வின் தன் சகோதரர்களுடன் தாயின் அரவணைப்பில் வளர்ந்தார்.

யேசுவின் இரண்டாவது வருகையின் மீது எல்வினின் தாய்க்கு நம்பிக்கை இருந்தது. இந்நம்பிக்கையினால் நாடகம், சினிமா, சர்க்கஸ் போன்ற பொழுதுபோக்கு நிகழ்ச்சிகளுக்கு அவர்கள் செல்வதில்லை. ஒருவேளை நிகழ்ச்சியின் நடுவில் கடவுள் வந்துவிட்டால்...!

இப்படிப்பட்ட பக்திமிக்க குடும்பச் சூழலில் வளர்ந்த எல்வின், ஆக்ஸ்போர்டு பல்கலைக்கழகத்தில் பயின்றார். கவிதைகள் எழுதினார். இவரது ஆக்ஸ்போர்டு வாழ்க்கையின் ஒரு பகுதி. 'ஆக்ஸ்போர்டில் கலகம்' என்ற தலைப்பில் ஓர் இயலாக இடம்பெற்றுள்ளது.

எல்வினுடைய பாலியல் பலவீனங்கள், தன் குடும்பத்துடனான அவரது உறவுநிலை என்பன குறித்த செய்திகளும் பதிவாகியுள்ளன. ஆனால் எல்வினுடைய மேதைமையையும் பழங்குடிகள் தொடர்பான அவரது அணுகுமுறையையும் நாம் அறியும்படி செய்துள்ளதே இந்நூலின் சிறப்புக் கூறாகும்.

இந்நூல் உருவாக்கம் தொடர்பாக குஹா பின்வருமாறு குறிப்பிடுகிறார்:

அவருடைய வாழ்க்கையையும் செய்த பணிகளையும் அவர் வாழ்ந்த சூழ்நிலையுடன் பொருத்திவைத்துக் காலம், இடம் இவற்றின் பின்னணியில் தந்திருக்கின்றேன். எல்வின், தன் வரலாற்று நூலில் குறிப்பிடாத இருண்ட பகுதிகளை வெளிக் கொணர முயன்றிருக்கிறேன். அவருடைய வாழ்க்கை அவர் காட்டிக்கொண்டதைவிடத் துயரங்கள் மிகுந்து இருந்தது என்பதைக் காட்டியிருக்கிறேன். நான் அறிந்த வகையில் அவருடைய வாழ்வில் முரண்பாடுகளும் திடீர்த் திருப்பங்களும் குறிப்பிடத்தகுந்தவை.

இத்துடன் இவரது வாழ்வின் சில படிநிலைகளையும் குறிப்பிட்டு விட்டு எல்வினின் சுயசரிதை குறித்து: 'கிறித்தவனாக இருந்து கிறித்துவத்தை மறுப்பவராக மாறியதும், ஆக்ஸ்போர்டில் இருந்து பதன்காருக்கு இடம் மாறியதும், எந்த வலியும் உணராமல் நிகழ்ந்தவை என்று காட்டி, உண்மையிலிருந்து விலகிவிடுகிறார்' என்ற விமர்சனத்தையும் முன்வைக்கிறார்.

இந்தியப் பழங்குடிகளுக்கென்று தனித்துவமான சமய நெறி உண்டு என்பதை நம்மில் பலர் அறிந்துகொள்ளவில்லை. அவர்களை

இந்துக்கள் என்ற சட்டகத்துக்குள் அடைக்கும் போக்கே பரவலாக உள்ளது. அவர்களை நாகரிகமாக்குகிறோம் என்ற பெயரில் அவர்களது பாரம்பரியப் பழக்கவழக்கங்களையும் நம்பிக்கைகளையும் பண்பாட்டையும் சிதைக்கும் போக்கைச் சமவெளி மனிதர்கள் பின்பற்றினர். இன்றும்கூட இது தொடர்கிறது. கோண்டு என்ற பழங்குடிகளைச் சீர்திருத்துவதாகக் கூறிக்கொண்டு சீர்திருத்த அமைப்பு ஒன்று மேற்கொண்ட நடவடிக்கைகள் குறித்து எல்வின் பதிவு செய்துள்ள சில செய்திகளை குஹா மேற்கோளாகத் தந்துள்ளார். ஒற்றைப் பண்பாட்டை வலியுறுத்தும் ஆபத்தான போக்கு வளர்ந்துள்ள இன்றையச் சூழலில் இக்கருத்துக்கள் கவனிக்கத்தக்கவை. சீர்திருத்தம் என்ற பெயரில் அவர்கள் கோண்டுகளுக்கு அறிமுகப்படுத்திய விதிமுறைகள் வருமாறு:

மக்கள் பூணூல் அணிய வேண்டும். மது அருந்தக் கூடாது. இசையை, நடனத்தை விட்டுவிட வேண்டும். பன்றிகளையும் கோழிகளையும் வளர்க்கக் கூடாது. பெண்கள் முகத்திரை அணிய வேண்டும்.

இச்சீர்திருத்தத்தின் விளைவுகள் குறித்து எல்வின் எழுதிய செய்திகளாக குஹா குறிப்பிடுவது வருமாறு:

மலேரியாவில் வாடும் கோண்டுக்கு சாராயம்தான் ஒரே டானிக். அது ஒன்றுதான் கிளர்ச்சியூட்டும் உவகை தரும் அம்சம். அவனிடமிருந்து அதைப் பறித்தனர். அதற்குப் பதிலாக ஒன்றும் கிடைக்கவில்லை... பெண்களை அவர்கள் மரியாதையாக நடத்திய விதமும், எந்த மனிதரையும் தீண்டத்தகாதவராக நடத்தாததும், கோண்டு வாழ்க்கையின் மிகச் சிறப்பான அம்சங்கள். இந்த விஷயங்களில் இந்துக்களின் மனப்பான்மையைப் பின்பற்றும்படி அவர்களைக் கட்டாயப்படுத்தினர்.

இம்மேற்கோளை எடுத்துக்காட்டிவிட்டு 'கெட்டுப்போன சாராயம்போல் கோண்டுகள் சுவையற்றுப் போய்விட்டதைக் கண்டார் எல்வின்' என்கிறார் குஹா.

சிறைச்சாலை வடிவிலான கட்டடங்கள் தொடர்பான எல்வினது கருத்துக்கள் இன்றும்கூட ஆராயப்பட வேண்டிய ஒன்று.

எல்வினது தொலைநோக்கான பார்வையாக அமைவது இதுதான். பழங்குடிகள் மீதான சமவெளி மனிதர்களின் சுரண்டல்; குறிப்பாக மார்வாரிகள்தான் இந்துத்துவ அரசியலின் புரவலர்களாகவும் பாதுகாவலர்களாகவும் இன்று உள்ளனர். தம் வாணிப நலனையும் சுரண்டலையும் பாதுகாக்கும் வழிமுறையாக இதைச் செயல்படுத்தி

வருகின்றனர். பல அரசியல் இயக்கங்கள் கூட இவ்வுண்மையை இன்று வெளிப்படுத்துவதில் தயக்கம் காட்டுகின்றன. ஆனால் இங்கிலாந்தில் பிறந்து, இந்தியக் குடியுரிமை பெற்று வாழ்ந்துமறைந்த எல்வின் இதில் மிகத் தெளிவாக இருந்துள்ளார். வடகிழக்கு மாநிலத்தின் அபோர் பகுதியில் குடியேறிய மார்வாரிகளின் கடைகள் குறித்த எல்வினின் கருத்துக்களை குஹா இவ்வாறு பதிவு செய்துள்ளார்:

அபோரில் இருக்கும் பண்பாட்டைக் குறிவைத்து எய்தப்பட்ட நஞ்சு தோய்ந்த அம்புகள் என்று எல்வின் அழைத்தார். மார்வாரிகளின் கடைகள் பழங்குடி மக்களைக் கவர்ந்து 'தன்னிறைவு' பெற விடாமல் தடுத்தன. கடைகளின் சுவர்களில், ஆண் - பெண் கடவுளர்களின் படங்கள் கண்ணைக் கவரும் வகையில் தொங்க விடப்பட்டிருந்தன. அவை இந்து மதப் பிரச்சார மையங்களாக விளங்கின. அந்தப் பகுதிகளில் கடைகள் பெருகிவருவதைத் தீவிரமாகக் கண்காணிக்க வேண்டும் என்று விரும்பினர்... பழங்குடி மக்களின் ரசனை கெட்டுப்போகாமல் இருக்கவும், தேவையற்ற, பொருத்தமற்ற, கலைத் திறனற்ற பொருட்களை வாங்குவதில் அவர்களின் பணம் வீணாகாமல் தடுக்கவும் மார்வாரிகளின் கடைகளைக் கட்டுப்படுத்துவது அவசியம் என்று குறிப்பிட்டார்.

பழங்குடி மக்கள் தொடர்பான அவரது அறிக்கையில் இடம் பெற்ற செய்திகள் பொருள் பொதிந்தவை. அதிலிருந்து சில பகுதி களையும் குஹா மேற்கோளாகக் காட்டியுள்ளார். அவர்களது பாரம்பரிய விவசாய முறையான எரியூட்டு வேளாண்மையை (இடமாற்றிப் பயிர் செய்யும்முறை) தடை செய்ததை எல்வின் ஏற்றுக்கொள்ளவில்லை.

இந்தியப் பழங்குடிகள் பரலோக ராச்சியத்திற்குச் செல்ல வழிகாட்ட வந்து, இந்திய அரசின் உயர் அதிகாரியாகப் பணியாற்றி, புத்தமதத்தைத் தழுவி, இறந்தபின் புத்தமதச் சடங்குகளின்படி உடல் எரியூட்டப்பட்டு மறைந்து போனார் எல்வின் என்ற பழங்குடி மக்கள் ஆய்வாளர். ஆனால் அவரது நூல்களும் ஆய்வுகளும் என்றும் நிலைத்திருக்கும்.

நர்மதை அணைக்கட்டுத் திட்டம் தொடர்பான குஹாவின் பதிவுகள் அவரது சார்புநிலையை அறியச் செய்கின்றன. இத்தகைய சார்புநிலை தான் எல்வின் குறித்த இந்நூலின் சிறப்புக்குக் காரணமாகிறது.

இந்நூலை மொழிபெயர்த்துள்ள வேலு.இராஜகோபால் தில்லிவாழ் தமிழர். மாணவப் பருவத்தில் இருந்தே நல்ல நூல்களைத் தேடிப்பிடித்து தீவிரமாகப் படிக்கும் வாசகர். பட்டவகுப்பில் தமிழுக்கு மாற்றாக இந்தி மொழி பயின்றார். ஆனால் அவரது தமிழ் அறிவு வியக்கவைக்கும் தன்மையது. நூலைத் தங்குதடையின்றி மொழிபெயர்த்துள்ளார். அவரது இப்பணி மேலும் தொடர வாழ்த்துகள்.

வெர்ரியர் எல்வினும் அவரது பழங்குடிகளும்,
இராமச்சந்திர குஹா, தமிழில்: வே.இராஜகோபால்
காலச்சுவடு, நாகர்கோவில்

தமிழக வரலாற்றில் ஒரு 'கண்ணியமிகு கொள்ளையன்'

தமிழ்நாட்டின் உண்மையான சமூக வரலாறு எழுதப்படும்போது, குற்றங்கள், அவற்றைச் செய்தோர், அக்குற்றங்களுக்கான தண்டனை முறைகள் ஆகியனவற்றிற்கும் அதில் முக்கிய இடமுண்டு. சமூக வாழ்வில் குற்றங்கள் கடிந்து ஒதுக்கப்படுவனவாக இருக்கலாம். ஆனால் சமூக வரலாற்றாய்வில் அவற்றைப் புறக்கணித்துவிட முடியாது.

தண்டனைக்குரிய குற்றங்கள் செய்தோரைக் குறித்த செய்திகளை மக்களின் வாய்மொழி வழக்காறுகளான, வாய்மொழிக் கதைகள், பாடல்கள், கதைப் பாடல்கள் ஆகியனவற்றின் வாயிலாக அறிய முடியும். குற்றங்களில் மிகப் பரவலாக அறிமுகமானவை கொள்ளையும் திருட்டும். பாலைநில ஆறலைக் கள்வர்கள் குறித்த செய்திகளைச் சங்க இலக்கியங்கள் குறிப்பிடுகின்றன. கொலையும் திருட்டும் மக்களால் வெறுக்கப்படுவன என்றாலும் இவற்றை மேற்கொள்ளும் அனைவரையும் அடித்தள மக்கள் வெறுத்தொதுக்குவதில்லை. இவ்வாறு அடித்தள மக்களால் வெறுத்தொதுக்கப்படாத கொள்ளையர்களைக் 'கண்ணியமிகு கொள்ளையர்' (Noble Robbers) என்று ஹாப்ஸ்பாம் குறிப்பிடுவார். அவர்களின் இயல்புகளாக ஒன்பது கருத்துக்களை அவர் குறிப்பிடுவார். அவை வருமாறு:

1) சட்டத்தை மீறுபவனாகக் கண்ணியமிகு கொள்ளையன் தன்னுடைய வாழ்க்கையை அமைத்துக்கொள்வதற்கு அவன் செய்த குற்றம் எதுவும் காரணமாக அமைவதில்லை. அநீதிக்குப் பலியாகியோ, அவனைச் சார்ந்த மக்களால் குற்றமாகக் கருதப்படாத ஒரு செயலை மேற்கொண்டதன் விளைவாகவோ, அதிகாரிகளால் அவன் தண்டிக்கப்படுகிறான்.
2) தவறுகளைச் சரி செய்கிறான்.
3) வளம் படைத்தவர்களிடமிருந்து பொருளைப் பறித்து வறியவர்களுக்கு வழங்குகிறான்.
4) தற்காப்பிற்காகவோ, பழிவாங்குவதற்காகவோ அன்றி யாரையும் கொல்வதில்லை.
5) அவன் உயிரோடிருந்தால் தன் மக்களிடம் மதிப்புடைய குடிமகனாகவும், அதன் உறுப்பினன் ஆகவும் திரும்பி

வருகிறான். உண்மையில் அவன் தன் சமூகத்திடமிருந்து ஒருபோதும் விலகி நிற்பதில்லை.

6) அவனது சமூகத்தால் போற்றப்படுவதுடன் அச்சமூக மக்களின் உதவியும் ஆதரவும் அவனுக்குக் கிட்டுகிறது.

7) அவன் சார்ந்துள்ள சமூகத்தின் கண்ணியமான உறுப்பினர்கள் எவரும் அவனுக்கு எதிராக அதிகார வர்க்கத்திற்கு உதவி புரியமாட்டார்கள். இதன் காரணமாகப் பெரும்பாலும் நயவஞ்சகத்தின் மூலமாகவே அவன் கொல்லப்படுவான்.

8) கண்ணுக்குத் தெரியாதவனாகவும் யாராலும் ஊறு செய்ய முடியாதவனாகவும் அவனைக் கருதுவர்.

9) நீதியை விரும்பக்கூடிய அரசன் அல்லது பேரரசனுக்கு அவன் பகைவன் அல்லன். வட்டாரத்திலுள்ள நிலப் பிரபுக்கள், சமயக்குருக்கள் மற்றும் இதர சுரண்டல்காரர்களுக்கே அவன் விரோதியாக விளங்குவான்.

ஹாப்ஸ்பாமினுடைய இவ்வொன்பது வரையறைகளும் பெரும்பாலும் பொருந்திவரக்கூடிய ஒரு கொள்ளைக்காரன் செம்புலிங்கம் ஆவான். 'சமூகம் சார் கொள்ளையர்' (Social Bandits) என்ற அவரது வகைமைக்குள் அடங்குபவனாகவும் செம்புலிங்கம் காட்சியளிக்கிறான்.

20ஆவது நூற்றாண்டின் முதல் கால் பகுதியில் திருநெல்வேலி, கன்னியாகுமரி மாவட்டங்களில் மக்களால் பரபரப்பாகப் பேசப்பட்டு வாழ்ந்து மடிந்த செம்புலிங்கம் குறித்த வரலாறே 'சொக்கத்தங்கம் செம்புலிங்கம் - சமூகம் சார் கொள்ளையனின் சாகஸ வாழ்க்கை' என்ற தலைப்பில் பேராசிரியர் வெ. செந்திவேலு அவர்களால் எழுதப் பட்டு நூல் வடிவில் வந்துள்ளது. மக்களால் போற்றப்படும் தனி மனிதர்கள் குறித்த வரலாறுகளில் காலப் போக்கில் அதீதக் கற்பனைகள் கலந்துவிடுவது இயல்பான ஒன்று. இத்தகையோரைப் பற்றி வரலாறு எழுதும்போது வாய் மொழி வழக்காறுகளே முக்கியமான தரவுகளாக அமைகின்றன. இத்தரவுகளில் கலந்திருக்கும் புனைவுத் தன்மைகளை நீக்கிவிட்டால் ஓர் உண்மையான சித்திரம் கிடைக்கும். பேராசிரியர் வெ.செந்திவேலு இப்பணியைத் திறம்படச் செய்துள்ளார். இந்நூலின் 'அறிமுகம்' என்ற பகுதியின் இறுதியில் பொது மக்களும் போலீசாரும் கூறுவது போன்று செம்புலிங்கம் உண்மையிலேயே ஒரு திருடனா? கொள்ளைக் கூட்டத் தலைவனா? கொலைகாரனா? அல்லது அவன் மீது வீண்பழி சுமத்தி அவனைப்

போலீசார் தேடிக்கொண்டிருக்கிறார்களா? என்ற சந்தேகங்கள் மீனாட்சிநாத பிள்ளை என்பவரின் மனதில் 20ஆம் நூற்றாண்டின் தொடக்கத்தில் தோன்றியதாகக் குறிப்பிட்டு அச்சந்தேகங்களுக்கு விடைகாணும் வழி முறையாக இந்நூலை உருவாக்கியுள்ளார்.

செம்புலிங்கத்தின் இளமைப் பருவத்தையும் துரைவாப்பா, காசி என்னும் அவனது இரு நண்பர்கள் குறித்தும் அறிமுகப்படுத்தி விட்டு, குமரி மாவட்டம் கொட்டாரம் என்ற கிராமத்தில் நிகழ்ந்த கொள்ளையில் செம்புலிங்கம் ஈடுபட்ட காரணம், பின்னர் காவல் துறையிடம் சரணடைந்து, சிறையிலிருந்து தப்பி மேற்குத் தொடர்ச்சி மலைப்பகுதியில் மறைந்து வாழ்ந்தது, இக்கால கட்டத்தில் அவன் நிகழ்த்திய கொள்ளைகள், கொலைகள், ஏமி கார்மைக்கல் (காருண்யம் அம்மையார்) என்ற ஐரோப்பிய மிஷனரி அவனிடம் காட்டிய பரிவு, அவன் குழந்தைகள் மீது காட்டிய பாசம், இறுதியில் எதிரிகளால் அவனது தோழன் காசி சுட்டுக் கொல்லப்பட்டமை ஆகியன இந்நூலில் இடம்பெற்றுள்ள முக்கியச் செய்திகள். செம்புலிங்கம் காவல்துறை யினரால் சுட்டுக் கொல்லப்பட்டதாகவே இதுவரை நம்பப்பட்டு வந்தது. ஆனால் கள ஆய்வில் சேகரித்த செய்திகளின் அடிப்படையில் தன் கழுத்தைக் கத்தியால் தானே அறுத்துக்கொண்டு செம்புலிங்கம் இறந்து போனதாக ஆசிரியர் குறிப்பிடுவது புதிய செய்தி.

பிராங் ஹாட்டன் Frank Houghton ஆங்கிலத்தில் எழுதிய Amy Carmichael of Dohnavur *(1953)*, காவல்துறை ஆவணம் *(1925)* ஆகியன தவிர, இந்நூல் மிகப் பெரும்பாலும் கள ஆய்வில் சேகரித்த வாய் மொழித் தரவுகளையே முக்கியச் சான்றுகளாகக் கொண்டுள்ளது. இந் நூலைப் படித்து முடித்ததும் சில செய்திகளை விரிவாகக் கூறுவதைத் தவிர்த்து செம்புலிங்கத்தை மட்டுமே மையப்படுத்தி எழுதியிருந்தால் இந்நூல் சுருக்கமாக அமைந்திருக்கும் என்று தோன்றியது. ஆனால் யோசித்துப் பார்க்கையில் இந்நூலின் சிறப்பான இயல்பாக, இத் தன்மையைக் குறிப்பிடலாம் என்று தோன்றுகிறது. 1900ஆம் ஆண்டு தொடங்கி 1925ஆம் ஆண்டு முடிய உள்ள காலகட்டத்தில் திருநெல்வேலி மாவட்டத்தில் நிலவிய சமூக உறவுகள் தொடர்பான பல அரிய செய்திகள் இந்நூலில் செம்புலிங்கத்தின் வரலாற்றோடு இணைந்து பதிவாகியுள்ளன. இப்பதிவுகள் இந்நூலின் சிறப்பம்சம் என்று குறிப்பிடுவதில் தவறில்லை.

மருமக்கள் தாயமுறை, மக்கள் தாயமுறை இவை இரண்டிற்கும் இடையிலான முரண்பாடு குறித்த செய்திகள், 'மஹ்தவி' முஸ்லிம்கள்

பணகுடியில் நிலைபெற்ற வரலாறு, காவல்துறையின் சித்திரவதை முறைகள், ஆதிக்க ஜாதியினராக விளங்கிய பிராமணர்களும், வேளாளர்களும் செம்புலிங்கத்தை ஆதரித்ததற்கான உண்மையான காரணம், செம்புலிங்கத்தின் பெயரைச் சொல்லிப் பிறர் நிகழ்த்திய கொள்ளைகள், செம்புலிங்கத்தின் அனுதாபிகள் மீது போடப்பட்ட பொய் வழக்குகள் என்பன போன்ற பல செய்திகள் முக்கியச் சமூக வரலாற்றுத் தரவுகளாக அமைந்துள்ளன.

பெண்களுக்குச் சொத்துரிமை மறுக்கப்பட்ட நிலையில், தம் பெண் குழந்தைகளுக்குச் சொத்துக்களைக் கொடுக்க விரும்பியோர் அதன் பொருட்டு கிறித்தவ மதம் தழுவியதாக நூலாசிரியர் குறிப்பிடும் செய்தி, மத மாற்றத்திற்கான புதிய சமூகக் காரணம் ஒன்றை வெளிப்படுத்துகிறது. ஆண் பிள்ளைகளைப் பெறாமல் பெண் பிள்ளைகளைப் பெற்றெடுத்த ஒருவரின் ஆயுட்காலத்திற்குப் பின்னர் அவரது சொத்துக்கள் அவரது சகோதரர் பையன்களுக்குச் சேரும். சகோதரர் இல்லையென்றால் சகோதரர் உறவுடைய பங்காளியின் ஆண் பிள்ளைகளுக்குச் சேரும்.

இதனால் வளம் படைத்த ஒருவர் தம் சொத்துக்களைத் தான் பெற்றெடுத்த பெண் பிள்ளைகளுக்குத் தர முடியாது. தம் சொத்துக் களை இழப்பதைத் தவிர்க்கும் வழிமுறையாகக் கிறித்தவர்களாக மதம் மாறியுள்ளார்கள். ஏனெனில் கிறித்தவப் பெண்களுக்கு ஆண் பிள்ளையைப் போல் குடும்பச் சொத்தில் உரிமையுண்டு. போகிற போக்கில் என்பதுபோல் ஆசிரியர் கூறும் இச்செய்தி மிக முக்கியமான சமூக வரலாற்று உண்மையை வெளிப்படுத்தி நிற்கிறது.

தம் மீது திணிக்கப்பட்ட பண்பாட்டு அடையாள மறுப்புகளுக்கு எதிராக ஒடுக்கப்பட்ட சாதியினர் நிகழ்த்திய போராட்ட வடிவங்களை, நமது மரபுவழி வரலாற்று அறிஞர்கள் அவ்வளவாகக் கண்டுகொள்வ தில்லை. இந்நூலில் ஒரு வித்தியாசமான எதிர்க்குரலைக் காண்கிறோம். களக்காடு என்னும் ஊருக்கு அருகிலுள்ள, சாலை நயினார் பள்ளிவாசல் என்னும் ஊரைச் சேர்ந்தவர் ஸ்ரீ கிருஷ்ண பெருமாள் நாடார். இவர் சிங்கப்பூர், மலேசியா, இலங்கை போன்ற நாடுகளுக்குச் சென்று பொருளீட்டி வந்தவர். களக்காட்டில் இருந்து சேரன்மகாதேவி செல்வதற்காகப் பேருந்து ஒன்றில் ஏறி அமர்ந்தார். எட்டு அல்லது பதினாறு இருக்கைகள் கொண்டதாக அப்போதைய பேருந்துகள் விளங்கின. (இத்தகைய பேருந்து ஒன்றின் படத்தையும் நூலாசிரியர் வெளியிட்டுள்ளார்.) பேருந்தின் உரிமையாளரே ஓட்டுனராகவும்

இருப்பார். பணம் கொடுத்தாலும் எல்லாச் சாதியினரையும் பேருந்தில் ஏற்றிக்கொள்வதில்லை. 'பஞ்சமர்கள் பஸ்ஸில் ஏறக்கூடாது' என்று பயணச்சீட்டில் அச்சிட்ட கொடுமையும்கூட நிலவியது. இத்தகைய சமூகச் சூழலில் ஸ்ரீ கிருஷ்ண பெருமாள் நாடார் பேருந்தில் ஏறி அமர்ந்திருந்தார். அதன் உரிமையாளர் அவர் யார் என்பதை அறிந்த உடன் இறக்கி விட்டுவிட்டார். ஏனெனில் அப்போது நாடார் சமூகத்தினர் மீதும் தீண்டாமைக் கொடுமை சுமத்தப்பட்டிருந்தது. இறக்கி விடப்பட்ட ஸ்ரீ கிருஷ்ண பெருமாள் நாடார் அன்றே மதுரை சென்று பதினாறு இருக்கைகள் கொண்ட பேருந்து ஒன்றை வாங்கி வந்து களக்காடு - சேரன்மகாதேவி தடத்தில் அதை இயக்கத் தொடங்கினார்.

இச்செய்தி, சாதிய ஆதிக்கத்திற்கு எதிரான போராட்டத்தின் ஒரு புதிய வடிவத்தை நமக்கு அறிமுகப்படுத்துகிறது.

இதுபோன்று நூலின் மையச் செய்தியான செம்புலிங்கத்தின் வரலாற்றை விட்டு விலகி ஆங்காங்கே ஆசிரியர் குறிப்பிடும் செய்திகள் செம்புலிங்கம் வாழ்ந்த காலத்தியச் சமூக நிலையினை நமக்கு உணர்த்துவதுடன் நம்மை அக்காலச் சூழலுக்கே அழைத்துச் சென்று விடுகின்றன. அத்துடன் திருநெல்வேலி மாவட்டத்தின் சமூக வரலாற்றையும், அடித்தள மக்களின் வாழ்க்கை நிலையையும் அறிய உதவும் ஆவணமாகவும் விளங்குகின்றன.

செம்புலிங்கத்தை மையமாகக்கொண்டு எழுதப்பட்ட இந்நூல் மிகுந்த எச்சரிக்கை உணர்வுடன் எழுதப்பட்டுள்ளமை குறிப்பிட வேண்டிய ஒன்றாகும். செம்புலிங்கம் மீதான ஆசிரியரின் அணுகு முறை அனுதாப உணர்வுடன் கூடியது. ஆனால் அவனை ஒரு புரட்சியாளனாகவோ கிளர்ச்சியாளனாகவோ, ஆசிரியர் அறிமுகப் படுத்தவில்லை. அவனது பலம் - பலவீனம் என்ற இரண்டையுமே நடுநிலையுடன் பதிவுசெய்துள்ளார்.

மேலும் சமூகச் சட்டங்களை, குறிப்பாகக் கொல்லாமை, திருடாமை போன்றவற்றை மீறுவதன் காரணமாக மட்டும் ஒருவன் வீரனாகிவிட முடியாது. ஆனால் இன்று ஊடகங்கள் இத்தகைய மரபு மீறுவோரை நம் காலத்து நாயகர்களாக வெளிச்சமிட்டுக் காட்டு கின்றன. அண்மைக்கால எடுத்துக்காட்டு சந்தனக்கடத்தல் வீரப்பன். அதே நேரத்தில் வீரப்பனைத் தேடுகிறோம் என்ற பெயரில் மலைப் பகுதியில் வாழ்ந்த பழங்குடிகளின் மீதும் கிராமப்புறக் குடியானவர்கள் மீதும் ஏவப்பட்ட 'அரசு வன்முறை' குறித்து வெகுசன ஊடகங்கள் மவுனம் சாதித்தன. பாலமுருகன் எழுதிய 'சோளகர் தொட்டி' என்ற

நாவல்தான் அரசு வன்முறை குறித்த வரலாற்று ஆவணமாக விளங்குகிறது. விற்பனையதிகரிப்புக்கு உதவும் என்ற நோக்கில் கூலிப்படைத் தலைவர்களை மையமாகக்கொண்டு பரபரப்பான தொடர்கள் வெளிவருகின்றன. சராசரிக் கொள்ளையனுக்கும், சமூகம் சார் கொள்ளையனுக்கும் இடையிலான வேறுபாடுகளை இவர்கள் புரிந்து கொள்வதில்லை.

இத்தகைய தமிழ்ச் சூழலில் இந்நூலாசிரியர் ஒரு சமூகம் சார் கொள்ளையனின் தோற்றம், வளர்ச்சி, வீழ்ச்சி என்ற மூன்றையும் உணர்ச்சி வயப்படாமல் ஒரு சமூக விஞ்ஞானியின் கண்ணோட்டத்தில், தாம் முயன்று சேகரித்த வாய்மொழித் தரவுகளின் அடிப்படையில் நூலாக்கியுள்ளார்.

பண்டையக் கலகக்காரர்கள் குறித்த ஹாப்ஸ்பாமின் கூற்று தமிழ்நாட்டின் சமூகம் சார் கொள்ளையர்களுக்கும் பொருந்தும். தத்துவார்த்தத் தெளிவில்லாமல் நிகழ்த்தப்பட்டன என்ற ஒரு வரையறையை மட்டுமே வைத்துக்கொண்டு வரலாற்றில் இருந்து சமூகம் சார் கொள்ளையரை முற்றிலும் புறந்தள்ளிவிட முடியாது. ஒருவகையில் பார்த்தால் படையெடுப்பு என்ற பெயரால் கொள்ளைகளை நிகழ்த்திய முடிதரித்த மன்னர்களைவிட இவர்கள் மேலானவர்கள். ஆனால் வரலாற்றில் அவர்களுக்குப் பல பக்கங்களை ஒதுக்கியவர்கள் சமூகம் சார் கொள்ளையரை முற்றிலும் புறக்கணித்துவிடுகின்றனர், அல்லது சிறுமைப்படுத்திவிடுகின்றனர். இத்தகைய நிலையில் 'சொக்கத்தங்கம் செம்புலிங்கம் - சமூகம் சார் கொள்ளையனின் சாகஸ வாழ்க்கை' என்ற இந்நூல் வெளிவருவது பாராட்டுதலுக்குரிய ஒன்று.

சொக்கத்தங்கம் செம்புலிங்கம்,

வெ.செந்திவேலு,

காலச்சுவடு, நாகர்கோவில்

தமிழ்ச் சமூகப் பெண்களின் வாழ்வியல்

சமூகம் என்ற நிறுவனத்தின் ஓர் அடிப்படை அலகு குடும்பம். ஒரு மனிதனின் வாழ்வில் 'புரிதல்' என்பது குடும்பத்திலிருந்துதான் தொடங்குகிறது. தாய்மொழி, அன்றாடப் பழக்க வழக்கங்கள் ஆகியவற்றைக் கற்றுக்கொடுக்கும் தொடக்க நிலைக் கல்விக் கூடமாக அமையும் குடும்பமானது, ஒரு தனிமனிதனுக்குச் சமூக அடையாளத்தை வழங்குகிறது. இக்காரணங்களால்தான் சமூகவியல் - நாட்டார் வழக்காற்றியல் - இனவரைவியல் - பண்பாட்டு மானுடவியல் துறையினர் தம் ஆய்வுக்கான முக்கிய களங்களுள் ஒன்றாகக் குடும்பத்தையும் கொண்டுள்ளனர். ஒரு குடும்பமானது பல வழக்காறுகளையும், வரலாற்றையும் தன்னுள் அடக்கியது. இவற்றுள் சில வெளிப்படையாகக் கூறக் கூடியதாகவும், சில குடும்ப உறுப்பினர் களுக்குள் மட்டுமே பரிமாறிக் கொள்வதாகவும் அமையும். ஒரு குடும்பத்தினுள் வழங்கும் வழக்காறுகளைக் குடும்ப நாட்டார் வழக்காறு (Family Folklore) என்று நாட்டார் வழக்காற்றியலார் பகுப்பர். ஒரு குடும்பத்தினரின் உணவு தயாரிக்கும் முறை - குடும்ப மற்றும் குல தெய்வ வழிபாடு - முன்னோர்கள் குறித்த செய்திகள் - உடற் கோளாறுகளுக்கு அவர்கள் பாரம்பரியமாகப் பயன்படுத்தும் வீட்டு மருத்துவம் - குடும்ப உறுப்பினர்களுக்குப் பெயரிடும் முறை - அக்குடும்பம் வேறு பகுதியிலிருந்து இடம்பெயர்ந்து வந்திருப்பின் அது தொடர்பான செய்திகள் - மதம் மாறியிருந்தால், மதம் மாறியதற்கான உண்மைக் காரணம் - மேற்கொள்ளும் நோன்புகள், சமய விழாக்கள் மற்றும் நோன்புகளை வீட்டில் கொண்டாடும் முறை, அவற்றை ஒட்டித் தயாரிக்கும் சிறப்பு உணவு வகை என்பனவெல்லாம் குடும்ப நாட்டார் வழக்காற்றில் அடங்கும்.

எனவே, ஒவ்வொரு குடும்பத்தின் நாட்டார் வழக்காறுகளையும் முறையாகத் தொகுத்தால் அவை ஒரு குறிப்பிட்ட வட்டாரத்தின் அல்லது சாதியின் சமூக வரலாற்றுக்கான அடிப்படைத் தரவுகளாக அமையும். குடும்பப் புகைப்படத் தொகுப்புகளும், சுவரில் மாட்டப் பட்டிருக்கும் மூதாதையரின் படங்களும்கூடச் சமூக வரலாற்று ஆவணமாக அமையலாம். அப்புகைப்படங்களில் இருப்போர் அணிந்துள்ள ஆடை அணிகலன்கள் ஒரு குறிப்பிட்ட காலத்திய ஆடை அணியும் முறையையும், அணிகலன்களின் அமைப்பையும்

எடுத்துரைக்கும் ஆவணமாக அமைகின்றன. இன்று பெரும்பாலும் மறைந்துவிட்ட 'பாம்படம்', 'வங்கி', 'அட்டிகை' முதலான அணிகலன்களை இனி குடும்பங்களில் உள்ள புகைப்படங்களின் வாயிலாகவே அறிந்துகொள்ள முடியும் போலிருக்கிறது. திருநெல்வேலிச் சீமையின் பழைய குடும்பப் புகைப்படங்களில் கணவன் நாற்காலியில் அமர்ந்திருக்க மனைவி அருகில் நிற்கும் நிலையைத்தான் பெரும் பாலும் காண முடியும். கணவனும் மனைவியும் சமமாக நிற்கும் முறையிலோ, மனைவி அமர்ந்திருக்கக் கணவன் நிற்கும் முறையிலோ எடுக்கப்பட்ட புகைப்படங்கள் அரிதாகவே இருக்கும். இதற்கான காரணம் வெளிப்படையானது. உறவினர் வீட்டுச் சுவரில் மாட்டி யிருந்த பழைய புகைப்படங்களைப் பார்த்துக்கொண்டிருந்தபோது பெண்கள் பின்கொசுவம் வைத்துக் கட்டியிருந்தது கண்ணில் பட்டது. அருகில் நின்றவரிடம் இதைச் சுட்டிக் காட்டியபோது, அவ்வீட்டில் இருந்த பாட்டி குறுக்கிட்டு அப்போதெல்லாம் தாசிகள்தான் முன் கொசுவம் வைத்துக் கட்டுவார்கள். குடும்பப் பெண்கள் பின் கொசுவம் வைத்துக் கட்டுவதுதான் வழக்கமென்றார். அவரிடம் தொடர்ந்து உரையாடியபோது, பின் கொசுவம் வைத்துக் கட்டுவதிலும் ஒடுக்கப் பட்ட மக்களுக்கும், ஆதிக்க சாதியினருக்கும் இடையில் வேறுபாடு இருந்தது என்பதும் தெரிய வந்தது. ஒடுக்கப்பட்ட மக்கள் பின் கொசுவத்தைத் தொங்கும்படியும், ஆதிக்கச் சாதியினர் பின்கொசுவம் தொங்காமலும் கட்டியிருப்பார்களாம்.

இவ்வாறு மிகச் சிறிய செய்திகள்கூடச் சமூக வரலாற்றை வெளிப்படுத்துவனவாக உள்ளன. தமிழ்நாட்டைப் பொறுத்தளவில் வரலாறு என்பது ஆட்சியாளர்களின் வரலாறு என்ற நிலையை இன்னும் தாண்டவில்லை. எனவே, பெரும்பாலும் ஆட்சியாளர்களால் உருவாக்கப்பட்ட அல்லது அவர்களை மையமாகக் கொண்டு உருவான கல்வெட்டுகள், செப்புப் பட்டயங்கள், இலக்கியங்கள், நாணயங்கள், கட்டிடங்கள் ஆகியன மட்டுமே வரலாற்றுத் தரவுகளாகக் கொள்ளப்படுகின்றன. பண்டைய கால வரலாறு என்றால் தொல்லியல் ஆய்வுகளும் சான்றுகளாகின்றன. ஆனால், ஒரு சமூகத்தின் முழுமையான வரலாறு மேற்கூறிய சான்றுகளுக்குள் மட்டுமே அடங்கிவிடுவதில்லை. குடும்ப வழக்காறுகளையும் அவற்றை உள்ளடக்கிய நாட்டார் வழக்காற்றையும் தரவுகளாகக் கொள்ளும் விரிந்த பார்வை உருவானால்தான் தமிழ்ச் சமூகத்தின் உண்மையான வரலாற்றை நாம் எழுத முடியும்.

இந்த வகையில் குடும்ப நாட்டார் வழக்காற்றின் ஓர் அங்கமான குடும்ப வரலாறு மிகவும் முக்கியமானது. வாழ்க்கை வரலாறுகள் முறையாக எழுதப்படாத தமிழ்நாட்டில் குடும்ப வரலாறு குறித்துச் சொல்ல வேண்டியதில்லை. நானறிந்த வரையில் 'சவரிராயப் பிள்ளை வம்ச வரலாறு' (1899) 'சவரிராயப் பிள்ளை சரித்திரம்' (1930) ஆகிய இரண்டு நூல்களும், பதினேழாம் நூற்றாண்டின் இறுதிப் பகுதியிலிருந்து 19ஆம் நூற்றாண்டின் கால்பகுதி வரையிலான திருநெல்வேலிச் சீமையின் கிராமப்புறக் குடும்ப நிலைகளையும், கிறித்தவர்களின் வாழ்வியலையும் மிக அழுத்தமாகப் பதிவு செய்துள்ளன. இவ்விரு நூல்களைப் போன்று வேறு குடும்ப வரலாறுகள் எவையும் வெளி வந்துள்ளனவா என்பது தெரியவில்லை. ஒருவேளை பிரிட்டிஷ் அருங்காட்சியக நூலகத்திலோ சென்னை ஆவணக் காப்பகத்திலோ குடும்ப வரலாற்று நூல் பேழைகளில் ஒன்றிரண்டு பாதுகாப்பாக இருக்கலாம்.

அழகிய நாயகி அம்மாள் அவர்கள் எழுதியுள்ள 'கவலை' என்ற இந்நூல் மேற்கூறிய இரு நூல்களைப் போன்று சமூக வரலாற்று ஆவணமாக விளங்குகிறது. அத்துடன் வேறுசில தனித்துவமான சிறப்பியல்புகளையும் கொண்டுள்ளது.

குடும்பம் என்ற நிறுவனத்தைச் சமூகவியலாளர்கள் 'ஒரு தாரக் குடும்பம்', 'பல தாரக் குடும்பம்', 'தந்தை வழிக் குடும்பம்', 'தாய் வழிக் குடும்பம்' என்றெல்லாம் பகுப்பர். ஆனால், நம் நாட்டில் பெண்களைப் பொறுத்தளவில் 'திருமணத்திற்கு முன் பிறந்தகம்', 'திருமணத்திற்குப் பின் புக்ககம்' என இரண்டு குடும்ப வாழ்க்கை அனுபவங்களைப் பெற வேண்டியுள்ளது. இதன் காரணமாக ஒரு தமிழ்ப் பெண்ணின் குடும்ப வரலாறு என்பது இரண்டு மாறுபட்ட குடும்பங்களின் வரலாற்றை உள்ளடக்கியதாக அமையும். அழகிய நாயகி அம்மாள் அவர்கள் எழுதியுள்ள இந்நூலும் இருவேறு குடும்பங்களின் வரலாற்றைக் கூறுகிறது.

இந்நூலை 1976 ஜூன் மாதத்தில் எழுதத் தொடங்கி 1977 மே மாதம் இறுதியில் எழுதி முடித்ததாக ஆசிரியர் குறிப்பிட்டுள்ளார். இந்நூலை எழுதி முடிக்கும்போது ஆசிரியருக்கு வயது 62. புராணக் கதைக் காலத்திலிருந்து தொடங்கி 1970களின் நடுப்பகுதி வரை உள்ள கால இடைவெளியில் இந்நூலின் நிகழ்ச்சிகள் கூறப்படுகின்றன.

பாற்கடல் கடைந்தபோது உருவான காலகூட விஷத்தினால் பத்திரகாளி உருவாகி, புட்டாபுரம் என்ற ஊரில் கோட்டை கட்டி

வாழ்ந்து வருகிறாள். ஏழு கன்னிமார் பெற்றெடுத்த ஏழு பிள்ளைகளை அவள் வளர்த்துவர, மகாவிஷ்ணு அப்பிள்ளைகளுக்குச் சாணார் - நாடார் சான்றோர் என்று பெயரிடுகிறார். பத்திரகாளி மக்களாக ஏழு பிள்ளைகளும் வளர்ந்து பத்திரகாளியின் பால் என்று சொல்லப்படும் பதனீர் உண்டு பிழைக்கின்றனர். பத்திரகாளி கற்றுக்கொடுத்த பதனீர் இறக்கும் தொழிலுடன் மட்டுமின்றி படைவீரராகவும் படைத் தலைவர்களாகவும் அரசர்களாகவும் வாழத் தலைப்படுகின்றனர். புட்டாபுரம் மன்னர்களுள் ஒருவராகிய சிதம்பரச் சிர்வான் குமரி மாவட்டம், மணவாளக்குறிச்சிப் பகுதியில் குடியேறுகிறார். இவ்வாறு தம் சாதியின் தோற்றங்குறித்த புராணக்கதையுடன் தம் குடும்ப வரலாற்றை நூலாசிரியர் எழுதத் தொடங்குகிறார்.

மணவாளக்குறிச்சியில் சிதம்பரச் சிர்வானின் பேரன் பரதேசி நாடாரின் மூத்த மகன் ஈத்தாமொழியில் குடியேறுகிறார். இவர்தான் நூலாசிரியரது முன்னோர். இம்மரபில் வந்த மேலவீட்டு இளைய நாடானின் முதல் மனைவி ஓர் ஆண் குழந்தையையும் இரண்டு பெண் குழந்தைகளையும் விட்டுவிட்டு இறந்துபோக, அவர் தம் மாமியாருடனும் தம் மூன்று குழந்தைகளுடனும் வாழ்ந்து வருகிறார். இவரது மூத்த பெண்தான் நூலாசிரியரான அழகிய நாயகி அம்மாள். நூலாசிரியருக்குத் திருமணமாகி ஐந்து குழந்தைகளைப் பெற்றெடுத்து அவற்றில் நான்கு குழந்தைகளைச் சாகக்கொடுத்து எஞ்சிய சபாபதி என்ற பையனைப் படிக்கவைத்து அவனுக்குத் திருமணம் செய்வித்தது வரையிலான நிகழ்ச்சிகளை இந்நூலில் எடுத்துரைக்கிறார். ஆயினும் நூலாசிரியாக குடும்பத்து வரலாறாக மட்டுமின்றி பல்வேறு குடும்பத்தினரின் வாழ்வும் வரலாறும் இந்நூலில் இடம்பெற்றுள்ளன.

1. ஒரு பெண்ணின் மனப்பதிவு
2. இனவரைவியல் மற்றும் நாட்டார் வழக்காற்றுத் தரவுகள்
3. ஒரு குறிப்பிட்ட பகுதியின் சமூக வரலாறு குறித்த தரவுகள்

ஆகியன இந்நூலில் பரவலாக இடம்பெற்றுள்ளன. இவை மூன்றும் இந்நூலின் சிறப்பியல்புகளாக அமைந்து இந்நூலுக்குச் சமூக ஆவண மதிப்பை அளிக்கின்றன. எனவே, இம்மூன்று செய்திகளைக் குறித்தும் சுருக்கமாக அறிமுகப்படுத்துவது அவசியமாகிறது.

நம் சமூக அமைப்பில் பெண்கள் முதன்மையானவர்களாகவோ, மேலாண்மை செலுத்தக் கூடியவர்களாகவோ இல்லாமையாலும், ஆணை மையமாகக் கொண்ட சித்தாந்தம் மற்றும் அணுகுமுறையைக் கொண்டமையாலும், நமது மரபுவழி வரலாற்று நூல்களில் பெண்களின்

வாழ்வியல் புறக்கணிப்புக்கு உள்ளாகியுள்ளது. இன்று வரலாற்று முறையியல் தொடர்பான நவீன சிந்தனைகளுள் ‘அடித்தளத்திலிருந்து வரலாறு’ என்பதும் ஒன்றாகும். இந்த அணுகுமுறையில் பெண்களின் வாழ்வியலை மையமாகக் கொண்டு எழுதப்படும் பெண்களின் வரலாற்றுக்கு முக்கிய இடமுண்டு. பெண்களுடைய வரலாறென்று சொல்லும்போது தமிழ்நாட்டைப் பொறுத்தளவில் கல்வி, மறுமணம், வேலை வாய்ப்பு போன்ற உரிமைகளைப் பெண்கள் பெற்ற வரலாறு என்று குறுக்கிவிடக் கூடாது. ஏனெனில், இவையனைத்தும் அடித்தள மக்கள் பிரிவுகளைச் சார்ந்த தமிழ்ப் பெண்களை அதிகம் பாதிக்காதவை. அடித்தளப் பிரிவைச் சார்ந்த ஆண்களுக்கும் கல்வி மறுக்கப்பட்ட சூழ்நிலையில், அடித்தளப் பிரிவின் பெண்களுக்குக் கல்வி கிட்ட நீண்ட காலம் பிடித்தது. ஆனால், விதவைக் கொடுமையின்மை, மணவிலக்குச் செய்யும் உரிமை, மறுமணம் செய்யும் உரிமை ஆகியன இப்பெண்கள் ஏற்கனவே பெற்றிருந்த உரிமைகள்தாம். உடலுழைப்பிலிருந்து அன்னியப் படாதவர்களாகவே இப்பெண்கள் இருந்துள்ளனர்.

எனவே பெண்களுடைய வரலாறு என்று கூறும்போது அது அடித்தள மக்கள் பிரிவைச் சார்ந்த பெண்களின் வரலாறா அல்லது மேட்டிமைக் குடிப் பெண்களின் வரலாறா என்பதைத் தெளிவுபடுத்திக் கொள்ள வேண்டும். இந்த அடிப்படையில் பார்த்தால் பொருளியல் அடிப்படையில் சற்று மேல் நிலையிலும் சாதிய அடுக்கில் நான்காவது நிலையிலும் இருந்த ஒரு குடும்பத்துப் பெண்ணின் வாழ்க்கை அனுபவங்களே இந்நூலில் பதிவாகியுள்ளன. இந்நூலாசிரியர் ஒரு பெண் என்ற நிலையில் அவர் அனுபவித்த மற்றும் அவரைப் பாதித்த பல்வேறு நிகழ்ச்சிகளின் மனப்பதிவுகளுக்கு இங்கு வரிவடிவம் கொடுத்துள்ளார். நூலின் பெயர் குறித்து “என் வாழ்க்கை பூராவுமே கவலையுங் கஷ்டமும் கண்ணீருமாகக் கழிந்ததினால் இந்தக் கதை களுக்குக் கவலை என்ற பெயரை வச்சி எழுதினேன். வாழ்க்கையே இருளாய் வெளிச்சமென்பதே இல்லாததாய் நானும் கவலையால் மூடப்பட்டவளானேன். ஆகையால் இந்தக் கதைக்கும் ‘கவலை’ என்று பெயர் கொடுத்து எழுதுகிறேன். இது எங்கள் குடும்ப வரலாறு’ என்று குறிப்பிடும் நூலாசிரியர்,

> “இந்தக் கதை, வார்த்தைகள் அமைப்பில்லாமல் இருந்தாலும் நடந்த நடைமுறைகளை ஒரு வார்த்தையும் வித்தியாசமில்லாமல், கண்ணால் கண்டதும் காதால் கேட்டதும் கூட இருந்து அனுபவித்ததும் தவிர, வித்தியாசமாய், இல்லாததை

உண்டென்றும் உள்ளதை இல்லையென்றும் சொல்லாமல், உண்மையாக நிச்சயமாக சத்தியமாக எழுதியிருக்கிறேன்."
என்று இந்நூலின் உண்மைத் தன்மையை எடுத்துரைக்கிறார்.

இவ்வாறு ஆசிரியர் குறிப்பிடுவது உண்மையென்பதை இந்நூலைப் படித்து முடித்ததும் உணரலாம்.

நூலாசிரியர் கல்வி கற்றது, முத்துப்பட்டன் கதைப் புத்தகம் விலைக்கு வாங்கிப் படித்ததைக் கண்ட அவர் தந்தை திட்டிய திட்டுகள், கூட்டுக் குடும்ப வாழ்க்கையில் ஒரு பெண் எதிர்கொள்ளும் அவலங்கள், பெற்ற குழந்தைகளைச் சாகக் கொடுத்த ஒரு பெண்ணின் துயரம், ஆணாதிக்கக் கொடுமைகள் எனப் பல்வேறு செய்திகள் இந்நூலில் இடம் பெற்றுள்ளன. பெண்களை இழிவுபடுத்தும் பல்வேறு பழமொழிகளும், சொலவடைகளும் இந்நூலில் இடம்பெற்றுள்ளன. எடுத்துக்காட்டாக ஒரு சொலவடை: 'வய்க்கப் படப்புக்கு ரெண்டு பொட்ட எருமையும் வாழுற வீட்டுக்கு ரெண்டு பொட்டப் பிள்ளையும்.' தன் தந்தை தங்கநகைகள் வாங்கிவந்து தனக்குப் பூட்டியதை ஆசிரியர் இவ்வாறு குறிப்பிடுகிறார். "விலை கொடுக்கும் மாட்டுக்கு கயிறு மாற்றிக் கொடுக்கப் போடும் பூட்டாங்கயிறு போல, இந்த அட்டியலை அவரே என் கழுத்தில் பூட்டினார். கொலுசை சித்தி கையில் கொடுத்து என் காலில் போடச் சொன்னார். விலங்கு போடுவது போல என் காலில் போட்டார்கள்."

தன் தங்கை வயதுக்கு வந்த நட்சத்திரம் நல்ல நட்சத்திரம் என்று உறவுக்காரப் பெண் கூறியதும் ஆசிரியர் தம் உள்ளத்தில் ஏற்பட்ட பிரதிபலிப்பை இவ்வாறு குறிப்பிடுகிறார்: 'சித்திரவதை செய்து சிறைச்சாலையில் அடைக்கும் நாளென்று அவர்களுக்குத் தெரியவில்லை.'

பாலியல் நடத்தை விதிகளை மீறியமைக்காகப் பெண்களுக்கு விதிக்கப்பட்ட கொடூரமான தண்டனைகளாக இந்நூலாசிரியர் கூறும் செய்திகள்: "அந்தக் காலத்தில் வீட்டில் பக்குவமடைந்து வீட்டிலாகி இருக்கும் பெண்களும், புருசனை இழந்த பெண்களும் குற்றப்பட்டவர்கள் என்று கண்டால் அவர்களை நடைவிளக்கெரித்து சுட்டுவிடுவார்கள். சிலரை வெளிக்குத் தெரியாமல் வெட்டிக்கொன்று சுட்டுப்போடுவார்கள். சிலரை சொந்த ஊரைவிட்டு துப்புத் தெரியாமல் வெளி ஊருக்கு அனுப்பிவிடுவார்கள்."

இரண்டாவதாக, இனவரைவியல் மற்றும் நாட்டார் வழக்காற்றியல் தரவுகளை இந்நூல் மிகுதியாகக் கொண்டுள்ளது குறிப்பிடத்தக்கதாகும்.

இந்நூலில் இதுவரை அச்சில் வராத சில குமரி மாவட்டப் பழமொழிகளும் பழமரபுக் கதைகளும் இடம்பெற்றுள்ளன. அந்த வட்டாரத்துக்கேயுரிய பேச்சு மொழியும், வட்டார விளையாட்டுகளும் அணிகலன்களும், நாட்டார் மருத்துவ முறைகளும் இடம் பெற்றுள்ளன.

குடும்ப வரலாறென்பது குடும்பம் என்ற எல்லைக்குள் மட்டும் நின்றுவிடுவதில்லை. குடும்ப உறுப்பினர்களின் சமூக வாழ்வில் ஏற்பட்ட பல்வேறு அனுபவங்களையும் நிகழ்ச்சிகளையும் உள்ளடக்கியதுதான். ஆனால் இவற்றை நேரடியாகப் பெற்ற ஒருவரோ, அவரிடமிருந்து கேட்டறிந்த குடும்ப உறுப்பினரோ அவற்றை எழுத்து வடிவில் பதிவு செய்வதில்லை. எனவே பல அரிய செய்திகள் ஆவணமாக மாறாது காலப்போக்கில் மறைந்துவிடுகின்றன. துணுக்கு நிகழ்ச்சிகள் கூட வரலாற்றுத் தரவுகளாக மாறும் தன்மையன. உ.வே.சாமிநாதய்யர் தாம் கேட்டறிந்த மற்றும் கண்டறிந்த பல்வேறு துணுக்கு நிகழ்ச்சிகளைத் தம் நூல்களில் பதிவு செய்துள்ளார். 19ஆம் நூற்றாண்டின் இறுதிப் பகுதியில் நிலவிய தமிழ்க் கல்வி முறை - புலவர், புரவலர் உறவுமுறை 19-ஆம் நூற்றாண்டின் இறுதியிலும் 20ஆம் நூற்றாண்டின் கால் பகுதியிலும் தமிழிலக்கியங்கள் அச்சு வடிவம் பெற்றமை தொடர்பான செய்திகளை அறிந்துகொள்ள அவரது நூல்களில் இடம்பெற்றுள்ள துணுக்குச் செய்திகள் பெரிதும் உதவுகின்றன. ஆ.இரா.வேங்கடாசலபதி, ஜவகர்லால் நேரு பல்கலைக்கழக வரலாற்றுத் துறையில் '19ஆம் நூற்றாண்டின் இறுதிப் பகுதியிலும் 20ஆம் நூற்றாண்டின் முற்பகுதியிலும் தமிழ் வெளியீடு குறித்த சமூக வரலாறு' என்ற தலைப்பில் நிகழ்த்திய டாக்டர் பட்ட ஆய்வுக்கு சாமிநாதய்யரின் நூல்களில் இடம்பெற்றுள்ள துணுக்குச் செய்திகள் பெருமளவு துணைபுரிந்துள்ளன. எனவே, முறையாகப் பதிவு செய்யப்பட்ட துணுக்குச் செய்திகளுக்கும் ஆவண மதிப்புண்டு. ஆனால் நாம் துணுக்குச் செய்திகளைப் பதிவு செய்வதில்லை. இந்நூலில் பல்வேறு துணுக்குச் செய்திகள் இடம்பெற்றுள்ளன. குமரி மாவட்டத்தின் சமூகப் பண்பாட்டு வரலாற்றுக்கு இவை பெரிதும் துணைபுரியும்.

சமயங்களுக்கிடையே முரண்பாடு முற்றியுள்ள ஒரு மாவட்டமாகக் குமரி மாவட்டம் இன்று காட்சியளிக்கிறது. ஆனால், இதற்கு நேர்மாறான நிலை முன்னர் நிலவியதை, "சாய்புமார் குடி இருக்க இடமும் கொடுத்து, கோவிலாகிய பள்ளியும் கட்டிக்கொடுத்து, எல்லோரிடமும் சினேகமாய் நடந்து வந்தார்கள். பள்ளியில் திருவிழா நடக்கும்போது சந்தனக்குடம் என்று ஒரு வாகனம் எடுத்து, தெரு

வழியே ஈத்தாமொழியில் இருந்த கலைஞர்கள் வீடு வரையும் கொண்டு போய், சர்க்கஸ் விளையாட்டுகள் விளையாடுவார்கள். முண்டு கொடுப்பார்கள். கோவிலாகிய பள்ளியிலிருந்து சந்தனம், பூ, நெய்ச்சோறு, பழம் முதலிய வரிசைகள் கொடுத்து அனுப்புவார்கள். பள்ளித் திருவிழாவிற்கு எங்கள் குடும்பத்தார் வரியும் கொடுப்பார்கள். திருவிழா முடிந்தவுடன் பள்ளிச் சோறும் வரிப்பங்கும் ஒவ்வொரு வீட்டிற்கும் கொடுத்தனுப்புவார்கள். இப்போதும் இம்முறையில் நடந்து வருகிறது... கிறிஸ்தவர்களுக்கும் பூமியும் கொடுத்து, கோவிலும் கட்டிக்கொடுத்து, மிசனைச் சேர்ந்த வீடும் கட்டிக் கொடுத்ததாகவும் சொல்லுவார்கள்" என்று ஆசிரியர் குறிப்பிடுகிறார்.

தன் வரலாறாகவும், பெண்ணை மையமாகக் கொண்ட குடும்ப வரலாறாகவும் ஒரு நாவலைப் போல் அமைந்த இந்நூல் பன்முகத் தன்மையிலான அறிவுசார் பயன்பாடுகளைக் கொண்டுள்ளது. இந்நூலில் இடம்பெற்றுள்ள கதைத் தன்மையின் அடிப்படையில் இந்நூலைத் தன் வரலாற்று நாவலாகத் தற்கால இலக்கியவாதிகள் அணுகலாம். இந்நூலில் இடம்பெற்றுள்ள பழமொழிகள், சொலவடைகள், வட்டார வழக்குகள், வாய்மொழிக் கதைகள் போன்ற வழக்காறுகளை நாட்டார் வழக்காற்றியலர்கள் தொகுத்தாராயலாம். குமரி மாவட்டத்தின் சமூக வரலாற்றை எழுத உதவும் பல தரவுகளைச் சமூக வரலாற்றியலர்கள் இந்நூலிலிருந்து தொகுக்கலாம். ஒரு குறிப்பிட்ட காலத்திய சமூகத்தில் நிலவிய பெண்களின் வாழ்வியலை வெளிப்படுத்தும் பெண்ணிய நோக்கிலமைந்த நூலாகப் பெண்ணியலாளர்கள் காணலாம்.

வெற்றுப் பகட்டும் சொற்சிலம்பாட்டங்களுமின்றி வாசிப்புத் தன்மையுடன் குமரி மாவட்டத்தின் பழையாற்று வெள்ளம்போல் தங்குதடையின்றி இந்நூல் செல்கிறது. இதில் இடம்பெறும் மாந்தர் களுக்கிடையே நிகழும் உரையாடல்களின் மொழி மட்டும் எளிதில் எல்லோருக்கும் புரிந்துகொள்ள முடியாதவாறு அமைந்துள்ளது.

இந்நூலைப் படித்து முடித்தவுடன் நம் உள்ளத்தில் எழும் கேள்வி, தனக்கு ஏற்பட்ட அவலங்களை நூலாசிரியர் எவ்வாறு எதிர்கொண்டார் என்பதுதான். இதற்கான விடை, இந்நூலாசிரியரால் ஆங்காங்கே குறிப்பிடப்பட்டுள்ளது. 'விதி' குறித்த அவரது கண்ணோட்டந்தான் அத்தனை துயரங்களையும் சகித்துக்கொள்ளக் காரணமாக அமைந்துள்ளது. இது அவருக்கு மட்டுமல்ல. பெரும்பாலான தமிழ்ப் பெண்களுக்கும் விதிக் கோட்பாடு அபினைப் போல துயரங்களைச் சகித்துக்கொள்ளப் பயன்படுகிறது.

இப்போதுதான் நூலாசிரியரின் மகனைக் குறித்து நினைவு வருகிறது. இந்நூலாசிரியர் குறிப்பிடும் சபாபதி என்ற ஸ்ரீகண்டேஸ்வர பக்தவத்சலன் வேறு யாருமில்லை. நாடறிந்த நாவலாசிரியர் பொன்னீலன் தான்.

பொன்னீலனது படைப்பாற்றலின் ஊற்றுக் கண்களுள் ஒன்றாக அவரது தாயும் இடம்பெற்றுள்ளார் என்பதை இந்நூலைப் படித்து முடித்தவுடன் உணர முடிகிறது. தன் தாயின் எழுத்தாற்றலையும் அதன் வாயிலாக வெளிப்படும் பல அற்புதமான செய்திகளையும் நாம் அறிந்து கொள்ளும் வகையில் இந்நூலை வெளியிட அவர் மேற்கொண்ட முயற்சி பாராட்டுதற்குரியது.

தாலாட்டு, ஒப்பாரி, கதைகள், பழமொழிகள்தாம் நாட்டார் வழக்காறு என்ற வட்டத்தைத் தாண்டி இதுபோன்ற குடும்ப வழக்காறும் நாட்டார் வழக்காற்றுக்குள் அடங்கும் என்பதை உணர்த்தும் வகையில் இதனை வெளியிடும் தூய சவேரியார் கல்லூரியின் நாட்டார் வழக்காற்றியல் மையத்தினரும், அதன் இயக்குநர் பணி. பிரான்சிஸ் செயபதி அடிகளாரும் பாராட்டுதலுக்குரியவர்கள்.

கவலை,
அழகியநாயகி அம்மாள்,
நாட்டார் வழக்காற்றியல் ஆய்வு மையம்,
பாளையங்கோட்டை

தி இந்து, சுதேசமித்திரன் வார இதழ்களைத் தொடங்கியவர்

1885ஆம் ஆண்டில்தான் இந்திய தேசியக் காங்கிரஸ் என்ற அமைப்பு உருவானது. ஆனால் இவ்வமைப்பு திடீரென்று உருவாகிவிடவில்லை. 'பிரிட்டிஷ் இந்தியன் அசோசியேசன்', 'பம்பாய் மாநில மக்கள் சங்கம்', 'வங்காள மாநில மக்கள் சங்கம்', 'மெட்ராஸ் நேட்டிவ் அசோசியேசன்' என்ற பெயர்களில் செயல்பட்டு வந்த அமைப்புகளின் வளர்ச்சி நிலையாகவே இந்திய தேசியக் காங்கிரசின் தோற்றம் அமைந்தது.

இவ்வமைப்புகளில் பெருநிலக்கிழார்களும் ஆங்கிலக் கல்வி கற்று மத்தியதர வர்க்கமாக உருப்பெற்றவர்களும் ஆதிக்கம் செலுத்திவந்ததால் இதன் தாக்கம் இந்திய தேசியக் காங்கிரசிலும் இருந்தது. கர்சானின் வங்கப்பிரிவினை அறிவிப்பைத் தொடர்ந்து 1905இல் உருவான மக்கள் இயக்கத்தை சுதேசி இயக்கம் என்றழைப்பது வழக்கம். ஆங்கில அரசிடம் உயர் அரசுப்பதவிகளுக்காக வேண்டுதல் செய்து கொண்டிருந்த காங்கிரஸ் இயக்கத்தை மக்களிடம் பரவலாகக் கொண்டு சென்றது சுதேசி இயக்கம்தான். தேசிய உணர்வு என்பது இந்திய மக்களிடம் பரவியதும் இக்காலத்தில்தான். ஆனாலும் சுதேசி இயக்கத்திற்கு முன்பே தேசிய உணர்வு உருப்பெற்றது என்ற கருத்தும் உண்டு.

வரலாற்றறிஞர் பிபின்சந்திரா 1880-1905வரையிலான காலத்திய இந்தியாவில் பொருளாதார தேசியம் உருப்பெற்றதாகக் குறிப்பிடுவார். அவர் தமது முனைவர் பட்டத்திற்காக 'இந்திய தேசியத் தலைமையின் பொருளாதாரக் கொள்கை' என்ற தலைப்பில் தில்லி பல்கலைக் கழகத்தில் ஆய்வு மேற்கொண்டார். அவரது ஆய்வேடு 'இந்தியாவில் பொருளாதார தேசியத்தின் தோற்றமும் வளர்ச்சியும்' என்ற தலைப்பில் நூலாக வெளிவந்துள்ளது.

இந்நூலில் 'தொழிலாளர்கள்' என்ற தலைப்பில் இந்தியத் தொழிலாளர் நிலை குறித்த செய்திகள் இடம்பெற்றுள்ளன. இவ்வியலில் ஜி.சுப்பிரமணிய ஐயர் இந்து பத்திரிகையின் ஆசிரியராக இருந்த காலம் வரை முதலாளிகளுக்கு ஆதரவாகவும் தொழிலாளர்களுக்கு

விரோதமாகவும் இருந்ததாகவும் அப்பொறுப்பில் இருந்து விலகிய பின்னர் சுதேசமித்திரன் பத்திரிகையில் அவர் எழுதிய கட்டுரை களிலும் some economic aspects of British rule on India என்ற தலைப்பில் 1903இல் எழுதிய நூலிலும் தொழிலாளர் பிரச்சனையை அவர் முறையாக ஆய்வு செய்துள்ளதாகவும் குறிப்பிட்டு உள்ளார்.

அத்துடன் இந்திய தேசியத் தலைவர்களில் தொழிலாளர் பிரச்சனையை தொழிலாளர் சார்பில் பார்த்த முதல் தலைவர் என்றும் குறிப்பிட்டுள்ளார்.

இதுபோன்றே விவசாயத் தொழிலாளர்களின் பிரச்சனையை ஆய்வு செய்த முதல் தேசியத் தலைவர் இவர்தான் என்று குறிப்பிட்டுள்ளார். ஜி.சுப்பிரமணிய ஐயர் தாம் எழுதிய மேற்கூறிய ஆங்கில நூலில் விவசாயிகள் பிரச்சனைக்கென்று தனி இயல் ஒதுக்கியுள்ளதுடன் அவர்களுக்குக் கூலி உயர்வு கொடுக்கவேண்டுமென்றும் வலியுறுத்தி யுள்ளார். இதை வழங்குவது தொடர்பாக நிலக்கிழார்களின் நெருக்கு தலுக்கு அரசு ஆளாகி விடக்கூடாதென்று எச்சரித்துள்ளதாகவும் பிபின் சந்திரா குறிப்பிட்டுள்ளார்.

ஜி.சுப்பிரமணிய அய்யரது சமூக சீர்திருத்த உணர்வு, இதழியல் பணி இந்திய தேசியக் காங்கிரசில் இணைந்து பணியாற்றியமை என்பன குறித்து குருமலை சுந்தரம் பிள்ளை தம் நூலில் விரிவாகக் குறிப்பிட்டுள்ளார். ஆனால் தொழிலாளர் விவசாயிகள் பிரச்சனைகள் தொடர்பாக அவரது ஆதரவான நிலைப்பாடு குறித்து எதுவும் கூறவில்லை. இந்நிலைப்பாட்டை முக்கியமான ஒன்றாக இந்நூலாசிரியர் கருதவில்லை என்றே எண்ணத் தோன்றுகிறது. ஏனெனில் இந்நூல் 1907இல் வெளியாகியுள்ளது. ஜி.சுப்பிரமணிய அய்யரின் நூலோ 1903லேயே வெளியாகிவிட்டது.

பெருவணிகர்கள், நிலக்கிழார்கள், ஆங்கிலக்கல்வி கற்று உயர்பதவிகளில் இருந்தோர், வழக்கறிஞர்கள் ஆகியோர் பொருளாதார தேசியத்தின் புரவலர்களாக இருந்தனர். பொருளாதார தேசிய இயக்க காலத்தில் செயல்பட்டவர்கள், தாம் சார்ந்திருந்த வர்க்கத்தை முன்னிலைப்படுத்தினாலும் சராசரி மக்களின் துயரங்களையும் அவ்வப்போது வெளிப்படுத்தி வந்தனர். ஆயினும் நவீனத்துவம் என்பதன் அடிப்படையில் முதலாளித்துவத்தை ஆதரிப்பவர்களாகவே இருந்தனர்.

பொருளாதார தேசியம் செல்வாக்குப் பெற்றிருந்த காலத்தில் படித்த மத்தியதர வர்க்கத்தினர் குறிப்பிட்டுச் சொல்லுமளவிற்கு ஒரு

வர்க்கமாக உருப்பெற்றிருந்தனர். அவர்கள் பெற்றிருந்த ஆங்கிலக் கல்வி 'இராமன் ஆண்டாலென்ன இராவணன் ஆண்டாலென்ன' என்ற பழைய சிந்தனைப் போக்கில் இருந்து விலகி நிற்கச் செய்தது. இதில் பத்திரிகைகளின் பங்கும் இருந்தது.

இத்தகைய வரலாற்றுச் சூழலில்தான் ஜி.சுப்பிரமணிய ஐயரின் பொதுவாழ்க்கை தொடங்கியது. தஞ்சை மாவட்டத்தில் உள்ள திருவையாறு அருகிலுள்ள நல்லிசேரி என்ற கிராமத்தில் பிறந்த இவர் பள்ளி ஆசிரியராகப் பணியாற்றி கல்லூரி ஆசிரியராக உயர்ந்தவர்.

இதன் அடுத்தகட்டமாக இவர் மேற்கொண்ட பணிதான் இவரது பொதுவாழ்வின் தொடக்கமாக அமைந்து இவரை நாடறியச் செய்தது. தம்மைப்போன்று ஆர்வம் கொண்ட ஐவரைத் தம்முடன் இணைத்துக் கொண்டு 1878 செப்டம்பர் 20ஆம் நாள் 'தி இந்து' (The Hindu) என்ற பெயரில் ஆங்கில வார இதழ் ஒன்றைத் தொடங்கினார். இதுவே பின்னர் நாளிதழாக வளர்ச்சி பெற்றது.

இதன் தொடர்ச்சியாக 1882இல் 'சுதேசமித்திரன்' என்ற பெயரில் தமிழ் வார இதழ் ஒன்றைத் தொடங்கினார். 1889இல் இதுவும் நாளிதழாக வளர்ச்சியுற்றது.

★★★

1885இல் இந்திய தேசியக் காங்கிரசின் தொடக்கக் கூட்டம் மும்பை நகரில் நடந்தபோது, தம் முப்பதாவது வயதில் சென்னை மாநிலத்தின் பேராளர்களில் ஒருவராகச் சென்றார். அன்று தொடங்கி ஆண்டுதோறும் நிகழும் அகில இந்திய மாநாட்டில் கலந்துகொள்வது அவரது வழக்கமாயிற்று.

சுதேசி இயக்கத்தின்போது அவரது 'சுதேசமித்திரன்' நாளேட்டின் பங்களிப்பு குறிப்பிடத்தக்கதாய் இருந்தது. வ.உ.சி. மீதான அரசநிந்தனை வழக்கு நடந்தபோது, குறுக்கு விசாரணை உள்ளிட்ட நீதிமன்ற நடவடிக்கைகளை 'சுதேசமித்திரன்' நாளேடு விரிவாக வெளியிட்டது.

★★★

ஜி.சுப்பிரமணிய ஐயர் வாழ்க்கையில் ஒரு சிறப்பான கூறாக அமைவது தம் சொந்த வாழ்வில் அவர் மேற்கொண்ட சமூக சீர்திருத்த நடவடிக்கையாகும்.

அவர் காலத்தில் உழைக்கும் மக்கள் பிரிவினரிடையே மண விலக்கு உரிமையும், மறுமண உரிமையும் பெண்களுக்கிருந்தன. இம்

முற்போக்கான உரிமைகளை இச்சமூகத்தின் பெண்கள் பெற்றிருந்தமையின் காரணமாகவே ஆதிக்கசாதியினர் இவ்விரண்டு உரிமைகளைப் பெற்றிருந்த சாதியினரை 'அறுத்துக் கட்டும் சாதி' என்று குறிப்பிட்டனர். அதாவது மணவிலக்கின்போதும், கணவனது இறப்பின்போதும், அவன் கட்டிய தாலியை அறுத்துவிட்டுப் பின் மறுமணம் செய்யும் போது தாலிகட்டும் வழக்கத்தையே இவ்வாறு இகழ்ச்சியாகக் குறிப்பிட்டனர்.

ஒடுக்கப்பட்ட நிலையிலிருந்து தம் இடைவிடாத போராட்டங்களால் தம் சாதியை விடுவித்துக் கொண்டு பொருளாதார நிலையில் தம்மை உயர்த்திக் கொண்ட சாதியினர் இவ்விரு உரிமைகளையும் தம் சாதிப் பெண்களிடம் இருந்து பறித்துக்கொண்ட நிகழ்வுகள் தமிழக வரலாற்றில் உண்டு.

இச்செய்தியை இங்குக் குறிப்பிடுவதற்குக் காரணம் பெண்களின் மறுமண உரிமை என்பது அனைத்துச் சாதியினருக்கும் மறுக்கப்பட்டு இருந்ததாகக் கருதும் போக்கு தவறானது என்பதைச் சுட்டுவதற்குத் தான்.

ஜி.சுப்பிரமணிய அய்யர் பிறந்த பிராமணர் சமூகம் விதவைகளின் மறுமணத்திற்கு எதிரானது. விதவைகள் தொடர்பாக இறுக்கமான கட்டுப்பாடுகளைக் கொண்டிருந்தது. அத்தகைய சூழலில் 1889ஆம் ஆண்டில் அவரது மூத்தமகள் சிவப்பிரியை தம் பன்னிரண்டாவது வயதில் கணவனையிழந்தார். அதே ஆண்டின் இறுதியில் அப்பெண்ணுக்கு அவர் மறுமணம் செய்வித்தார். இதன்பொருட்டு தம் சொந்த சாதியின் கடுமையான எதிர்ப்புக்கு ஆளானார்.

இவையெல்லாம் ஜி.சுப்பிரமணிய அய்யர் என்ற காங்கிரஸ் இயக்கத்தலைவரின் வாழ்க்கையில் நிகழ்ந்த முக்கிய நிகழ்வுகள். இவற்றையெல்லாம் உள்ளடக்கி அவர் உயிரோடு வாழ்ந்த காலத்திலேயே 1907ஆம் ஆண்டில் குருமலை சுந்தரம் பிள்ளை என்பவர் 'ஸ்ரீ ஜி.சுப்பிரமணிய அய்யர் சரித்திரம்' என்ற தலைப்பில் வாழ்க்கை வரலாற்று நூலொன்றை எழுதியுள்ளார். இதன்பின் இதன் மறுபதிப்பு வந்ததா என்று தெரியவில்லை. இந்நூலின் சுருக்கத்தை ஏ.கே.செட்டியார் தமது 'குமரிமலர்' இதழில் வெளியிட்டுள்ளார். 'நேஷனல் புக் டிரஸ்ட் ஆஃப் இந்தியா' ஆங்கிலத்தில் இவரது வாழ்க்கை வரலாற்றை சிறு நூலாக வெளியிட்டுள்ளது. மற்றபடி இவரது வாழ்க்கை வரலாறு பரவலாக அறிமுகமாகாத இன்றையச் சூழலில், குருமலை சுந்தரம்

பிள்ளையின் நூல், என் அன்புக்குரிய மாணவரும் தோழருமான திரு.செ.ஜெயவீரதேவன் முயற்சியில் மறுபதிப்பாக வெளிவருகிறது.

★★★

நூலாசிரியர் குருமலை சுந்தரம் பிள்ளை, எட்டையபுரம் ஜமீன்தாரின் கோடைகால இருப்பிடமாக ஒரு காலத்தில் விளங்கியதும் இன்றைய தூத்துக்குடி மாவட்டத்தின் கோவில்பட்டி வட்டத்தில் உள்ளதுமான குருமலை என்ற சிற்றூரைப் பூர்வீகமாகக் கொண்டவர். 'பொற்றொடி' என்ற நாவலை எழுதி இருபதாம் நூற்றாண்டின் தொடக்ககாலத் தமிழ் நாவலாசிரியர் வரிசையில் இணைந்து கொண்டவர். தொடக்கத்தில் தேசிய இயக்கத்தில் ஈடுபாடு கொண்டிருந்த இவர் ஆங்கில அரசின் அடக்குமுறைக்கஞ்சி அதைவிட்டு விலகி நின்றவர்.

★★★

ஜி.சுப்பிரமணிய அய்யரின் சிறுபிராய வாழ்வில் தொடங்கி 1907வரையிலான அவரது அரசியல் மற்றும் சமூகப் பணிகளைக் கூறும் இந்நூல் வேறு சில பயன்பாடுகளையும் உள்ளடக்கியுள்ளது. முதலாவதாக அக்காலக் காங்கிரஸ் இயக்கத்தின் சில உள் விவகாரங் களையும் கொண்டு வருகிறது. சான்றாக அன்றைய காங்கிரஸ் அமைப்பில் வழக்கறிஞர்களின் ஆதிக்கம் குறித்து அவர் எழுதியுள்ள பின்வரும் பகுதியைக் குறிப்பிடலாம்:

இன்னும் சென்னை, பாம்பே, கல்கத்தாவிலுள்ள சில வக்கீல்கள் காங்கிரஸ் மண்டபத்தில், சென்ற பல வருஷங்களாகப் பெயர் பெற்று வந்தார்கள். தங்கமுலாம் பூசப்பெற்ற ஆபரணங்கள் சில சமயங்களில் உண்மையான பொன் ஆபரணங்களைப் பார்க்கிலும் விஷேச சோபையுடன் பிரகாசிப்பது போல் காங்கிரசில் பெயர் பெற்ற வக்கீல்கள் தங்களுடைய வாக்கு வல்லமையினாலோ, கொடையினாலோ சில சமயங்களில் உண்மைத் தேசாபிமானிகளுக்கு மேலேயும் கிளம்பி விட்டார்கள். ஆனால் இவர்கள் உண்மையான தேசாபிமானிகள் அல்லரென்பதற்கு ஒரு பலமான அத்தாட்சி இருக்கின்றது. இவர்கள் காங்கிரசில் புகுந்தமைக்குக் காரண மெல்லாம் தங்கள் மட்டில் உயர் பதவிகளைப் பெற வேண்டு மென்ற நோக்கமேயன்றி வேறில்லை.

முதலில் காங்கிரஸ் அபிமானிகளெனப் பெயர் பெற்ற வக்கீல்கள் பலருக்கு கவர்ண்மென்டார் உயர்ந்த உத்தியோகம் கொடுக்கின்றதாய்க் கையை நீட்டியவுடன் அவர்கள் தங்கள் காங்கிரஸ் அபிமானத்தையும்

தேசாபிமானத்தையும் மூட்டை கட்டி வைத்துவிட்டு உடனே சர்க்கார் ஊழியஞ் செய்ய தலைப்பட்டார்களன்றித் தாங்கள் தேசத்துக்குச் செய்ய வேண்டிய கடமைகளுக்காக சொந்த லாபத்தை வெறுக்கக்கூடிய மன விசாலம் அவர்களிடமில்லாது போயிற்று.

ஆனால் உண்மைத் தேச பக்தர்களாகிய பாபு, பானர்ஜி முதலியவர்கள் தேசநன்மையே பெரிதெனக் கொண்டவர் களாகையினால் அவர்கள் தாங்கள் பெற்றிருந்த சர்க்கார் பதவிகளைத் தேசநன்மையின் பொருட்டு விட்டு விலகும்படி நேர்ந்தது. ஆதலால் பொதுவாய் வக்கீல்கள் என்ற வகுப்பினர் தேசப் பொது நன்மையைவிடத் தங்கள் சொந்த நன்மையே பெரிதெனக் கொண்டிருக்கிறார்கள் என்பது நிச்சயமாய் விளங்குகின்றது.

இதனால் வக்கீல்களிடம் தேசாபிமானமென்பதே சிறிதும் கிடையாதென்று யான் சொல்ல வரவில்லை. அவர்களிடம் சிறிது தேசாபிமானமிருப்பினும் அது தங்கள் சொந்த லாபத்தின் பொருட்டுத் தோன்றியதாகவேனும், அல்லது சொந்த நன்மைக்கு எதிராய் நிற்க நேரும்போது உடைந்துவிடக் கூடிய அளவில் ஸ்திரமற்றதாக வேனுமென்றிருக்கின்ற தென்பதே எனது சித்தாந்தம் (குருமலை சுந்தரம் பிள்ளை, 1907:43-44).

'ஆசார சீர்திருத்தம்', 'குலாசாரச் சீர்திருத்தம்' என்ற பெயர்களில் சமூக சீர்திருத்தத்தைக் குறிப்பிடும் நூலாசிரியர், சமூக சீர்திருத்தத்தின் மீது பற்று கொண்டவராகவே இருந்துள்ளார். இந்திய தேசிய இயக்கத்தில் முன்னணித் தலைவர்களாக விளங்கியோரில் சமூக சீர்திருத்தத்தில் ஆர்வங்கொண்டோர், அதற்கு எதிரானோர், அதைப் பற்றியே கவலைப்படாதோர் என மூன்று பிரிவினர் இருந்ததைச் சுட்டிக்காட்டி சமூக சீர்திருத்தம் அவசியம் என்பதே தம் கருத்தாகும் என்று அவர் குறிப்பிட்டுள்ளது, வருமாறு:

இனி ஸ்ரீசுரேந்திரநாத பானர்ஜியும் ஸ்ரீபாலகங்காதர திலகரும் மேற்கூறிய குலாசார மதாசார சீர்திருத்தங்கள் ஒன்றும் செய்யாமலே இராஜாங்க சீர்திருத்தங்களையும் ஸ்வதந்திரங் களையும் அடைந்து விடலாமென்று கருதினவர்களாய் தங்கள் வாழ்நாள் முழுவதையும் இராஜாங்க விஷயமான முயற்சிகளிலே செலவிடுவாராயினர்.

இவ்விருவரும் குலாசார மதாசார திருத்தங்களைக் கவனியாத மட்டிலும் ஒரு வகுப்பாராயினும், அவர்களுக்கிடையில் பெரிய

வித்தியாசங்களுமிருக்கின்றன. அதாவது ஸ்ரீபானர்ஜி ராஜாங்க விஷயமான முயற்சிகளிலே தம் கவன முழுவதையும் செலுத்தினாரென மட்டும் கூறலாமேயன்றி அவர் ஆசார சீர்திருத்தங்களுக்கு விரோதமான செயல்களைச் செய்தவருமல்லர், அபிப்பிராயங்களை வெளியிட்டவருமல்லர். சில சமயங்களில் அவர் விதவா விவாக முதலிய சீர்திருத்தங்கள் அவசியமெனவே ஒப்பிப் பேசியிருக்கின்றார். ஆனால் ஸ்ரீதிலகரோ அவ்வித சீர்திருத்தங்கள் அநாவசியமென்றும் கூடாதனவென்றும் அபிப்பிராயப்படுவதாயும், அவருடைய செயல்களும் குலாசார மதாசார சீர்திருத்தங்களுக்கு அநுகூலமாயிருக்கவில்லை என்றும் சொல்லப்படுகின்றது.

முடிவில் ஸ்ரீலஜபதிராயை நோக்குமிடத்து அவர் மேற்கூறிய சீர்திருத்தங்களில் அளவற்ற அநுதாபமுடையவரெனவே தோன்று கின்றது. ஆகவே இந்தியாவின் பிரபல தேசபக்தருள் ஆசார சீர்திருத்தங்கள் வேண்டுமெனக் கருதி உழைத்தவர்களாகிய ஸ்ரீநௌரோஜி, ஸ்ரீகோக்கலே, ஸ்ரீலஜபதிராய், காலஞ்சென்ற இராஜாராம் மோகன்ராய், ரானடே, வித்யாஸாகரர் முதலிய வர்கள் ஒரு வகுப்பாராகின்றனர். ஆசார சீர்திருத்தங்கள் அநாவசியமெனவும் கூடாதனவெனவும் கருதிய ஸ்ரீபாலகங்காதர திலகர் முதலியவர்களொரு வகுப்பாராகின்றனர். ஆசார சீர்திருத்தங்களைப் பற்றியே கவனம் செலுத்தாத ஸ்ரீபானர்ஜி முதலியவர்களொரு வகுப்பாராகின்றனர்.

இம் மூவகுப்பாருள் எவர்களுடைய நோக்கம் மேலானதென் பதையும் எவர்களுடைய செயல்கள் தேசநன்மைக் கனுகூல மானவையென்பதையும் பற்றி அறிஞர்கள் பல்வேறு அபிப்பிராயங்கள் கொள்ளினும் எனது அபிப்பிராயப்படி ஆசார சீர்திருத்தங்களில்லாமல் தேசத்தில் இராஜாங்க சம்பந்தமான எவ்வித சேமமும் உண்டாகுமென்று நினைத்தல் கனவாகவே தோன்றுகின்றது. ஆசார சீர்திருத்தங்கள் தேசசேமத்திற்கு இன்றியமையாதனவென ஏற்பட்டால், ஆசார சீர்திருத்தங்கள் வேண்டுமென்பவர்களாகிய வகுப்பாரே தேசசேமத்திற்கு அனுகூலமாய் உழைப்பவர்களெனவும் ஏற்படுகின்றது.

ஆகவே ஆசார சீர்திருத்தங்கள் வேண்டுமென்று உழைத்தவர் களாகிய நௌரோஜி வகுப்பாரே, அவைகள் வேண்டாமெனக் கருதும் திலகர் வகுப்பாரினும் அதிக தேசநன்மை செய்தவர் களெனவும் கொள்ள வேண்டி வருகின்றது. மேற்கூறிய எல்லா வகுப்பினரும் தங்கள் மனசாட்சியின் படியும் தங்களின்

உண்மையான சித்தாந்தங்களின் படியும் தேசப் பொதுநன்மைக்கு உழைத்தவர்களாதலின் அவர்களுள் ஒரு வகுப்பார் மேலெனவும் ஒரு வகுப்பார் கீழெனவும் வேற்றுமை கூறுதல் குற்றமே எனினும், உண்மையில் ஆசார சீர்திருத்தங்களுக்கு அநுகூலமா யிருக்கும் வகுப்பாரால்தான் அதிக தேசசேமம் உண்டாயிருக்கிற தென்பதை நாம் ஒப்புக்கொள்ள வேண்டும். (குருமலை சுந்தரம் பிள்ளை, 1907:49-51)

இவ்வாறு சமூக சீர்திருத்தம் குறித்த தேசிய இயக்கத்தின் அணுகு முறை தொடர்பான தம் கருத்தை முன்வைக்கும் நூலாசிரியர் ஜி.சுப்பிரமணிய அய்யரின், சமூக சீர்திருத்த உணர்வையும் அதன் பொருட்டு அவர் வெறுக்கப்பட்டமையும் பின்வருமாறு குறிப்பிட்டுள்ளார்.

இது சம்பந்தமாக இன்னொரு விஷயத்தைப் பற்றிச் சிறிது கூற வேண்டியிருக்கின்றது. அதாவது தமது மனச்சாட்சியின்படி ஆசார சீர்திருத்தங்களே கூடாதெனவென்று பகிரங்கமாய் ஒப்பும் ஸ்ரீபாலகங்காதர திலகர் முதலிய வகுப்பார் ஒருபுறமிருக்க, அவை வேண்டுமெனக் கூறும் ஆசார சீர்திருத்தக்காரர்களுக்குள்ளேயே சில வகுப்பினர் இருக்கின்றார்கள். அதாவது உண்மையாகவே ஆசார சீர்திருத்தம் வேண்டுமென்ற மனப்பூர்வமான நோக்கத்துடன், வாயால் சொல்வது போலவே செயலிலும் ஒழுகிக் காட்டும் தேசபக்தர்கள் முதல் வகுப்பார்.

ஆசார சீர்திருத்தம் வேண்டுமென்ற அந்தரங்க அபிப்பிராய மிருப்பினும் அதன்படியே செயலிலும் ஒழுகிக் காட்டற்குப் போதிய மனோதைரியமும் வீரு வைராக்கியமுமில்லாது, பொதுஜன வெறுப்பிற்கும் சொந்த அசௌகரியங்களுக்கும் பயந்து பின்னிட்டு நிற்பவர் இடை வகுப்பார்.

இனி ஆசார சீர்திருத்தம் இன்னதெனவும், அதன் பயனும் நோக்கமும் இன்னதெனவும் உணர்ந்தோ அல்லது உணராமலோ, பார்த்தோர் மெய்க்கும்படி வெளிக்கு ஆசார சீர்திருத்தம் வேண்டுமெனச் சொல்லிக்கொண்டு அந்தரங்கத்திலும் செயலிலும் அவற்றிற்கு விரோதமாய் ஒழுகும் மனிதர்கள் கடை வகுப்பார். இம்மூவகுப்பினருள் ஸ்ரீ ஜி.சுப்பிரமணிய ஐயர் முதல் வகுப்பைச் சேர்ந்தவரென்பது உலகறிந்த உண்மையாகும். அவர் தமது வசனங்களிலும் எழுத்துக்களிலும் எவ்வெச் சீர்திருத்தங்கள் வேண்டுமென வெளியிட்டிருக்கின்றாரோ அவற்றைத் தமது செயலிலும் காட்டியொழுகினார். நன்கு கற்றறிந்த பண்டிதர் களாகிய ஸ்ரீ திலகர் போன்ற பெரிய மனிதர்களும், இந்திய

மதங்களின் உண்மைக் கருத்துக்களையும் நோக்கங்களையும் ஆய்ந்தறிந்த சாஸ்திரிகளுமே ஆசார சீர்திருத்தத்திற்கு அநுகூலமா யில்லை என்னும் பொழுது ஏதுமறியாப் பொதுஜனங்கள் ஆசார சீர்திருத்தங்களையும் அவற்றின் பயனையும் அறியாதவர்களென் றேனும், அவற்றை உபதேசிக்கும் தேசபக்தர்களை மதிப்பார் களென்றேனும் எங்ஙனம் எதிர்பார்க்க முடியும்?

ஆகவே ஸ்ரீ ஜி.சுப்பிரமணிய ஐயர் ஆசார சீர்திருத்தங்களில் கவனமும் ஊக்கமும் காட்டுதலை அறிந்த பொதுஜனங்கள் அவர்மீது அளவற்ற வெறுப்படைந்து இருக்கக் கூடுமென்பது ஒரு வியப்பன்று. ஸ்ரீ ஜி.சுப்பிரமணிய ஐயர் தாம் பொதுஜன நன்மையின் பொருட்டுச் செய்த ராஜாங்க முயற்சிகளுக்காக ஒரு பக்கம் பொதுஜன மரியாதையையும், பொதுஜன அபிப்பிராயத்தில் பழமையும் பரிசுத்தமுமானவெனக் கொள்ளப்பட்ட ஆசாரங் களைக் கண்டித்துப் புதிய ஆசாரங்களை அநுசரித்தமைக்கும், உபதேசித்தமைக்குமாக ஒருபக்கம் பொதுஜன வெறுப்பையும் பெறுவாராயினர். (குருமலை சுந்தரம் பிள்ளை, 1907:52-53)

இவ்வாறு தேசிய இயக்கம் தொடர்பான சில உண்மைகளைக் கூறிச் செல்லும் இந்நூல் இருபதாம் நூற்றாண்டின் தொடக்க கால உரைநடையின் ஒரு பக்கத்தை வெளிப்படுத்தி நிற்கிறது. இதே காலத்தில் வாழ்ந்த பாரதியின் உரைநடை இதற்கு நேர்மாறாக எளிமையாக அமைந்துள்ளதும் கவனிக்கத்தக்கது.

இருபதாம் நூற்றாண்டின் முதல் கால்பகுதியில் மறைந்த ஜி.சுப்பிரமணிய அய்யர்(1885-1916) அரசியல், இதழியல், சமூக சீர்திருத்தம் என்ற மூன்றிலும் தடம்பதித்தவர். அவரது சமகாலத்த வரான குருமலை சுந்தரம்பிள்ளை அவரது ஆளுமையை வெளிப்படுத்தும் வகையில் இந்நூலை எழுதியுள்ளார்.

* * *

வரலாற்று முக்கியத்துவம் வாய்ந்த இந்நூலைத் தேடிப்பிடித்து திரு.செ.ஜெயவீரதேவன் பதிப்பித்துள்ளார். பழைய நூல்களைப் பதிப்பிக்கும் போது கவனத்தில் கொள்ள வேண்டிய செய்தியொன்று உண்டு. அந்நூல் வெளியான காலத்திற்கும், இன்றைய வாசகன் வாசிக்கும் காலத்திற்கும் இடையே இடைவெளி உள்ளது. இவ்விடை வெளியைப் போக்கும் முயற்சியில் பதிப்பாசிரியன் ஓரளவுக்காவது ஈடுபட வேண்டும். பதிப்பாசிரியனின் இம் முயற்சி வாசகனின் வாசிப்பிற்குத் துணை நிற்கும். அவ்வாறின்றி எவ்வித முயற்சியும்

மேற்கொள்ளாது பழைய நூலை அப்படியே கணினியாக்கம் செய்து தம்மைப் பதிப்பாசிரியராக வெளிப்படுத்திக் கொள்வோரும் உண்டு. இப்பதிப்பாசிரியர் அத்தவறைச் செய்யவில்லை. திரு.செ.ஜெயவீரதேவன் இயன்ற வரை முயற்சி செய்து குறிப்புகள் எழுதியுள்ளமையும் புகைப் படங்களைத் தேடிப்பிடித்து இணைத்துள்ளமையும் பாராட்டுக்குரியது.

ஏற்கனவே 'செருப்பு', 'உடன்கட்டை' என்ற அவரது இரு நூல்களை வெளியிட்டுள்ள பாவை பதிப்பகம் அவர் பதிப்பித்த இந்நூலையும் வெளியிட்டுள்ளமை பாராட்டுக்குரியது. நல்ல இளம் ஆய்வாளர் ஒருவரைக் கண்டெடுத்து அறிமுகப்படுத்திய பாவை பதிப்பகத்தின் பொது மேலாளர் திரு எஸ். சண்முகநாதன் பாராட்டுக் குரியவர். திரு.செ.ஜெயவீரதேவனின் முயற்சி தொடர வாழ்த்துக்கள்.

ஜி. சுப்பிரமணிய ஐயர் வாழ்க்கை வரலாறு,
குருமலை சுந்தரம் பிள்ளை

தொகுப்பு: செயவீரதேவன்,
பாவை பப்ளிகேஷன்ஸ், சென்னை

தோழர் அழகர்சாமியின் வரலாற்றுச் சித்திரம்

உங்கள் கரங்களில் தவழும் இந்நூல் தமிழ்நாட்டின் தென் கோடியில் வாழ்ந்து மறைந்த பொதுவுடைமை இயக்கத் தோழர் ஒருவரின் வாழ்க்கை வரலாறு. சோ.அழகர்சாமி என்ற பெயரைத் தாங்கிய இத்தோழர் விவசாயி என்ற அடையாளத்தையும் பள்ளி ஆசிரியர் என்ற அடையாளத்தையும் தன் தொடக்க கால வாழ்க்கையில் பெற்றவர். பின்னர் அவரது செயல்பாடுகளாலும் வகித்த பொறுப்புகளின் அடிப்படையிலும் கம்யூனிஸ்ட், விவசாய இயக்கத் தலைவர், எட்டயபுரம் பாரதி முற்போக்கு வாலிபர் சங்கத்தின் தலைவர், எட்டயபுரம் பால் கூட்டுறவு சங்கத்தின் நிறுவனர், அதன் தலைவர், கோவில்பட்டித் தொகுதியின் சட்டமன்ற உறுப்பினர் போன்ற அடையாளங்களைப் பெற்றவர். இவை மட்டுமின்றி மனிதநேயம் மிக்க போர்க்குணம் கொண்ட மனிதர் என்ற பேரடையாளத்தைப் பெற்றவர். இவர் அணிந்து வந்த வெண்ணிறக் கதர்ச் சட்டையைப் போன்றே வெள்ளை உள்ளம் படைத்தவராய் எளிமையையும் நேர்மையையும் இறுதிவரை தன் அடையாளமாகக் கொண்டு வாழ்ந்து மறைந்தவர்.

இந்நூலாசிரியர் தோழர் எஸ்.காசிவிஸ்வநாதன் இந்திய கம்யூனிஸ்ட் கட்சியின் திருநெல்வேலி மாவட்டச் செயலாளர். அவரது மூத்த அண்ணன், தோழர் எஸ்.எஸ்.தியாகராஜன் தொழிற்சங்கவாதி. இந்திய கம்யூனிஸ்ட் கட்சியின் தமிழ் மாநிலக் கிளையின் துணைச் செயலாளராகப் பணியாற்றியவர். இரண்டாவது அண்ணன் சந்திரசேகரன் தமிழ்நாடு அரசின் மின்வாரியத்தில் பணியாற்றியதுடன் ஒரு தொழிற் சங்கவாதியாகவும் விளங்கியவர். இந்தப் பின்புலம் மட்டுமின்றி தோழர் அழகர்சாமி வாழ்ந்த எட்டயபுரத்தில் வாழ்ந்ததுடன் அவரது உதவியாளராகவும் செயல்பட்டவர். அவருடன் கோவில்பட்டி சட்டமன்றத் தொகுதியின் பல்வேறு கிராமங்களுக்கும் பயணித்தவர். எல்லாவற்றிற்கும் மேலாக எழுத்தார்வம் கொண்டவர். இயக்கத் தலைவர்கள் இம்மாவட்டத்தில் சுற்றுப்பயணம் செய்யும்போது ஆற்றிய சொற்பொழிவுகளையும் மாவட்ட மற்றும் மாநிலம் தழுவிய மக்கள் பிரச்சனைகளையும் கட்டுரை வடிவில் கட்சியின் 'ஜனசக்தி' ஏட்டில் எழுதியதுடன் குறுநூல்களாகவும் வெளியிட்டவர்.

இனி, இந்நூல் கூறும் சில செய்திகளை அறிமுகம் செய்து கொள்வோம்.

இந்நூலில் இடம்பெறும் தோழர் அழகர்சாமியின் வாழ்க்கை வரலாறானது பிறப்பு, இளமைக்காலம், குடும்ப வாழ்க்கை, பொது வாழ்க்கை என ஒரே நேர்கோட்டில் செல்வதுதான். இந்நூலில் அவரது பொது வாழ்க்கை அல்லது பொதுப்பணியே அழுத்தம் பெற்றுள்ளது. அவரது பொதுப்பணி என்பது இந்திய விடுதலை இயக்கத்தில் அவர் காட்டிய ஈடுபாட்டில் தொடங்கி இந்திய கம்யூனிஸ்ட் கட்சியின் உறுப்பினராதல் என்பதில் போய் முடிவுற்ற ஒன்றாகும். விவசாய இயக்கம், கூட்டுறவு இயக்கம் என்பனவற்றிலும் இவர் தடம் பதித்தவர். கோவில்பட்டித் தொகுதியின் சட்டமன்ற உறுப்பினராக அய்ந்து முறை தேர்வு செய்யப்பட்டு ஒரு சட்டமன்ற உறுப்பினர் எவ்வாறு செயல்பட வேண்டும் என்பதற்கு முன்னுதாரணமாக வாழ்ந்து காட்டியவர். இவை எல்லாம் அவரது சமூக அரசியல் செயல்பாடுகள்.

இவற்றுடன் நின்றுவிடாமல் இலக்கிய வேட்கையுடன் பாரதி முற்போக்கு வாலிபர் சங்கம் என்ற அமைப்பை, ஜீவாவின் தூண்டுதலில் எட்டயபுரத்தில் நிறுவி அதன் தலைவராகத் தன் இறுதிக்காலம் வரைச் செயல்பட்டவர். இவ் அமைப்பு ஆண்டுதோறும் நடத்திவரும் பாரதிவிழா தமிழ்நாட்டில் நிகழ்ந்துவரும் சிறப்பான இலக்கிய விழாக்களில் ஒன்றாக இடம்பெற்றுள்ளது. அடுத்த ஆண்டில் (2022) தனது அறுபதாவது ஆண்டுவிழாவைக் கொண்டாட இருக்கிறது. இவ்வாறு அவர் ஆற்றிய பணிகள் பன்முகத் தன்மை வாய்ந்தவை.

இதனால் அவரது வாழ்க்கை குறித்த சரியான புரிதலுக்கு அவரது செயல்பாடுகளை மட்டுமின்றி அவர் இணைந்திருந்த இயக்கங்கள், அவர் உருவாக்கி வளர்த்த இயக்கங்கள் என்பன குறித்து அறிந்து கொள்வதும் அவசியமாகிறது. இவ்வுண்மையை இந்நூலாசிரியர் நன்றாகவே உணர்ந்துள்ளார். இதனால்தான் முதல் இரண்டு இயல்களில் அழகர்சாமியின் பூர்வீக ஊர், அவரது குடும்பம், அவரது கல்வி, ஆசிரியப்பணி, தன் மகனேயானாலும் மருத்துவக் கல்வி பயிலப் பரிந்துரைக்க மறுத்தமை என்பனவற்றை அறிமுகம் செய்துவிட்டு வரலாற்றுக்குள் நுழைந்து விடுகிறார்.

மதுரை நாயக்கர் ஆட்சிக்காலம், இக்காலத்தில் அறிமுகமான பாளையக்காரர் ஆட்சி முறை, எட்டயபுரம் பாளையம், கிழக்கிந்தியக் கம்பெனிக்கெதிரான பாளையக்காரர் எழுச்சி, சிறு கிராமங்கள் சூழ இருந்த கோவில்பட்டி என்ற ஊர் ஒரு நகரமாக வளர்ச்சிபெறல்.

விடுதலைப் போராட்ட நிகழ்வுகள் எனக் கடந்த கால வரலாற்றுச் செய்திகள் அணி வகுத்து நிற்கின்றன. இச் செய்திகள் அழகர்சாமியுடன் தொடர்புடைய பகுதிகளுக்கான வரலாற்றுப் பின்புலமாக அமைகின்றன.

இதனையடுத்து வரும் இயல்களில் 1925இல், இந்தியக் கம்யூனிஸ்ட் கட்சியின் தோற்றம், அக்கட்சியின் மீதான காலனிய அரசின் அடக்கு முறை, விடுதலைக்குப் பின் அமைந்த இந்திய அரசும் அதைத் தொடர்ந்தமை, முன்னணி ஊழியர்களின் போராட்ட வாழ்க்கை, இதை எதிர்கொண்டவர்களில் ஒருவராக அழகர்சாமி இருந்தமை குறித்த செய்திகள் இடம்பெறுகின்றன. இதனையடுத்து அவர் தொடங்கிய எட்டயபுரம் கூட்டுறவுப் பால் பண்ணை உருவான வரலாறு, அதன் செயல்பாடு என்பன இடம்பெற்றுள்ளன. முதல் இரண்டு இயல்களில் நமக்கு அறிமுகமான அழகர்சாமியில் இருந்து வேறுபாடான அரசியல் முதிர்ச்சி பெற்ற ஒருவரை இங்குச் சந்திக்கிறோம். ஆம் இப்போது அவர் தோழர் அழகர்சாமி. இனி தோழர் என்றே அவரை அழைப்போம்.

தமிழ்நாட்டின் பொதுவுடைமை இயக்கத் தலைவர்களில் ஒருவரான தோழர் ஜீவா தமிழ் இலக்கியத்தில் ஆர்வமும் பயிற்சியும் உடையவர். பாரதியின் மீது மிகுந்த பற்றுக் கொண்டிருந்த அவர் தமிழரின் அடையாளமாகப் பாரதியை முன் நிறுத்திவந்தார். அவரது தாக்கத்தால் நம் தோழரும் பாரதியார் கவிதைகளைப் பயின்று அதில் ஈடுபாடு கொண்டிருந்தார். பாரதி பிறந்த எட்டயபுரத்தில் அவரது நினைவாக மணிமண்டபம் ஒன்று கல்கி கிருஷ்ணமூர்த்தியின் முயற்சியால் கட்டப்பட்டது. இதற்கான செலவுத் தொகையைத் தமிழ் நாட்டிலும், இந்தியாவின் பிற மாநிலங்களிலும் தென் ஆப்பிரிக்கா, சிரிலங்கா, மியான்மர் ஆகிய வெளிநாடுகளிலும் வாழ்ந்துவந்த தமிழர்கள் மனமுவந்து அனுப்பி உதவினர். இவ்வகையில் இம் மண்டபமானது அரசின் நிதி உதவியாலோ ஆலை உரிமையாளர்களின் நன்கொடைகளின் துணையினாலோ அன்றி சராசரித் தமிழர்களின் உணர்வு சார்ந்த நன்கொடையினால் கட்டப்பட்ட சிறப்புடையது. இங்கு அமைக்கப்பட்ட நூலகத்திற்குத் தேவையான நூல்களைத் தமிழ் எழுத்தாளர்களும் பதிப்பாளர்களும் கொடையாக வழங்கினர்.

ஒரு கட்டத்தில் ஆண்டுதோறும் இங்கு நடந்து வந்த பாரதிவிழா ஒரு சடங்கு போன்று மாறிப்போனது. பின்னர் இதுவும் போய் சிவாஜி கணேசன் நடத்தும் பாரதிவிழா, ஜெமினிகணேசன் நடத்தும் பாரதிவிழா என்ற சுவரொட்டிகளுடன் நடத்தப்படலாயிற்று. பாரதியின் இடத்தை அதை நடத்துவோர் சிக்கெனப் பிடித்துக்கொண்டனர். 'பாரதி! நீ எங்கு சென்றனையோ' என்று பாரதி அன்பர்கள் புலம்பும் நிலை ஏற்பட்டது.

இத்தகைய சூழலில் ஜீவாவின் எட்டயபுரம் வருகை அவரது மனக்குமுறல் அதன் எதிரொலியாக நம் தோழரைத் தலைவராகக் கொண்டு 'பாரதி முற்போக்கு வாலிபர் சங்கம்' என்ற அமைப்பை உருவாக்கி அதன் சார்பில் 1962இல் இருந்து பாரதி விழாவை நடத்தத் தொடங்கியமை, அது நிகழும் பாங்கு என்பன குறித்து இந்நூலின் ஓர் இயலில் விரிவுபடச் சொல்லப்பட்டுள்ளது. சில இயல்களைக் கடந்த பின்னர் பாரதிவிழா நிகழ்வுகள் சிலவற்றையும் நேர்முக வர்ணனை போல பதிவிட்டுள்ளார். இவ்வாறு நம் தோழரின் வரலாற்றின் ஊடாகப் பாரதியை மையமாகக் கொண்ட அமைப்பொன்று தோன்றிய வரலாற்றை இந்நூலாசிரியர் சுவைபடக் கூறியுள்ளார்.

இதன் தொடர்ச்சியாக தோழரின் இயக்கப் பணிகளுக்குள் நம் கையைப் பற்றி அழைத்துச் செல்வதுபோன்று அழைத்துச் செல்கிறார் நூலாசிரியர். நில உச்சவரம்புச் சட்டத்தை வலியுறுத்தி நடந்த போராட்டம், வரிகொடா இயக்கம், நிலமீட்சிப் போராட்டம் போன்ற போராட்டங்களை அறிமுகம் செய்துள்ளார். வேளாண் விளை பொருட்களுக்கு உரிய விலையின்மை, மழை பொய்த்துப் போய் உருவாகும் வறட்சி, குடிநீர்ப் பஞ்சம் என கரிசல் நிலப்பகுதி விவசாயிகளின் வாழ்வியல் சிக்கல்களை நம் கண்முன்னே கொண்டுவந்து நிறுத்துகிறார். இவற்றுக்கு ஊடாக நம் தோழரின் விவசாய இயக்கப் பணிகளை நமக்கு அறிமுகம் செய்வதுடன் அவர் அடிப்படையில் விவசாய இயக்கப் போராளி என்பதை நம் உள்ளத்தில் பதியச் செய்துள்ளார். இவற்றுக்கிடையில் ஒரு மாயமான் போன்று அவசர நிலை வந்ததையும் அது தந்த போலி நம்பிக்கை குறித்தும் குறிப்பிடுகிறார்.

இவ்வாறு பல்வேறு நிகழ்ச்சிகளை மட்டுமின்றி நம் தோழருடன் இணைந்து பணியாற்றிய தோழர்கள் பலரையும் அறிமுகம் செய்துள்ளார். அவர்களுள் சிலர் இன்று நம்மிடையே இல்லை. சிலர் நம்முடன் வாழ்கிறார்கள். இவர்கள் அனைவரையும் அவர் அறிமுகம் செய்துள்ளமை நம் தோழர் தனி ஒரு மனிதராகக் 'கூட்டொருவரையும் வேண்டாக் கொற்றவர்' என்பது போல் செயல்படவில்லை என்ற உண்மையை நாம் அறியச் செய்துள்ளது. ஒரு நல்ல பொதுவுடைமை வாதியின் தலையாய நற்பண்பு இது.

இவர்களில் பலரை நான் அறிவேன். குறிப்பாக எட்டயபுரம் பாரதி விழாவை தம் இல்லத்தின் மங்கல நிகழ்ச்சி போல் நடத்தி மறைந்த, நினைவில் வாழும் அன்புத் தோழர்கள் கு.ச.சுப்பையா,

வே.சதாசிவம், தி.முத்துக்கிருஷ்ணன், இளசை மணியன் ஆகியோரைப் பற்றிய பதிவைப் படிக்கும்போது நான் உணர்ச்சிவயப்பட்டுப் போனேன். இவர்களுடன் எட்டயபுரம் தெருக்களில் சுற்றித் திரிந்ததும், விவாதங்கள் செய்ததும் நினைவுக்கு வந்து உள்ளத்தை நெருடின. இந்த இடத்தில் நம் தோழரைப் பற்றியும் குறிப்பிட விரும்புகிறேன். பாரதியார் விழாவை நடத்தும் அமைப்பின் தலைவர் என்ற முறையில் அழைப்பிதழில் அவர் பெயர் இடம் பெற்றிருக்கும் என்பதைத் தவிர அவர் தன்னை முன்னிலைப்படுத்திக் கொள்வது கிடையாது. தலைவர் என்ற முறையில் தொடக்க விழா நிகழ்ச்சியின் போது மேடையில் காட்சியளிப்பார். அவ்வளவுதான். பின்னர் முன்வரிசையில் பார்வை யாளர்களுடன் அமர்ந்து நிகழ்ச்சியைக் கவனிப்பார். தன்னை முன்னிலைப் படுத்திக் கொள்ளும் நோக்கில் குட்டி போட்ட பூனையைப் போல் மேடையில் குறுக்கும் நெடுக்கும் அலைவது, நிகழ்ச்சியின் தலைவரை ஓரங்கட்டிவிட்டு திடீரென வேறு ஒருவரை உரையாற்ற வரும்படி அழைப்பது, அவருக்குப் புகழ்மாலை சூட்டுவது என்பன அவரிடம் கிஞ்சித்தும் கிடையாது.

கோவில்பட்டி சட்டமன்றத் தொகுதியின் உறுப்பினராக இருந்த போது அத்தொகுதியில் அவர் உருவாக்கிய பாரதி நூற்றாண்டு மகளிர் பாலிடெக்னிக், பாரதி நூற்றாண்டு மகளிர் மேல்நிலைப் பள்ளி, பாரதி நூற்றாண்டு கூட்டுறவு நூற்பாலை என்பன குறிப்பிடத்தக்கவை. இவை அனைத்துக்கும் மேலாக வறண்ட கரிசல் பகுதி மக்களுக்காக அவர் உருவாக்கிய கூட்டுக்குடிநீர்த்திட்டம் இப்பகுதி மக்களின் அன்றாட வாழ்வின் அவலத்தைப் போக்கிய ஓர் அற்புதமான திட்டமாகும்.

அவரது இம்முயற்சி தமிழகம் முழுவதும் பயன்படும் அளவுக்கு விரிவடைந்து தமிழ்நாடு அரசின் குடிநீர் வடிகால் வாரியத்தின் தோற்றத்திற்கு வித்திட்டது. இவ்வுண்மையை தம்பி ஜீவபாரதி தொகுத்து வெளியிட்ட தோழரின் சட்டமன்ற உரைகள் நூல் வாயிலாக அறியமுடிகிறது. இந்நூலாசிரியரும் இதைச் சுட்டிக்காட்டி உள்ளார்.

தூத்துக்குடி மாவட்டம் உருவான பின்னர் அந்நகரில் மருத்துவக் கல்லூரி தொடங்கப்பட்டது. இதனால் அங்குச் செயல்பட்டு வந்த அரசு தலைமை மருத்துவமனை மருத்துவக் கல்லூரியின் மருத்துவமனை ஆயிற்று. ஏற்கனவே செயல்பட்டு வந்த தலைமை மருத்துவமனையைக் கோவில்பட்டி நகருக்கு இடம் மாற்றம் செய்ய முயற்சி செய்து அதில் வெற்றியும் பெற்றார். தொழிற்கூடங்களும் வணிக நிறுவனங்களும் மிகுந்த கோவில்பட்டி நகருக்கென்று தீ அணைப்பு நிலையம் இல்லாத குறையைப் போக்கினார்.

இந்நூலின் சிறப்புக் கூறுகளாகப் பின்வருவனவற்றைத் தொகுத்துரைக்கலாம்:

ஓர் இடதுசாரி இயக்கத்தில் தன்னை இணைத்துக் கொண்ட ஓர் இளைஞரின், இயக்கம் சார்ந்த படிப்படியான வளர்ச்சிநிலை மிகவும் இயல்பான முறையில் சமூக வரலாற்றுப் பின்புலத்தில் அறிமுகம் செய்யப்பட்டுள்ளது.

"வானத்து அமரன் வந்தான் காண் வந்தது போல் போனான் காண்" என்று புலம்புதல் இன்றி, கொச்சைப்படுத்தல் எதுவுமின்றி, ஓர் இயக்கவாதியை இயக்கத்தில் இருந்து பிரித்து 'பொதுமனிதர்' ஆக்காத இயல்பான அறிமுகம் இடம் பெற்றுள்ளது. அத்துடன் தம் வாழ்க்கையில் அவர் பின்பற்றிய நேர்மை, போராட்டக் குணம் என்பனவற்றுடன் அவரது மனிதநேய உணர்வையும் உறவு பேணும் பண்பையும் வெளிப்படுத்தியுள்ளது.

இந் நூலில் தாம் கூறவரும் செய்திகளைப் புரியவைக்கும் நோக்கில் கடந்தகால நிகழ்வுகளையும், மனிதர்களையும், ஆளுமைகளையும் இந்நூலாசிரியர் விரிவாக அறிமுகம் செய்துள்ளார். இவ்வகையில் இவ் வாழ்க்கை வரலாறானது கடந்தகால வரலாற்று நிகழ்வுகளின் பதிவாகவும் அமைந்துள்ளது. இதை வெறுமனே பின்னோக்கிப் பார்க்கும் முறை என்று கூறி எளிமைப்படுத்திவிட முடியாது. இவை வெறும் செய்திகளின் தொகுப்பல்ல. பல்வேறு வண்ணங்களைக் காட்சிப்படுத்தும் 'கலைடாஸ்கோப்' கருவியில் இடம்பெற்றுள்ள பல வண்ணக் கண்ணாடிச் சில்லுகள் போன்று இடம்பெற்றுள்ளன. இவை வாசிப்பவனைப் பல்வேறு களங்களுக்கும் காலங்களுக்கும் அழைத்துச் செல்கின்றன. பல்வேறு காலத்து மனிதர்களையும் இயக்க வாதிகளையும் அறிமுகம் செய்கின்றன. அவர்களது உரைகளைக் கேட்கச் செய்கின்றன. ஆனால் வெறும் செய்திகளின் தொகுப்பாகவோ இட்டு நிரப்பும் உத்தியின் வெளிப்பாடாகவோ அமையாது நூலின் மையத்துடன் இணைந்து நின்று கலைடாஸ்கோப்பைச் சுழற்றிப் பார்க்கும்போது தோன்றும் பலவண்ணச் சித்திரங்கள் காட்சி தருகின்றன.

தமிழகத்தின் நீண்ட அரசியல் வரலாற்றில் ஆங்கிலக் காலனிய ஆட்சியிலும் நாட்டின் விடுதலைக்குப்பின் உருவான ஆட்சிகளிலும் தொடர்ச்சியான அடக்குமுறைக்கு ஆளான கட்சி கம்யூனிஸ்ட் கட்சி தான். இக்கட்சியின் வரலாறு என்பது போராட்டங்களையும் பல்வேறு சித்திரவதைகளையும் இழப்புகளையும் சிறைக்கொடுமைகளையும்

எதிர்கொண்ட, குருதி சிந்திய, துப்பாக்கிக் குண்டுகளுக்கு இரையான, தூக்குமேடை ஏறிய தோழர்களின் வரலாறுதான். ஆனால் பல்வேறு வரலாற்றுச் சூழல்களால் இவை தொடர்பான ஆவணங்கள் சேகரிக்கப்படாமலும் பதிவுசெய்து பாதுகாக்கப்படாமலும் போனமையால் இப்பேரியக்கத்தின் வரலாற்று முகம் தூசி படிந்து கிடக்கிறது.

ஏனைய வரலாறுகளைப் போன்று இவ்வியக்கத்தின் வரலாற்றுக்கான தரவுகள் ஆவணக்காப்பகங்களின் கோப்புகளிலோ, நூல்களிலோ கண்டறியமுடியாத ஒன்று. இயக்கத்தின் தோழர்கள் அவர்களின் பணிகளால் பயன்பெற்றோர் என்பவர்களிடமிருந்து பெறும் வாய்மொழிச் சான்றுகளின் வாயிலாகத்தான் பெறமுடியும். இத்தகைய இடர்ப்பாடுகளுக்கு ஊடாகத்தான் தோழர் அழகர்சாமியின் வரலாற்றுச் சித்திரத்தை நூலாசிரியர் தீட்டியுள்ளார்.

இந்நூலாசிரியரிடம் இருந்து மேலும் படைப்புக்களை எதிர்பார்க்கலாம் என்ற நம்பிக்கையை இந்நூல் தோற்றுவித்துள்ளது. நூலின் நாயகருக்குச் செவ்வணக்கம். நூலாசிரியருக்கு நன்றியும் வாழ்த்துக்களும்.

கரிசலில் உதித்த செஞ்சூரியன்,
காசி விஸ்வநாதன்,
நியூ செஞ்சுரி புக் ஹவுஸ், சென்னை

வ.உ.சியால் அடையாளங் காணப்பட்ட மாசில்லாமணிப் பிள்ளை

இந்திய விடுதலைப் போராட்ட வரலாற்றில் தமிழகத்திற்கென்று தனித்த அடையாளத்தை வழங்கிய நகரம் தூத்துக்குடி. இவ்வுண்மையை ஆங்கில அரசு தெளிவாக அறிந்திருந்தது. இருபதாம் நூற்றாண்டின் தொடக்கத்தில் சுதேசி இயக்கம் ஓர் அலையாக எழுந்தபோது அன்றைய சென்னை மாநிலத்தில் இதன் தாக்கம் எவ்வாறிருந்தது என்பதை அறிய ஆங்கில அரசு விரும்பியது. 1906 ஆவது ஆண்டில் சுதேசி இயக்கம் எவ்வாறிருந்தது என்பதை அறியும் முயற்சியின் ஒரு பகுதியாக அதன் வளர்ச்சி குறித்து அறிக்கை அனுப்பும்படி மாவட்ட அதிகாரிகளைப் பணித்தது. அதன்படி அன்றைய சென்னை மாநிலத்தில் இடம் பெற்றிருந்த மாவட்டங்களின் அதிகாரிகள் அனுப்பிய அறிக்கைகளை அடிப்படையாகக் கொண்டு சென்னை மாநில அரசு குறிப்பொன்றைத் தயாரித்தது. அக்குறிப்பில் **'வெள்ளையர் எதிர்ப்புணர்ச்சி இருப்பதாகச் சந்தேகப்படக்கூடிய ஒரே மாவட்டம் திருநெல்வேலி மாவட்டமாகும். அதிலும் தூத்துக்குடி நகரில்தான் இவ்வுணர்ச்சி நிலவுகிறது'** என்ற செய்தி இடம் பெற்றுள்ளது.

இப்பெருமையை இந்நகரம் அடைவதற்கு இந்நகரில் உருவான சுதேசி இயக்கம் தொடர்பான அமைப்புகளும் இவற்றிற்கு ஆதரவளித்த பொதுமக்களும், இவர்களை வழிநடத்திய தலைவர்களும் தான் காரணம். இத்தலைவர்களில் குறிப்பிடத் தக்கவராகத் திகழ்ந்தவர் வ.உ.சி. மேட்டிமைத் தன்மையின்றி வெகுமக்கள் தலைவராக அவர் விளங்கியுள்ளார். இவரும் சுப்பிரமணிய சிவாவும் இணைந்து ஆற்றிய சொற்பொழிவுகளால் ஈர்க்கப்பட்டுத் தூத்துக்குடி நகர மக்கள் கிளர்ந்தெழுந்தனர். 1908 பிப்ரவரி இறுதியிலும் மார்ச் தொடக்கத்திலும் தெருக்களில் உணவுப் பண்டங்களைக் கூவி விற்போர், முடிதிருத்துவோர், துணி வெளுப்போர், குதிரை வண்டி ஓட்டுவோர், தெருக்களைத் தூய்மைப்படுத்தும் பணியாளர்கள், வீட்டு வேலையாட்கள், வணிகர்கள், ஆங்கிலேயர்களுக்கு உரிமையான தொழிற் கூடங்களில் பணிபுரிந்தோர் எனப் பல்வேறு மக்கள் பிரிவினரும் வேலை

நிறுத்தத்திலும் வெள்ளையரைப் புறக்கணித்தலிலும் ஈடுபட்டதை அரசு ஆவணங்கள் குறிப்பிடுகின்றன.

இத்தகைய அரசியல் விழிப்புணர்வு மிகுந்த தூத்துக்குடி நகரில் ஒரு தொண்டராகவும் தலைவராகவும் அறிமுகமாகிப் பின்னர் வறுமை எய்தி வாழ்ந்து மறைந்தவர் வ.உ.சி. இவரது அரசியல் செயல்பாட்டால் ஈர்க்கப்பட்டு அன்றைய காங்கிரஸ் இயக்கத்தை வளர்த்தவர் மாசில்லாமணிப் பிள்ளை. புகழ்வாய்ந்த தலைவர்களுடன் இணைந்து பணியாற்றியோரில் பெரும்பாலோர் தம் அடையாளம் இழந்து போவது ஒரு பொதுவான மரபு. இதற்கு இரண்டு காரணங்கள் உண்டு. தன்னை மீறி வளர்ந்து விடக்கூடாது என்ற எண்ணத்தால் அல்லது அச்சத்தால் தலைவர்கள் ஓர் அமுக்குப் பேயாக (Incubus) மாறிவிடுவது முதற் காரணம். இணைந்து பணியாற்றுவோர் தமக்கென ஓர் சுய அடையாளத்தை வளர்த்துக் கொள்ளாது அதற்கான முயற்சியிலும் ஈடுபடாது இரவல் அடையாளத்தில் நிறைவடைந்து ‘அப்பாலும் அடிசார்ந்த அடியார்க்கும் அடியேன்’ எனத் தன்னைக் குறுக்கிக் கொள்வது இரண்டாவது காரணம்.

இந்நூலின் நாயகரான திரு. மாசில்லாமணிப் பிள்ளை வ.உ.சி.யால் அடையாளம் காணப்பட்டவர். அவரால் தம்பியாக ஏற்றுக் கொள்ளப் பட்டவர். அவரைப் போன்றே சிறந்த மேடைப் பேச்சாளியாகவும், ஆங்கிலப் புலமை கொண்டவராகவும் சுதேசி இயக்கக் காலத்திய காங்கிரஸ் இயக்கத்தில் இணைந்து அவருக்குத் துணை நின்றவர். காங்கிரசில் காந்தியின் தலைமை அறிமுகமான பின்னர் வ.உ.சி. அதிலிருந்து விலகி நின்றார். ஆனால் மாசில்லாமணிப் பிள்ளை தன்னுடைய சுயத்தை இழக்காமல் அரசியலில் பயணித்துள்ளார். இந்திய விடுதலைக்குப் பின்னும் காங்கிரஸ் கட்சியில் இணைந்திருந்தார். இருப்பினும் வ.உ.சி மறையும் வரை அவருடனான நட்பைத் தொடர்ந்தவர். இருவருக்கும் இடையே கருத்து அடிப்படையில் இருந்த வேறுபாடுகள் இருவரின் நட்புறவைப் பிரிக்கவில்லை.

இதற்குச் சான்றாக கடவுள்மறுப்புக் குறித்த மாசில்லாமணிப் பிள்ளையின் அணுகுமுறை வ.உ.சி.யின் அணுகுமுறையில் இருந்து மாறுபட்டிருப்பதைக் குறிப்பிடலாம். வ.உ.சி நாத்திகத்தை ஒரு மதமாகவே பாவித்துள்ளார். சைவ சமயத்தின் தத்துவ நூல்களில் ஒன்றான சிவஞான போதத்திற்கு அவர் எழுதிய உரையில், ஆத்திகர் கடவுள் என்று கூறுவதை நாத்திகர்கள் இயற்கை என்று கூறுவதாகவும் நாத்திகர் இயற்கை என்று கூறுவதை ஆத்திகர் இறை என்று

கூறுவதாகவும் ஒருவகையான சமரசப்போக்கை முன்வைக்கிறார். ஆனால் மாசில்லாமணிப் பிள்ளை நாத்திக எதிர்ப்பில் ஈடுபாடு கொண்டிருந்ததை இந்நூலின் வாயிலாக அறியமுடிகிறது. இவரது சொற்பொழிவு ஒன்று 'நாத்திக இயக்க மண்டையை உடைக்கும் தண்டாயுதம்' என்ற தலைப்பில் பத்திரிகை ஒன்றில் வெளியானதை நூலாசிரியர் சுட்டிக் காட்டியுள்ளார்.

அரசியலில் சமயத்தைக் கலப்பதில் உடன்பாடில்லாதவராகவே வ.உ.சி. இருந்துள்ளார். இந்நூலாசிரியரின் கூற்றுப்படி தம் உரையைத் தொடங்கு முன்பு **'சுயம்பு அனாதி அசரீரி. சமஸ்த சுப சௌந்தரா, சர்வவியாபேஸ்வரா சர்வலோக மூல முதல்வனே நமோ நமோ'** என்று கூறுவதை மாசில்லாமணிப் பிள்ளை வழக்கமாகக் கொண்டிருந்தார். ஒப்பீட்டு நோக்கில் இச்செய்திகளைக் கூறுவது இம்முன்னுரையின் நோக்கமல்ல. மாறாக ஓர் உயரிய நோக்கில் செயல்பட்ட இவ்விருவரும் சமயக் கருத்துக்களின் அடிப்படையில் பிரிந்து நிற்காது இணைந்து நின்றதை வெளிப்படுத்தத்தான்.

மேலும் ஆய்வுக்குரிய செய்தி ஒன்றையும் இந்நூலாசிரியர் இங்கு வெளிப்படுத்தியுள்ளார். அவர் குறிப்பிட்டுள்ள தொடர்கள் வடமொழி மந்திரம் போன்று உள்ளது. தத்துவப்போதகர் என்றழைக்கப்படும் டி நொபிலி என்ற இத்தாலி நாட்டு சேசுசபைக் குரு, கத்தோலிக்கர்கள் தம் மன்றாட்டுகளில் (செபம்) பயன்படுத்தும் வகையில் சில அடிப்படை மந்திரங்களை வடமொழியில் மொழிபெயர்த்தார் என்ற செய்தி உண்டு. ஒருவேளை அவர் மொழிபெயர்த்த மந்திரங்கள் வழக்கில் இருந்தனவோ என்ற ஆய்வுக்கு இத்தொடர்கள் நம்மைத் தூண்டுகின்றன.

'மக்களை ஈர்க்கக்கூடிய பாடல்களை அரசியல் பிரச்சாரத்திற்கு ஏற்ற ஊடகமாக மாற்றும் பணி முதலில் வங்கத்தில் தொடங்கியது' என்று கூறும் திரு. சு. தியடோர் பாஸ்கரன் தமிழ்நாட்டிலும் 'அரசியல் செயலூக்கம்' காரணமாக இத்தகைய முயற்சிகள் தோன்றின என்பதை விரிவாகக் குறிப்பிட்டுள்ளார். மாசில்லாமணிப் பிள்ளையும் அரசியல் பாடல்களை நாட்டார் பாடல்களின் வடிவில் எழுதியுள்ளதை இந்நூலாசிரியர் குறிப்பிடுவதுடன் இந்நூலின் பின் இணைப்பில் அவற்றின் முழு வடிவத்தையும் தந்திருப்பது பாராட்டுக்குரியது. 1918 இல் நிகழ்ந்த பஞ்சத்தை மையமாகக் கொண்டு அவர் எழுதியுள்ள 'பஞ்ச நிவர்த்திப் பாடல்' குறிப்பிடத்தக்க ஒன்று.

இந்நூலின் ஆசிரியர் மாசில்லாமணிப் பிள்ளையின் மகள் வயிற்றுப் பேத்தி ஆவார். தாத்தாவைப் போன்றே பாட்டியும் தேசிய இயக்கவாதி. இரண்டு முறை தூத்துக்குடித் தொகுதியின் சட்டமன்ற உறுப்பினராகப் பணியாற்றியவர். இவரைக் குறித்த பதிவுகளும் இந்நூலில் இடம்பெற்றுள்ளன. ஒருவகையில் இந்நூல் மாசில்லாமணிப் பிள்ளை - ஜெபமணி இணையரின் வாழ்க்கை வரலாறு என்று கூறுவதில் தவறில்லை. முதுமையிலும் ஆர்வத்துடன் செய்திகளைத் திரட்டி இந்நூலை ஆசிரியர் எழுதி வெளியிட்டுள்ளமை பாராட்டுக்குரியது. அன்னாருக்கு நன்றி.

நீதிக்கு வாதிப்போம் நின்று,
பிலோ ஜான்
செல்வி பதிப்பகம், பாளையங்கோட்டை

ஆடு மாடு மேய்ச்சி ஆளாப் போகலாம்

'வான் பொய்ப்பினும் தான் பொய்யாக் குலக்கொடி' என்று இளங்கோவடிகளாலும், 'நிலமகளின் திருமார்பில் திகழும் முத்து மாலை போன்றது' என்று சேக்கிழாராலும் வருணிக்கப்பட்ட காவிரி ஆறு தஞ்சைத் தரணியில் பல கிளை ஆறுகளாகப் பாய்ந்து வளமான நன்செய் நிலங்களுக்கு உயிரூட்டியது. சங்க இலக்கியம் குறிப்பிடும் மருதத் திணையின் அனைத்து வளங்களையும் உள்ளடக்கி 'தமிழ் நாட்டின் நெற்களஞ்சியம்' என அழைக்கப்படும் சிறப்பைப் பெற்றிருந்தது.

சைவர்களின் 'பாடல் பெற்ற தலங்களும்' வைணவர்களின் 'மங்களாசாசனம் செய்த தலங்களும்' உயரிய கோபுரங்களுடன் இந்நிலப்பகுதிகளில் இடம் பெற்றுள்ளன.

தமிழ்நாட்டு வரலாற்றில் நீண்டகாலம் நிலைபெற்றிருந்த சோழப் பேரரசு இம்மண்ணில்தான் விழுதூன்றி வளர்ந்தது. சிறந்த இசைவாணர்களும், கவிஞர்களும் தோன்றி வளர்ந்து கலைப்பணியும் இலக்கியப் பணியும் ஆற்றிய பூமி இது. இதன் தொடர்ச்சியை இன்று வரை காணலாம்.

இவையெல்லாம் தஞ்சைத் தரணியின் வரலாற்றின் ஒரு பக்கம். இப்பக்கமே நமக்கு விரிவாகவோ சுருக்கமாகவோ கற்றுக் கொடுக்கப்பட்டு வருகிறது. வரலாறு பயிலாதவர்கள் கூட கல்கியின் 'பொன்னியின் செல்வனை'ப் படித்துவிட்டு, தம் மனக்கண் முன், குந்தவைப் பிராட்டியையும், வானதியையும், வந்தியத்தேவனையும், அருண்மொழித் தேவனையும் இன்றுவரை ஓட விட்டுக் கொண்டிருக் கிறார்கள்.

ஆனால் இவற்றுக்கெல்லாம் மாறுபட்ட சித்திரம் ஒன்றும் உண்டு. திருநாளைப் போவார் நாயனார் புராணத்தில் இடம்பெறும் புலைப்பாடி குறித்த வர்ணனையில் சேக்கிழார் இதைக் கோடிட்டுக் காட்டியுள்ளார். 'சோழ வளநாடு சோறுடைத்து' என்பது நாம் அடிக்கடிக் கேள்விப்படும் தொடர். ஆனால் சோற்றுக்கு ஆதாரமான நெற்பயிரை விளைவிக்கும் பணியில் ஈடுபட்ட உழுகுடிகளின் வாழ்க்கைநிலை எப்படி இருந்தது என்பதை நம்மில் பலர் அறிந்ததில்லை.

சவுக்கடி, சாணிப்பால் புகட்டல், மார்பகங்களைக் கிட்டி என்ற கருவியால் முறுக்கிச் சிதைத்தல், பண்ணையடிமைக்குத் திருமணமானால் அவன் மனைவியுடன் முதல் இரவு உரிமை, பாலியல் வன்முறை, கொக்கு பிடிக்கும் தண்டனை, பண்ணையார் வீட்டுத் திருமணத்தின் போது தம் பண்ணையடிமைகளை சீதனமாகக் கொடுத்தல், சூடு போடுதல், ஆடை அணியக் கட்டுப்பாடுகள் என்பன எல்லாம் உழுகுடிகளின் மீது திணிக்கப்பட்டிருந்தன.

தம் மீது சுமத்தப்பட்ட பண்பாட்டு ஒடுக்குமுறைகளையும் நிகழ்த்தப்பட்ட பொருளாதாரச் சுரண்டலையும், அவர்கள் எதிர்கொண்ட முறை, இதிலிருந்து விடுபட அவர்கள் நடத்திய போராட்டங்கள், ஆங்கில அரசும், காங்கிரஸ் அரசும் இதற்கு எதிராக ஏவிய அடக்கு முறைகள் என்பனவெல்லாம் வரலாற்றில் முறையாகப் பதிவு செய்யப் படவில்லை. அரசாவணங்களும் கூட அவற்றைச் சட்டமீறல்களாகவும், கலகச் செயலாகவும்தான் பதிவு செய்துள்ளன.

இத்தகைய நிலையில் தஞ்சை மாவட்ட உழுகுடிகள் வரலாற்றை எழுதத் தேவையான வரலாற்று ஆவணங்களை அவர்களிடம் இருந்து தான் நாம் பெற வேண்டும். வரலாறு என்பது காலவரிசைப்படி நிகழ்ச்சிகளைத் தொகுத்துக் கூறுவது என்பதன் அடிப்படையில் மேற்கூறிய கொடுமைகளை எல்லாம் காலவரிசைப்படி நாம் பெற முடியாது. எழுத்தாவணங்கள் இல்லை என்பதாலும், காலவரிசைப்படி இல்லை என்பதாலும் இம்மக்களின் வரலாற்றை நாம் பதிவு செய்யாமல் விட்டுவிட முடியாது. இத்தகைய சூழலில் நமக்கான வரலாற்றுத் தரவுகளை அவர்களின் சமூக நினைவுகள் வாயிலாகவே பெற்றுக்கொள்ள முடியும்.

தம் முன்னோர் அனுபவித்த நிலவுடைமைக் கொடுமைகளையும், நிகழ்த்திய போராட்டங்களையும் குறித்த சமூக நினைவுகளை அவர்கள் வாய்மொழி வழக்காறுகளாகவும், வழிபாடுகளாகவும் பாதுகாத்து வருகின்றனர். இவற்றையெல்லாம் சேகரித்து எழுத்து வடிவில் பதிவு செய்யும்போது, அது வாய்மொழி வரலாறு (Oral History) ஆக மாறுகிறது. வாய்மொழி வரலாறென்பது, சமூக வரலாறு, பொருளாதார வரலாறு என்பது போல் வரலாற்றின் ஒரு பிரிவன்று. அது ஒரு வரலாற்று முறையியல் ஆகும். எழுத்தாவணங்கள் கிட்டாத நிலையில் வாய் மொழி வரலாறு அதற்கு மாற்றாக அமைவதுடன், ஒரு நிகழ்வுடன் தொடர்புடையவர்களின் மன உணர்வுகளை அறியவும் துணை புரிகிறது.

தோழர் தஞ்சை சாம்பானின் இந்நூல் தஞ்சை மண்ணின் உழுகுடிகள் மீது ஏவப்பட்ட பொருளாதாரச் சுரண்டலையும் பண்பாட்டு ஒடுக்குமுறையையும் நாம் அறிந்து கொள்ள உதவுகிறது. அத்துடன், அவர்கள் அவற்றை எவ்வாறு எதிர்கொண்டனர் என்பதையும் வாய்மொழி வழக்காறுகளின் துணையுடன் ஆவணமாக்கியுள்ளது.

தஞ்சை மண்ணின் உழவர்கள் சோழர் காலம் தொடங்கி இன்று வரை பல்வேறு உரிமைப் போராட்டங்களை நடத்தி வந்துள்ளார்கள். ஆனால், இவையெல்லாம் ஆவணப்படுத்தப்படவில்லை. இக்குறையை, தோழர்கள் கோ. வீரய்யன், சோமு. சுப்பையா, சுபாஷ் சந்திரபோஸ், வாய்மைநாதன், அப்பணசாமி, என்.ராமகிருஷ்ணன் ஆகியோர் தம் நூல்களின் வாயிலாக ஓரளவுக்கு நிறைவு செய்துள்ளனர் இவர்கள் மட்டுமின்றி, விவசாயச் சங்கம் வெளியிட்ட மலர்களிலும் பல தோழர்கள் சில நிகழ்வுகளைப் பதிவு செய்துள்ளனர்.

தஞ்சை மாவட்ட விவசாய இயக்கத்தின் வரலாற்றை, எழுத்தாவணங்களுடனும், வாய்மொழி வரலாற்றுத் தரவுகளோடும் இணைத்து எழுத வேண்டிய கடமை இடதுசாரி சிந்தனை கொண்ட ஆய்வாளர்களின் முன் உள்ளது. அப்பணிக்கு இந்நூலும் முக்கிய துணையாக அமையும் தன்மையது.

இந்நூலில் இடம் பெற்றுள்ள 'பறையன் பள்ளம்' என்ற கட்டுரை, மனிதநேயம் கொண்ட அம்பலக்காரர், பறையர் சமூகத்தினருக்கு ஊர் சுடுகாட்டுப் பக்கம் உள்ள தண்ணீர்க்குட்டையை அனுபவிக்கும் உரிமையை வழங்கிய செய்தியைக் கூறுகிறது. இச்செய்தியை மட்டுமின்றி, ஆதிக்கச் சாதியினரின் மங்கல, அமங்கல நிகழ்வுகளில் 'உரிமை', 'சுதந்திரம்' என்ற பெயர்களில் சில சலுகைகளை வழங்கி விட்டு உழைப்புச் சுரண்டலை நிகழ்த்துவதையும், நஞ்சு பாய்ந்து இறந்த மாட்டிறைச்சியை உண்ணும் நுட்பத்தையும், அரசு அதிகாரிகளின் மீது கொண்டுள்ள பயம், அம்மன் கோவில் குளத்தில் பறையர் சமூகத்தினர் மீன்பிடிக்காதிருக்க ஆதிக்க வகுப்பினர் உருவாக்கிய கதைகளையும் இக்கட்டுரையில் ஆசிரியர் பதிவு செய்துள்ளார்.

உரிமைக்குரல் கொடுக்கும் விவசாயத் தொழிலாளர்களைப் பழிவாங்கும் வழிமுறைகளுள் ஒன்று அவர்களுக்கு வேலை கொடுக்க மறுப்பது. இதனால் ஏற்படும் வறுமைத் துயரினால் தங்கள் கோரிக்கைகளை அவர்கள் கைவிடும் நிலை உருவாகிவிடும். அவர்களை இழிவுபடுத்தும் முறையில் தேநீர்க் கடையில் தனிக்குவளை போடும் வழக்கத்தையும் பின்பற்றி வந்தனர். இதுபோன்றே வெட்டிமைத் தொழிலையும் கட்டாயப்படுத்தி தலித் மக்கள் மீது திணிக்கவும்

செய்தனர். இக்கொடுமைகளுக்கு எதிராகப் போராடி வந்த நிகழ்வை 'விடியல்' குறிப்பிடுகிறது.

'சாது மிரண்டால் காடு கொள்ளாது' என்ற பழமொழிக்கேற்ப குடிப்பறையனாக இருந்த மலுப்பன் மகனும் அவன் மனைவியும் 'நடுவூட்டார்' என்ற தன் பண்ணையாருக்கு எதிராகக் கிளர்ந்து குடிவேலையைத் துறந்து செல்லும் நிகழ்வை 'குளத்தே கண்ட குண்டியெத்தெனே, குண்டியைக் கண்ட குளம் எத்தனை' என்ற கட்டுரை விவரிக்கிறது. பழைய சுரண்டல் முறையின் பல்வேறு வடிவங்களை இக்கட்டுரையால் அறிய முடிகிறது.

'ஆடு மாடு மேய்ச்சி ஆளாப் போகலாம்' என்ற கட்டுரை, உள்ளத்தை ஒரு பக்கம் உருக்குவதாகவும், மற்றொரு பக்கம் இச்சமூக அமைப்பின் மீது கோப உணர்வை ஏற்படுத்துவதாகவும் அமைகிறது. அரசுச் செலவில் தலித் மாணவர்கள் எல்லோரும் படித்துப் பட்டம் பெற்று விடுகிறார்கள் என்று புலம்புவோர் அவசியம் படிக்க வேண்டிய கட்டுரை.

ஊர் அம்பலத்தின் உழைப்புச் சுரண்டலுக்கு நேரடியாகக் குரல் கொடுக்க முடியாத சமூகச்சூழலில் தங்கானும் சுக்கிரனும் செய்த செயலின் அடிப்படையில் 'காடு கொளுத்தி' என்ற பெயர் அவர் களுக்கு ஏற்பட்டதைக் 'காடு கொளுத்திகள்' என்ற கட்டுரை குறிப்பிடுகிறது.

செத்த பிறகும் தீண்டாமைக் கொடுமையை சகித்துக் கொண்டிருந்த தலித் மக்கள் அதற்கு எதிராக ஒரு கட்டத்தில் கொதித்தெழுந்து அரசு அதிகாரிகளை வற்புறுத்தித் தங்களுக்கென சுடுகாட்டிற்கு இடம் பெற்றதை 'சனிப்பொணம்' என்ற கட்டுரை விவரிக்கிறது.

'யாங் கள்ளேன் என்னை அடிப்பாரு அணைச்சிக்குவாரு' என்று கூறி தம்மைத் தேற்றிக் கொள்ளும் சேரி மக்களிலிருந்து வேறுபாடான முனியன், அளவுக்கு மீறி பாரம் ஏற்றி வந்த மாட்டு வண்டியை ஓட்டி வந்து வண்டி குடைசாய மாடுகள் இறந்து போகின்றன. 'வண்டி கொட சாஞ்சா மம்புட்டிய எடுத்து பூட்டாந்தலைய வெட்டி வுடலாம்' என்று தெரிந்திருந்தாலும், மாட்டின் இடுப்பிற்கு அடியில் கிடந்த மகனைக் காப்பாற்றும் முயற்சியில் கவனம் செலுத்தியதால் மாடுகளைக் காப்பாற்ற, சுக்கிரன் முனையவில்லை. இவ்விபத்திற்குப் பின் சரியான பாரம் மட்டுமே ஏற்றும் முடிவிற்கு ஊர் வந்தது. இதனால் தலித் மக்களின் வேலைப்பளு சற்று குறைந்தது. இந்நிகழ்ச்சியைக் கூறும் இக்கட்டுரையின் இறுதிப்பகுதி தலித் மக்களின் அடுத்த தலை முறையில் ஏற்பட்ட சுயமரியாதை உணர்வை வெளிப்படுத்துகிறது.

சேரி மக்களின் பயன்பாட்டிற்காக நிலத்தைச் சொந்தமாக வைத்துக்கொள்வதும் அதை ஆதிக்கச் சாதியினரிடமிருந்து பாதுகாப்பதும் கடினமான ஒன்றாக முன்பு இருந்தது. வெறும் மண்ணாகக் காட்சியளிக்கும் நிலத்தில், தம் உழைப்பைச் செலுத்தி அதை வளப்படுத்திய மக்களின் வாழ்வில் இரண்டறக் கலந்த ஒன்றாக நிலம் மாறி விடுகிறது. ஆனால், இதைப் பொறுக்காத ஆதிக்கச் சாதியினர் ஏற்படுத்தும் இடையூறுகளையும் அதற்கு எதிராகப் போராடி அவர்கள் வெற்றி பெறுவதையும் 'நிலம் வெறும் மண்ணல்ல' என்ற கட்டுரையால் அறிகிறோம்.

'சன்னாசி சாம்பான் மகன்' கதை எள்ளல் தன்மையுடன் கூடிய ஓர் உண்மையான நடைச்சித்திரம். இக்கட்டுரையின் சுருக்கத்தைக் கூறினால், படிப்பவருக்குச் சுவை குன்றிவிடும் என்பதால் இத்துடன் நிறுத்திக் கொள்கிறேன்.

'காட்டுவாரிக் கரையிலிருந்து' ஊர்க் கூட்ட முடிவு என்பதன் பெயரால் தலித் மக்களின் மீது ஏவப்படும் அடாவடித்தனங்களை அம்பலப்படுத்தும் ஓர் ஆவணமாக அமைகின்றது. குடியிருப்பின் இடத்தை மாற்றுவதில் கூட ஒரு வரலாறு மறைந்துள்ளது.

இக்கட்டுரைகள் அனைத்திலும் தோழர் தஞ்சை சாம்பானின் கள ஆய்வு அழுத்தமாகப் பதிந்துள்ளது. பல்வேறு கொடுமைகளுக்கு ஆளாகி, அமைப்புகள் உருவாகாத சமூகச் சூழலில், தம் எதிர்க்குரலை வெவ்வேறு வழிமுறைகளில் மக்கள் வெளிப்படுத்தியமையை இக்கட்டுரைகளின் வாயிலாக நாம் புரிந்து கொள்கிறோம். பல நுணுக்கமான விவரங்கள் இக்கட்டுரைகளில் பதிவாகியுள்ளன. வேளாண் தொழில்நுட்பம், சாதிய ஒடுக்குமுறையின் பல்வேறு வடிவங்கள், நலிந்தோரின் ஆயுதமாகப் பல்வேறு வழிமுறைகளில் தம் எதிர்ப்பை உழுகுடிகள் காட்டிய முறை ஆகியன எல்லாம் வேடிக்கையாகவும் நுணுக்கமாகவும் கூறப்பட்டுள்ளன. இத்தகைய செய்திகளின் திரட்டு குறிப்பிடத்தகுந்த எண்ணிக்கையில் கிட்டும் போது தஞ்சை மண்ணில் உழுகுடிகளின் கடந்த கால வாழ்க்கை நிலையையும், எதிர்க்குரலை ஒலிக்கச் செய்த முறையையும் குறித்த விரிவான ஒரு சித்திரத்தை நாம் உருவாக்க முடியும். வாய்மொழி வரலாற்றாய்வுக்கு இந்நூல் பயனுள்ள பங்களிப்பாகும். தோழர் தஞ்சை சாம்பான் தனது வாய்மொழி வரலாறு தொடர்பான களப்பணியை மேலும் தொடர வேண்டும்.

ஆடுபாரம்,
தஞ்சை சாம்பான்,
பாரதி புத்தகாலயம், சென்னை

பன்னிரெண்டு தமிழகப் பழங்குடிகளின் வாழ்வியல்

தி.ஜ.ர. ஆசிரியராக இருந்தபோது 'மஞ்சரி' என்ற இதழ் தரமான பல்சுவைக் கதம்பமாக வெளிவந்து கொண்டிருந்தது. அதில் பழங்குடிகள் குறித்த தமிழ்க்கட்டுரைகளும், பிறமொழிகளில் இருந்து மொழிபெயர்க்கப்பட்ட கட்டுரைகளும் இடம்பெறும். இது தவிர... வெகுசனத் தமிழ் இதழ்கள் வெளியிடும், தீபாவளி, பொங்கல் மலர்களில் பழங்குடிகள் குறித்த கட்டுரைகள் படங்களுடன் வெளிவரும். பழங்குடிகளுடன் இணைத்துப் பார்க்கப்பட்ட பிலோ இருதயநாத் என்பவரின் கட்டுரை இவற்றில் தவறாது இடம் பெறும். ஆயினும் ஓர் அருங்காட்சியகப் பொருளுக்கான தகுதியைத்தான் பெரும்பாலான இதழ்கள், பழங்குடிகளுக்கு அப்போது வழங்கி வந்துள்ளன. இக்குறைபாடு இருப்பினும் நாம் அதிகம் அறிந்திராத நம் சகமனிதர்களின் வாழ்வியலை அறிய இவை ஓரளவுக்கு உதவியுள்ளன என்பதும் உண்மை. மானுடவியல், இனவரைவியல், பழங்குடிஇயல் என்ற அறிவுத்துறைகளின் அறிமுகம் தமிழ்நாட்டில் நிகழ்ந்த பின்னரே, பழங்குடிகள் குறித்த நமது தொடக்ககாலப் புரிதல் எவ்வளவு பிற்போக்கானது என்பது தெரியவந்தது. முனைவர். அ. பகத்சிங் எழுதியுள்ள இச்சிறுநூல் பழங்குடிகளின் வாழ்வியலை மட்டுமின்றி வாழ்வியல் சார்ந்த இடர்ப்பாடுகளையும், நாம் அறியும்படிச் செய்துள்ளது. நூலின் முன்னுரையில் அவர் குறிப்பிடும் பின்வரும் கருத்துக்கள் ஆழமானவை:

> ஆதிவாசி, காட்டுவாசி, முதுகுடி, பழங்குடி, வனவாசி, மலைமக்கள் மற்றும் இதர பல்வேறு பெயர்களால் அடையாளப் படுத்தப்படும் இம்மக்களே இம்மண்ணின் பூர்வகுடிகள். இவர்கள் நம் அனைவரின் மூதாதையர் என்பது யாரும் மறுக்க முடியாத உண்மை. பழங்குடிகள் என்றாலே, இலைதழைகளை கட்டிக்கொண்டு அரைகுறை ஆடையுடன், விலங்குகளின் எலும்பு களைக் கழுத்தில் மாட்டிக்கொண்டு 'கைய்யோ, முய்யோ' என்று பேசுவதும் அரைகுறை ஆடையுடன் நடனமாடுவதும்தான் அவர் களுக்கான அடையாளமாக நம் பொதுப்புத்தியில் ஏற்றப்பட்டு உள்ளது... பழங்குடிகள் என்பவர்கள் வேறு யாருமல்ல. நம்மைப் போலவே வாழும் சகமனிதர்கள். எளிமையாகச் சொல்வ தென்றால் இயற்கையோடு வாழக் கற்றுக்கொண்டவர்கள்...

பழங்குடிகளின் வாழ்க்கை முறையானது எவ்விதச் சிக்கல்களும் அற்று, எளிய முறையில் நிம்மதியாக சிறப்பாக இருப்பதாக ஒரு மாயத்தோற்றத்தை சிலர் உருவாக்கி வருகின்றனர். பழங்குடிகளின் வாழ்வியல் குறித்து எழுதும் பலரும் இந்த வேலையை மிக நேர்த்தியாகச் செய்கின்றனர். இயந்திரகதியான நம் வாழ்க்கை முறைக்கு எதிராக பழங்குடிகளின் வாழ்க்கை முறையினை சொர்க்கபுரியாக நிலைநிறுத்த முயல்கின்றனர். என்னைப் பொறுத்தவரை, நமது வாழ்க்கை முறையில் இருந்து அவர்களது வாழ்க்கை எவ்விதத்திலும் குறைந்ததல்ல என்பதை மட்டும் உணர்தலே போதுமானது. இவர்கள் முன்வைப்பது போல் சிறப்பாக, சுரண்டலற்ற வாழ்க்கை முறையில் அவர்கள் வாழ்ந்தது உண்மைதான். எப்போது சமவெளியில் உள்ளவர்கள், காட்டிற்குள் குடியேறத் துவங்கினார்களோ, அன்றே பழங்குடிகளின் எளிய வாழ்க்கை முறை சீர்கெடத் துவங்கிவிட்டது. இவர்களைப் பாதுகாக்க நாம் செய்ய வேண்டிய முதன்மையான ஒன்று. அவர்களது வாழ்க்கையை அவர்களது போக்கிலேயே தொந்தரவு செய்யாமல் விட்டுவிடுவதுதான்.

நூலின் அறிமுக உரையில் இடம் பெற்றுள்ள இச்செய்திகள் பழங்குடிகள் குறித்த அவரது சமூகப் பார்வையை வெளிப்படுத்து கின்றன. பழங்குடிகள் குறித்த ஆய்வு அல்லது அறிமுகம் என்பது அவர்கள் வாழும் பகுதியின் சிறப்பையும், அழகையும் அவர்களது வாழ்க்கைமுறையையும் அழகியல் தன்மையுடன் சித்தரிப்பதல்ல. அவர்கள் வாழ்வியலை நாம் அறியும்படிச் செய்வதுடன் அவற்றின் பணி முடிந்து விடுவதில்லை. அவர்களது வாழ்வியல் சிக்கல்களை வெளிப்படுத்தும் போதுதான் முழுமை பெறுகின்றன.

சோளகர் என்ற பழங்குடிகள் மீது 'வீரப்பன் தேடுதல் வேட்டை' என்ற பெயரில் ஏவப்பட்ட அரசு வன்முறையை 'சோளகர் தொட்டி' என்ற பெயரில் வழக்கறிஞரும், மனித உரிமைப் போராளியுமான ச.பாலமுருகன் நாவலாக எழுதியுள்ளார். இந்நாவலில் காடு இடம்பெறுகிறது. சோளகர் என்ற பழங்குடிகள் இடம் பெறுகிறார்கள். இதன் அடிப்படையில் ஆதிவாசிகளின் வாழ்க்கையைப் பேசும் நாவல் என்று மூத்த படைப்பிலக்கியவாதி ஒருவர் பொத்தாம் பொதுவாக அடையாளப்படுத்தி இருந்தார். சோளகர் என்ற பழங்குடிகளின் மீது அரசு ஏவிய வன்முறையே நாவலில் முக்கிய இடம்பெற்றிருந்தது என்ற உண்மையை அவர் உணரத்தவறிவிட்டார். அவர்கள் வாழும் காடும், அவர்களது வேறுபாடான வாழ்க்கை முறையும் மட்டுமே

அவரை ஈர்த்துள்ளன. இத்தகைய மனநிலையில்தான் நம்மில் பலர் உள்ளனர். இப்போக்கில் இருந்து விலகிச் சென்றுள்ளமையே இந்நூலின் சிறப்பாகும்.

தமிழ்நாட்டில் மொத்தம் முப்பத்தாறு பழங்குடிப் பிரிவினர் வாழ்வதாகவும், இவர்களில் ஆறு பழங்குடியினர் அழியும் நிலையில் உள்ளதாகவும், மத்திய அரசின் அறிக்கையொன்று குறிப்பிடுவதாக நூலின் முன்னுரையில் ஆசிரியர் குறிப்பிட்டுள்ளார். இந்நூலில் பன்னிரெண்டு பழங்குடிகளின் வாழ்வியலையும் வாழ்வியல் சிக்கல்களையும் நூலாசிரியர் வெளிப்படுத்தி உள்ளார். பழங்குடிகள் குறித்த ஆர்வம் மட்டுமே இந்நூலை அவர் எழுதத் துணை நிற்கவில்லை. மானுடவியல் துறையில் முதுகலைப்பட்டத்தையும், முனைவர் பட்டத்தையும் அவர் பெற்றுள்ளமை அவரது நூலாக்கத்தை வலுச்சேர்த்து உள்ளது. அத்துடன் அவரது மனிதநேய உணர்வு அவரை வழிநடத்திச் சென்றுள்ளது. இதுவே அவர்களது வாழ்வியல் சிக்கல்களை வெளிப்படுத்தும்படி அவரைத் தூண்டியுள்ளது. சான்றாக அவரது நூலில் இடம்பெற்றுள்ள பின்வரும் கருத்துக்களை மேற்கோளாகக் காட்டவிரும்புகிறேன் :

அதிகாரம் படைத்த வெளியாட்கள் சிலர் வனத்திற்குள் சென்று சட்டவிரோத காரியங்களில் ஈடுபடும்போது வனத்துறை கண்டுகொள்வதில்லை என்கிறார்கள் மக்கள். சில இடங்களில் வனத்துறையினரே மான், காட்டுப்பன்றி, மந்தி போன்ற விலங்குகளை வேட்டையாடித் தருமாறு மிரட்டுவதாகப் பளியர் மக்கள் ஆதங்கப்பட்டதைக் களப்பணியில் நேரடியாகக் கேட்க முடிந்தது. வனம் என்பதை வாழ்வியலாகப் பாவிக்கும் பழங்குடிகளுக்கு உள்ளே நுழையத் தடைவிதிப்பவர்கள். வணிகப்பகுதியாக எண்ணிச் சுரண்டுபவர்களின் நலனிற்கு ஆதரவளிக்கின்றனர்.

மொத்தத்தில் பளியர்கள் சிறு சிறு குழுக்களாகப் பரவி வாழும் தன்மையே அவர்கள் சுரண்டலுக்கு எதிராகக் களம் காண்பதில் வாய்ப்பற்றுப் போனதோ என எண்ணத் தோன்றுகிறது.

தோடர் மட்டுமல்ல அம்மலையில் உள்ள பழங்குடிகளின் வாழ்வியல் என்பது நீலகிரியின் இயற்கை வளத்தோடு பிணைக்கப்பட்டது. நீலகிரிப் பகுதியில் நடைபெறும் தீவிர தொழில் மையம் மற்றும் வணிகமயமாக்கல். அதனால் அழிக்கப்படும் பசுமையான புல்வெளிகள் மற்றும் வணிக வந்தேறிகளின் ஆக்கிரமிப்பு என இம்மலை சந்திக்கும்

பிரச்னைகள் அங்கு வாழும் பழங்குடிகளையும் பாதிக்கவே செய்யும்.

ஒரு சமூகத்தை இனவரைவியல் அடிப்படையில் அறிவதன் நோக்கமானது. அவர்களின் தனித்தன்மைகளைக் காட்சிப் பொருளாக மாற்றுவதல்ல. இனக்குழுக்களின் தனித்தன்மைகளை அறிந்து அவர்களின் வளர்ச்சிக்குப் பங்காற்றுவதே.

சோளகர் வாழ்விடங்களுள் யானை நுழைவதும், அவர்களும் உடைமைகளும் விவசாய நிலங்கள் சேதமடைவதும் சமீபத்தில் அதிகரித்துள்ளது. வணிகரீதியான தேவைகளுக்காக சமவெளி யினரால் மூங்கில் மரங்கள் அதிகமாக வெட்டப்படுவதால் யானை களுக்கு மூங்கில் குருத்துக்கள் உண்ணக் கிடைப்பதில்லை. மேலும் மலைகளில் யானைகளின் வழித்தடங்கள் வணிக நோக்கங்களுக்காக மறைக்கப்படுவதால், அவை இடமாறிப் பழங்குடி மக்களின் வாழ்விடங்களுக்குள் நுழைகின்றன.

சோளகர்கள் தங்கள் சொந்தப் பகுதியிலேயே அந்நியராக மாற்றப்பட்டு, காடுகளை விட்டு வெளியேற்றப்படும் கடும் வாழ்வியல் நெருக்கடியில் உள்ளனர்.

பழங்குடிகளின் பாரம்பரிய வாழ்வியலை அழித்துவிட்டு பொதுவெளிச் சமூகத்தோடு ஏதேனும் ஒரு வகையில் அண்டி வாழ வேண்டிய கட்டாயத்தை நமது ஆளும் வர்க்கம் ஏற்படுத்தி யுள்ளது. அவர்களைச் சமூக, பொருளாதார ரீதியாக முன்னேற்று கிறோம், உதவுகிறோம் என்று அரசு முன்னெடுக்கும் முயற்சிகளும் முறையாக அவர்களைச் சென்றடைவதில்லை. ஒரு ஒடுக்கப்பட்ட சமூகம் ஒன்று தன் உரிமையாகக் கேட்பது, வாழ இடம், அதற்குப் பட்டா, செய்யும் தொழில் அவ்வளவே, இவை அனைத்தையும் முறையாகப் பெற குறைந்தபட்சத் தேவையாக இருப்பது சாதி சான்றிதழ்தான். அதை வழங்குவதில் உள்ள குளறுபடிகள் ஏராளம். குறைந்தபட்சத் தேவையைப் பெறக் கூட இவர்கள் கடுமையாகப் போராட வேண்டியுள்ளது.

தினமலர் நாளிதழின் (அக்டோபர் 15, 2015) செய்திப்படி செங்கல்பட்டில் 2009ஆம் ஆண்டு சாதிச்சான்றிதழ் கேட்டு கொடுக்கப் பட்ட கோரிக்கை மனுவிற்கு 2015-ஆம் ஆண்டு சான்றிதழ் கொடுக்கப் பட்டதாகப் பதிவு உள்ளது. இந்த ஆறு ஆண்டுகளில் எத்தனை மாணவர்களின் கல்வி எதிர்காலம் புதைக்கப்பட்டிருக்கும் என்று எண்ணிப்பார்க்கையில் வெறுமையே மிஞ்சுகிறது.

இத்தகைய அவலங்களுக்கிடையில் பண்பாட்டு மீட்டுருவாக்கம் தொடர்பான செயல்பாடுகளை நீலகிரிப் பகுதியின் குறும்பர் என்ற பழங்குடிகள் மேற்கொண்டுள்ளதையும் ஆசிரியர் பின்வருமாறு அவதானித்துள்ளார்:

> பண்பாட்டு நெருக்கடி அடையாள இழப்பு என்பது அனைத்து பாரம்பரிய சமூகங்களுக்கும் பொதுவான ஒன்றாக மாறிவிட்டது. மாறிவரும் சூழலுக்குத் தகவமைத்துக்கொண்டு, தங்கள் பாரம்பரியத்தையும் மீட்டெடுக்க வேண்டிய கட்டத்தில் பழங்குடி மக்கள் இருக்கிறார்கள். அவ்வாறான பண்பாட்டு மீட்டெடுப்பிற்கான முயற்சிகளை நீலகிரி குறும்பர்கள் துவங்கியுள்ளனர். 'நாட்டுஹப்பா' என்ற பண்பாட்டு விருந்தோம்பல் நிகழ்வை கடந்த சில வருடங்களாக நடத்தி வருகின்றனர். முன்பு தங்கள் விருந்தினர்களை உபசரிக்கும் சடங்கான நாட்டுஹப்பாவை தற்போது இன மக்கள் அனைவரையும் ஒருங்கிணைக்கவும், தங்கள் பண்பாட்டு அடையாளங்களை வெளிப்படுத்தும் இயக்கமாகவும் முன்னெடுத்து உள்ளனர். தங்களின் மரபான ஆடலும் பாடலும், இசைக் கருவிகள் இசைக்க தங்கள் மருத்துவ அறிவு குறித்த பகுதிகளுடன், பாரம்பரிய சிறுதானிய உணவுடன் அனைவருக்கும் விருந்து படைக்கின்றனர். தங்கள் அடையாள மீட்டுருவாக்கத்திற்கு நல்லதோர் பண்பாட்டுப் போராட்டமாகவே இதனைக் கருத வேண்டும்.

தமிழ்நாட்டுப் பழங்குடிகள் எதிர்கொள்ளும் முக்கிய வாழ்வியல், பண்பாடு, நெருக்கடிச் சிக்கல்கள் இந்நூலில் பரவலாக இடம்பெற்றுள்ளன.

முதலாவதாக அரசின் அதிகாரவர்க்கமும் சமவெளி மக்களும் இவர்கள் மீது செலுத்தும் ஆதிக்கம். பதவியையும், பதவி தரும் அதிகாரத்தையும் பயன்படுத்தி பழங்குடிகளின் தன்னியல்பான இயக்கத்தைக் காடுகளில் அதிகாரவர்க்கம் கட்டுப்படுத்துகிறது. அவர்கள் எப்படி இயங்க வேண்டும், வாழ வேண்டும் என்று முடிவு செய்யும் உரிமை தமக்கிருப்பதாகக் கருதுகிறது. பொருள்வளமிக்க சமவெளியின் மனிதர்கள் சிலர் தம் வாணிபச் சுரண்டலுக்கு இவர்களை இரையாக்குகிறது. இருளர் என்ற பழங்குடிகளின் நிலம், காப்பிக்கும் இட்லிக்கும் கைமாறும் அவலத்தை 'சப்பெகொகாலு' என்ற நூல் வெளிப்படுத்துகிறது. இவர்கள் உற்பத்தி செய்யும் சேகரிக்கும் வேளாண் பொருளும் மிகவும் குறைந்த விலையில் சமவெளி மனிதர்களால் ஏமாற்றி வாங்கப்படுகின்றன.

வெர்ரியர் எல்வின் என்ற ஆங்கிலேயர், இந்திய விடுதலைக்குப் பின் இந்தியாவின் வடகிழக்குப் பகுதிகளின் ஆளுநரது ஆலோசகராக நியமிக்கப்பட்டார். ஆதிவாசிகளின் மீது சரியான புரிதலைக் கொண்டிருந்த இவர் சமவெளிப் பகுதி வணிகர்கள் இப்பகுதிகளில் வாணிபம் செய்வதைத் தடை செய்தார். இது அவருக்கு பலத்த எதிர்ப்பைத் தோற்றுவித்தது. தமிழ்நாட்டில் அப்படி ஒருவர் இல்லை. காடுகளின் மீதான தம் பாரம்பரிய உரிமைகளை இழந்த பழங்குடி மக்கள் கல்வி பயிலவும், அரசு வேலை வாய்ப்புப் பெறவும் பழங்குடி களுக்கான இடஒதுக்கீட்டு முறை உள்ளது. இதற்கான பழங்குடிச் சான்றிதழ் பெற அவர்கள் அல்லலல்படுகின்றனர். அதே நேரத்தில் பழங்குடியினர் அல்லாதார் இச்சான்றிதழைப் பெறும் அவலமும் நிகழ்கிறது. குறும்பன்ஸ் என்ற பழங்குடிப் பிரிவைச் சேர்ந்த சொக்கலிங்கம் என்பவர் மனம் நொந்துபோய் 'நாங்கள் குறும்பன்ஸ் இல்ல என்றால் அரசு பட்டியலில் குறிப்பிட்டுள்ள குறும்பன்ஸ் யார் என்பதை அதிகாரிகளால் அடையாளம் காட்டமுடியுமா?' என்று கேட்டதை ஆசிரியர் எடுத்துக்காட்டியுள்ளார்.

தமிழகப் பழங்குடிகள் குறித்த இந்நூல் ஆழமும், வாசிப்புத் தன்மையும் ஒரு சேரப்பெற்ற நூல். நம் சக மனிதர்கள் குறித்த புரிதலை ஏற்படுத்துவதில் நூலாசிரியர் வெற்றி பெற்றுள்ளார். இதன் தொடர்ச்சியாகத் தமிழர்களிடம் பரவலாக அறிமுகமாகாத பழங்குடி ஒன்றை மையமாகக் கொண்ட முழுமையான நூல் ஒன்றை அவர் வெளியிட வேண்டும் என்பது என் வேண்டுகோள்.

வாழும் மூதாதையர்கள் தமிழகப் பழங்குடி மக்கள்,
அ.பகத்சிங்,
உயிர் பதிப்பகம், சென்னை

மெட்ராஸ் வரலாறு

தென்னிந்திய இலக்கிய வரலாற்றில் ஐரோப்பியச் சமயப் பணியாளர்களின் மொழி, இலக்கியம், பண்பாடு சார்ந்த பங்களிப்புகள் ஆவணமாக்கலோ அதுபற்றிக் கருத்துப் பரிமாற்றமோ போதிய அளவில் நடக்கவில்லை.

ஆனந்த் அமலதாஸ் சே.ச.

தமிழகத்தின் வரலாற்றுத் தொடக்க காலம் (கி.மு. 600 - கி.பி. 300) தொடங்கி விசயநகரப் பேரரசின் ஆட்சிக்காலம் முடிய தமிழக வரலாற்று வரைவுக்கான தரவுகளாகத் தொல்லியல் சான்றுகளே இடம் பெற்றிருந்தன. இவை, கல்வெட்டுக்கள், செப்பேடுகள், கல், மரச் சிற்பங்கள், சுடுமண் உருவங்கள், உலோகப் படிமங்கள், ஓவியங்கள், அகழாய்வில் கிட்டும் புழங்கு பொருட்கள், கைவினைப் பொருட்கள், வழிபாட்டுப் பொருட்கள், நாணயங்கள் எனப் பலதரத்தவை. அயல் நாட்டுப் பயணிகளின் பயணக்குறிப்புகளும் ஆவணமதிப்பு கொண்டவையாக விளங்கின.

இவை தவிர இலக்கிய, இலக்கண நூல்களும் வாய்மொழி வழக்காறுகள் என்ற வகைமையில் அடங்கும் நாட்டார் பாடல்கள், கதைகள், பழமொழிகள், கதைப்பாடல்களும், எழுத்து வடிவிலான புராணங்களும் வரலாற்றுத் தரவுகள் ஆகின. நிகழ்த்துக்கலைகளும் சடங்குகளும் கூட வரலாற்றுக்கான தரவுகளைத் தம்முள் கொண்டிருந்தமையால் இவையும் வரலாற்றாவணங்கள் என்று ஏற்றுக்கொள்ளப்பட்டுள்ளன.

பதினாறாவது நூற்றாண்டின் முப்பதுகளில் போர்ச்சுக்கீசியர்களின் காலனிய ஆட்சி அறிமுகமான பின்னர் தமிழக வரலாற்றாவணங்களில் ஒன்றாகக் காகித ஆவணங்கள் புதிதாக இடம்பெறலாயின. அதன் பின்னர் டேனிஷ் டச்சு நாட்டுக் காலனியம் கால்கொண்டது. இவற்றின் தொடர்ச்சியாக ஆங்கிலேய, பிரஞ்சியக் காலனியம் கால்கொண்டு காகித ஆவணங்களின் பயன்பாட்டை விரிவுபடுத்தின. இக்காகித ஆவணங்களை நிர்வாகம் சார்ந்தவை, தனிமனிதர் சார்ந்தவை, கிறித்தவ சமயம் சார்ந்தவை என மூன்றாகப் பகுக்கலாம்.

இவற்றுள் நிர்வாகம் சார்ந்தவை என்பது காலனியவாதிகள் இங்கு நிறுவிய அரசுத்துறைகள் சார்ந்த ஆணைகள், கோப்புகள், கடிதங்கள், தீர்ப்புகள், கணக்குப் பதிவேடுகள், அறிக்கைகள் என்பனவற்றைக்

குறிப்பதாகும். இத்துடன் இங்குள்ள காலனிய ஆட்சியாளர்களும் உயர்நிலை அதிகாரிகளும் தம் நாட்டு ஆட்சியாளர்களுடன் மேற்கொண்ட எழுத்துவடிவிலான பதிவுகள் காகிதங்களின் துணையுடனே நிகழ்ந்தன. இவையும்கூடக் காகித ஆவணங்கள் என்ற வகைமைக்குள்ளேயே அடங்கும்.

பணியின் நிமித்தம் கடல்கடந்து வந்த காலனிய அரசின் ஊழியர்கள் தம் தாய்நாட்டில் இருந்த குடும்பத்தினர், உறவினர், நண்பர்களுக்கு எழுதிய கடிதங்களிலும் அன்றாடம் எழுதிவைத்த நாட்குறிப்புகளிலும் காலனிய நாட்டில் அவர்கள் பெற்ற புதிய அனுபவங்களைப் பதிவு செய்தபோது அவையும் ஆவணமதிப்புப் பெற்றன. இவர்களுள் ஒரு சிலர் காலனிய நாட்டில் தாம் பெற்ற புதிய அனுபவங்களை நூல் வடிவில் வெளியிடவும் செய்தனர். இவையெல்லாம் தனிமனிதர் சார்ந்த ஆவணங்களாகும்.

அடுத்து கிறித்தவம் சார்ந்த காகித ஆவணங்கள். காலனியம் தன் துணைவனாகக் கிறித்தவத்தைக் கொண்டிருந்தது என்பது பொதுவான கருத்து. ஆனால் இது எப்போதும் உண்மையாக இருந்ததில்லை. இந்திய மக்களிடம் பணிபுரியக் கிறித்தவ மறைப்பணியாளர்களை அனுமதிப்பதில் ஆங்கிலக் காலனியம் தொடக்கத்தில் தயக்கம் காட்டியது. அதே நேரத்தில் இந்தியாவில் கிறித்தவப் பரப்புதலுக்குத் துணை நிற்பதாக இங்கிலாந்தில் பறைசாற்றிக் கொண்டது. (இம் முரண்பாட்டை கார்ல் மார்க்ஸ் தமது கட்டுரை ஒன்றில் சுட்டிக்காட்டி யுள்ளார்.) இதன் காரணமாகவே தொடக்கத்தில் ஜெர்மானிய நாட்டின் லூத்தரன் திருச்சபையினர் இங்குப் பணிபுரிய வந்தனர். இவ்வாறு இங்கு வந்த கிறித்தவ மறைப் பணியாளர்கள் இரண்டு வகையான காகித ஆவணங்களை உருவாக்கினர். முதலாவது, தாம் பணிபுரிந்த பகுதியில் அவர்கள் பராமரித்த பதிவேடுகள், தம் சமயத் தலைவர்களுடன் அவர்கள் நடத்திய கடிதப் போக்குவரத்துகள், அனுப்பிய அறிக்கைகள். இரண்டாவதாக அவர்கள் எழுதிவந்த நாட்குறிப்புகளும் கடிதங்களும். இவை தவிர இவர்களுள் சிலர் தாம் பணிபுரிந்த பகுதியின் வரலாற்றைக் கட்டுரை அல்லது நூல்வடிவில் எழுதி அச்சுப் படியாக்கி அவற்றை ஆவணமாக்கினர். காலனிய அதிகாரிகளைப் போன்றே இவர்களும் தம் தாய்நாட்டில் வாழும் தம் உறவினர்களுக்கும் நண்பர் களுக்கும் தம் அனுபவங்களைக் கடிதங்களில் எழுதியனுப்பினர்.

கி.பி. பதினாறாம் நூற்றாண்டின் முதல் முப்பது ஆண்டுகள் கடந்து காகித ஆவணங்கள் தவிர்க்க இயலாத ஒன்றாக மாறின. இக்காலமானது தமிழக அளவிலும் உலக அளவிலும் குறிப்பிடத்தக்க அளவில் மாறுதல்கள் நிகழத்தொடங்கிய காலமாகும். தொடர்ச்சியாக

நடந்த இஸ்லாமியப் படையெடுப்புகளை அடுத்து பொ.ஆ. 1378இல் விசயநகரப் பேரரசின் படையெடுப்பு மதுரையில் நிகழ்ந்தது. இதனையடுத்து மதுரை, தஞ்சை, செஞ்சி, வேலூர் என நான்கு மண்டலங்களை உருவாக்கியதுடன் இவற்றை நிருவகிக்க ஒவ்வொரு மண்டலத்திற்கும் நாயக்கர் என்ற பட்டத்துடன் மண்டலாதிபதிகள் நால்வரை நியமித்தனர். தமிழகத்தின் பாரம்பரியமான குறுநில மன்னர் ஆட்சிமுறையும் கிராம ஆட்சி முறையும் ஒழிக்கப்பட்டது. மண்டலங்கள் பாளையங்களாகப் பிரிக்கப்பட்டு ஒவ்வொரு பாளையமும் பாளையக்காரர் ஒருவரின் ஆட்சியில் இருந்தன. தமிழகத்தின் கடல் வாணிபத்தில் ஏற்றுமதிப் பொருட்களாக வெடி உப்பும் பீரங்கிக் குண்டுகளும்கூட இடம் பெற்றன. அடிமைகள் என்ற பெயரில் தமிழர்களும் ஏற்றுமதிப் பொருளாகி முன்பின் அறியா நாடுகளுக்குக் கொண்டு செல்லப்பட்டனர்.

இவ்வுண்மைகளை எல்லாம் இங்குப் பணியாற்ற வந்த அய்ரோப்பிய சமயப் பணியாளர்கள் பதிவு செய்துள்ளனர். அய்ரோப்பாவின் புத்தொளிக்கால (Age of Enlightenment) சமூகத்தின் தாக்கத்திற்குட்பட்ட இம் மறைப்பணியாளர்கள் ஓர் அயற்பண்பாட்டினர் என்பதால் தமிழ்நாட்டின் சமூக வாழ்க்கையையும் பண்பாட்டையும் ஆர்வத்துடன் உற்றுநோக்கி எழுத்துப் பதிவுகளாக்கினர். இவற்றின் துணை கொண்டுதான் தமிழக வரலாற்றறிஞர் சத்தியநாதையர் தமது 'மதுரை நாயக்கர் வரலாறு', '17ஆவது நூற்றாண்டுத் தமிழகம்' ஆகிய தமது ஆங்கில நூல்களில் சில நிகழ்வுகளைப் பதிவு செய்துள்ளார்.

'மெட்ராஸ் 1726' என்ற தலைப்பில் வெளியாகும் இந்த நூல் அய்ரோப்பியக் கிறித்தவர் ஒருவர் எழுதிய நூலை அடிப்படையாகக் கொண்டு எழுதப்பட்டுள்ளது. அதே நேரத்தில் வாசிப்புப் பயன்பாடு என்ற எல்லையைக் கடந்து ஒரு வரலாற்று ஆவணமாகவும் இந்த நூல் விளங்குகிறது.

நூலாசிரியரும் நூலும்

பெஞ்சமின் சூல்ட்சே (1689-1760) ஜெர்மனிய நாட்டவர். இவர் சீர்திருத்தக் கிறித்தவ சபையின் போதகராகப் பதினெட்டாம் நூற்றாண்டில் (1719) தரங்கம்பாடி வந்து தம் பணியைத் தொடங்கினார். கிறித்தவத்தின் நுழைவாயில் என்றழைக்கப்பட்ட தரங்கம்பாடி டேனிஷாரின் ஆளுகையில் இருந்தது. பொ.ஆ. 1620 நவம்பர் 19இல் இரண்டாண்டுக் காலத்திற்குத் தஞ்சை நாயக்கரிடம் தரங்கம்பாடியைக் குத்தகையாகப் பெற்ற டேனிஷ்காரர்கள் இரண்டாண்டுகள் கடந்த பின்னர் தரங்கம்பாடியைச் சுற்றியிருந்த பதினைந்து கிராமங்களைக் குத்தகையாகப் பெற்றனர். 1845இல் ஆங்கிலக் கிழக்கிந்தியக்

கம்பெனியிடம் தம் குத்தகை உரிமையை டேனிஷார் விற்கும்வரை அவர்களது ஆட்சியிலேயே இப் பகுதிகள் இருந்தன.

பார்த்தலோமஸ் சீகன்பால்க் என்ற ஜெர்மானிய மதகுரு, 1706இல் டென்மார்க் மன்னனின் அழைப்பின் பேரில் தரங்கம்பாடி வந்து சீர்திருத்தக் கிறித்தவ சபையைத் தொடங்கி, தமிழகத்தில் சீர்திருத்தக் கிறித்தவத்தைப் பரப்பும் பணியில் தீவிரமாக ஈடுபடலானார். தேவாலயம், பள்ளிக்கூடம், அச்சகம், காகிதத் தொழிற்சாலை, கிறித்தவ சமய நூல்கள், பள்ளிப் பாடநூல்கள், வெளியீடுகள் என அவரது பணிகள் பரந்துபட்டனவாய் அமைந்தன. இங்கு வேரூன்றிய சீர்திருத்தக் கிறித்தவம் தரங்கம்பாடி என்ற கடற்கரைச் சிற்றூரைக் கடந்து தமிழகத்தின் உள்நாட்டுப் பகுதிகளில் பரவத் தொடங்கியது. இம் முயற்சியில் ஈடுபட்ட முன்னோடிகள் வரிசையில் சூல்ட்சேயும் ஒருவராக இணைந்து கொண்டார்.

பெஞ்சமின் சூல்ட்சே தரங்கம்பாடி வந்ததும் தமிழைக் கற்றுக் கொண்டதுடன் கிறித்தவ சமய நூல்களைத் தமிழில் மொழி பெயர்த்தார். இவருக்கு முன்னோடியாக இங்குச் செயல்பட்டு வந்த சீகன்பால்க் தரங்கம்பாடி திருச்சபையின் தலைவராக இருந்து காலமானார். இவருடன் பணிபுரிந்து வந்த க்ருண்டலர் தலைமைப் பொறுப்பை ஏற்றார். பின்னர் அவரும் காலமான நிலையில் சூல்ட்சே தரங்கம்பாடி திருச்சபையின் தலைவர் பொறுப்பை ஏற்று ஆறு ஆண்டுகள் பணிபுரிந்தார். சீகன்பால்க் மேற்கொண்ட விவிலியத்தின் தமிழ் மொழிபெயர்ப்பு முழுமை பெறாதிருந்த நிலையில் எஞ்சிய பகுதிகளை மொழிபெயர்த்து முடித்தார். பின்னர் சென்னை நகரில் எஸ்.பி.சி.கே (Society For Promoting Christian knowledge) அமைப்பின் போதகராக நியமிக்கப்பட்டார்.

சென்னையில் சமயப்பணி மேற்கொள்ளத் தரங்கம்பாடியிலிருந்து 1726 பிப்ரவரி 18இல் கடலூருக்குப் படகில் புறப்பட்டுச் சென்றார். அங்கிருந்து நடைபயணமாகப் புறப்பட்டு அதே ஆண்டு மே எட்டாம் நாளன்று சென்னை வந்தடைந்தார். இடையில் ஆங்காங்கே தங்கிப் பலரைச் சந்தித்தமையாலேயே சென்னை வந்தடைய இவ்வளவு காலம் பிடித்தது. இப்பயண அனுபவங்களை அவர் தமது நாட்குறிப்பில் பதிவு செய்துள்ளார். தரங்கம்பாடி தொடங்கி சென்னை வரையிலான அவரது பயணக்காலத்தில் அவர் எழுதிய நாட்குறிப்புப் பகுதிகளை ஜெர்மனிலிருந்து இந்நூலாசிரியர் க.சுபாஷிணி தமிழாக்கம் செய்து தந்துள்ளார்.

சென்னையில் 1726 தொடங்கி 1742 வரை சூல்ட்சே வாழ்ந்துள்ளார். சென்னை வாழ்க்கையில் தெலுங்கு மொழியைக்

கற்றுக்கொண்டதுடன் விவிலியத்தைத் தமிழில் மொழிபெயர்த்துள்ளார். தம் சென்னை வாழ்க்கை அனுபவத்தின் அடிப்படையிலேயே தனது நாட்குறிப்புகளையும் 'மெட்ராஸ் ஸ்டாட்' என்ற நூலையும் ஜெர்மானிய மொழியில் இவர் எழுதியுள்ளார். இந்நூல் ஜெர்மன் மொழியில் 'மெட்ராஸ் ஸ்டாட்'. (மெட்ராஸ் நகரம்) என்று பெயர் பெற்றிருந்ததாக சுபாஷிணி குறிப்பிட்டுள்ளார். 1750இல் ஜெர்மன் மொழியில் வெளியான இந்நூல் 1740க்கும் 1745க்கும் இடைப்பட்ட காலத்தில் எழுதப்பட்டது என்ற செய்தியை இந்நூலின் ஜெர்மனியப் பதிப்பு குறிப்பிட்டுள்ளதாக சுபாஷிணி தமது அறிமுக உரையில் குறிப்பிட்டுள்ளார். அத்துடன் இந்நூலுக்கு 'மெட்ராஸ் 1726' என்ற பெயரிட்டமைக்கான காரணத்தையும் தனது 'நூல் பற்றி' என்ற பகுதியில் விளக்கியுள்ளார்.

பின்னர் பெஞ்சமின் சூல்ட்சே இந்நூலை ஆங்கிலத்திலும் தெலுங்கிலும் மொழிபெயர்த்து வெளியிட்டுள்ளார். தற்போது தமிழில் இதன் மொழிபெயர்ப்பு வந்துள்ளது. இந்நூலை மொழிபெயர்த்து, சூல்ட்சேயின் நாட்குறிப்புக்களையும் இணைத்து வழங்கியுள்ள க.சுபாஷிணி, தமது 'பன்னாட்டு தமிழ் மரபு அறக்கட்டளை' என்ற அமைப்பின் வழி தமிழர்களுக்கு நன்கு அறிமுகமானவர். ஜெர்மன் மொழிப் புலமை கொண்டுள்ளதன் காரணமாக மட்டுமே இந்நூலை அவர் மொழிபெயர்க்கவில்லை என்று கருதுகிறேன். இவ்வாறு கருதுவதற்கு 'நூல் பற்றி' 'அறிமுகம்...' என்ற தலைப்புகளில் அவர் எழுதியுள்ள பின்வரும் செய்திகள் தூண்டுதலாக உள்ளன:

- தமிழக வரலாற்றுத் தகவல்கள் பல ஐரோப்பியர்களது ஆவணக் குறிப்புக்களில் கிடைக்கின்றன. அவற்றைத் தவிர்த்துவிட்டுத் தமிழக வரலாற்றைப் பேசுவது என்பது முழுமையற்ற ஆய்வாகவே அமையும். தமிழக ஆய்வாளர்களின் பார்வையும் கவனமும் தமிழகம் மட்டுமன்றிக் கிழக்காசிய, ஐரோப்பிய, அமெரிக்க ஆவணப் பாதுகாப்பகங்களில் உள்ள நூல்களையும் ஆவணங்களையும் கவனத்தில் கொள்ள வேண்டியது தமிழக வரலாற்று ஆய்விற்கு மறுக்கமுடியாத தேவையாகின்றது!

- ஒரு இனத்தின் வரலாறு என்பது ஆட்சியாளர்களது வெற்றியைக் கொண்டாடுவது மட்டுமல்ல; அந்த நாட்டில் வாழ்ந்த மக்களின் இயல்பான வாழ்க்கையைப் படம் பிடித்துக் காட்டும் வகையில் கிடைக்கின்ற சிறுசிறு தகவல்களும் சேகரிக்கப்பட்டு அந்த ஒவ்வொரு தகவல் புள்ளிகளையும் இணைக்கும் கோடாக வரலாற்றைக் காண மேற்கொள்ளப்படும் முயற்சியாக அமையும்போதுதான்

உண்மையான வரலாற்றினை அடையாளம் காணவும் கட்டமைக்கவும் முடியும்.

எடுத்துக்காட்டாகக் காட்டியுள்ள இத் தொடர்கள் வரலாறு என்பது குறித்த அவரது பார்வையை வெளிப்படுத்தி நிற்கின்றன. வரலாறு குறித்த அவரது இக்கண்ணோட்டமே இந்நூலை அவர் மொழிபெயர்க்கக் காரணமாய் இருந்துள்ளது.

வரலாறு குறித்து இந்நூலின் ஆசிரியர் கொண்டுள்ள இக் கருத்துக் களுக்கு அரண் செய்வது போன்று மூல நூலில் இடம்பெற்றுள்ள கருத்துக்கள் அமைந்துள்ளன. இந்நூலில் இடம்பெற்றுள்ள முப்பது உரையாடல்களில் பெரும்பாலானவை அடித்தள மக்களின் வாழ்வை வெளிப்படுத்துபவை. முதல் இரண்டு உரையாடல்களும் இரண்டு அய்ரோப்பியர்களுக்கு இடையில் நிகழ்வதாக அமைந்துள்ளன. இவ்விருவரில் ஒருவர் நீண்டகாலச் சென்னைவாசி. மற்றொருவர் சென்னைக்குப் புதிதானவர். இவ்வுரையாடலின் வழி பதினெட்டாவது நூற்றாண்டு மெட்ராஸ் குறித்த சில செய்திகளை அறியமுடிகிறது.

அப்போதைய மெட்ராஸ் நகரமானது கருப்பர் நகரம், வெள்ளையர் நகரம் என இரண்டு பகுதிகளாக இருந்துள்ளது. நம்மவர்கள் வாழ்ந்த கருப்பர் நகரத்தில் 8700 வீடுகளும் வெள்ளையர் நகரத்தில் 85 வீடுகளும் இருந்துள்ளன. கிளிகள் மிகுதியாக இருந்து உள்ளன. மலைப் பாம்புகளும் புலிகளும் காணப்பட்டன (உரையாடல் 1&2).

பயணம் செய்ய பல்லக்கும் மாடு, எருது, குதிரை, கழுதை ஆகிய விலங்குகளும் பயன்பட்டுள்ளன. (உரையாடல் 3). நான்காவது உரையாடல் உணவுக்குப் பயன்படுத்திய இறைச்சி வகைகளைக் குறிப்பிடுகிறது. மெட்ராஸ்வாழ் அய்ரோப்பியர்களின் அய்ரோப்பிய உணவு, மேசையில் உணவருந்தல், மது அருந்தல் எனத் தம் நாட்டு உணவுப் பழக்கத்தைத் தொடர்ந்துள்ளனர் (உரையாடல் 5). குடி தண்ணீரை விலைக்கு வாங்கும் வழக்கம் இருந்துள்ளது. கிணற்று நீர் விற்பனைப் பொருளாக இருந்துள்ளது (உரையாடல் 6). சமையல் செய்ய எரிபொருளாக வறட்டி, விறகு, சுள்ளி ஆகியன பயன்பட்டு உள்ளன (உரையாடல் 7). பல்வேறு எண்ணெய் வகைகள் பயன் பாட்டில் இருந்துள்ளன (உரையாடல் 8). மசாலாப் பொருள்கள் குறித்த உரையாடலும் உண்டு (உரையாடல் 16).

ஓர் உரையாடலில் புழக்கத்திலிருந்த நாணயங்கள் குறித்த செய்தி பதிவாகியுள்ளது. வெவ்வேறு ஆட்சியாளர்கள் வெளியிட்ட நாணயங்கள் புழக்கத்தில் இருந்துள்ளன (உரையாடல் 18).

நாகப்பட்டினம், பழவேற்காடு, செஞ்சி, ஆற்காடு, ஆரணி, ஸ்ரீரங்கம், தஞ்சாவூர், தரங்கம்பாடி, செயின்ட் ஜோர்ஜ் கோட்டை ஆகிய இடங்களில் நாணயங்கள் அச்சிட்டுள்ளனர் என்பது தெரியவருகிறது. இவற்றுள் நாகப்பட்டினத்திலும் பழவேற்காட்டிலும் உருவாக்கப்படும் பகோடா நாணயங்கள் சிறந்தவையாகக் குறிப்பிடப்படுகின்றன. (அநேகமாக டச்சு நாட்டினர் அச்சடித்த நாணயமாக இருக்கலாம்).

தையற்காரர் (உரையாடல் 9), துணிக்கடைக்காரர் (உரையாடல் 10), வண்ணார் (உரையாடல் 11), நகைக் கடைக்காரர் (உரையாடல் 17), தோட்டவேலை செய்வோர் (உரையாடல் 13), சமையற்காரர் (15), வீட்டு வேலை செய்வோர் (உரையாடல் 14) ஆகியோருடனான உரையாடல்களும் இடம் பெற்றுள்ளன. முப்பதாவது உரையாடலில் குடிசை வீடு கட்டும் முறை குறித்தும் தமிழ்ப் பெண்களின் உயரிய பண்புகள் குறித்தும் குறிப்பிடப்பட்டுள்ளது. பனிரண்டாவது உரை யாடல் தானியங்களை வாங்குதல், சேமித்தல், அவற்றின் விலை என்பன குறித்த உரையாடலாகும். வங்காளத்திலிருந்தும் மியான்மரிலிருந்தும் தானிய இறக்குமதி நிகழ்ந்துள்ளதையும் இவ்வுரையாடல் வழி அறிய முடிகிறது.

ஒவ்வொரு உரையாடலின் இறுதியிலும் உரையாடல் வழி அறியலாகும் செய்திகளை நூலாசிரியர் சுருக்கமாக எழுதியுள்ளமை குறிப்பிடத்தக்கது. மொத்தத்தில் ஒரு மொழிபெயர்ப்புப்பணி என்றில்லாமல் ஓர் ஆய்வு நூலுக்கான உழைப்பை க.சுபாஷிணி மேற்கொண்டிருக்கிறார். இதற்குச் சான்றாக ‘நூல் பற்றி’ ‘அறிமுகம்’ என்ற தலைப்புகளில் அவர் எழுதியுள்ள செய்திகள், சூல்ட்சேயின் நாட்குறிப்புகளில் இருந்து சில பகுதிகளை மொழிபெயர்த்துத் தந்துள்ளமை, நூலுடன் தொடர்புடைய வரைபடங்களையும் ஒளிப்படங்களையும் இணைத்துள்ளமை என்பனவற்றைக் கூறலாம். அவரது பணி தொடர வாழ்த்துக்கள்.

மெட்ராஸ் 1726,

க.சுபாஷிணி,

காலச்சுவடு, நாகர்கோவில்

சாதியம் - சாதிய ஒடுக்குமுறை

இந்திய கம்யூனிஸ்ட் கட்சியின் மூத்த தோழர்களில் ஒருவர் தோழர் இரா.நல்லகண்ணு அவர்கள். இயக்கப் பணியில் பெற்ற களஆய்வு அனுபவமும் நூலறிவும் மிக்கவர். அவரது இந்நூலுக்கு முன்னுரை எழுதும்படி என்னைப் பணித்தபோது ஒருவிதத் தயக்க உணர்வே என்னுள் ஏற்பட்டது. என் மாணவப்பருவத்திலேயே அவருடன் ஏற்பட்ட அறிமுகம் நல்ல நூல்களைத் தேர்வு செய்து படிக்கவும் தமிழ்நாட்டின் கிராமப்புறப் பிரச்சினைகளையும் சாதிய உறவுகளையும் புரிந்துகொள்ளவும் உதவியது. அரைநூற்றாண்டுக்கும் மேலான எங்கள் தோழமை உறவில் இன்றும் அவரது மாணவனாகவே உள்ளேன். அவரது இந்நூலுக்கு முன்னுரை எழுத நான் தயங்கியமைக்கு இதுவே காரணம். பாயிரம் எழுதுவோர் வரிசையில் மாணாக்கனையும் தமிழ் இலக்கண நூல்கள் குறிப்பிடுவதை உள்ளத்தில் கொண்டே இதை எழுதத் துணிந்தேன்.

தம் இயக்கப்பணிகளுக்கு இடையிலும் சிறைவாழ்விலும் மார்க்சிய நூல்களை மட்டுமின்றி மரபிலக்கிய நூல்களையும் பாரதி, பாரதிதாசன், அம்பேத்கர், பெரியார் ஆகியோரது நூல்களையும் கற்றறிந்தவர். 94ஆவது அகவையைக் கடந்த முதுமையிலும் இவரது வாசிப்பு தொடர்கிறது. ஆனால் இவரது தனித்துவம் என்பது நூல்களுக்குள் மட்டுமே முடங்கிப் போகாமைதான்.

இரவில் ஆழ்ந்த உறக்கத்தில் இருக்கும்போது தட்டிஎழுப்பிக் கேட்டாலும் 'மார்க்சியத்தின் தோற்றமும் அதன் மூன்று கூறுகளும்' என்ற தலைப்பில் மார்க்சிய வகுப்பெடுக்கும் ஆற்றலுடைய மார்க்சியவாதிகளை நான் அறிவேன். அவர்களிடமிருந்துதான் மார்க்சிய அரிச்சுவடியைக் கற்றவன் நான். அதன்பொருட்டு இன்றளவும் அவர்களுக்கு நன்றி பாராட்டி வருபவன்.

மரத்தின் உறுப்புக்கள் எவை என்று வினா எழுப்பினால், வேர், தண்டு, அடிமரம், நடுமரம், கிளை, இலை என மனப்பாடமாகக் கூறும் தொடக்கப்பள்ளிச் சிறார்போன்று, உழைப்புக் கருவிகள், உற்பத்திக் கருவிகள், உற்பத்திச் சக்திகள், உற்பத்தி உறவுகள், பொருள் உற்பத்தி முறை, அடித்தளம், மேற்கோப்பு என்று கூறிச்செல்லும் மார்க்சியப் பண்டிதர்கள் சிலர், கற்பதற்கும் கற்பித்தலுக்கும் விவாதிப்பதற்கும்

உரிய ஒரு தத்துவமாக மட்டுமே மார்க்ஸியத்தைப் பார்க்கின்றனர். செயலுக்கு வழிகாட்டியாக (A Guide to Action) அதைப்பார்க்க மறந்து போனார்கள்.

ருசிய எழுத்தாளர்களிடம் உரையாற்றுகையில் ருசிய இலக்கிய மரபு குறித்து, 'இது நம் முன்னோர்கள் உழுத பூமி' என்று மாக்சிம் கோர்கி குறிப்பிட்டுள்ளார். தோழர் ஆர்.என்.கே. நம் முன்னோர்கள் உழுத தமிழ் மண்ணை நன்கு அறிந்தவர். இம்மண்ணில் வளரும் பயிர்களையும் களைகளையும் மட்டுமின்றி, அதில் அயராது உழைக்கும் உழுகுடிகளையும் அவர்களது வரலாற்றையும் பண்பாட்டையும், ஆற்றலையும் அறிந்தவர். அவர்களது எதிர்பார்ப்புகளையும் ஏமாற்றங்களையும் எதிர்க்குரலையும் உணர்ந்தவர். அவர்களது பகைவர்களை இனங்கண்டு கொண்டு போராடியவர்.

இவற்றுக்கெல்லாம் வழிகாட்டியாக மார்க்சியத்தை ஏற்றுக் கொண்டவர். அதே நேரத்தில் அய்ரோப்பிய சமூகத்திற்கும் இந்தியாவின் ஏனைய பகுதிகளுக்கும். தமிழ்நாட்டுக்கும் என தனித்துவமான அடையாளங்களும் சிக்கல்களும் உண்டு என்பதை உணர்ந்தவர்.

இதுவே சாதியம் - . சாதிய ஒடுக்குமுறை - அதற்கு எதிரான போராட்டம் என்பன குறித்து அவரைச் சிந்திக்க வைத்துள்ளது. மார்க்ஸ் குறிப்பிட்ட பொருள் உற்பத்தி முறை சார்ந்த அடித்தளம்தான் சாதியை உருவாக்கியுள்ளது, அது குறித்து விமர்சிப்பதே 'கருத்து முதல்வாத நிலைப்பாடு' என்ற ஒற்றைத்தன்மை கொண்ட சிந்தனைப் போக்கிற்குள் அகப்படாது காப்பாற்றியுள்ளது.

இந்தப் பின்புலத்தில் இந்நூல் நுவலும் செய்திகளின் சாரத்தைக் காண்போம்:

முதல் கட்டுரையான 'வெண்மணி', தமிழக சமூக வரலாற்றில் ஒரு கரும்புள்ளியாக அமைந்த கீழவெண்மணியில் 1968 டிசம்பர் 25 அன்று நிகழ்ந்த கொடூர நிகழ்வை இன்றையத் தலைமுறையினர் அறியும்படிச் செய்துள்ளது. இந்நிகழ்வு நடந்து 37 ஆண்டுகள் கழித்து புதிய தலைமுறையினருக்கு நினைவூட்டும் வகையில் எழுதப்பட்டது என்றாலும் தற்போது அரைநூற்றாண்டு ஆன பின்னரும் இதன் தேவை மறைந்துவிடவில்லை. தாம் பெற்றுவந்த கூலியில் அரைலிட்டர் நெல் உயர்த்தித் தரவேண்டும் என்று கேட்ட ஒரே காரணத்திற்காக, இதயமில்லா பண்ணை மிருகங்களால் தாழ்த்தப்பட்ட சமூகப்பிரிவைச் சார்ந்த 44 விவசாயத் தொழிலாளர்கள் உயிருடன் கொளுத்தப்பட்ட நிகழ்வின் வரலாற்றைச் சுருக்கமாகவும் தெளிவாகவும் எடுத்துரைத்து

உள்ளார். பாதாம்பாள் என்ற பெண்மணி தான் சாகும்போது தான் வளர்த்த பிள்ளையை, தீ தின்றுவிடக்கூடாது என்று எரிந்துபோன உடலின் எலும்புக் கரத்தால் பிள்ளையை ஏந்திக்கொண்டே இறந்து போன நிகழ்வை இவர் குறிப்பிடுவது கொடூரத்தின் உச்சகட்டம்.

பத்திரிகை உலக ஜாம்பவான் என்று போற்றப்படும் திரு ஏ.என்.சிவராமன் இந்நிகழ்வை நியாயப்படுத்தி தினமணியில் தலையங்கம் எழுதியபோது இக்கொடூரம்கூட அவர் நினைவில் வராமல் போய்விட்டது.

இந்நிகழ்வு குறித்து தமிழகம் அமைதி காத்ததும் உயர்நீதி மன்றத்தால் இக்குற்றத்தை செய்தோர் விடுவிக்கப்பட்டதும் இவரை வெகுவாகவே பாதித்துள்ளதை இக்கட்டுரையின் வாயிலாக உணரமுடிகிறது.

இரண்டாவது கட்டுரையான 'நெல்லை - தூத்துக்குடி மாவட்ட சாதிக்கலவரம்' என்ற கட்டுரை இந்த இரு மாவட்டங்களிலும் 1995ல் நிகழ்ந்த சாதிய மோதல்களின் பதிவாக மட்டுமின்றி அரசின் அதிகார வர்க்கம், விசாரணை ஆணையத்தின் அறிக்கை குறித்த விமர்சனப் பதிவாகவும் அமைந்துள்ளது.

"எந்த ஒரு சமுதாயமாக இருந்தாலும் சரி, அதற்கு வழங்கப் படுகிற சலுகைகள் அனைத்தும் உடனடியாக நிறுத்தப் படலாம். வாழ்க்கை சிரமமானது என்பதை அவர்கள் உணரவேண்டும்; வாழ்க்கையில் முன்னிலைக்கு வந்தவர்களோடு போட்டி போட்டு அவர்கள் முன்னேற வேண்டும்."

என்று கோமதிநாயகம் ஆணையம் பரிந்துரைத்துள்ளது. இதுகுறித்து, 'இது சர்ச்சைக்குரிய முக்கிய பிரச்சினையாகும்' என்று குறிப்பிட்டு விட்டு பின்வரும் கருத்துகளை முன்வைக்கிறார்:

"சலுகைகளும் இட ஒதுக்கீடும் கூடாதென்பது சமுதாயத்தின் மேல்தட்டுக்காரர்களின் விவாதமாகும்."

"தாழ்த்தப்பட்டவர்களின் உரிமைகளை ஏற்றுக்கொள்ள முடியாத பழமைவாதிகள் மொத்தத்தில் எல்லாச் சாதிகளுக்கும் வழங்கப் படும் சலுகைகளை ரத்து செய்யக் கோருகிறார்கள்; இவர்கள் மிகவும் பிற்பட்டோர், பிற்பட்டோர் அனைவரின் முன்னேற்றத்துக்குத் தீங்கிழைக்கிறார்கள். இப்பகுதியினரின் விருப்பத்தைத்தான் ஆணையம் தெரிவித்துள்ளது. இது ஏற்புடையதல்ல."

நாகரிகம் கருதி திரு கோமதிநாயகம் இம்மாவட்டத்தின் கடந்த கால வரலாற்றில் சமூகப் பண்பாட்டு மேலாண்மை செய்துவந்த வேளாளர் சமூகத்தைச் சேர்ந்தவர் என்பதைக் குறிப்பிடாது தவிர்த்துள்ளார். இறுதியாக சாதிய அடையாளமாக வண்ணக் கயிறுகளைக் கைகளில் கட்டிக்கொள்ளும் மாணவர்கள், இளைஞர்கள், சாதிய மாநாடுகளில் கலந்துகொள்ளும் அரசியல்வாதிகள், அதிகாரிகள், வீரவாள், கேடயம், பொற்கிழி பெறும் அறிவாளிகள் ஆகியோரை மனதில்கொண்டு,

'தமிழன்' என்று அதிகமாகப் பேசும் பல அரசியல்வாதிகளும், பல அறிவாளிகளும் சாதிக் கூட்டை விட்டு வெளியேறவில்லை; சாதி அமைப்புகளை விதை முதலாகக் கொண்டு தங்களை முன்னேற்ற முனைகிறார்கள்; இதை சம்பந்தப்பட்ட சாதி இளைஞர்கள் சிந்திக்க வேண்டிய காலம் வரும்;

என்கிறார். 'தலித் மக்கள் உரிமையைக் காப்போம்' என்ற மூன்றாவது கட்டுரை இந்திய மக்கள் வாக்குரிமை பெற்ற வரலாற்றில் தொடங்கி தலித் மக்களுக்கு என்று தமிழ்நாட்டில் ஒதுக்கப்பட்ட பஞ்சாயத்துத் தலைவர் பதவிகளில் நான்கு ஊர்களில் மட்டும் அவ்வுரிமையைப் பெறமுடியாத நிலையில் இருந்த அவலத்தை விவரிக்கிறது. அத்துடன் சாதி சமத்துவத்திற்காக நிகழ்ந்த கடந்தகாலப் போராட்டங்களை நினைவுபடுத்துகிறது.

'தீண்டாமை ஒழிப்பும் வர்க்கப்போராட்டமும்' என்ற நான்காவது கட்டுரை இன்றைய சமூக அரசியல் சூழலில் தேவைப்படும் முக்கியமான கட்டுரை.

இந்திய கம்யூனிஸ்ட் கட்சியின் மூத்த தலைவர்களில் ஒருவராகவும் சிறந்த பாராளுமன்றவாதியாகவும் விளங்கிய தோழர் இந்திரஜித் குப்தா மத்திய உள்துறை அமைச்சராக இருந்தபோது,

"டாக்டர் அம்பேத்கர் தலைமையில் உருவான குடியுரிமைச் சட்டம் இருந்தாலும், இந்திய மக்கள் மத்தியில், சமூகப் பழக்க வழக்கங்களில், மனுவின் வர்ணாசிரம தர்ம விதிகளே ஆளுமை செய்கின்றன."

என்று கூறியுள்ளதைப் பொருத்தமாகச் சுட்டிக்காட்டியுள்ளார். இந்திய சாதிமுறை குறித்து கார்ல் மார்க்ஸ், அம்பேத்கர் வெளிப்படுத்தியுள்ள கருத்துகளை இக்கட்டுரை சுருக்கமாகத் தெரிவிக்கிறது. அத்துடன் வைகுண்டர், ராமலிங்கர், அயோத்திதாசர், சிங்காரவேலர், ஜீவா,

ஏ.எஸ்.கே., வ.சுப்பையா ஆகியோர் சாதி ஒழிப்புப் போராட்டத்தில் ஆற்றிய பங்களிப்பையும் நினைவுகூர்கிறார். கட்டுரையின் இறுதியில்,

> நமது நாட்டில் வர்க்கம் மற்றும் சாதிப் பிரச்சனைகள் சமூக எதார்த்தத்தின் இரு அம்சங்களாகும். இந்த இரண்டில் எதைப் பார்க்கத் தவறுவதும் தவறாகும். சுரண்டல்காரர்களுக்கு எதிரான சுரண்டப்பட்ட வர்க்கங்களின் போராட்டமானது வேறு எங்கும் போலவே அதே அளவு இந்தியாவிலும் சமூக மாற்றத்தின் உந்து சக்தியாகும். எனவே வர்க்கப் போராட்டத்தின்போது சமூக ஒடுக்குமுறையின் அனைத்து வடிவங்களையும் கம்யூனிஸ்டுகள் எதிர்த்துப் போராட வேண்டியது அவசியமாகும். இவற்றைச் சாதிப்பாகுபாடும் அசமத்துவமும் பல நூற்றாண்டுகளாக நீடித்திருக்கச் செய்துள்ளன. அந்தப் போராட்டம் நடத்தப்படா விட்டால்... சாதிப்பிரிவினையால் வர்க்கப் போராட்டமே சீர்குலைக்கப் பட்டுவிடும். சாதி, மத, பாலினம் அல்லது தேசிய இனப்பாகுபாடு ஆகியவற்றின் வாயிலாக வெளிப்படுத்தப்படும் சமூக ஒடுக்குமுறையை எதிர்த்துப் போராடுவதற்கு தரவேண்டிய உரிய கவனம் இதுவரையில் செலுத்தப்படவில்லை...
>
> வர்ணாசிரம தர்மம், மனு ஸ்மிருதி மற்றும் சாதி அமைப்பைப் புனிதப்படுத்தும் பிற வேத சாஸ்திரங்களுக்கு எதிராகவும் சித்தாந்த அரசியல் போராட்டத்தைக் கட்சி நடத்த வேண்டும்.

என்று குறிப்பிடுவது ஏட்டுச்சுரைக்காய் மார்க்சியவாதிகளிடமிருந்து இவரை வேறுபடுத்திக் காட்டுகிறது.

அய்ந்தாவது கட்டுரையான ‘டாக்டர் அம்பேத்கரின் தொலை நோக்குப் பார்வை’, சென்னை பல்கலைக்கழகத்தின் டாக்டர் அம்பேத்கர் பொருளியல் ஆய்வு மையத்தில் அவர் படித்த கட்டுரையாகும்.

அம்பேத்கரின் தொலைநோக்குப் பார்வையையும் அவரது சமூகப் பங்களிப்பையும் இன்றைய இளைய தலைமுறையினருக்கு நினைவூட்டும் கட்டுரை இது.

தமது மகர் சாதியை முன்னிறுத்தி அம்பேத்கர் நிகழ்த்திய போராட்டங்களையும் அவர் புத்த மதத்தைத் தழுவிய நிகழ்வையும் மேலெழுந்தவாறு நோக்கி அவரை ஒரு சாதியவாதியாகவும் மதவாதியாகவும் நோக்கும் தவறான கண்ணோட்டம் இன்று சிலரிடம் காணப்படுகிறது. முற்போக்குவாதியாக, தம்மை அடையாளம் காட்டிக்கொள்பவர்களும் இவர்களுள் அடக்கம்.

'தாம் செய்வது இன்னதென்று அறியாமலேயே' சிலர் தம் கண்ணோட்டத்தைப் பொதுவெளியில் பரப்புகிறார்கள். சிலர் திட்டமிட்டே பரப்புகிறார்கள்.

மத அடிப்படைவாதமும் அதன் ஓர் அங்கமான சனாதனச் சிந்தனையும் வளர்ந்துவரும் இன்றைய இந்தியச் சூழலில் அம்பேத்கர், சிங்காரவேலர், பெரியார் ஆகியோரின் சிந்தனைகளை மட்டுமின்றி அவர்களுக்கு முன்னால் வாழ்ந்த மகாத்மா பூலே, கபீர்தாசர், வேமண்ணா, பசவண்ணா, சித்தர்கள் வைகுண்டர், அயோத்திதாசர், ராமலிங்கர், அய்யன்காளி, நாராயணகுரு ஆகிய சமூகசீர்திருத்த வாதிகளின் முற்போக்குச் சிந்தனைகளையும் உள்வாங்கிக்கொள்வது கட்டாயமான ஒன்று.

இவர்களுள் சிங்காரவேலரும் பெரியாரும் மட்டுமே இறை மறுப்பாளர்கள். ஏனையோர் சமய வட்டத்தைக் கடந்தவர்கள் அல்லர். இவர்களுள் சிலர் சாதியவாதிகளாலும் சிலர் சமயவாதிகளாலும் உள்வாங்கப்பட்டுவிட்டார்கள் என்பதும் உண்மையே. இதைக் காரணமாகக் காட்டி இவர்களது முற்போக்குச் சிந்தனைகளைப் புறக்கணித்துவிடமுடியாது. அவ்வாறு செய்வது சமய அடிப்படை வாதத்திற்கு எதிரான சித்தாந்தப் போராட்டத்திற்கு உதவும் படைக் கலன்களை இழப்பதாகவே அமையும்.

பெரியாருடனும் அம்பேத்கருடனும் மார்க்சியர்கள் ஒன்றுபடும் இடமும் உண்டு. முரண்படும் இடமும் உண்டு என்பதில் எவ்வித அய்யப்பாடும் இல்லை. பெரியார் - அம்பேத்கர்-கார்ல் மார்க்ஸ் இந்த மூவரது சிந்தனைகளையும் ஒரே புள்ளியில் இணைத்துவிடமுடியாது என்பதும் வெளிப்படையான உண்மை. அதே நேரத்தில் முரண்படும் இடங்களை மட்டுமே முன்னிலைப்படுத்தி பகையுணர்வை வளர்ப்பதென்பது யாருடைய வளர்ச்சிக்குத் துணைதரும் என்பதை நினைத்துப் பார்க்கவேண்டும்.

1961இல் விஜயவாடாவில் நடந்த இந்திய கம்யூனிஸ்ட் கட்சியின் அகில இந்திய மாநாட்டில், கட்சியின் அப்போதைய அகில இந்தியச் செயலாளராக இருந்த தோழர் அஜய்கோஷ் காங்கிரஸ் கட்சியுடனான உறவைக் குறித்து 'ஒன்றுபடுவதும் போராடுவதும்' (Unity and struggle) என்ற முழக்கத்தை முன்வைத்தார். இன்று பெரியாரிய அம்பேத்கரியர் களுடனான கம்யூனிஸ்ட் கட்சியின் உறவும் ஒன்றுபடுவதாகவும் போராடுவதாகவும் அமையும் என்பதில் அய்யமில்லை. மாறாக, தம் தத்துவ அறிவை வெளிப்படுத்துவதாகக் கருதி எந்திரகதியில்

அடித்தளம் - மேற்கோப்பு - கருத்துமுதல்வாதம் ஆகிய மார்க்சிய கலைச்சொற்களை உதிர்த்து இம்மூன்று இயக்கங்களிடையே பகையுணர்வை வளர்ப்பது பொருத்தம்தானா என்பதைச் சிந்திப்பது இன்றைய அரசியல் சூழலில் அவசியமான ஒன்று. இதே தவறை தலித் இயக்கத்தினர் சிலரும் பெரியார் இயக்கத்தினர் சிலரும் மேற்கொள்வதைச் சுட்டிக்காட்டவேண்டியுள்ளது. 'அதிதீவிர இடதுசாரிவாதம் அதிதீவிர வலதுசாரிவாதத்தில் வந்து முடியும்' என்பதற்கேற்ப மார்க்ஸிய அறிவுஜீவிகள் சிலரின் அம்பேத்கர், பெரியார் எதிர்ப்பு மதவாதிகளின் ஊதுகுழலாக மாறிவிடும் ஆபத்தும் உண்டு. மனுதர்ம சாஸ்திரத்தையும் அதை எழுதிய மனுவையும் விமர்சிப்பதுகூட 'கருத்துமுதல்வாத நிலைப்பாடு' என்று கூறும் நிலைக்கு இட்டுச் சென்றுவிடும்.

2015இல் வெளியான 'இந்திய கம்யூனிஸ்ட் கட்சியின் திட்டம்' என்ற நகல் அறிக்கையில் இடம்பெற்றுள்ள பின்வரும் பகுதியை இந்த இடத்தில் மேற்கோளாகக் காட்டுவது பொருத்தமாக இருக்கும்.

> "வர்க்கங்களும். சாதிகளும் உடன் இருப்பதுதான் இந்தியாவின் சமூக யதார்த்தமாகும். உழைக்கும் வர்க்கத்தினரையும். பாடுபடும் விவசாயிகளையும். அவர்களின் சாதி வேறுபாடுகளைப் பொருட் படுத்தாமல் தாங்கி நிறுத்துவது என்பதுகூட மிகக் கடினமான ஒன்றாகும். எந்தவொரு அறைகூவலையும் எதிர் நோக்கும்போது, மக்களைப் பலவீனர்களாக்கி. பிரித்து வைக்கக் கூடிய வலுவான ஆற்றலாகவும். உண்மையான ஆயுதமாகவும் சாதி எப்போதும் இருக்கிறது. நகரங்களிலும் கிராமப்புறங்களிலும் பொருளாதார ரீதியாக சுரண்டப்பட்ட வர்க்கங்கள், சமூகரீதியாக மிகவும் ஒடுக்கப்பட்ட, அரசியல் ரீதியாக ஓரங்கட்டப்பட்ட சாதிகளாகும். தலித்துகளுக்கெதிராக தீண்டாமையைக் கடைப்பிடிப்பது மிகக் கொடிய செயலாகும். அது தடை செய்யப்பட்டிருந்தாலும் பல பகுதிகளில் இன்னும் இருக்கிறது. எப்போதெல்லாம் வர்க்கப் போராட்டம் கூர்மை அடைகிறதோ அப்போதெல்லாம் சுரண்டப் படுவோரின் ஒற்றுமையை உடைக்க இந்தச் சுரண்டும் வர்க்கத்தினர் சாதிப் பாகுபாடுகளைப் பயன்படுத்த முயற்சிக்கின்றனர்."
>
> "ஜனநாயகத்திற்காகவும். சோசலிசத்திற்காகவும் போராடும் போது நமது கட்சி சாதிப்பிரச்சினையை புறக்கணிக்கக் கூடாது; முடியாது. சாதி மற்றும் சாதீயத்தை எதிர்த்து, சித்தாந்த அரசியல், சமூக பொருளாதார நடைமுறை ரீதியாக, தொடர்ந்த போராட்டம் நடத்தவேண்டியது அவசியமாகும். இதுவரை அடக்கப்பட்ட, ஒடுக்கப்பட்ட, பிற்படுத்தப்பட்ட பிரிவினரை கீழ்நிலையிலிருந்து

சமுதாயத்திலுள்ள மற்ற பிரிவினருக்கு இணையாக உயர்த்த மேற்கூறிய அனைத்தையும் உடன்பாடான நடவடிக்கைகளோடு இணைத்துச் செயல்பட வேண்டும். அத்தகைய போராட்டங்களுக்கும், சாதிகளை இறுதியாக அழித்தொழிப்பதற்கும். சாதிய முறைகளை அகற்றுவதற்குமான போராட்டங்களுக்கும் இடையில் இயங்கியல் தொடர்பு இருக்கிறது."

'தலித் மக்களின் வாழ்வுரிமை' என்ற ஆறாவது கட்டுரை தீண்டத்தகாதோர் என்று ஒதுக்கப்பட்ட மக்கள் பிரிவின் கடந்தகால வரலாற்றையும் வாழ்வியல் அவலங்களையும் நாம் அறியச் செய்வதுடன் அவர்களுக்காக ஒலித்த எதிர்க்குரல் குறித்தும் பதிவு செய்துள்ளது.

...

இந்நூலாசிரியர் சரியான சித்தாந்த நிலைப்பாட்டையே எடுத்துள்ளார். இந்நூலில் இடம்பெற்றுள்ள கட்டுரைகள் தனித்தனியாக வெவ்வேறு கால இடைவெளிகளில் எழுதப்பட்டவை என்றாலும்கூட இக்கட்டுரைகளுக்கிடையே ஓர் இயைபு காணப்படுகிறது. தாம் வாழும் மண் சார்ந்த சாதியப் பிரச்சினைகளை, தம் எழுபதாண்டுக்கும் மேற்பட்ட கம்யூனிஸ்ட் இயக்க வாழ்வின்போது தாம் பயணித்த கிராமங்களில் கண்டறிந்த, கேட்டறிந்த செய்திகள் என்பனவற்றுடன் தம் வாசிப்பனுபவத்தையும் இழையவிட்டு இன்றையத் தலைமுறையினருக்கு எளிய நடையில் தெளிவாகவும் சுருக்கமாகவும் தந்துள்ளார்.

காலத்தின் தேவை கருதி இந்நூலை அழகுற வெளியிட்டுள்ள நியூ செஞ்சுரி புத்தக நிறுவனம் பாராட்டுதலுக்குரியது.

தலித் மக்களின் வாழ்வுரிமை,
ஆர்.நல்லகண்ணு,
நியூ செஞ்சுரி புக் ஹவுஸ், சென்னை

மீண்டெழும் மற்றமை

வருணப் பாகுபாடும் அதிலிருந்து கிளைத்த சாதியமும் கோலோச்சிக் கொண்டிருந்த இந்தியச்சமூகத்தின் ஆட்சியாளராக, ஆங்கிலக் கிழக்கிந்தியக் கம்பெனி தன்னை நிலைநிறுத்திக் கொண்டதும், தங்கள் நாட்டின் நிர்வாக அமைப்பை இங்கு அறிமுகம் செய்தனர். இப்புதிய நிர்வாக அமைப்பில் சாதியப் படிநிலையில் மேலேயுள்ள சாதியினரே பணியாளர்களாக விளங்கி ஆதிக்கம் செலுத்தலாயினர். மன்னராட்சியில் இடம் மறுக்கப்பட்டோர் காலனியாட்சியிலும் அதே நிலைக்கு ஆளாயினர்.

இராணுவத்தைப் பொறுத்த அளவில் சற்று வேறுபாடான முறை நிலவியது. சில குறிப்பிட்ட சமூகத்தினரை மட்டுமே கொண்ட படைப் பிரிவுகளை ஆங்கிலேயர் உருவாக்கினர். இவை அச்சமூகத்தினரின் பெயராலேயே அழைக்கப்பட்டன. ஜாட் ரெஜிமெண்ட், சீக்கிய ரெஜிமெண்ட், மஹர் ரெஜிமெண்ட், பறையர் ரெஜிமெண்ட் என்ற பெயர்களில் அழைக்கப்பட்ட ரெஜிமெண்ட்களை இதற்குச் சான்றாகக் கூறலாம். மராத்திய மாநிலத்தில் தீண்டத்தகாத சாதியினராக ஒதுக்கி வைக்கப்பட்ட மஹர்கள் படைவீரர்களாக ஆங்கிலேயர்களால் ஏற்றுக் கொள்ளப்பட்டதானது அவர்களுக்கு சமூக உயர்நிலையை வழங்கியதாக அம்பேத்கர் கருதியுள்ளார்.

கிராமப்புறங்களில் குற்றேவல் செய்பவர்களாக இருந்த, தீண்டாமைக்கு ஆட்படுத்தப்பட்டிருந்த மஹர்களும் சம்பர்களும் இராணுவப் பணியினால் பிற சமூகத்தின் மீது அதிகாரம் செலுத்தும் சமூகங்களாக மாறிவிட்டன என்று அவர் அவதானித்தார். 1927 மார்ச் 19 ஆவது நாளன்று மஹத் என்ற ஊரில் நடந்த மாநாட்டில் அவர் ஆற்றிய தலைமை உரையில், இராணுவப் பணியின் விளைவாக இவ்விரு சாதியினரின் சமூக வாழ்வில் நிகழ்ந்த மாற்றங்களாக அவர் குறிப்பிட்ட செய்திகளின் சுருக்கம் வருமாறு:

மராத்தியச் சிப்பாய்களும் பிற சாதியினரும் மஹர்களையும் சம்பர்களையும் தீண்டத்தகாதவர்கள் என்று கிராமப்புறங்களில் கருதினர். தமக்குக் கீழ்ப்படியாவிடில் தம்மை அவமதிப்பதாகக் கருதினர். இதே ஆதிக்க சாதியினர் இராணுவப் பணியில் சேர்ந்தவுடன் மஹர், சம்பர் வகுப்பைச் சேர்ந்த சுபேதார்களுக்கு, சல்யூட் அடித்தனர். தீண்டத்தகாத சாதியினரான மேலதிகாரிகள் தம்மைப் புண்படுத்தும்

வகையில் கேள்வி எழுப்பினாலும் தம் தலையை உயர்த்திப் பார்ப்பதில்லை. இதற்குமுன் இத்தகைய தகுதி இவர்களுக்குக் கிடையாது. இவர்களில் 90% மக்கள் எழுத்தறிவு பெற்றுவிட்டனர். இதில் 50% மக்கள் உயர்கல்வி பெற்றவர்கள். இம்முன்னேற்றம் பெரும்பாலும் இராணுவப் பணியால் ஏற்பட்டது.

வருண எல்லைக்குள் வரவிடாமல் வருணம் அற்றவர்கள் என்ற பொருளில் அவர்ணர்கள் என்றழைக்கப்பட்ட மக்கள் பிரிவினரை இராணுவத்தில் சேர்த்துக்கொண்டதன் வாயிலாக வருணப்படி நிலையில் இரண்டாவதாக இடம்பெறும் ஷத்திரியராக ஆங்கிலேயர்கள் மாற்றி விட்டனர்.

இதுபோன்ற முன்னேற்றம் ஏற்பட வருவாய்த்துறை, காவல் துறை, நீதித்துறை, மருத்துவத்துறை, கல்வித்துறை ஆகிய துறைகள் இடைநிலை சாதியினருக்கும் தீண்டாமைக்கு ஆட்பட்டிருந்த சாதியினருக்கும் குறிப்பிடத்தக்க அளவில் தொடக்கத்தில் துணை நிற்கவில்லை. இதற்குக் காரணம் இத்துறைகளில் இவர்கள் உரிய அளவில் இடம்பெறாமல் போனதுதான். இதுவே இட ஒதுக்கீடு என்பதன் அவசியத்தை சிந்திக்கத் தூண்டியது.

தமிழ்நாட்டைப் பொறுத்தவரை இட ஒதுக்கீடு என்பது நீதிக்கட்சி என்ற கட்சியுடன் தொடர்புடையதாக அடையாளம் காட்டப்பட்டுள்ளது. இதன் உண்மைத் தன்மையை ஆராய்வதே 'இட ஒதுக்கீட்டின் மூல வரலாறு' என்ற இந்நூலின் அடிப்படை நோக்கமாகும். இடஒதுக்கீடு என்ற கொள்கை நீதிக்கட்சி உருவாக்கியதா? அல்லது பண்டிதர் அயோத்திதாசர் உருவாக்கினாரா? என்ற விவாதத்தை இந்நூலில் தோழர் கௌதம சன்னா தொடங்கி வைத்து அதற்கு விடையும் கண்டுள்ளார். இம்முயற்சியில் யார் முதலில் என்ற சிறுபிள்ளைத் தனமான ஆராய்ச்சியை அவர் முன்னெடுக்கவில்லை. மாறாக தீண்டாமைக் கொடுமைக்கு ஆட்பட்டிருந்த மக்கள் பிரிவுக்குரிய இடஒதுக்கீட்டையே ஆய்வுப்பொருளாகக் கொண்டுள்ளார். இது இந்நூலின் சிறப்பாகும்.

இந்நூலின் உள்ளடக்கத்தை இரண்டு பகுதிகளாகப் பகுத்துக் கொள்ளலாம். முதற்பகுதி ஆங்கிலக் காலனியாட்சியில் இட ஒதுக்கீட்டின் தேவை குறித்தது. ஒன்றிற்கொன்று வேறுபாடான மொழி பேசுவோரும் பண்பாடு கொண்டோரும் வாழ்ந்த இந்திய உபகண்டத்தை ஆங்கிலக் கிழக்கிந்தியக் கம்பெனி இந்தியா என்ற பெயரில் ஒரே நாடாக உருவாக்கியது மிகப் பெரிய வரலாற்று நிகழ்வாகும். இதன் பின்னர் ஒரே ஆட்சியாளர்களாகத் தம்மை

ஆங்கிலேயர்கள் நிலை நிறுத்திக்கொண்டனர். 1857 சிப்பாய் எழுச்சிக்குப்பின் இங்கிலாந்தின் ஓர் உறுப்பாக, அதற்குத் தேவையான மூலப்பொருள்களை வழங்கும் நாடாக இந்தியா மாற்றப்பட்டு விட்டது. 1885இல் இந்திய தேசிய காங்கிரஸ் உருவான பின்னர் ஆங்கிலக் கல்வி கற்றோரும், பெருநிலக்கிழார்களும், அரசில் உயர்பதவி வகித்தோரும் ஆங்கில அரசிடம் தம் முன்னேற்றத்திற்காக மனுக்கொடுப்போராயினர். இது குறித்து இந்நூலாசிரியர், ‘சமூகத்தின் அனைத்துப்பிரிவுகளும் பிரிட்டிஷ் ஆட்சியை அகற்ற வேண்டும் என்கிற நோக்கமின்றி அரசினை அண்டி அனுகூலங்களைப் பெற்றுக் கொள்வதே நல்லது என்பதை உணர்ந்து கொண்டன’ என்கிறார். அத்துடன் இது ஏற்படுத்திய விளைவுகள் குறித்தும் ‘கல்விகற்ற பார்ப்பன வியாபார வேளாண் உயர்குடிகளிடையே கடுமையான போட்டியும் இக்கட்டத்தில் தொடங்கியது என்பது இயற்கையானதே. இந்த வரலாற்றுச் சூழலில் சமூகத்தில் ஓரங்கட்டப்பட்டிருந்த மக்கள் கேட்பாரற்று இருந்தனர்’ என்று சரியாகவே அவதானித்துள்ளார்.

இரண்டாவது பகுதி இட ஒதுக்கீட்டிற்கான அயோத்திதாசரின் சிந்தனைகளையும் செயல்பாடுகளையும் அவரது எழுத்துச் சான்றுகளின் துணையுடன் வெளிப்படுத்துகின்றது. இதுவே இந்நூலின் மையப் புள்ளியாக அமைந்துள்ளது. அத்துடன் அவரது தொலைநோக்கான பார்வையையும் வெளிப்படுத்துகின்றது.

“அரசுப்பணிகளில் இடஒதுக்கீடு தொடர்பான வேண்டுகோளை 1891 ஆவது ஆண்டில் அயோத்திய தாசர் முன்வைத்துள்ளார். ஆனால் இடஒதுக்கீடு என்ற கருத்தை சட்ட வடிவில் அன்றி ஆலோசனை வடிவில் 1888இல் முதலில் வழங்கியவர் டஃபிரின் பிரபு என்ற ஆங்கிலேயர்தான். படித்த, பணம் படைத்த, உயர்சாதியினருக்கு இடஒதுக்கீடும் முன்னுரிமையும் வழங்கவேண்டும் என்பதே அவரது ஆலோசனையாக இருந்தது. இது நடைமுறைப்படுத்தப் பட்டதன் விளைவை, அரசு நிர்வாகத்தில் முதன்முறை இட ஒதுக்கீடு பெற்ற சமூகமாகப் பார்ப்பனர் உள்ளிட்ட உயர்சாதியினரே இருந்தனர். அரசுப் பணிகளில் மடமடவென அவர்கள் நிறைந்தார்கள். தவிர்க்கமுடியாத சக்தியாக அவர்கள் அதில் தம்மை நிரப்பிக் கொண்டார்கள்” என்று வெளிப்படுத்தியுள்ளார் நூலாசிரியர்.

இட ஒதுக்கீட்டுக்கு எதிராகக் குரல் எழுப்புவோர் அறிந்துகொள்ள வேண்டிய செய்தி இது. இத்தகைய சூழலில்தான் 1890இல் சாதி பேதமற்ற திராவிட மகாஜன சபை என்ற அமைப்பை அயோத்திதாசர் உருவாக்கியிருந்தார். இவ்வமைப்பின் முதல் மாநாடு 1891 பிப்ரவரி

முதல் நாளன்று நீலகிரியில் நடந்தது. இம்மாநாட்டில் பத்து கோரிக்கைகளை அயோத்திதாசர் முன்வைத்தார். இவற்றுள் ஆறு கோரிக்கைகள் தீண்டாமைக்கு உட்படுத்தப்பட்டிருந்த மக்களின் முன்னேற்றத்தை மையமாகக் கொண்டவை. இம்மக்கள் பிரிவினருக் கென்று பள்ளிகள் நிறுவுதல், கல்வி பயில்வோருக்கு உதவித்தொகை வழங்குதல், கற்றோருக்கு அரசு வேலை வாய்ப்புகள் வழங்குதல், உள்ளாட்சி அமைப்பில் பிரதிநிதித்துவம் என்பன இவற்றில் இடம் பெற்றிருந்தன. சாதியப் படிநிலையில் மேலேயுள்ளோருக்கு வழங்கப் பட்ட இடஒதுக்கீட்டை கீழேயுள்ளோருக்கு வழங்க வேண்டும் என்ற இக்கோரிக்கையானது ஆங்கில உயர் அதிகாரிகளின் ஆலோசனைகளைத் தலைகீழாக்கியதாக நூலாசிரியர் குறிப்பிடுகிறார். நில உரிமையற்றிருந்த இம்மக்களுக்கு நிலம் வழங்க வேண்டும் என்ற பொருளாதாரம் சார்ந்த கோரிக்கையை அயோத்திதாசர் முன்வைத்துள்ளதும் குறிப்பிடத்தக்கதாகும்.

தேசிய தொழில் நிதியக் கூட்டமைப்பு என்ற அமைப்பிற்கு 1908இல் அவர் எழுதிய கடிதத்தை நம் பார்வைக்கு ஆசிரியர் கொண்டு வந்துள்ளார். இக்கடிதத்தில், விகிதாச்சார அடிப்படையிலான இட ஒதுக்கீடு, கல்வி உதவித்தொகை, கல்வித் தகுதிக்கேற்ற வேலை வழங்கல் என்ற மூன்றையும் அவர் வலியுறுத்தியுள்ளார். மிண்டோ மார்லி சீர்திருத்தத்தை மையமாகக்கொண்டு 1909இல் நடந்த விவாதங்கள் நம் கல்விப்புல வரலாற்றுப் பாட நூல்களில் இடம் பெற்றுள்ளன. இந்துக்கள், இஸ்லாமியர் இரு சமயம் சார்ந்தோருக்கும் இடையிலான முரண்பாடாகவே இவை வெளிப்படுத்தப்பட்டுள்ளன. ஆனால், அயோத்திதாசரை முன்நிறுத்தி இந்துக்கள் என்ற ஒற்றை அடையாளத்திற்குப் பின்னால் உள்ள நுண் அரசியலை இந்நூலாசிரியர் வெளிப்படுத்தியுள்ளார். இன்றைய இந்திய அரசியலுக்கும் இது பொருந்தும். மார்லி முன்வைத்த சீர்திருத்தங்கள் பிராமண சமூகத்தின் நலனை 'இந்துக்கள்' என்ற பெயரில் பாதுகாப்பதாக அமைந்தமையால் காங்கிரஸ் அதை ஆதரித்தது.

தீண்டாமைக் கொடுமைக்குப் பெரும்பான்மையான மக்கள் பிரிவை ஆட்படுத்தியதுடன் பின்னர் அதையே காரணமாகக் காட்டி அவர்களை இந்துக் கோயில்களுக்குள் அனுமதிக்க மறுத்தது இந்து மதம். ஆங்கில ஆட்சியிலும் இது தொடர்ந்தது. சமய அடிப்படை யிலான எண்ணிக்கை உயர்வு தேவை என்ற போது இந்து என்ற அடையாளத்திற்குள் இம்மக்கள் பிரிவை உட்படுத்தினர். இது இந்துக்களின் எண்ணிக்கை அதிகரிப்புக்கு உதவியது. இது ஓர் எதிர் மறையான அடையாள அரசியல். இதன் வேறுவடிவம்தான் இன்றைய இந்து அரசியல். இந்திய விடுதலைப் போராட்ட காலத்திலிருந்தே

இந்து அடையாள அரசியல் தொடங்கிவிட்டது. (கூடவே இஸ்லாமிய அடையாள அரசியலும்). பிராமணர் அல்லாதோர் இயக்கம் இதற்கு எதிராகத் தொடங்கப்பட்டாலும் அடிப்படையில் அது இவ்வியக்கத்தின் வேரைத் தொடவில்லை. பிராமணர் அல்லாதார் இயக்கம் என்ற பொத்தாம் பொதுவான அடையாளத்தை அது கொண்டிருந்தது.

இது குறித்த சில மதிப்பீடுகளை 1909 செப்டம்பர் 15இல் அயோத்திதாசர் தமது 'ஒரு பைசா தமிழன்' இதழில் முன்வைத்து உள்ளார். சைவம் வைணவம் வேதாந்தமென்பனவற்றை ஏற்றுக் கொண்ட பிராமணர் அல்லாதோர் பிராமணச் சார்புடையோரே என்பதை அவர் கருத்தாக வெளிப்படுத்தியுள்ளார். அத்துடன் பிராமணர் அல்லாதாராக யார் விளங்கமுடியும் என்பதற்கு, சில வரையறைகளையும் வகுத்துள்ளார். அதன்படி:

பிராமணர் என்போரால் வகுத்துள்ள சாதி ஆதாரங்களையும் சமய ஆசாரங்களையும் வைத்துக்கொண்டு (நான் பிராமின்ஸ்) என்று கூறுவது வீணேயாகும். காரணம் சாதியாசாரக்கிரியைகளிலும் பிராமணர்களென்போர் வர வேண்டியவர்களாய் இருக்கின்றார்கள். ஆதலின் இவ்விரண்டிற்குஞ் சம்பந்தப்பட்டவர்கள் யாவரும் நான் பிராமின் ஆகார்கள்.

இக்கருத்துக்களை மேற்கோளாகக் காட்டி அவர் இது தொடர்பாக மேலும் கூறியவற்றை நூலாசிரியர் தொகுத்துக் கூறியுள்ளார் (பக்கம்:75-83). இதன் தொடர்ச்சியாக, நீதிக்கட்சியும் பார்ப்பனர்களை எதிர்த்ததே தவிரப் பார்ப்பனியத்தை எதிர்க்கவில்லை. சாதி மத ஆசாரங்களைக் கடுமையாகக் கடைப்பிடித்த தலைவர்கள்தான் அதில் நிறைந்திருந்தார்கள் என்ற கருத்தை நூலாசிரியர் முன்வைத்துள்ளார் (தமிழ்நாட்டில் இன்று பரவலாகக் காணப்படும் அய்யப்பசாமி வழிபாட்டை, தமிழ்நாட்டில் அறிமுகம் செய்து பரப்பியவர், நீதிக்கட்சியின் தூண்களில் ஒருவராகக் குறிப்பிடப்படும் சர்.பி.டி.ராசன் தான்).

பிராமணர் அல்லாதார் இயக்கத்தை நோக்கி அவர் எழுப்பிய அய்ந்து கேள்விகளும் ஆழமானவை. சாதி இந்துக்கள் என்று சிலரால் வகைப்படுத்தப்படும் இந்துக்களைக் குறிக்க 'சாதிபேதமுள்ள இந்துக்கள்' என்ற சொல்லாட்சியை அயோத்திதாசர் பயன்படுத்தி யுள்ளார். இது பொருள் பொதிந்த ஒன்று.

இவ்வரலாற்றுச் செய்திகளின் பின்புலத்தில் 'இடஒதுக்கீடு என்ற கொள்கையின் மூலவேர்' எது? என்பதை ஆராயும் இந்நூலாசிரியர் இக் கொள்கை முன்வைக்கப்பட்ட காலத்தை,

முதற்கட்டம் *(1890-1900)*

இரண்டாவது கட்டம் *(1905-1914)*

என இரண்டாகப் பகுத்துக் கொண்டுள்ளார். இப்பகுப்பில் முதற்கட்டம் அயோத்திதாசரை மையமாகக்கொண்டது. இரண்டாவது கட்டம் பிராமணர் அல்லாதார் இயக்கம், நீதிக்கட்சி என்ற இரு இயக்கங்களை மையமாகக்கொண்டது. முதற்கட்டத்தில் இடஒதுக்கீடு அயோத்தி தாசரின் வேண்டுகோளாக முன்வைக்கப்பட்டது. இது யாசகம் சார்ந்ததல்ல. தன் சமூகத்திற்குரிய பங்கினை வெளிப்படுத்தும் தன்மையது. இரண்டாவது கட்டத்தில் இட ஒதுக்கீடு ஓர் இயக்கத்தின் சார்பாக முன்வைக்கப்பட்டது. இடஒதுக்கீடு இன்மையால் பிராமணர் பெற்றிருந்த ஏற்றம் இருகட்டங்களிலும் முன்வைக்கப்பட்டது. இது ஒருவகையில் ஒற்றுமைக்கூறாக அமைந்துள்ளது. வரலாற்று அடிப் படையில், பிராமணிய எதிர்ப்பென்பது தமிழகத்தில் தவிர்க்க இயலாத ஒன்றாக மாறிப்போனதின் விளைவாக இதைக் கொள்ளலாமோ?

பிராமணர் அல்லாத பெரு நிலக்கிழார்கள் (பெரும்பாலும் வேளாளர்கள்), வணிகர்கள், தொழில் முனைவோர், உயர் அதிகார வர்க்கத்தினர், வழக்கறிஞர், மருத்துவர் என பிராமணர் அல்லாத மக்கள் பிரிவினரிடமிருந்து உருவானோர் இரண்டாவது கட்டத்தில் உருவான இடஒதுக்கீடு இயக்கத்தில் இணைந்து கொண்டனர். பிராமணர், பிராமணர் அல்லாதார் இரட்டை எதிர்மறையை (Binary Opposition) இவ்வியக்கம் முன்வைத்தது.

சூத்திரர் என்ற பொது அடையாளம் பிராமணர் அல்லாதாருக்கு வழங்கப்பட்டதால் பிராமணர் சூத்திரர் முரண்பாடாக மட்டுமே பார்க்கப்பட்டது. இதன் விளைவாகத் தீண்டத்தகாதவர்கள் என்போர் இட ஒதுக்கீட்டுக்கான இவ்வியக்கத்தின் வேண்டுகோள்களில் ‘மற்றமை’ (The others) ஆகிப்போனார்கள். இவ்உண்மையை அயோத்தி தாசர் வெளிப்படையாக விமர்சனம் செய்துள்ளார். இது தொடர்பாக அவர் எழுப்பிய அய்ந்து வினாக்களும் ஆழமானவை, முக்கியமானவை.

‘நீதிக்கட்சியின் விகிதாச்சார நடைமுறையை முழுமையாக ஆராய்வது நமது நோக்கமல்ல. மாறாக விகிதாச்சார உரிமை என்னும் கோட்பாடு அதனுடைய கொடையல்ல’ என்ற தம் கருத்தை, தக்க சான்றுகளுடன் இந்நூலின் ஆசிரியரான தோழர் கௌதம சன்னா நிறுவியுள்ளார். தோழருக்கு வாழ்த்துகள்.

இடஒதுக்கீட்டின் மூலவரலாறு,
கௌதம சன்னா,
ஆழி பப்ளிஷர்ஸ், சென்னை

தீண்டாமை எதிர்ப்பில் புராணங்களின் பயன்பாடு

> இது முன்னுரையாக எழுதப்பட்டதல்ல. 'பறையன் பாட்டு' நூலாசிரியரின் விருப்பத்திற்கிணங்க ஓர் அறிமுகக் கட்டுரையாக அந்நூலில் இடம்பெற்றது.
>
> தொகுப்பாசிரியர்

இந்திய சமூக வரலாற்றிலும், தமிழக வரலாற்றிலும் சாதித் தீண்டாமை என்ற கருத்தியல் மிகவும் தொன்மையானது. இத் தீண்டாமைக்கு எதிரான கருத்துப் போராட்டம் எவ்வாறு உருப்பெற்றது என்பதற்குப் பின்வரும் இரண்டு காரணங்கள் கூறப்படுகின்றன.

(அ) ஆங்கிலக் காலனிய வருகையும் அது அறிமுகப்படுத்திய நவீனக் கல்வி முறையும்.

(ஆ) இந்திய தேசிய காங்கிரஸ் அமைப்பும் அதன் தலைவராக விளங்கிய காந்தி அடிகளும்.

ஆனால் இக்காரணங்கள் முற்றிலும் உண்மையல்ல. தீண்டாமை எதிர்ப்புப் போராட்டத்தில் இவற்றின் பங்களிப்பு இருந்தாலும், இந் நிகழ்வுகளுக்கு முன்னரே தீண்டாமைக்கு எதிரான கருத்துப் போராட்டம் தோன்றிவிட்டது. தன் சமயத்தின் ஓரங்கமாகத் தீண்டாமை என்ற கருத்தியலை ஏற்றுக்கொண்டு அதை வலியுறுத்திய இந்து சமயத்திற்கு எதிராக உருவான புத்த மதம் தீண்டாமைக் கருத்தியலை ஏற்றுக்கொள்ளவில்லை.

தமிழ்நாட்டைப் பொறுத்தளவில் சோழர்காலக் கல்வெட்டுகளில் தீண்டாமை குறித்த குறிப்புகள் பதிவாகியுள்ளன. இதற்கு முந்திய காலமான பல்லவர் கால பக்தி இலக்கியங்களில் 'ஆவுரித்துத் தின்னும் புலையர்,' 'சண்டாளர்' என்ற சொல்லாட்சிகள் இடம்பெற்றுள்ளன. இவற்றிற்குப் பின்னால் தோன்றிய சித்தர் பாடல்கள் சாதியத்திற்கும் தீண்டாமைக்கும் எதிராகக் குரல் எழுப்பியுள்ளன. 'பாய்ச்சலூர்ப் பதிகம்', 'கபிலர் அகவல்' என்ற தலைப்பில் உருவான சிற்றிலக்கியங்களும் தீண்டாமைக்கெதிரான குரலை உரத்து ஒலிக்கின்றன. இவ்வரிசையில் இருபதாம் நூற்றாண்டில் காலனிய ஆட்சியின் போது வெளியான,

பாடல் வடிவிலான சிறுநூல்களையும் இணைத்துக்கொள்ளலாம். இந்நூல்களை, காங்கிரஸ் இயக்கம் அல்லது அவ்வியக்கம் சார்ந்தோர் வெளியிட்ட நூல்கள், காங்கிரஸ் இயக்கத்திற்கு வெளியில் இருந்தோரும், தீண்டாமைக் கொடுமைக்கு ஆட்பட்டிருந்தோரும் வெளியிட்ட நூல்கள் என வகைப்படுத்திக் கொள்ளலாம். இக்கட்டுரை இரண்டாவது வகையில் அடங்கிய பின்வரும் இரு குறுநூல்களை அடிப்படையாகக் கொண்டுள்ளது.

(1) பறையன் பாட்டு (முதல் பாகம்), **1923**

(2) அற்புத நூதன பறையன் பாட்டு, **1924**

என்ற இருநூல்களில் இடம்பெற்றுள்ள புராணக் கதைகளையும் அவற்றின் வாயிலாக அவை வெளிப்படுத்தும் எதிர்க்குரலையும் ஆராய்கிறது.

புராணங்கள் :

வாய்மொழியாக வழங்கும் கதைகளைப் பகுக்கும் வில்லியம் பாஸ்கம் என்ற நாட்டார் வழக்காற்றியலர் புராணக் கதைகள் என்ற வகைமையைக் குறிப்பிடுவார். புராணக் கதைகள் எழுத்துவடிவில் எழுதப்படும்போது அது எழுத்தறிவுடையோரை மட்டுமே சென்று அடையும். ஆயினும், உபந்நியாசங்கள் கதாகாலட்சேபங்கள், வாயிலாக எழுத்தறிவில்லாதாரையும் சென்றடைந்து வாய்மொழியாகப் பரவும். சில சமயச் சடங்குகளும் விழாக்களும், புராணக் கதைகளை மையமாகக் கொண்டு நிகழும்போது, அவற்றின் பின்னால் உள்ள புராணக் கதைகளும் நினைவுபடுத்திக் கொள்ளப்படும். இவை தவிர சில குறிப்பிட்ட ஊர்களையும், கோவில்களையும் சமய அடிகளார் களையும் மையமாகக்கொண்டு உருவாகும் புராணக் கதைகள் எழுத்து வடிவம் பெறாது வாய்மொழியாகவே வழங்கி வருவதுண்டு. இவற்றை வாய்மொழிப் புராணங்கள் என்பர்.

மானுடர் அல்லாத தெய்வங்களே புராணக்கதைகளில் பெரும் பாலும் கதைமாந்தர்களாக இடம்பெறுவர். இருப்பினும், முனிவர்கள், அடியார்கள் ஆகியோரும் இடம்பெறுவதுண்டு. கதை நிகழும் களமாக மறுஉலகம், சமுத்திரலோகம், நாகலோகம், பாதாளலோகம் எனப் பல்வேறு கற்பனை உலகங்கள் அமையும். அவ்வப்போது இம் மண்ணுலகமும் இடம்பெறுவதுண்டு. புராணங்கள் குறித்த இப் பொதுவான செய்திகளின் அடிப்படையில் நோக்கும் போது, பகுத்தறிவாளர்கள், புராணச் செய்திகளை ஒதுக்கிப் புறந்தள்ளி விடுவர் என்பதில் அய்யமில்லை. தீண்டாமை என்ற கருத்தியலும்

பகுத்தறிவிற்குப் பொருந்தா ஒன்றுதான். அவ்வாறிருக்க தீண்டாமைக்கு எதிரான எதிர்க்குரலாகப் புராணங்களைப் பயன்படுத்துவது என்பது வியப்பிற்குரிய ஒன்று. ஆனால் மேற்கூறிய இரு நூல்களும் இப்பணியைத் திறம்படச் செய்துள்ளன.

முதல் நூல் :

"அஞ்ஞான வழியை அகட்டி விரட்டி மெஞ்ஞான வழியை விரித்துக்காட்டும் விகடவேடிக்கைப் பறையன் பாட்டு" என்ற தலைப்பில் *1923*ஆம் ஆண்டில் மதுரையில் ஒரு நூல் வெளியாகி யுள்ளது. இதுபோன்ற குறுநூல்களை மதுரையில் வெளியிட்டு வந்த இ.ராமசாமிக் கோனார் என்பவர்தான் இந்நூலை வெளியிட்டுள்ளார். இதன் ஆசிரியர் பெயர் தெரியவில்லை. இந்நூலின் அளவு ஏழு பக்கங்கள்தான். இதில் ஆறுபக்கங்களில்தான் இந்நூலின் தலைப்பான பறையன் பாட்டு இடம்பெற்றுள்ளது. ஏழாவது பக்கத்தில் 'மோட்டுப் பூச்சிப் பாட்டு', 'மூக்குப்பொடிப் பாட்டு' என்ற தலைப்பில் இந்நூலின் மையச்செய்தியுடன் தொடர்பில்லாத இரு பாடல்கள் இடம்பெற்றுள்ளன.

இரண்டாவது நூல் :

*1924*ஆம் ஆண்டில் சென்னையில் அச்சிடப்பட்ட 'அற்புத நூதன பறையன் பாட்டு' என்ற நூலை அப்துல் ரஹிமான் சாய்பு என்பவர் இயற்றியுள்ளதாக இந்நூலின் தலைப்பில் குறிப்பிடப்பட்டுள்ளது. 'ரஞ்சிதகதா' புத்தகசாலை இந்நூலை சென்னையில் வெளியிட்டுள்ளது. ஆறுபக்க அளவிலான இந்நூல் பெரும்பாலும் மேலே குறிப்பிட்ட முதல் நூலைத் தழுவியே எழுதப்பட்டுள்ளது.

புராணச் செய்திகள் :

இவ்விரு நூல்களுக்கும் இடையிலான ஒற்றுமைக் கூறுகளில் ஒன்று தீண்டாமை எதிர்ப்பிற்குப் புராணச் செய்திகளைப் பயன்படுத்து வதாகும். சமூக வரலாற்றாய்வில் புராணங்களைத் தரவுகளாகக் கொண்டு ஆராய்வதுண்டு. டி.டி.கோசாம்பி, ரொமிலா தாப்பர், ஆர்.எஸ்.சர்மா ஆகிய வரலாற்றறிஞர்கள் தம் வரலாற்றாய்வுகளில் புராணச் செய்திகளை எடுத்துக் கொண்டு அவற்றின் உள்ளுறைப் பொருளை ஆராய்ந்து வெளிப்படுத்தியுள்ளார்கள். புராணச் செய்திகளின் நம்பகத் தன்மையைக் குறித்து ஆராயாது அவற்றைச் சான்றுகளாக ஏற்றுக்கொள்ளும் மத அடிப்படைவாதம் சார்ந்த வரலாற்றாசிரியர்களும் நம்மிடையே உண்டு. இவ்விரு நூல்களும் புராணக் கதை மாந்தர்களை எடுத்துக்கொண்டு, அவர்களை முன்நிறுத்தி வைதீகச் சிந்தனையாளர்கள் வலியுறுத்தும் தீண்டாமைக் கருத்தியலை கேள்விக்குள்ளாக்குகின்றன.

பகடியும் செய்கின்றன. பின்வரும் தலைப்புகளில் அவற்றை வகைப்படுத்திக் கொள்ளலாம்.

(1) புராணக்கதை மாந்தரின் மணஉறவும் பிறப்பும்

(2) தீண்டத்தகாதோரின் வீரம்

(3) தீண்டத்தகாதோரின் அறிவாற்றல்

(4) புலால் உண்ணல்

(5) உடல் உழைப்பும் உழைப்பின்மையும்

(6) சோதிடப்புரட்டு

இத்தலைப்புகளில் முதல் தலைப்பு தொடர்பான செய்திகளை மட்டும் இனிக் காண்போம்.

மண உறவும் பிறப்பும் :

மண உறவுகள் வருண எல்லைக்குள்ளாகவே நடக்கவேண்டும் என்பதை மனுதர்ம சாஸ்திரம் வலியுறுத்துகிறது. வருண எல்லைக்குள் வராத அவர்ணர்களுடனான மண உறவு என்பது நினைத்துப் பார்க்க முடியாத ஒன்று. ஆனால் கடவுளர்களும் ரிஷிகளும், சில நேரங்களில் தீண்டத்தகாத பிரிவைச் சார்ந்த பெண்களுடன் மணஉறவு கொண்டு இருந்தமையைப் புராணங்கள் கூறுகின்றன. மற்றொரு பக்கம் கோவில் நுழைவு மறுப்பு, கல்வி பயில அனுமதி மறுப்பு, கண்ணியமான முறையில் ஆடை அணிகலன் அணிய அனுமதி மறுப்பு, பொது நீர்நிலைகளைப் பயன்படுத்தும் உரிமை மறுப்பு போன்ற பண்பாட்டு ஒடுக்குமுறைகளை இப்புராணங்களைப் பேணிக்காக்கும் வைதீகர்கள் நடைமுறைப்படுத்தி வந்தனர். இம்முரண்பாட்டை வெளிப்படுத்தும் வகையில் அவர்களின் ரிஷிகள், கடவுளர்களின் பிறப்பு மூலத்தையும் புராண ஆதாரங்களுடன் இந்நூல்கள் வெளிப்படுத்துகின்றன. அவ்வாறு வெளிப்படுத்தும் செய்திகள் வருமாறு:

> "வேதங்களைப் புராணங்களை விதவிதமாய் எழுதிவைத்த
> மேதகைய வியாசரெங்கள் மீன் வலைச்சி பெற்ற பிள்ளை
> தேவகுருவாம் வதிஷ்டர் தேவடியாள் வயிற்றுப்பிள்ளை
> ஆவலுடன் சக்கிலிச்சிக் கானமண வாளனானார்
> வண்ணான் தன் வீட்டிலல்லோ வந்து தித்தார் நாரதரும்
> எண்ணாமல் எங்களை நீர் ஏன் இழிந்து பேசுகிறீர்
> பராசரென்ற உங்கள் குரு பறையரென்று தெரிந்திருந்தும்
> தராதலத்தில் மானுடர்க்கு ஜாதி சொல்ல வந்துவிட்டீர்
> அத்திரிமா முனியைப்பெற்ற ஆத்தாளொரு சக்கிலிச்சி
> எத்தனையோ மகாரிஷிகள் எங்கள் குலத்தே ஜெனித்தர்"
>
> (பறையன்பாட்டு 1923:2-3)

இதே செய்திகளை அற்புத நூதன பறையன் பாட்டு *(1924:3-4)* குறிப்பிடுவதுடன் புதிய செய்திகள் சிலவற்றையும் வெளிப்படுத்துகிறது:

"விதியான நாரதர் வண்ணான் வீட்டில் பிறந்தார்
வேதவியாசரோ மீன்வலைச்சியிடம் ஜெனித்தார்
சக்கிலிச்சி தன்வயிற்றில்தான் அத்திரிமுனி ஜெனித்தார்
முக்கியமாய் நாய்வயிற்றில் சௌனகர் முனி பிறந்தார்
தாசி ஊர்வசி வயிற்றில் தவ வஷிஷ்டரும் ஜெனித்தார்
கூசாமல் சக்கிலிச்சியைக் கூடமணமுடித்தார்
பூர்வம்பரா சருமே புலைச்சி வயிற்றில் ஜெனித்தார்
புகலுகிறேன் அசுவத்தாமா குதிரைவயிற்றில் பிறந்தார்
சாற்றுகிறேன் சாங்கரமுனி சக்கிலிச்சிக்குப் பிறந்தார்
சகலகலை கோட்டு முனிதானும் மானுக்கு ஜெனித்தார்
காங்கேய முனிவர் கழுதை வயிற்றில் ஜெனித்தார்
ராம்பசு வயிற்றில் கவுதமாரிஷி பிறந்தார்
மாண்டவியமுனி தவளை வயிற்றில் ஜெனித்தார்"

இப்பாடல்களில் இடம்பெற்றுள்ள செய்திகள் இந்நூலாசிரியர்களின் கற்பனையில் உதித்தவை அல்ல. மாறாகத் தீண்டாமையை ஏற்றுக் கொண்டு அதை வலியுறுத்தும் வைதீக சமயத்தின் புனிதநூல்களில் இடம்பெற்ற செய்திகள் தாம். எனவே இச்செய்திகள் உண்மை அல்ல என்று வைதீகர்களால் மறுக்கமுடியாது.

எதிரியின் ஆயுதத்தைப் பறித்து அவனைத் தாக்குவதை ஒத்த செயலாக இது அமைகிறது. 20ஆம் நூற்றாண்டில் வெளியான இச்சிறு நூல்கள் வெளிப்படுத்தும் இவ் உத்தியானது புதிதாக உருவானதல்ல. இது பழமையான ஒன்றுதான். இதற்குச் சான்றாக 'மணிமேகலைக் காப்பியத்தில் இடம்பெறும் ஆபுத்திரன்' என்ற பாத்திரம் வைதீகப் பிராமணர்களை நோக்கி எழுப்பிய கேள்விகளைக் குறிப்பிடலாம்.

பசு ஒன்றின் மகன் என்றும் சாலி என்ற பெண் தன் கூடாவொழுக்கத்தால் பெற்றெடுத்த மகன் என்றும் ஆபுத்திரனைப் பிராமணர்கள் இகழ்கிறார்கள். அதற்கு பதில் கூறும் முகமாக எந்தெந்த முனிவர்கள் எந்தெந்த விலங்குகளிடம் பிறந்தார்கள் என்ற செய்தியை,

ஆண்மகன் அசலன் மான்மகன் சிருங்கி
புலிமகன் விரிஞ்சி புரையோர் போற்றும்
நரிமகன் அல்லனோ கேசகம்பளன்

என்று விடை பகருகிறான் ஆபுத்திரன். தன் தாய் சாலினி, ஒழுக்கக் கேடானவள் என்ற கூற்றுக்கு,

முதுமறை முதல்வர் முன்னர் தோன்றிய
கடவுட் கணிகை காதலர் சிறுவர்
அருமறை முதல்வர் அந்தணர் இருவரும்
புரிநூல் மார்பீர் பொய்யுரை யாமோ?

என்று எதிர்வினா எழுப்புகிறான்.

மணிமேகலைக் காப்பியம் வேத எதிர்ப்பு சமயங்களுள் ஒன்றான பௌத்தம் சார்ந்தது. இதன் அடிப்படையில் பார்க்கும்போது வைதீக சமயங்களுடைய புராணச் செய்திகளின் துணையுடன் அதனை எதிர்க்கும் செயலை வைதீக மறுப்புச் சமயங்கள் பின்பற்றியுள்ளன என்பது தெளிவாகிறது. இப்பாரம்பரியத்தின் தொடர்ச்சியாகவே 'பறையன் பாட்டு' குறுநூல்களில் இடம்பெற்றுள்ள மேற்கூறிய புராணச் செய்திகள் இடம்பெற்றுள்ளன.

முச்சந்தி, நாற்சந்தி, சந்தைகள், பேருந்து நிலையங்கள், கடை வீதிகள், இரயில்நிலையங்கள், இரயில் என அன்றாடம் மக்கள் கூடும் இடங்களில் இத்தகைய குறுநூல்களில் இடம்பெற்றுள்ள பாடல்களைப் பாடி இரந்துண்டு வாழும் தொழிற்முறைக் கலைஞர்கள் வாழ்ந்து உள்ளார்கள். அவர்கள் வாயிலாக, பறையன் பாட்டு பொதுமக்களிடம் சென்றிருக்கும் என்பதில் அய்யமில்லை. மேற்கூறிய பாடல் வரிகளை ஏற்றுக்கொள்ளவும் முடியாமல், மறுக்கவும் முடியாமல் வைதீகப் பிரிவினர் திகைத்து நின்றிருப்பார்கள் என்பது உறுதி. ஏனெனில் இந்தப் பிறவி இரகசியங்கள் அவர்கள் போற்றும் புனிதநூல்களில் உள்ளவை தாம். மேலும் இப்புராணச் செய்திகளில் இடம்பெற்றுள்ள மணஉறவு குறித்த செய்திகள் நுட்பமான எதிர்க்குரலாக அமைகின்றன. தாம் யாரை இழிவானவர்களாகக் கருதுகிறோமோ அவர்களுடன் தம் குல மூதாதையான ரிஷிகளும் போற்றி வணங்கும் தெய்வங்களும், இரத்த உறவு கொண்டவர்கள் என்பது அவர்களைப் பொறுத்தளவில் அவமானகரமான ஒன்று. இச்செய்தியை முன்வைப்பதன் வாயிலாகத் தம்மை இழித்தும் பழித்தும் பேசும் சனாதனதர்மவாதிகளைப் பழிதீர்த்துக் கொண்டுள்ளனர். ஏனெனில் திட்டுவதைவிட உறவு கொண்டாடுவது மேட்டிமை சாதியினரைப் பொறுத்த அளவில் பொறுத்துக் கொள்ளமுடியாத ஒன்று. மேட்டிமையோரின் பலவீனமான பகுதி இது. இதைக் குறிவைத்து இக்குறுநூல்கள் தாக்கியுள்ளன. இவ் எதிர்க்குரலின் தொடர்ச்சிதான் பாமாவின் கிசும்புக்காரன் சிறுகதை.

பறையன் பாட்டு,
தொகுப்பு: ரகுபதி,
தடாகம் வெளியீடு, சென்னை

தலித் மக்களின் பிரச்சினைகள்

பிராமணர், சத்ரியர், வைசியர், சூத்திரர் ஆகிய நான்கு வருணங்கள் நிலவி வந்த இந்தியச் சமூகத்தில் நான்கு வருணங்களுக்கு அப்பால் 'சண்டாளர்கள்' என்ற பெயரில் வருணமற்ற (அவர்ணர்கள்) ஒரு பிரிவை உண்டாக்கித் தீண்டாமை என்ற கொடுமையை அறிமுகப் படுத்தியவர், மனு என்ற பெயருக்குள் ஒளிந்து கொண்ட சுமதி பார்கவி என்பது அம்பேத்கரின் கருத்து. இக்காரணத்துக்காகவே, அம்பேத்கர் மனுதர்மத்தை நெருப்பிட்டுக் கொளுத்தினார். பா.ஜ.க. ராஜஸ்தானில் ஆட்சிக்கு வந்தபோது அம்மாநிலத்தின் உயர் நீதிமன்ற வளாகத்தில் மனுவுக்கு சிலை எழுப்பி கௌரவித்தமைக்கும். இமாலயப் பிரதேசில் ஆண்டபோது மனுவின் கோவிலைப் புதுப்பித்து மகிழ்ந்தமைக்கும் மனுவின் இச்செயலே காரணமாக இருந்திருக்கலாம்.

மனுவால் 'சண்டாளர்' என நாமகரணம் சூட்டப்பட்ட மக்கள் பின்னர் 'ஒடுக்கப்பட்ட சாதி', 'அட்டவணை சாதி', 'தீண்டத்தகாதார்', 'பஞ்சமர்' என்ற நாமங்களைத் தாங்கி நிற்கும் அவலத்திற்கு ஆளாக்கப்பட்டனர்.

இம்மக்களைக் குறித்து வரலாறு எதுவும் கிடையாது என்பது பலரின் நம்பிக்கை. இவர்களது நிகழ்கால வரலாற்றைப் போன்றே கடந்த கால வரலாறு இருந்தது என்பது பொதுப்புத்தியில் திணிக்கப் பட்டிருந்தது. அய்ரோப்பியக் குருக்களும், வெள்ளை அதிகாரிகளும் இவர்களது நிகழ்கால அவலம் குறித்துப் பதிவு செய்த அளவுக்கு கடந்த கால வரலாற்றை ஆராய்வதில் ஆர்வம் காட்டவில்லை. எட்கர்தர்ஸ்டன் போன்றவர்கள் இச்சாதியினரின் தோற்றக் கதைகள் (Origin Myth) சிலவற்றைப் பதிவு செய்து நிறைவடைந்தனர். இன்று 'தீண்டத்தகாதோர்' என்று முத்திரை குத்தப்பட்டோர் தம் கடந்த கால வரலாற்றை மீட்டுருவாக்கம் செய்ய வேண்டிய கட்டாயத்தில் உள்ளனர். இந்நூலும் இம்முயற்சியின் வெளிப்பாடே.

அறிவியல் சார்ந்த செய்திகளை முன் வைத்து, மனுவின் காலக் கணக்கு தவறானது; மிகைப்படுத்தப்பட்டது என்று ஆசிரியர் மறுக்கிறார். சிந்துவெளி நாகரீகத்தின் வீழ்ச்சிக்குப் பின்னரே வருணங்களின் தோற்றம் நிகழ்ந்தது என்று ஆசிரியர் கூறும் கருத்து விவாதத்திற்குரியது.

தமிழ்நாட்டில், 'பக்தி இயக்க காலம்' என்ற பெயரில் குறிப்பிடப் படும் காலம் உண்மையில் சமயப்பூசல்கள் மிகுந்த காலமாகும். வைதீக x அவைதீக சமயங்களுக்கிடையில் போராட்டம் உச்சக் கட்டத்தில் இருந்த காலம் இதுதான். இக்காலத்தில்தான், அவைதீக சமயங்களான சமணம், பௌத்தம் ஆகியனவற்றை எதிர்க்கும் வழிமுறையாக, சைவமும், வைணவமும் சாதிகளையும் இனக்குழுக்களையும் ஒன்றிணைத்தன. இதுகுறித்து சைவமா... வைணவமா? என்ற தலைப்பில் ஆசிரியர் விரிவாக ஆராய்ந்துள்ளார்.

பல்லவர் ஆட்சியை அடுத்து உருவான சோழப்பேரரசு காலத்தில் மறவர், வன்னியர் என்ற இரு சாதிகளின் வளர்ச்சி குறித்து சில கருத்துக்களை ஆசிரியர் முன்வைக்கிறார்.

மனித குல வரலாற்றில் தொடங்கி மனுவின் வருகை, தென்னிந்தியாவின் நிலைமை, மேய்ச்சல் சமூகம், வைதீகம் காலூன்றிய முறை, பௌத்த சமண எதிர்ப்பு, களப்பிரர் ஆட்சி, வன்னிய குல சத்திரியர்களின் தோற்றம், ருத்திரன் விஷ்ணு என்ற கடவுளர்களின் தோற்றம், வடபுலக் கடவுளர்களின் தமிழ்நாட்டு வருகை, பக்தி இயக்கம், மன்னர் ஆட்சிக்கால வரிக்கொடுமைகள் என கடந்த கால வரலாற்றில் நூலாசிரியர் பயணித்துள்ளார்.

ஆங்கில ஆட்சி நிலைபெற்ற பின்னர் ஏற்பட்ட சமூக மாறுதல்களின் விளைவாய், 1891 இல் நிறுவப்பட்ட 'ஆதிதிராவிட மகாசபை', சமூக நீதிக்கான போராட்டம் என்பன குறித்தும் ஆசிரியர் கூறிச் செல்கிறார்.

பெருமாள் பீட்டரின் 'பூவைசிய இந்திர குல சங்கம்' என்ற பெயர் குறித்து ஆசிரியருக்கு ஆதங்கம் உள்ளது.

'பறையர்' என்ற சொல்லை ஒதுக்கிவிட்டு 'ஆதிதிராவிடர்' என்ற சொல்லை அயோத்திதாசர் பயன்படுத்தியது போன்றே பெருமாள் பீட்டரும் 'பூவைசிய' என்ற சொல்லைப் பயன்படுத்தியுள்ளார். இழிவான அடையாளத்துக்கு எதிராக அவர் மேற்கொண்ட கலகக் குரலாகவே இதைக் கருத வேண்டும். மற்றபடி ஆரியச் சார்பென்று கருத வேண்டியதில்லை என்று நினைக்கிறேன்.

1924 இல் பதிவு செய்யப்பட்ட இச்சங்கத்தின் உறுப்பினர்கள் பின்பற்ற வேண்டிய ஒன்பது விதிமுறைகள் அவரால் வகுக்கப் பட்டுள்ளன. அவற்றுள் மூன்றாவது விதி வருமாறு:

மேளம் சேவித்தல், பச்சை குத்திக் கொள்ளல், கருமாதி காலங்களில் பெண்கள் மாரடித்தல், ஆண் பெண் ஆடுதல், பொய்மணி, ஈயவளவி, தும்புக்கல், பார்பறைபாசி, பித்தளை மோதிரம் தரித்தல் இவைகளை நிறுத்த வேண்டும்.

பள்ளர் சாதியினருக்கு எதிராக ஆதிக்கச் சாதியினர் விதித்திருந்த இழிவான பண்பாட்டு அடையாளங்களை மீறத் தூண்டுவதே இவ்விதியின் நோக்கமென்பது தெளிவு.

எனவே ஆரிய சார்புடையவராக அவரைக் கருத வேண்டிய அவசியமில்லை. இழிவான அடையாளத்துக்கு எதிராக மேற்கொண்ட கலகக் குரலாகவே இதைக் கருத வேண்டும்.

"விவசாயத் தொழிலாளர்களான பள்ளர்களுக்கும் மேல்சாதி யினருக்கும் இடையிலான மோதல் தஞ்சை மாவட்டம் போல அரசியலாக்கப்படாத காரணத்தால் சாதிய மோதலாகவே நடந்தது. போலீசும் சட்டம் ஒழுங்குப் பிரச்சினையாகக் கருதி பள்ளர்களுக்கு எதிராகவும் உடைமையாளர்களுக்கு ஆதரவாகவும் நடந்து கொண்டது".

என்று ஆங்கில ஆட்சியின் போது நிகழ்ந்த இராமநாதபுரம் மாவட்ட சாதிய மோதல்கள் குறித்து ஆசிரியர் கூறுவது பொருத்தமானது. இதன் பின்னர் காங்கிரஸ் ஆட்சிக் காலத்தில் நிகழ்ந்த சாதிக் கலவரம் சற்று வேறுபாடானது. வாக்கு வங்கி அரசியல்வாதிகளின் சூழ்ச்சியால் உருவான இக்கலவரம் குறித்து பல வரலாற்றுப் பதிவுகள் நிகழ்ந்துள்ளன.

'தீண்டத்தகாதார்' என்று ஒடுக்கி வைக்கப்பட்ட மக்களின் கிறித்தவ மதமாற்றம் குறித்தும் ஆசிரியர் குறிப்பிட்டுள்ளார். இந்தியக் கிறித்தவம் சாதியை உள்வாங்கிய கிறித்தவமாக உருப்பெற்றது. எனவே தீண்டாமை என்ற கருத்தியல் கிறித்தவத் திருச்சபைக்குள்ளும் நுழைந்து விட்டது. இன்று வரை அது அங்கு செல்வாக்கு செலுத்தி வருகிறது.

சேரியில் இருந்து வெளிவந்த புதிய நலைமுறை ஏனைய சேரி மக்களை வெளியே கொண்டுவர முயற்சி செய்யவில்லை என்று ஆசிரியர் ஆதங்கப்படுகிறார். என்றாலும் இந்நிலை மாறிவருகிறது என்று கருதுகிறேன். நவ பிராமணர்களின் செயல்பாட்டிற்கு எதிராகக் குரல் கொடுக்க வேண்டியதன் அவசியம் தலித் சமூகத்திடம் மட்டும் ஊடுருவவில்லை. ஏனைய பிற்படுத்தப்பட்ட மிகவும் பிற்படுத்தப் பட்ட சமூகங்களிலும் இது ஊடுருவியுள்ளது. முற்போக்கு என்பது அரசியல் சார்ந்தது மட்டுமே என்ற தவறான கருத்து நம்மில் பலரிடம்

உள்ளது. பண்பாட்டுத் தளத்தில் முற்போக்குச் செயல்பாட்டின் அவசியம் வலியுறுத்தப்பட வேண்டியதன் அவசியத்தை ஆசிரியர் வெளிப்படுத்தியுள்ளார்.

கடந்த காலம் குறித்த வரலாறாக மட்டுமின்றி நிகழ்காலப் பிரச்சினைகளையும் வெளிப்படுத்தும் நூலாகவும் இந்நூல் அமைந்துள்ளது. உலகமயமாக்கம், கல்வி வாணிபப் பொருளாக்கப் பட்டமை, தொழில் மயமாதல் என்ற பெயரில் விலை நிலங்கள் அழிக்கப்படல், பிராமணீயத்தின் ஊடுறுவல் ஆகியன இம்மக்களை எவ்வாறு அழிக்கின்றன என்பதை சுட்டிக் காட்டுகிறார்.

பண்பாட்டுத் தளத்தில் நின்று மட்டும் தலித் மக்களின் பிரச்சினைகளை நோக்காமல் அரசியல் மற்றும் பொருளாதாரத் தளத்தில் நின்றும் பார்த்துள்ளமை இந்நூலின் சிறப்பம்சமாகும்.

ஆசிரியரின் ஆழ்ந்த வாசிப்புத்திறன் நூலில் அழுத்தமாகப் பதிவாகியுள்ளது. தம் கருத்துக்களைத் தடாலடியாக அவர் கூறவில்லை. தக்க சான்றுகளுடன் மட்டுமின்றி திறனாய்வுத் தன்மையுடனும் அவர் கூறும் கருத்துக்கள் கவனத்திற்குரியன. அவரது கருத்துக்களுடன் மாறுபடுவோரும் இதை ஏற்றுக் கொள்வர் என்று நம்புகிறேன்.

யார் அந்த பஞ்சமர் ஒரு தொலைந்த உலகு,
கங்காதரன்,
கலைவாணி பதிப்பகம், சென்னை

ஆரிய திராவிடப் போரின் தொடக்கம்தான் பவுத்தம்

இந்தியத் தத்துவம், பண்பாடு, சமயம் ஆகியன குறித்து ஆய்வு மேற்கொள்ளும்போது உள்ளடக்கத்தின் அடிப்படையில் அவற்றை வேதம் அல்லது வைதீகம் சார்ந்தது என்றும், வேதம் அல்லது வைதீகத்திற்கு எதிரானது என்றும் பாகுபடுத்திக்கொள்வது பொதுவான மரபு. ஏனெனில் வேதம், வேத எதிர்ப்பு என்ற இரு முரண்பட்ட போக்குகள் இந்தியாவின் பண்டைய வரலாற்றில் தொடர்ச்சியாக இடம் பெற்று வந்துள்ளன. இதன் தாக்கம் இன்றும்கூட தொடர்கிறது எனலாம்.

இவ்வகையில் 'பவுத்தம்: ஆரிய திராவிடப் போரின் தொடக்கம்' என்ற இந்நூல் வேதமறுப்பை மையமாகக் கொண்டு பௌத்த சமயத்தை ஆராய்ந்து, ஆரிய திராவிடப் போரின் தொடக்கம்தான் பௌத்தம் என்ற முடிவுக்கு வருகிறது. இதுவே இந்நூலின் மையச் செய்தியாக அமைகிறது. நூலின் இறுதி இயலான இருபதாம் இயலில் இக்கருத்தை வெளிப்படுத்தும் நூலாசிரியர், முந்தைய பத்தொன்பது இயல்களில் இதற்கு அடித்தளம் அமைத்துள்ளார். இப்பகுதிகள் பௌத்தம் குறித்த நுணுக்கமான பல செய்திகளை அறிமுகப்படுத்து கின்றன.

பௌத்தம் என்ற சமயமும் அதனை நிறுவிய புத்தரும் கல்விக் கூடத்தின் தொடக்க வகுப்புகளிலே கேள்விப்படும் பெயர்கள்தாம். இப்பெயர்களுடன் தொடர்புடையனவாக புத்தர் துறவு பூண்டமைக்கான காரணம், அவர் உருவாக்கிய பஞ்சசீலக் கோட்பாடு, புத்த சங்கம், அசோகன் புத்த மதத்தைத் தழுவியமை, அதைப் பரப்பியமை, அதற்காகத் தன் மகளையும் மகனையும் இலங்கைக்கு அனுப்பியமை என்பன கல்விப்புல வரலாற்றுப் பாடத்தில் கற்றுக் கொடுக்கப்படும் செய்திகளாகும். இவற்றுடன் தொடர்புடையவனாக தேரவாதம் (ஹீனயானம்), மஹாயானம் என்ற இரு புத்த மதப்பிரிவுகளின் பெயர்களும் இடம் பெறுவதுண்டு.

புத்தர் உருவாக்கிய பௌத்தமே பின்னால் தேரவாத பவுத்தம் என்ற பெயரைப் பெற்றது. உண்மையில் இப்பெயரைப் புத்தர்

உருவாக்கவில்லை. அவர் உருவாக்காத இப்பெயராலேயே, அவரால் உருவாக்கப்பட்ட பௌத்தம் அழைக்கப்படுவதற்கும் மூலபவுத்தம் என்று சுட்டப்படுவதற்கும் அடிப்படைக் காரணம் ஒன்றுண்டு. மகாயானம் என்ற பெயரால் புதிய பௌத்தப் பிரிவு ஒன்றை நாகார்ஜுனர் என்பவர் உருவாக்கியதே அதற்குக் காரணமாகும். இது புதிய பௌத்தம் என்றும் குறிப்பிடப்படும். இப்பிரிவுகள் தமக்கெனத் தனித்த தத்துவங்கள், கோட்பாடுகள், விதிமுறைகள் ஆகியனவற்றைக் கொண்டவை.

'தத்துவங்களுக்குப் பின்னால் வர்க்கங்கள் மறைந்துள்ளன' என்பார் லெனின். அழுத்தமான சாதிய வேறுபாடுகளும் தீண்டாமைக் கருத்தியலும் நிலவும் இந்தியச் சமூக அமைப்பில் வர்க்கங்களுடன் வருணமும் இணைந்தே மறைந்துள்ளது. இவ்வுண்மையே இந்நூலை நடத்திச் செல்கிறது. நூலாசிரியர் பௌத்த தத்துவங்களுக்குள்ளும் மேற் கூறிய இருபிரிவுகளுக்குமான தத்துவ வேறுபாடுகளுக்குள்ளும் நுழைய வில்லை. பின்வரும் சில அடிப்படைச் செய்திகளை வளர்த்தெடுத்து இந்நூலை உருவாக்கியுள்ளார்.

- புத்தரின் மறைவுக்குப் பின் 18 பௌத்தப் பிரிவுகள் உருவாகின.
- இப்பதினெட்டுப் பிரிவுகளையும் உள்வாங்கி நாகார்ஜுனர் என்பவர் கி.மு. இரண்டாம் நூற்றாண்டில் மகாயானம் என்ற பெயரிலான பௌத்தப்பிரிவை உருவாக்கினார்.
- இவ்வாறு உருவான மகாயானம் கி.மு. ஆறாம் நூற்றாண்டில் புத்தர் உருவாக்கிய பௌத்தத்தில் இடம்பெற்றிருந்த முற்போக்குச் சிந்தனைகளைச் சிதைத்து அழித்தது.
- புத்தர் உருவாக்கிய மூல பௌத்தம் (தேரவாதம்) திராவிடச் சார்புடையது. நாகார்சுனர் உருவாக்கிய மகாயானம் ஆரியச் சார்புடையது. தேரவாத புத்தத்திற்கு ஈனமான (இழிவான) என்ற பொருளில் ஹீனயான பௌத்தம் என்ற பெயர் பின்னர் வழங்கப்பட்டது.
- புத்தர் மன்னர் பரம்பரையைச் சேர்ந்தவர் அல்லர். சாக்கியர் என்ற இனக்குழுவைச் சார்ந்தவர். இவ்வகையில் அவர் சூத்திரர்.
- சாக்கியர்கள் திராவிடமொழிக் குடும்பத்தைச் சேர்ந்த பாலிமொழியைத் தாய்மொழியாகக் கொண்டவர்கள். (புத்த சமய அடிப்படைகள் பாலிமொழியில் எழுதப்பட்டவை).

- பேரரசு உருவாகும் போது இனக்குழுக்கள் அழிக்கப்படும். அவ்வகையில் சாக்கிய இனக்குழுவும் அழிவுக்குள்ளாகியது.
- மற்றொரு பக்கம் ஆரியக் கோட்பாடு, உடல் உழைப்பாளி களான சூத்திரர்களையும், பெண்களையும் அடிமை நிலைக்குத் தள்ளியது.
- இச்சமூக நிலையே புத்தரின் துன்ப உணர்வுக்குக் காரணமாய் அமைந்து, விடுதலை பெறும் வழிமுறையாக பௌத்த நெறியை உருவாக்கத் தூண்டியது.
- வருணக்கொடுமையையே துன்பம் என்ற சொல்லால் புத்தர் குறிப்பிட்டார்.
- ஒடுக்கப்பட்ட வருணப்பிரிவில் இருந்து ஆண்களையும், பெண்களையும் பௌத்தத் துறவிகளாக்கினர்.
- மகாயான பௌத்தமோ வருணக் கோட்பாட்டை உள்வாங்கிக் கொண்டு, சாதி அடிப்படையிலான ஏற்றத் தாழ்வுகளை ஏற்றுக்கொண்டது.
- அத்துடன் அத்வைதக் கருத்துக்களை ஏற்றுக்கொண்டது.
- இலங்கையில் பௌத்தத்தைப் பரப்பியதாகக் கூறப்படும் அசோகனின் மகள் சங்கமித்திரை கற்பனைப் படைப்பு.
- அசோகனின் மகனாகக் குறிப்பிடப்படும் மகிந்தன் அசோகனின் மகனல்லன். அவரது இளைய தம்பி.
- தமிழ்நாட்டில் இருந்து இலங்கைக்குப் புத்தமதம் பரவியதை மறைக்கும் வழிமுறையாகவே அசோகனது மகனும் மகளும் இலங்கையில் பௌத்தத்தைப் பரப்பினர் என்ற புனைவு சிங்களவர்களால் உருவாக்கப்பட்டது.
- சிங்களவர்கள் ஓர் இனமாக உருப்பெறும் முன்பே பண்டைய இலங்கையின் பூர்வீகக் குடிகளான நாகர்கள் பௌத்தத்தைத் தழுவியிருந்தனர்.

இச்செய்திகளின் தொடர்ச்சியாக நூலின் இறுதியில், ஆரிய - திராவிடப் போரின் தொடக்கமாக பௌத்தத்தைக் குறிப்பிடுகிறார். இது விவாதத்திற்குரிய ஒன்று.

இந்நூலில் இடம்பெற்றுள்ள செய்திகள் சமயம், தத்துவம், வரலாறு தொடர்பான ஆழமான நூல்களை ஆதாரமாகக் கொண்டுள்ளன. சமூகப் போராளியான நூலாசிரியர், இந்நூலை எழுதுவதற்கு அவரது சாதிய மேலாண்மை எதிர்ப்புணர்வே காரணம். சமத்துவத்திற்கான போராட்டத்தில் ஈடுபடும் எவரும் சாதியத்தைப் புறந்தள்ளிவிட

முடியாது. சாதியத்தைப் புறந்தள்ளாது அதை எதிர்ப்பதென்பது அதன் மூலவேரான வைதீக சமய எதிர்ப்புக்கு இட்டுச் செல்லும். இது தவிர்க்க இயலாத ஒன்று. ஏனெனில் வருணப் பாகுபாடும் அதன் வளர்ச்சி நிலையான சாதியும், தீண்டாமையும் வைதீக சமயத்தின் மற்றொரு பெயரிலான இந்து சமயத்துடன் நெருக்கமான தொடர்பு கொண்டவை. இவ்வுண்மையை மிகச் சுருக்கமாக திலிப்போஸ் என்ற மார்க்சிய அறிஞர், 'திருச்சபை இல்லாமல் கிறித்துவம் இல்லை. சாதி இல்லாமல் இந்து மதம் இல்லை' என்று குறிப்பிட்டுள்ளார். 'யாரும் சாவி கொடுக்காமலேயே இந்துமதம் என்ற கடிகாரம் இயங்குவதற்கு அது ஏற்றுக் கொண்டுள்ள வருணப்பாகுபாடே காரணம்' என்று சர்தேசாய் என்ற மார்க்சிய அறிஞர் குறிப்பிடுவார். பகவத்கீதை வருணப் பாகுபாட்டை மிக அழுத்தமாகவே வெளிப்படுத்தி நிற்பது பலரும் அறிந்த செய்திதான்.

இத்தகைய நிலையில் வைதீக சமய எதிர்ப்பின் ஓரங்கமாக, வைதீக சமய எதிர்ப்புணர்வின் பண்டைய வேர்களைத் தேடும்போது பௌத்தம் தவிர்க்க இயலாத ஒன்றாகக் கண்ணில் படுகிறது. இதனால் தான் வைதீக சமய எதிர்ப்புணர்வின் வெளிப்பாடாக அம்பேத்கர் பௌத்த சமயத்தைத் தழுவினார். அவர் மேற்கொண்ட இச்செயல் உணர்ச்சிவசப்பட்ட கலகக் குரலல்ல. வைதீக சமயத்தின் ஆதிக்க உணர்வுக்கு எதிரான சிந்தனைப் போக்குகளைப் பௌத்தத்தில் கண்டறிந்ததுதான்.

1935 அக்டோபர் 13இல் நாசிக் நகருக்கு 35 மைல் தொலைவிலுள்ள ஏலோ நகரில் பம்பாய் மாநில ஒடுக்கப்பட்டோர் மாநாட்டை அம்பேத்கர் நடத்தினார். இம்மாநாட்டிற்குத் தலைமையேற்று ஒன்றரை மணி நேரம் உரையாற்றிய அம்பேத்கர், கலராம் கோவில் நுழைவுப் போராட்டத்தில் அடைந்த தோல்வியைக் குறிப்பிட்டுப் பேசுகையில், மதமாற்றம் குறித்த சிந்தனையை அழுத்தமாக வெளியிட்டார். இதன் தொடர்ச்சியாக தன் வேண்டுகோளை அவர் கவிதை வடிவில் வெளியிட்டார். மராத்திய மொழியில் அச்சிடப்பட்ட அக்கவிதையின் சில பகுதி வருமாறு:

> **மதம் மனிதனுக்கானது; மனிதன் மதத்துக்காக அல்ல.**
> **சுயமரியாதை அடைய நீங்கள் விரும்பினால் மதம் மாறுங்கள்.**
> **நீங்கள் சமத்துவத்தை விரும்பினால் மதம் மாறுங்கள்.**
> **நீங்கள் விடுதலையை விரும்பினால் மதம் மாறுங்கள்.**
> **மனிதத்துவத்தை மதிக்காத ஒரு மதத்தில் ஏன் இருக்கிறீர்கள்?**
> **தன் கோவில்களுக்குள் உங்களை அனுமதியாத மதத்தில் ஏன் இருக்கிறீர்கள்?**

மனிதனின் சுயமரியாதையை ஏற்றுக்கொள்வதைப் பாவமாகக்
கருதும் மதம் மதமல்ல.
அது ஒரு நோய்.
செத்த மிருகத்தை ஒருவன் தொட அனுமதிக்கும் மதம்
சகமனிதனைத் தொட அனுமதிக்காதபோது
அது மதமல்ல, மடமை.
ஒரு பிரிவினர் கல்வி கற்கவும் செல்வம் சேர்க்கவும்
ஆயுதம் ஏந்தவும் அனுமதிக்காத மதம்
மதமல்ல நகைப்பிற்குரிய ஒன்று.

இத்தகைய சிந்தனையை முன்வைத்த அம்பேத்கர் சீக்கியம், கிறித்துவம், இஸ்லாம் ஆகிய மூன்று சமயங்களுக்கு மாறுவதைத் தவிர்த்து பௌத்தத்தையே தேர்ந்தெடுத்தார். பௌத்தத்திற்கு மாறுவோர் எடுக்கவேண்டிய இருபத்திரெண்டு உறுதிமொழிகளை அவர் மராத்தி மொழியில் வெளியிட்டார். இந்து சமயக் கடவுளர் களையும், சடங்காச்சாரங்களையும் புறந்தள்ளும் வகையிலும், சமத்துவத்தை வலியுறுத்தும் வகையிலும் அவை அமைந்துள்ளன. மகாயான புத்தமதக் கோட்பாடுகள் அம்பேத்கர் உருவாக்கிய இவ்வுறுதிமொழிகள் பலவற்றுடன் விலகி நிற்பவை.

பௌத்தம் என்பதை பொதுமைப்படுத்திப் பார்க்காமல் அதில் உருவான பிரிவுகளைப் பாகுபடுத்திப் பார்ப்பதன் அவசியத்தை இந்நூல் உணர்த்துகிறது. இந்தியச் சமய வரலாற்றில் பௌத்தம் தொடர்பான ஒரு முக்கிய பிரச்சனையை நூலாசிரியர் அறிமுகப் படுத்தியுள்ளார்.

நூலாசிரியர் எழில். இளங்கோவன் அருந்ததியர் இயக்கத்தின் தொடக்ககாலத் தலைவர்களில் ஒருவரும் அருந்ததியர் பதிப்பகம் என்ற பெயரில் அருந்ததியர் இயக்க நூல்களை வெளியிட்டவருமான பெரியவர் பெரு. எழிலழகனின் மகனாவார்.

தந்தையின் வழிநின்று இன்றுவரை முறையாக எழுதப்படாத அருந்ததியர் சமூகத்தின் வரலாற்றை அருந்ததியர் இயக்க வரலாறு, அருந்ததியர் வரலாறும் பண்பாடும், அருந்ததியர் வரலாறு வரைவும் விளக்கமும் போன்ற நூல்களை எழுதி வெளியிட்டிருக்கிறார். அவரது எழுத்துப்பணி மேலும் தொடர விழைகிறேன்.

பவுத்தம் ஆரிய திராவிடப் போரின் தொடக்கம்
ஆதிக்கத்திற்கெதிரான சிந்தனை,
எழில்.இளங்கோவன்,
அருந்ததியர் பதிப்பகம், சென்னை

தொடுதோல்

மனித சமூக வளர்ச்சியின் ஒவ்வொரு காலகட்டத்திலும் பல புதிய பொருட்கள் கண்டுபிடிக்கப்பட்டு மனிதர்களின் புழக்கத்திற்கு வந்துள்ளன. பொருட்களின் பயன்பாடும் மனித சமூகத்தின் வளர்ச்சியும் ஒன்றோடொன்று பின்னிப்பிணைந்தவை. எனவே தான் ஒரு குறிப்பிட்ட சமூகத்தின் வளர்ச்சியை ஆராயும்போது அச்சமூகம் பயன்படுத்திய பொருட்களைப் பற்றிய அறிவு அவசியமாகிறது. ஒரு குறிப்பிட்ட மக்கள் குழு குறித்து ஆய்வு செய்யும் மானுடவியலாளர் புழங்குபொருள் பண்பாடு அல்லது பொருள்சார் பண்பாடு என்ற தலைப்பில் குறிப்பிட்ட சமூகம் பயன்படுத்தும் பொருட்களைக் குறித்த விவரங்களைச் சேகரிக்கிறார்கள். இது உலகளாவிய ஓர் ஆய்வுமுறை.

தமிழ்ச் சமூகத்தைப் பொருத்தளவில் குறைந்தது இரண்டாயிரம் ஆண்டுகளுக்கும் மேலாக செருப்பு புழக்கத்தில் இருந்து வந்துள்ளது என்று உறுதியாகக் கூற முடியும்.

"தொடுதோல் கானவன்" (அகநானூறு 34:3) "அடிபுதை தொடு தோல்" (அகநானூறு 101:9) "தொடுதோல் அடியர்" (பட்டினப் பாலை :265) "தொடுதோல் மரீஇய வடுகாழ் நோன்அடி" (பெரும்பாணாற்றுப்படை : 169) என்று சங்க நூல்கள் 'தொடுதோல்' என்ற பெயரில் செருப்பைக் குறிப்பிடுகின்றன. பண்டைத் தமிழர்களின் குறிப்பாக உடல் உழைப்பாளிகளின் புழங்கு பொருளாகச் செருப்பு இருந்தமைக்கு இவை தொன்மையான சான்றுகளாக அமைகின்றன.

சாதிய ஏற்றத்தாழ்வுகள் ஆழமாக தமிழ்ச்சமூகத்தில் வேர் பிடித்ததில் பல்வேறு புழங்குபொருட்கள் மீதான தடைகளை மேட்டிமை சாதியினர் உருவாக்கினர். அவற்றுள் செருப்பு ஒன்று. தோல் என்பது தீட்டுக்குரிய பொருளாக பார்ப்பனியத்தால் பார்க்கப் பட்டது. தோலின் பயன்பாடு தேவைப்படும் முழு தொழிலையோ வேறு எந்த தொழிலையோ அது மேற்கொள்ளாததால் தோலால் உருவாக்கப்பட்ட பொருட்களை ஒதுக்கி வைப்பது அதற்கு எளிதாக இருந்தது. தோலால் செய்யப்பட்ட செருப்புக்கு மாற்றாக 'பாதக் குறடு' எனப்படும் மரக்கட்டையிலான செருப்புகளைப் பயன்படுத்தியுள்ளனர்.

மற்றொரு பக்கம் பணத்தை அச்சிட தோல் பயன்படுத்தப் பட்டுள்ளது. திருவண்ணாமலையிலுள்ள செஞ்சிக்கோட்டை

அருகில் சிறு குன்று ஒன்றுள்ளது. இதை 'சக்கிலியன் குன்று' என்று அழைக்கின்றனர். இக்குன்றில் தோலைப் பயன்படுத்தி பணம் தயாரிக்கும் பட்டறை இருந்ததாகவும் அதில் பணிபுரியும் சக்கிலியர் சமூகத்தினர் அங்கு தங்கி இருந்ததாகவும் அதனடிப்படையில் அக்குன்றுக்கு அப்பெயர் வந்ததாகவும் கூறுகின்றனர். புதுச்சேரியை பிரெஞ்சுக்காரர்கள் ஆண்டபோது தோல் பணம் புழக்கத்தில் இருந்ததை ஆனந்தரங்கம் பிள்ளை நாட்குறிப்பு குறிப்பிடுகிறது. தமிழகக் கோவில்கள் வேலைப்பாடமைந்த சிற்பங்களுக்குப் பெயர் போனவை. பல்லவர், சோழர், பாண்டியர், நாயக்கர் என ஒவ்வொரு ஆட்சி மரபிலும் சில தனித்துவத்துடன் கூடிய சிற்பங்கள் உருவாக்கப் பட்டுள்ளது. இச்சிற்பங்களில் காலணிகள் அணிந்த சிற்பங்களும் உண்டு. இவற்றை ஒளிப்படம் எடுத்து காலவரிசைப்படி ஒழுங்குபடுத்தி ஆராய்ந்தால் செருப்பின் அமைப்பில் ஏற்பட்ட மாற்றங்களை அறியலாம்.

இறுக்கமான சாதிய வேறுபாடுகளைக் கொண்ட இந்திய சமூகத்தில் பொருள்சார் பண்பாடு சாதியத்தின் தாக்கத்திற்கு ஆட்பட்டது. இதை வெளிப்படுத்தாமல் இந்திய சமூகத்தில் பொருள்சார் பண்பாட்டை முழுமையாக விளக்க முடியாது. யார் எந்தப் பொருளைப் பயன்படுத்தலாம்? யார் எந்தப்பொருளைப் பயன்படுத்தக்கூடாது? என்ற விதிமுறைகள் பொருளை மையமாகக் கொண்டு உருவாக்கப்பட்டுள்ளது. எனவே இந்திய சமூகத்தில் பொருள்சார் பண்பாடு குறித்த ஆய்வு மானுடவியல் அறிவுத்துறையின் எல்லையைத் தாண்டி சமூகவியல், வரலாறு ஆகிய அறிவுத்துறை சார்ந்தும் ஆராய வேண்டிய ஒன்றாக உள்ளது.

இப்பின்புலத்தில் ஜெயவீரதேவனின் 'செருப்பு' என்ற இந்நூலைப் பார்க்க வேண்டும். புராதன மனிதன் வேட்டையில் கொன்ற விலங்குகளின் தோலை ஆடையாகவும் தரைவிரிப்பாகவும் மட்டுமே பயன்படுத்தியுள்ளான். மனித சமூக வளர்ச்சிப்போக்கில் கால்நடை வளர்ப்பு, போர்கள், வேளாண்மை என ஒவ்வொன்றிலும் தோலின் பயன்பாடு விரிவடைந்து கொண்டே வந்துள்ளது. இதை இந்நூலின் முதல் இரண்டு இயல்களில் நூலாசிரியர் குறிப்பிட்டுள்ளார். மூன்றாவது இயலிலும் நான்காவது இயலிலும் செருப்பைக் குறித்த பல நுட்பமான செய்திகளை ஆழமான களஆய்வின் அடிப்படையில் எடுத்துரைக்கின்றார். ஐந்தாவது இயல் செருப்பை மையமாகக் கொண்டு உருவான தொன்மங்களை அறிமுகப்படுத்தி ஆராய்கிறது. கல்வெட்டுச் சான்றுகள் தொடங்கி இலக்கிய, வரலாற்றுச் செய்திகள் வரை துணையாகக் கொண்டு பண்பாட்டு அடையாள மறுப்பை

செருப்பை மையமாகக் கொண்டு வெளிப்படுத்தியுள்ளார். மன்னராட்சியானாலும் மக்களாட்சி யானாலும் தமிழ்நாட்டைப் பொருத்தளவில் செருப்பு என்பது புழங்கு பொருள் என்ற எல்லையைத் தாண்டி அதிகாரத்தின் குறியீடாகவும் அடங்கிப் போவதன் அடையாளமாகவும் காட்சியளித்துள்ளது.

இந்திய நாட்டை இராமனது செருப்பு ஆண்டது என்பது அனைவரும் அறிந்த புராணச் செய்தி. இராமனது காலில் அணியப் பட்டதால் ஆளும் தகுதியை அச்செருப்புக்கு நம் புராண ஆசிரியர்கள் வழங்கியுள்ளார்கள். ஆனால் கல்லிலும் முள்ளிலும் அலைவதற்காக உழைக்கும் மக்கள் அணியும் செருப்பு இழிவானதாகக் கருதப் பட்டுள்ளது. சில சாதியினர் காலில் செருப்பணியக்கூட உரிமையற்றவர் களாக இருந்துள்ளனர். மேட்டிமை சாதியினரின் தெருக்களில் செருப்பணிந்து நடக்க உரிமை மறுக்கப்பட்ட கிராமங்கள் இன்றும் கூட உள்ளன. நிலவுடைமைக் கொடுமை மேலோங்கியிருந்த காலத்தில் தன் குடிசையின் முன்னால் ஆண்டையின் செருப்பு கிடந்தால் அவர் தன் மனைவியுடனோ சகோதரியுடனோ உடலுறவில் ஈடுபட்டு இருக்கிறார் என்று புரிந்து கொண்டு வீட்டிற்குள் நுழையாமல் அவர் வரும்வரை காத்திருக்க வேண்டிய அவலம் கூட நிலவியது. இவ்வுண்மைகளையெல்லாம் இந்நூல் பதிவு செய்து தமிழ்ச்சமூக வரலாற்றில் மறைக்கப்பட்ட பக்கங்களை நம்முன் கொண்டு வருகிறது.

தோல் தொழில் குறித்தும் அத்தொழிலில் ஈடுபடும் மக்களைக் குறித்தும் இறுதி இயல்கள் குறிப்பிடுகின்றன. தமிழ்ச் சிற்றிலக்கிய வரிசையில் 'தூது' என்பதுவும் ஒன்று. கவிஞர் ஒருவர் தனக்கு பிடிக்காத ஒருவருக்கு செருப்பைத் தூதாக விட்டு 'செருப்புவிடு தூது' என்ற சிற்றிலக்கியத்தைப் படைத்துள்ளார். கோபத்தில் திட்டும்போது 'செருப்பால் அடிப்பேன்' என்ற சொல்லாட்சி பரவலாக இடம் பெயரக்கூடிய ஒன்று. இவையெல்லாம் இழிவான ஒன்றாக செருப்பு கருதப்படுவதன் வெளிப்பாடாகும். அதே நேரத்தில் இச்செருப்பை தம் ஆதிக்கத்தின் அடையாளமாக மேட்டிமையினரும் பயன்படுத்தி வந்துள்ளனர். மேட்டிமையோருக்கென்றே சிலவகையான செருப்புக்கள் உருவாக்கப்பட்டதையும் நூலாசிரியர் பதிவு செய்துள்ளார்.

போர்க்களங்களிலும் ஆட்சி மாற்றங்களிலும் வரலாற்றைத் தேடும் போக்குக்கு மாறாக ஒரு புழங்கு பொருளைச் சுற்றி உருவாகியுள்ள வரலாற்றை இந்நூல் ஆழமாகவும் அழகாகவும் பதிவு செய்துள்ளது.

செருப்பு,

செயவீரதேவன்,

பாவை பப்ளிகேஷன்ஸ், சென்னை

தென் திருவிதாங்கூர் வாழ்வியல்

கேம்பிரிட்ஜ் பல்கலைக்கழகத்தின் சமூக மானுடவியல் துறைகளின் பேராசிரியர் ஜே.எச். ஹட்டன் என்பவர் இந்தியாவில் சாதி- அதன் இயல்பு, செயல்பாடு, தோற்றம் (Caste in India - its Nature Function and Origins) என்ற தலைப்பில் *1946*-ஆம் ஆண்டில் ஒரு நூல் எழுதினார். அந்நூலின் முன்னுரையில் இந்தியச் சாதிகளைக் குறித்த நூல்களின் எண்ணிக்கையைக் குறிப்பிடும் போது

> A recent Indologist in America claims to have compiled a list of over five thousand published works on this subject: So obviously some justification is needed for adding to their number........ only an encyclopaedia could do that

என்று எழுதியுள்ளார். ஹட்டன் இவ்வாறு எழுதி அரை நூற்றாண்டுக்கும் மேலாகிவிட்டது. ஆயினும் சாதிகளைப் பற்றிய ஆய்வுகளை இன்றும் தொடரவேண்டியதுள்ளது. கடந்த காலச் சமூக நிகழ்வுகளில் ஒன்றாக மட்டுமே சாதியைப் படிக்க வேண்டிய நிலைமை இன்னும் உருவாகவில்லை. நிகழ்காலச் சமூகப் பிரச்சினையாக இதை எதிர்கொள்ள வேண்டிய அவலம் தொடர்கிறது.

சங்கங்கள் வைத்துத் தமிழ் வளர்த்ததைப் பெருமையாகப் பேசிய நாம் இன்று சாதிச் சங்கங்களின் எண்ணிக்கையைக் கண்டு மலைத்து நிற்கிறோம். சங்கத் தமிழ்ப் பெருமையைப் பேசி வளர்ந்தவர்கள், சாதிச் சங்கங்களை அரவணைத்து மகிழ்கிறார்கள். தாங்கள் பிறந்த சாதியை நினைத்துக்கூடப் பார்த்திராத விடுதலை வீரர்கள் இன்று சாதியச் சிமிழுக்குள் அடைக்கப்பட்டுப் போய் விட்டார்கள்.

வெள்ளையர்களை எதிர்த்துப் போரிட்ட கட்டபொம்மன் கம்பளத்து நாயக்கர் சாதியைச் சேர்ந்தவர். அவரது அமைச்சர் தானாதிபதி சிவசுப்பிரமணிய பிள்ளை வேளாளர் சாதி. படைத்தலைவர் வெள்ளையத் தேவன் மறவர் சாதி. ஒற்றர்படைத் தளபதி கட்டக் கருத்தையன் சுந்தரலிங்கம் தேவேந்திர குல வேளாளர் சாதியைச் சேர்ந்தவர். பெட்டிப் பகடை என்ற வீரன் அருந்ததி சாதி. கட்டபொம்மனின் தலைமையில் நிகழ்ந்த இரண்டாவது பாஞ்சாலங்குறிச்சிப் போரில் அவனுக்கு வெடிமருந்துகளை வழங்கியவர், பரதவர்களின் சாதித் தலைவர். அவனோடு இணைந்து போரிட்ட மருது சகோதரர்கள் சேர்வைக்காரர் சாதியைச் சார்ந்தவர்கள்.

இவ்வாறு இவர்கள், சாதிய எல்லைகளைத் தாண்டி ஓரணியில் நின்று போராடியதன் விளைவாக வலிமை வாய்ந்த வெள்ளையரின் இராணுவத்தைக் கொஞ்ச காலத்திற்காவது எதிர்த்து நிற்க முடிந்தது. ஆனால், இந்த வரலாற்று உண்மையை வசதியாக மறந்துவிட்டு, மேற்கூறிய, வீரர்களைத் தங்கள் சாதி அடையாளமாக இன்று ஆக்கிவிட்டார்கள். வ.உ.சி., பாரதி ஆகியோருக்கும் இந்த விபத்து நேர்ந்துள்ளது. அதே சமயத்தில் அனைத்துச் சாதிச் சங்கங்களையும் குறுகிய நோக்கம் கொண்டவை என்று பொத்தாம் பொதுவாக முத்திரை குத்திவிடவும் முடியாது. இச்சங்கங்களுக்கும் சில வரலாற்றுக் கடமைகள் உள்ளன. என்றாலும் ஆதிக்கச் சக்திகளாக விளங்குவோர் சாதியின் பெயரால் ஒன்று திரள்வதை நியாயப்படுத்தவும் முடியாது. நடந்து முடிந்த தமிழ்நாட்டுச் சட்டமன்றத் தேர்தலில் தலித் கட்சி களுடன் தி.மு.க. கூட்டுச் சேர்ந்ததை பஞ்சமா பாதகமாக வருணித்தவர்கள், தமிழ்நாடு பிராமணர் சங்கம் அ.தி.மு.க.வுக்கு ஆதரவளித்து அறிக்கைவிட்டதைக் கண்டு கொள்ளவில்லை.

இத்தகைய சூழலில் சாதியம் குறித்த சமூகவியல் ஆய்வுகள் மிகவும் அவசியமானவை. அந்த வகையில் இந்நூல் சாதியை மையமாகக் கொண்டெழுந்த போராட்டங்களையும் சாதிய ஒடுக்கு முறைகளுக்கு எதிராக மக்களைத் திரட்டிய தலைவர்களையும் நமக்கு அறிமுகப்படுத்துகிறது. இந்தியச் சமூகத்தின் வரலாறு என்பது மேட்டிமைச் சாதியினரின் ஒடுக்குமுறைக்கு ஆளாகிய அடித்தளச் சாதிகளையும், அதை எதிர்த்து நிகழ்ந்த போராட்டங்களையும் உள்ளடக்கியது. இப்போராட்டங்களை ஒதுக்கிவிட்டு இந்தியச் சமூக வரலாற்றை முழுமையாக அறிந்து கொள்ள முடியாது. வர்க்கப் போராட்டத்திற்கு இணையாக, சாதிய மேலாண்மைக்கு எதிரான போராட்டங்கள் இந்திய மண்ணில் நிகழ்ந்துள்ளன; நிகழ்ந்து வருகின்றன.

வரலாற்று நிலையில் பார்த்தால் பல்வேறு சமூக உரிமை களுக்காக ஒவ்வொரு சாதியும் போராடி வெற்றி பெற்றுள்ளதைக் காணலாம். பிற்காலச் சோழர் காலத்தில் இடையர்கள், கம்மாளர்கள் ஆகியோர் போராடிப் பின்வரும் பண்பாட்டு அடையாளங்களைப் பெற்றுள்ளனர்: நன்மை தீமைகளுக்கு இரட்டைச் சங்கு ஊதுதல் - பேரிகை கொட்டல்; செருப்பணிதல்; வீடுகளுக்குச் சுண்ணாம்புச் சாந்து பூசல்; வீடு கட்டும்போது இருபுறமும் வாசற்படிகள் அமைத்துக் கொள்ளல்; மங்கல நிகழ்ச்சிகளுக்குப் பல்லக்கு ஏறல்; தீமைக்கு மேல் வளைவுள்ள பாடை கட்டி அதன்மேல் பச்சைப்பட்டு, புலியூர்ப் பட்டு

என்பவற்றைக் கட்டிக்கொள்ளல். இச்செய்திகளைச் சோழர் காலக் கல்வெட்டுகள் குறிப்பிடுகின்றன.

தஞ்சையை ஆண்ட துளசி மகாராசாவின் காலத்தில் மணமகனும் மணமகளும் பல்லக்கில் நகர்வலம் வருவதற்குத் தச்சர் ஒருவர் அனுமதி பெற்றார். அதன்படி ஊர்வலம் வரும் பொழுது, மானோசியப்பா என்ற அதிகாரியின் துணையோடு சில சாதியினர் பல்லக்கு ஊர்வலத்தைத் தாக்கி மணமக்களையும் கம்மாளர் சிலரையும் வெட்டி, அவர்கள் தலைகளை ஈட்டிமுனைகளில் குத்தி எடுத்துக்கொண்டுப் போனதாக இடங்கை வலங்கை புராணம் கூறுகின்றது. இதே நூல் தேவேந்திரகுல வேளாளர்கள் மீது விதிக்கப்பட்டிருந்த பண்பாட்டு அடையாள மறுப்புகளைப் பின்வருமாறு குறிப்பிடுகின்றது:

> முக்காலத்திலிவர்கள் தலைப்பா வைக்கக்கூடாது. அஞ்சு முளம் ஆறு முள வேட்டிச் சுதீகங் கட்டக் கூடாது. சொக்காய், அங்கிப் போடக் கூடாது. கரண்டைக் கால் மட்டும் வேட்டிகளைத் தொங்க விட்டு கட்டக் கூடாது. மேலே வல்லவட்டுப் போடக் கூடாது. அவர்களில் நாட்டாமைக்காரராயிருக்கிறவர்கள் மாத்திரம் ஒரு லேஞ்சி அல்லது உருமால் கட்டலாம். அவர்களுடைய பெண்டுகள் பரிச்சேத முக்காடுப் போடக்கூடாது. இடையிலே மாத்திரஞ் சீலை கட்டவேணுமேயல்லாமல் மாரு மேலே முதலாய் சீலை போடக்கூடாது.

இத்தகைய சமூகக் கொடுமைகளைக் குறிப்பிடும் பொழுது, மேட்டிமை சாதி ஆதிக்கத்தைக் குறிப்பிடாதிருக்க முடியாது. எனவே, ‘சாதிகள் இல்லையடி பாப்பா’ என்ற ஒரு வரியைச் சொல்லிவிட்டுத் தப்பிவிட முடியாது. சாதியைப் பற்றிப் பேசுவது அருவருப்பான ஒன்றல்ல. ‘நோய் நாடி நோய் முதல் நாடி’ என்பதுபோல், இந்தியச் சாதியத்தின் வேரைக் கண்டறியாமல் சாதியத்தை ஒழித்துவிட முடியாது. கடந்த கால வரலாற்றில் நிகழ்ந்த சாதிய ஒடுக்குமுறைகளையும் அதற்கு எதிரான போராட்டங்களையும் ஆராய்ந்து வெளிப்படுத்துவது நம் கால வரலாற்றுக் கடமையாக அமைகிறது.

‘தெற்கிலிருந்து’ என்ற இந்நூல் இப்பணியைச் செய்கிறது. இந்நூலில் பேசப்படும் செய்திகள் பெரும்பாலும் தென் திருவிதாங்கூர்ப் பகுதியை மையமாகக் கொண்டவை என்பதால் ‘தெற்கிலிருந்து’ என்று பொருத்தமாகவே ஆசிரியர் பெயரிட்டுள்ளார்.

முதல் கட்டுரை ‘இந்தியச் சாதி அமைப்பு’ குறித்து ஆராய்கிறது. இரத்த உறவும் பரம்பரைத் தொழிலும் இந்தியச்சாதியத்தின் முக்கியப் பண்புகளாக உள்ளதைச் சுட்டிக்காட்டி, வருணப் பிரிவினையும்

தீண்டாமைக் கோட்பாடும் இந்தியச் சாதியத்தின் முக்கிய அங்கமாக வளர்ச்சி பெற்றதையும் எடுத்துரைக்கிறது. இந்த இடத்தில் இந்தியச் சாதிய வரலாற்றில் மனுவின் மோசமான பங்களிப்பு குறித்து அம்பேத்கரின் பின்வரும் கருத்தைக் குறிப்பிடுவது பொருத்தமாக இருக்கும்.

> *சதுர் வருணமாக, சமுதாயத்தை நான்கு வகுப்புகளாகப் பிரிப்பது மனுவுக்குப் பிரதானமானதாக இருக்கவில்லை. ஓர் அர்த்தத்தில், அது அவருக்கு இரண்டாம் பட்சமானதாகவே இருந்தது. சதுர் வருணத்திற்குள் இருப்போரிடையேயான ஓர் ஏற்பாடாகவே இதனை அவர் கருதினார். ஒருவன் பிராமணனா, சத்திரியனா, வைசியனா அல்லது சூத்திரனா என்பது அவருக்கு முக்கியமானதல்ல. இது அவருக்கு முன்பே இருந்து வருகின்ற ஒரு பிரிவினை. இந்தப் பிரிவினையை மேலும் தீவிரப்படுத்தி அதற்கு மிகுந்த அழுத்தம் கொடுத்தார். இந்தப் பிரிவினை அவரிடமிருந்து தோன்றியதல்ல. மாறாக மனுவிடமிருந்து ஒரு புதிய பிரிவினை தோன்றிற்று.*
>
> *1. சதுர் வருண அமைப்புக்குள் இருப்பவர்கள்*
>
> *2. சதுர் வருண அமைப்புக்கு வெளியே இருப்பவர்கள்*
>
> *என்பதே இந்தப் பிரிவினை. இந்தப் புதிய சமூகப் பிரிவினை மனுவிடமிருந்து உதித்ததாகும். இந்துக்களின் பண்டைத் தர்மத்துக்கு அவரது புதிய சேர்ப்பு இது. இந்தப் பிரிவினை அவருக்கு அடிப்படையானதாக, மூலாதாரமானதாக, இன்றியமையாததாக இருந்தது. ஏனென்றால், அவர்தான் இந்தப் பிரிவினையை முதலில் உருவாக்கியவர். அதற்குத் தனது அதிகார முத்திரை அளித்து அதனை அங்கீகரித்தவர்!*

இதனால்தானோ என்னவோ பாரதீய ஜனதாக் கட்சி, தான் ஆட்சி புரிந்த இமாச்சலப் பிரதேசத்தில் கோயில் கட்டியும், இராஜஸ்தான் உயர்நீதி மன்ற வளாகத்தில் சிலை எழுப்பியும் மனுவைப் பாராட்டி யுள்ளது.

இறுதியாக, தீண்டாமை ஒழிப்பு, சாதிய சமத்துவம் ஆகியன வற்றிற்காக இடதுசாரியினரும் மனிதநேயம் கொண்டோரும், அடித்தள மக்களாக விளங்கும் சாதிப் பிரிவினரிடம் நெருங்கிய பிணைப்பை ஏற்படுத்திக் கொள்ளுவதன் அவசியத்தையும் இக்கட்டுரை சுட்டிக் காட்டுகிறது.

நூலின் இரண்டாவது கட்டுரை 'தெற்கில் முதல் வெளிச்சம்' அன்றைய திருவிதாங்கூர்ப் பகுதியில் நிலவிய சாதிய ஒடுக்குமுறைகள் - அடிமைமுறை - ஊழியம் (கூலி இல்லாத கட்டாய வேலை) ஆகியனவற்றைத் தக்க ஆதாரங்களுடன் அறிமுகப்படுத்துகிறது. 19-ஆம் நூற்றாண்டின் தென்திருவிதாங்கூர்ப் பகுதியில் பரவிய சீர்திருத்தக் கிறித்தவம் அடித்தள மக்களை ஈர்த்து, பண்பாட்டு ஒடுக்குமுறைகளிலிருந்து விடுவித்ததையும், நூல் அச்சகம், மருத்துவமனை, பள்ளிக்கூடம் என்று கிறித்தவச் சபை மேற்கொண்ட பணிகளையும் இக்கட்டுரை குறிப்பிடுகிறது. மத மாற்றம் என்பது வெறும் நம்பிக்கை மாற்றம் அல்ல. அதற்குப் பின்னால் பல சமூகப் பண்பாட்டுக் காரணிகள் உண்டு என்பதை இக்கட்டுரை உணர்த்தி நிற்கிறது.

நம்பூதிரி - நாயர் - வெள்ளாளர் சாதியினரின் கூட்டு, மனுதர்ம சாஸ்திரம் இவர்களால் நடைமுறைப்படுத்தப்பட்டமை, தீட்டுக் கோட்பாட்டின் ஆதிக்கம், ஒவ்வொரு சாதிகளுக்கிடையிலும் நிலவிய இடைவெளி, சில சாதியினரைப் பார்த்தாலே தீட்டு என்று ஒதுக்கி வைத்த கொடுமை ஆகியனவற்றை இக்கட்டுரை அறிமுகப்படுத்துகிறது. கோவில், பள்ளிக்கூடம் போன்ற பொது நிறுவனங்களைப் பயன்படுத்துவதில் இருந்த கட்டுப்பாடு, நாடார் வாழும் பகுதிகளில் மரத்துக்கும் வரி விதிக்கப்பட்டமை, வரி வாங்குவதில் கடைப்பிடிக்கப்பட்ட கொடூர முறைகள் ஆகியனவற்றை இக்கட்டுரை விரிவாக விளக்குகிறது. அடிமை ஒழிப்பு, ஊழிய ஒழிப்பு ஆகியன மதமாற்றத்தின் பின்னால் இருந்த உரிமை வேட்கையை உணர்த்தி நிற்கின்றன.

'தென் திருவிதாங்கூர் தோள்சீலைப் போராட்டம்' என்ற மூன்றாவது கட்டுரை 19-ஆம் நூற்றாண்டில் மூன்று கட்டங்களாகத் தென்திருவிதாங்கூர்ப் பகுதியில் நிகழ்ந்த தோள்சீலைப் போராட்டத்தை அறிமுகப்படுத்துகிறது. இப்போராட்டத்தின் வரலாற்றுப் பின்புலத்தை வைகுண்டசாமியின் அகிலத் திரட்டிலிருந்தும் இப்போராட்டத்திற்குப் பின்னால் இருந்த சீர்திருத்தக் கிறித்தவ மறைப் பணியாளர்களின் நூல்களிலிருந்தும் திரட்டியுள்ளார். சாதியத்தின் பேரால் உழைக்கும் வர்க்கப் பெண்களை அரை நிர்வாணமாக அலையவிட்ட கொடுமை மனித நேயம் கொண்டோரை இன்றும் கொதித்தெழச் செய்யும். சுதேசிகள் வலியுறுத்திய அரை நிர்வாணக்கொடுமையை விதேசிகளான வெள்ளையர் போக்கியது ஒரு வேடிக்கையான வரலாற்றுண்மை. சிலருக்கு இவ்வுண்மை கசக்கலாம்.

தமிழ்நாட்டில் தோன்றிய ஓர் அற்புதமான சீர்திருத்தவாதி முத்துக்குட்டி என்ற வைகுண்டசாமி. ஆனால், இன்றுவரை இவர் தமிழ் கூறும் நல்லுலகத்தில் உரிய மதிப்பைப் பெறாதது வருந்தத் தக்க ஒன்று. இவரது வாழ்வையும் பணியையும் 'வைகுண்டசாமி' என்ற நான்காவது கட்டுரை ஆராய்கிறது. வைகுண்டரைக் குறித்த தெய்வீகத் தன்மை கொண்ட கதைகளை நீக்கிவிட்டு அவரை ஆராய்ந்தால் அவர் காலத்தில் அறிமுகமான கிறித்தவச் சிந்தனைகளை உள்வாங்கிக் கொண்டு, இந்து சமயத்தின் வருணக் கோட்பாடுகளை ஒதுக்கி, கிழக்கையும் மேற்கையும் இணைத்துள்ளார் என்று கருதலாம். இது ஒரு வகையான எதிர்க்குரல்தான். சாதி வேறுபாடின்றி ஒன்றாக உணவருந்துவதை, இந்து சமயம் தடை செய்ய, வைகுண்டரோ அனைவரும் ஒன்றாகக் கூடி உண்ணும் 'துவையல் பந்தி' என்ற முறையை உருவாக்கினார். தலையில் தலைப்பாகையை அணிந்து கொண்டு இறைவனை வணங்கக் கூடாது என்பது வைகுண்டருக்குப் பின்னால் வந்த ஆறுமுக நாவலரின் கூற்று. ஆனால், வைகுண்டரோ தலைப்பாகையை அணிந்துதான் அவர் உருவாக்கிய 'பதி'யில் (கோவில்) நுழையவேண்டுமென்று விதி செய்தார். 'கலி' என்கின்ற கருத்தை அவர் பயன்படுத்தியுள்ள முறை குறிப்பிடத்தக்கது. இச் செய்திகளையெல்லாம் நூலாசிரியர் மிக நன்றாக வெளிப்படுத்தி யுள்ளார்.

நாடார்களைப் போன்றே சமூக ஒடுக்குமுறைக்கு ஆளாகி இருந்தவர்கள் ஈழவர்கள். அன்றைய கேரளத்தில் கீழ் சாதியினர் என்று முத்திரை குத்தப்பட்டவர்களுக்குப் பின்வரும் சமூகத் தடைகள் இருந்ததாக பலார்ட் என்ற ஆங்கில ரெசிடெண்ட் 1870-ஆம் ஆண்டு எழுதிய அறிக்கை ஒன்றில் குறிப்பிட்டுள்ளார்.

பொதுச்சாலைகளைப் பயன்படுத்துவதில் தடை.
நீதிமன்றங்கள், அரசு அலுவலகங்களில் ஒரு குறிப்பிட்ட எல்லைக்கு மேல் நுழைய முடியாமை
அரசுப் பள்ளிக் கூடங்களில் அனுமதி மறுப்பு.
அரசுப் பணிகளில் அனுமதி மறுப்பு.

இத்தடைகளை எதிர்த்து ஈழவ மக்களை ஒன்று திரட்டிய ஒரு சீர்திருத்தவாதி நாராயணகுரு. சமயச் சடங்குகளில் உயர் நிலை பெறுவது மட்டும் இவரது நோக்கமில்லை. ஈழவர்களுக்குக் கல்வி புகட்டும் முயற்சியிலும் ஈடுபட்டார். இதனடிப்படையில் கல்விக் கூடங்களை நிறுவினார். அவரது பணிகளைக் குறிப்பிடுகிறது

ஐந்தாவது கட்டுரையான 'நாராயண குரு.' 1925-இல் கேரளத்திற்கு வந்த காந்திக்கும் நாராயண குருவிற்கும் நடந்த உரையாடல் இக்கட்டுரையில் இடம் பெற்றுள்ளது குறிப்பிடத்தக்கது. மதமாற்றம், ஆன்மீக விடுதலை, உலகியல் விடுதலை குறித்த நாராயண குருவின் கருத்துக்கள் அவரது பரந்துபட்ட உணர்வை வெளிப்படுத்துகின்றன. 1925-இல் வார்ட்ஸ் என்ற திவான், நாராயணகுரு நடத்திய சிவகிரி ஆசிரமத்திற்கு வந்துபோது நடந்த நிகழ்ச்சியை ஆசிரியர் குறிப்பிட்டுள்ளது வருமாறு:

ஆசிரமத்திலிருந்த ஏ.கே.தாஸ் சில பறையர் குழந்தைகளைத் திவானுக்குக் காட்டி, 'இவர்கள் பறையர் குழந்தைகளாக இருந்தனர். இவர்களை ஆசிரமத்தில் சேர்த்து மனிதராக்கினோம்' என்றார். கேட்டுக்கொண்டிருந்த சுவாமி 'அவர்கள் முதலிலேயே மனிதர்கள் தான். ஆனால் பிறர் இந்த உண்மையை அங்கீகரிக்க மறுத்து விட்டார்கள்' என்று திருத்தினார்.

உலகியலைப் புறக்கணிக்காத ஒரு ஆன்மீகவாதியாக நாராயண குருவைச் சிறப்பாக அறிமுகப்படுத்தும் இக்கட்டுரை அவரைக் குறித்து மேலும் விரிவாகத் தெரிந்து கொள்ள வேண்டுமென்ற ஆர்வத்தை வாசகனுக்கு ஊட்டுகிறது.

நாடார்கள் மற்றும் ஈழவர்களை விடவும் மிகவும் மோசமான முறையில் நடத்தப்பட்ட ஒரு சாதி புலையர் சாதி. நிலத்தோடு பிணைக்கப்பட்டு அடிமைகளாக இருந்த இவர்கள், நிலவுடைமையாளர்களின் உடைமைப் பொருளாகவே விளங்கினர். இச்சமூகத்தின் போராளியாக உருப்பெற்ற 'அய்யன் காளி'யை இந்நூலின் ஆறாவது கட்டுரை அறிமுகப்படுத்துகிறது. விலைபடு பொருளாக இருந்த புலையர்களை, உணர்வு கொண்ட மனிதர்கள் என்று ஆதிக்கச் சாதியினர் உணரும்படிச் செய்தவர் அய்யன்காளி. வில்வண்டிப் பயணம், சிரட்டை உடைப்புப் போர், கள்ளுக்கடை நுழைவு, தெரு நுழைவு, பள்ளிக்கூட நுழைவு, அரசு வேலை வாய்ப்பு என அவர் மேற்கொண்ட புலையர் சமூக மேம்பாட்டிற்கான போராட்டங்கள் இக்கட்டுரையில் இடம் பெற்றுள்ளன.

நாடார்கள் மேற்கொண்ட கோவில் நுழைவுப் போராட்டத்தையும் வைக்கம் கோவில் நுழைவுப் போராட்டத்தையும் குறித்த வரலாற்றுச் செய்திகளைக் கூறும் ஏழாவது கட்டுரை 'கோவில் நுழைவுப் போராட்டம்'. இப்போராட்டங்களுக்கான தேவை இன்றும் ஆங்காங்கே இருப்பதைச் சுட்டிக் காட்டும் ஆசிரியர் "... விழிப்புணர்வு

ஏற்படுத்தப்பட வேண்டிய கிராமங்கள் இன்னும் எத்தனை இருக்கின்றனவோ?” என்று வினா எழுப்புகிறார்.

நூலின் இறுதிக் கட்டுரையான ‘சாதி தர்மமும் வர்ண தர்மமும்’ இனவரைவியல் செய்திகளையும் வரலாற்றுச் செய்திகளையும் இணைத்து எழுதப்பட்ட ஆய்வுக்கட்டுரை. நாடார்களின் தோற்றம் குறித்த புராணக் கதைகளையும் இவர்களிடையே இருந்த உட்பிரிவு களையும் விவரிப்பதோடு நாடார்களின் மதமாற்றம் குறித்தும், வைகுண்டசாமியின் பணி குறித்தும் எடுத்துரைக்கிறது. ஒரே சாதிக்குள் கிறித்தவ ஆதரவுப் போக்கும் எதிர்ப்புணர்வும் இருந்ததைக் குறிப்பிடும் கட்டுரையாசிரியர் ‘சாதிக்குள் இருந்த வர்க்க முரண்பாடுகள்தான்’ இதற்குக் காரணம் என்று சரியாகவே குறிப்பிடுகின்றார். இதை இன்னும் விரிவாக ஆசிரியர் எழுதியிருக்கலாம்.

கட்டுரையின் இறுதியில் ‘பனை’ குறித்து ஆசிரியர் எழுதும் செய்திகள் பொருள்சார் பண்பாடு (Material Culture), புராணம், சமூகவியல் என்ற மூன்று அறிவுத்துறைகளின் சங்கமத்தில் உருவாகியுள்ளன. ‘கற்பகத்தரு’ என்றழைக்கப்படும் அற்புதமான பனை மரத்தை நமது சமூகம் புறக்கணித்து ஒதுக்கிய அவலத்தை இக்கட்டுரையின் மூலம் அறியும்பொழுது கோபமும் வருத்தமும் ஒருங்கே தோன்றுகின்றன.

சங்ககாலத் தமிழனின் வாழ்வில் மகிழ்ச்சியூட்டும் நுகர்பொரு ளாகக் ‘கள்’ இருந்துள்ளமையைச் சங்க இலக்கியங்கள் குறிப்பிடு கின்றன. அதியமான் இறந்தபொழுது அவனது சிறப்பியல்புகளை நினைத்து உருகும் ஔவையார்.

சிறிய கள் பெரினே எமக்கீயும் மன்னே
பெரிய கள் பெரினே
யாம்பாடத் தாம் மகிழ்ந்துண்ணும் மன்னே

என்று பாடுகிறார். இத்தகைய சிறப்பு வாய்ந்த ‘கள்’ எப்படி இழிவுப் பொருளாக மாறியது என்பது ஆய்வுக்குரிய ஒன்று.

மனுதர்மக் கோட்பாட்டின் தாக்கமும் இதற்குக் காரணம் என்று ஆசிரியர் கூறுவது முற்றிலும் சரியான ஒன்று. பல்லவ மன்னர்களும், சோழ மன்னர்களும் பிராமணர்களுக்குப் பிரம்மதேயம் என்ற பெயரில் நிலங்களைத் தானமாக வழங்கிய போது அப்பகுதியில் வாழும் ஈழவர்கள் ‘கள்’ இறக்கக்கூடாது என்று விதிமுறை வகுத்துள்ளது குறிப்பிடத்தக்கது.

சர்க்கரைப் பாகுக்கழிவிலிருந்து சாராயம் தயாரிக்க அதிகார பூர்வமாக அனுமதி வழங்கும் அரசு, நச்சுத்தன்மை வாய்ந்த

பொருள்களைக் கொண்டு தயாரிக்கப்படும் கள்ளச் சாராயத்தைக் கண்டும் காணாமல் இருக்கும் அரசு, 'கள்'ளை மட்டும் தடை செய்தது ஏன் என்ற கேள்வி எழுவது இயற்கை.

அண்டை மாநிலங்களான ஆந்திரத்திலும் கேரளத்திலும் கள் இறக்குவது அனுமதிக்கப்பட்டிருக்கிறது என்பது குறிப்பிடத்தக்கது. 'கள்' இறக்குவதற்கு அனுமதி வழங்குவது விவாதிக்கப்பட வேண்டிய ஒரு சமூகப் பொருளியல் பிரச்சினை. பனைத் தொழிலில் முக்கிய இடர்ப்பாடாக அமைவது பனை மரத்தின் உயரம். தென்னையில் குட்டைத்தென்னை வகையை உருவாக்கி வெற்றி காண முடியும் பொழுது பனை மரத்தில் அது ஏன் சாத்தியமாகவில்லை என்ற கேள்வியும் எழுகிறது.

***

மார்க்ஸின் வரலாற்றுப் பொருள்முதல்வாதம் அடித்தளம் (basis), மேற்கோப்பு (superstructure) என்ற இரண்டு அம்சங்களைக் குறிப்பிடுகிறது. ஒரு சமூகத்தின் பொருள் உற்பத்தி முறை அடித்தள மாகவும் அச்சமூகத்தில் இடம் பெற்றிருக்கும் மதம், கலை, இலக்கியம், தத்துவம் போன்ற பண்பாட்டுக் கூறுகள் மேற்கோப்பாகவும் அமையும். மேற்கோப்பைத் தீர்மானிப்பதில் பொருளுற்பத்தி முறை என்ற அடித் தளத்திற்கு முக்கியப் பங்குண்டு. அதே போன்று மேற்கோப்பும் தன் பங்கிற்கு அடித்தளத்தைப் பாதிக்கும். இரண்டும் ஒன்றுக்கொன்று எதிர்வினை புரியும். ஆனால், நீண்டகாலமாக நமது ஆய்வாளர்களால் இவ்வுண்மை புறக்கணிக்கப்பட்டு, அடித்தளத்திற்கே முக்கியத்துவம் தரப்பட்டது. இதனால் சிக்கலான இந்தியச் சமூகப்பிரச்சினைகள் அனைத்தையும் 'வர்க்க முரண்பாடு' 'வர்க்கப் போராட்டம்' என்ற ஒற்றைப் பரிணாமச் சிந்தனையில் அணுகும்முறை உருவாகியது. இதன் விளைவாக மேல்தளத்தின் பங்களிப்பு ஆழமாக ஆராயப்படவில்லை. இந்தியச் சமூக வாழ்வில் வலுவான சக்தியாக விளங்கும் மதத்தை 'மதம் மக்களுக்கு ஓர் அபினி' என்ற ஒற்றை வரியைக் கூறி எளிதாக ஒதுக்கிவிட்டனர்.

ஆனால், இந்திய வரலாற்றை ஆராய்ந்தால் வர்க்கப் போராட்டமும் பண்பாட்டுப் போராட்டமும் ஒன்றோடு ஒன்று பின்னிப் பிணைந்து இருப்பதைக் காணலாம். ஆடை அணிவது, செருப்பணிவது, அணிகலன் அணிவது, குடுமி வைப்பது, கல்வி கற்பது, பொதுச்சாலையில் நடப்பது, பொது நீர் நிலையைப் பயன்படுத்துவது, கோவிலில் நுழைவது எனப் பல்வேறு பண்பாட்டு உரிமைகளை அடைவதற்கான போராட்டங்கள் நடந்துள்ளதைக் கண்டறியலாம்.

சில நேரங்களில் ஆடு, கோழி வளர்க்கக்கூடாது; நெல் பயிரிடக் கூடாது என்பன போன்ற பொருளாதாரத் தடைகளும் விதிக்கப்பட்டு இருந்தன. எனவே, வர்க்கப் போராட்டம் என்பதை ஆழமான பொருளில் நோக்கினால் அது பொருளியல் நலனையும் பண்பாட்டு உரிமையையும் உள்ளடக்கிய ஒன்றே என்பது புலப்படும்.

காவேரிச் சமவெளிப் பகுதியிலும் நெல்லை மாவட்டத்தின் வளமான நன்செய் நிலப் பகுதிகளிலும் நாற்பதுகளிலும் ஐம்பது களிலும் பொதுவுடைமைக் கட்சியின் தலைமையில் நிகழ்ந்த 'உழவர் போராட்டங்கள்' யாவும் 'நில வெளியேற்றத் தடுப்பு', 'குத்தகையில் நியாயமான பங்கு', 'நியாயமான கூலி' இவற்றை மட்டும் முன்வைத்து நிகழவில்லை. இவற்றுடன், வீடுகளுக்கு 'நிலை' வைக்கும் உரிமை, பெண்கள் இரவிக்கை அணியும் உரிமை ஆகியனவற்றுக்காகவும் போராடியுள்ளனர். மேலும், ஆண்டை வீட்டில் யாரும் இறந்து போனால் மாரடித்து அழ வேண்டும், இறப்புச் செய்தி சொல்ல, ஊர்ஊராகச் செல்ல வேண்டும் என்ற மேட்டிமைச் சாதியினரின் விதிமுறைகளுக்குக் கீழ்ப்படிய மறுத்துப் போராடி வெற்றியும் பெற்றுள்ளனர். இது போன்றே மதமும் சில நேரங்களில் சமூகப் போராட்டங்களில் தன் பங்கைச் செலுத்தியுள்ளது. சமணம், பௌத்தம், ஆசீவகம் ஆகியன தொடக்கத்தில் வேத எதிர்ப்புச் சமயங்களாக உருப் பெற்றவைதாம். வேத எதிர்ப்பு என்பது அக்காலகட்டத்தில் ஆதிக்க எதிர்ப்புதான்.

இப்பின்புலத்தில் இந்நூலை நோக்கும்பொழுது இந்நூல் சில முக்கியப் பண்பாட்டுப் போராட்டக் களங்களை அறிமுகப்படுத்துவது புலனாகும். மதமாற்றம்கூட உலகியல் நலன்களைச் சார்ந்தே நிகழ்ந்துள்ளது என்ற உண்மையையும் இந்நூல் எடுத்துரைக்கிறது. பண்பாட்டு அடையாளங்களில் ஒன்றான 'கல்வி' சமூகத்தில் சில பிரிவினருக்கு மட்டுமே உரிமையுடையதாக இருந்த காலத்தில், நாடார்களும் ஈழவர்களும் புலையர்களும் முறையே கிறித்தவ மிஷனரிகள், நாராயணகுரு, அய்யன்காளி ஆகியோரின் முன் முயற்சியால் கல்வி பெறுவதும் அதன் அடுத்த கட்டமாக அரசுப் பணிகளில் தங்களுக்குரிய பங்கைக் கேட்பதும், தங்களுக்கு மறுக்கப்பட்டிருந்த உரிமைகளைக் கேட்பதும் நிகழ்ந்துள்ளன.

ஒடுக்கப்பட்ட மக்கள் தங்கள் போராட்ட வடிவங்களுள் ஒன்றாகச் சமயத்தைப் பயன்படுத்தி வந்துள்ளனர். தங்களுடைய புரட்சிகரமான சனநாயக வேண்டுகோள்களை நியாயப்படுத்துவதற்குச்

தென் திருவிதாங்கூர் வாழ்வியல்

கேம்பிரிட்ஜ் பல்கலைக்கழகத்தின் சமூக மானுடவியல் துறைகளின் பேராசிரியர் ஜே.எச். ஹட்டன் என்பவர் இந்தியாவில் சாதி- அதன் இயல்பு, செயல்பாடு, தோற்றம் (Caste in India - its Nature Function and Origins) என்ற தலைப்பில் 1946-ஆம் ஆண்டில் ஒரு நூல் எழுதினார். அந்நூலின் முன்னுரையில் இந்தியச் சாதிகளைக் குறித்த நூல்களின் எண்ணிக்கையைக் குறிப்பிடும் போது

> A recent Indologist in America claims to have compiled a list of over five thousand published works on this subject: So obviously some justification is needed for adding to their number........ only an encyclopaedia could do that

என்று எழுதியுள்ளார். ஹட்டன் இவ்வாறு எழுதி அரை நூற்றாண்டுக்கும் மேலாகிவிட்டது. ஆயினும் சாதிகளைப் பற்றிய ஆய்வுகளை இன்றும் தொடரவேண்டியதுள்ளது. கடந்த காலச் சமூக நிகழ்வுகளில் ஒன்றாக மட்டுமே சாதியைப் படிக்க வேண்டிய நிலைமை இன்னும் உருவாகவில்லை. நிகழ்காலச் சமூகப் பிரச்சினையாக இதை எதிர்கொள்ள வேண்டிய அவலம் தொடர்கிறது.

சங்கங்கள் வைத்துத் தமிழ் வளர்த்ததைப் பெருமையாகப் பேசிய நாம் இன்று சாதிச் சங்கங்களின் எண்ணிக்கையைக் கண்டு மலைத்து நிற்கிறோம். சங்கத் தமிழ்ப் பெருமையைப் பேசி வளர்ந்தவர்கள், சாதிச் சங்கங்களை அரவணைத்து மகிழ்கிறார்கள். தாங்கள் பிறந்த சாதியை நினைத்துக்கூடப் பார்த்திராத விடுதலை வீரர்கள் இன்று சாதியச் சிமிழுக்குள் அடைக்கப்பட்டுப் போய் விட்டார்கள்.

வெள்ளையர்களை எதிர்த்துப் போரிட்ட கட்டபொம்மன் கம்பளத்து நாயக்கர் சாதியைச் சேர்ந்தவர். அவரது அமைச்சர் தானாதிபதி சிவசுப்பிரமணிய பிள்ளை வேளாளர் சாதி. படைத்தலைவர் வெள்ளையத் தேவன் மறவர் சாதி. ஒற்றர்படைத் தளபதி கட்டக் கருத்தையன் சுந்தரலிங்கம் தேவேந்திர குல வேளாளர் சாதியைச் சேர்ந்தவர். பெட்டிப் பகடை என்ற வீரன் அருந்ததி சாதி. கட்டபொம்மனின் தலைமையில் நிகழ்ந்த இரண்டாவது பாஞ்சாலங்குறிச்சிப் போரில் அவனுக்கு வெடிமருந்துகளை வழங்கியவர், பரதவர்களின் சாதித் தலைவர். அவனோடு இணைந்து போரிட்ட மருது சகோதரர்கள் சேர்வைக்காரர் சாதியைச் சார்ந்தவர்கள்.

இவ்வாறு இவர்கள், சாதிய எல்லைகளைத் தாண்டி ஓரணியில் நின்று போராடியதன் விளைவாக வலிமை வாய்ந்த வெள்ளையரின் இராணுவத்தைக் கொஞ்ச காலத்திற்காவது எதிர்த்து நிற்க முடிந்தது. ஆனால், இந்த வரலாற்று உண்மையை வசதியாக மறந்துவிட்டு, மேற்கூறிய, வீரர்களைத் தங்கள் சாதி அடையாளமாக இன்று ஆக்கிவிட்டார்கள். வ.உ.சி., பாரதி ஆகியோருக்கும் இந்த விபத்து நேர்ந்துள்ளது. அதே சமயத்தில் அனைத்துச் சாதிச் சங்கங்களையும் குறுகிய நோக்கம் கொண்டவை என்று பொத்தாம் பொதுவாக முத்திரை குத்திவிடவும் முடியாது. இச்சங்கங்களுக்கும் சில வரலாற்றுக் கடமைகள் உள்ளன. என்றாலும் ஆதிக்கச் சக்திகளாக விளங்குவோர் சாதியின் பெயரால் ஒன்று திரள்வதை நியாயப்படுத்தவும் முடியாது. நடந்து முடிந்த தமிழ்நாட்டுச் சட்டமன்றத் தேர்தலில் தலித் கட்சி களுடன் தி.மு.க. கூட்டுச் சேர்ந்ததை பஞ்சமா பாதகமாக வருணித்தவர்கள், தமிழ்நாடு பிராமணர் சங்கம் அ.தி.மு.க.வுக்கு ஆதரவளித்து அறிக்கைவிட்டதைக் கண்டு கொள்ளவில்லை.

இத்தகைய சூழலில் சாதியம் குறித்த சமூகவியல் ஆய்வுகள் மிகவும் அவசியமானவை. அந்த வகையில் இந்நூல் சாதியை மையமாகக் கொண்டெழுந்த போராட்டங்களையும் சாதிய ஒடுக்கு முறைகளுக்கு எதிராக மக்களைத் திரட்டிய தலைவர்களையும் நமக்கு அறிமுகப்படுத்துகிறது. இந்தியச் சமூகத்தின் வரலாறு என்பது மேட்டிமைச் சாதியினரின் ஒடுக்குமுறைக்கு ஆளாகிய அடித்தளச் சாதிகளையும், அதை எதிர்த்து நிகழ்ந்த போராட்டங்களையும் உள்ளடக்கியது. இப்போராட்டங்களை ஒதுக்கிவிட்டு இந்தியச் சமூக வரலாற்றை முழுமையாக அறிந்து கொள்ள முடியாது. வர்க்கப் போராட்டத்திற்கு இணையாக, சாதிய மேலாண்மைக்கு எதிரான போராட்டங்கள் இந்திய மண்ணில் நிகழ்ந்துள்ளன; நிகழ்ந்து வருகின்றன.

வரலாற்று நிலையில் பார்த்தால் பல்வேறு சமூக உரிமை களுக்காக ஒவ்வொரு சாதியும் போராடி வெற்றி பெற்றுள்ளதைக் காணலாம். பிற்காலச் சோழர் காலத்தில் இடையர்கள், கம்மாளர்கள் ஆகியோர் போராடிப் பின்வரும் பண்பாட்டு அடையாளங்களைப் பெற்றுள்ளனர்: நன்மை தீமைகளுக்கு இரட்டைச் சங்கு ஊதுதல் - பேரிகை கொட்டல்; செருப்பணிதல்; வீடுகளுக்குச் சுண்ணாம்புச் சாந்து பூசல்; வீடு கட்டும்போது இருபுறமும் வாசற்படிகள் அமைத்துக் கொள்ளல்; மங்கல நிகழ்ச்சிகளுக்குப் பல்லக்கு ஏறல்; தீமைக்கு மேல் வளைவுள்ள பாடை கட்டி அதன்மேல் பச்சைப்பட்டு, புலியூர்ப் பட்டு

என்பவற்றைக் கட்டிக்கொள்ளல். இச்செய்திகளைச் சோழர் காலக் கல்வெட்டுகள் குறிப்பிடுகின்றன.

தஞ்சையை ஆண்ட துளசி மகாராசாவின் காலத்தில் மணமகனும் மணமகளும் பல்லக்கில் நகர்வலம் வருவதற்குத் தச்சர் ஒருவர் அனுமதி பெற்றார். அதன்படி ஊர்வலம் வரும் பொழுது, மானோசியப்பா என்ற அதிகாரியின் துணையோடு சில சாதியினர் பல்லக்கு ஊர்வலத்தைத் தாக்கி மணமக்களையும் கம்மாளர் சிலரையும் வெட்டி, அவர்கள் தலைகளை ஈட்டிமுனைகளில் குத்தி எடுத்துக்கொண்டுப் போனதாக இடங்கை வலங்கை புராணம் கூறுகின்றது. இதே நூல் தேவேந்திரகுல வேளாளர்கள் மீது விதிக்கப்பட்டிருந்த பண்பாட்டு அடையாள மறுப்புகளைப் பின்வருமாறு குறிப்பிடுகின்றது:

> முக்காலத்திலிவர்கள் தலைப்பா வைக்கக்கூடாது. அஞ்சு முளம் ஆறு முள வேட்டிச் சுதீகங் கட்டக் கூடாது. சொக்காய், அங்கிப் போடக் கூடாது. கரண்டைக் கால் மட்டும் வேட்டிகளைத் தொங்க விட்டு கட்டக் கூடாது. மேலே வல்லவட்டுப் போடக் கூடாது. அவர்களில் நாட்டாமைக்காரராயிருக்கிறவர்கள் மாத்திரம் ஒரு லேஞ்சி அல்லது உருமால் கட்டலாம். அவர்களுடைய பெண்டுகள் பரிச்சேத முக்காடுப் போடக்கூடாது. இடையிலே மாத்திரஞ் சீலை கட்டவேணுமேயல்லாமல் மாரு மேலே முதலாய் சீலை போடக்கூடாது.

இத்தகைய சமூகக் கொடுமைகளைக் குறிப்பிடும் பொழுது, மேட்டிமை சாதி ஆதிக்கத்தைக் குறிப்பிடாதிருக்க முடியாது. எனவே, 'சாதிகள் இல்லையடி பாப்பா' என்ற ஒரு வரியைச் சொல்லிவிட்டுத் தப்பிவிட முடியாது. சாதியைப் பற்றிப் பேசுவது அருவருப்பான ஒன்றல்ல. 'நோய் நாடி நோய் முதல் நாடி' என்பதுபோல், இந்தியச் சாதியத்தின் வேரைக் கண்டறியாமல் சாதியத்தை ஒழித்துவிட முடியாது. கடந்த கால வரலாற்றில் நிகழ்ந்த சாதிய ஒடுக்குமுறை களையும் அதற்கு எதிரான போராட்டங்களையும் ஆராய்ந்து வெளிப்படுத்துவது நம் கால வரலாற்றுக் கடமையாக அமைகிறது.

'தெற்கிலிருந்து' என்ற இந்நூல் இப்பணியைச் செய்கிறது. இந்நூலில் பேசப்படும் செய்திகள் பெரும்பாலும் தென் திருவிதாங்கூர்ப் பகுதியை மையமாகக் கொண்டவை என்பதால் 'தெற்கிலிருந்து' என்று பொருத்தமாகவே ஆசிரியர் பெயரிட்டுள்ளார்.

முதல் கட்டுரை 'இந்தியச் சாதி அமைப்பு' குறித்து ஆராய்கிறது. இரத்த உறவும் பரம்பரைத் தொழிலும் இந்தியச்சாதியத்தின் முக்கியப் பண்புகளாக உள்ளதைச் சுட்டிக்காட்டி, வருணப் பிரிவினையும்

தீண்டாமைக் கோட்பாடும் இந்தியச் சாதியத்தின் முக்கிய அங்கமாக வளர்ச்சி பெற்றதையும் எடுத்துரைக்கிறது. இந்த இடத்தில் இந்தியச் சாதிய வரலாற்றில் மனுவின் மோசமான பங்களிப்பு குறித்து அம்பேத்கரின் பின்வரும் கருத்தைக் குறிப்பிடுவது பொருத்தமாக இருக்கும்.

> சதுர் வருணமாக, சமுதாயத்தை நான்கு வகுப்புகளாகப் பிரிப்பது மனுவுக்குப் பிரதானமானதாக இருக்கவில்லை. ஓர் அர்த்தத்தில், அது அவருக்கு இரண்டாம் பட்சமானதாகவே இருந்தது. சதுர் வருணத்திற்குள் இருப்போரிடையேயான ஓர் ஏற்பாடாகவே இதனை அவர் கருதினார். ஒருவன் பிராமணனா, சத்திரியனா, வைசியனா அல்லது சூத்திரனா என்பது அவருக்கு முக்கியமானதல்ல. இது அவருக்கு முன்பே இருந்து வருகின்ற ஒரு பிரிவினை. இந்தப் பிரிவினையை மேலும் தீவிரப்படுத்தி அதற்கு மிகுந்த அழுத்தம் கொடுத்தார். இந்தப் பிரிவினை அவரிடமிருந்து தோன்றியதல்ல. மாறாக மனுவிடமிருந்து ஒரு புதிய பிரிவினை தோன்றிற்று.
>
> 1. சதுர் வருண அமைப்புக்குள் இருப்பவர்கள்
> 2. சதுர் வருண அமைப்புக்கு வெளியே இருப்பவர்கள்
>
> என்பதே இந்தப் பிரிவினை. இந்தப் புதிய சமூகப் பிரிவினை மனுவிடமிருந்து உதித்ததாகும். இந்துக்களின் பண்டைத் தர்மத்துக்கு அவரது புதிய சேர்ப்பு இது. இந்தப் பிரிவினை அவருக்கு அடிப்படையானதாக, மூலாதாரமானதாக, இன்றியமை யாததாக இருந்தது. ஏனென்றால், அவர்தான் இந்தப் பிரிவினையை முதலில் உருவாக்கியவர். அதற்குத் தனது அதிகார முத்திரை அளித்து அதனை அங்கீகரித்தவர்!

இதனால்தானோ என்னவோ பாரதீய ஜனதாக் கட்சி, தான் ஆட்சி புரிந்த இமாச்சலப் பிரதேசத்தில் கோயில் கட்டியும், இராஜஸ்தான் உயர்நீதி மன்ற வளாகத்தில் சிலை எழுப்பியும் மனுவைப் பாராட்டி யுள்ளது.

இறுதியாக, தீண்டாமை ஒழிப்பு, சாதிய சமத்துவம் ஆகியன வற்றிற்காக இடதுசாரியினரும் மனிதநேயம் கொண்டோரும், அடித்தள மக்களாக விளங்கும் சாதிப் பிரிவினரிடம் நெருங்கிய பிணைப்பை ஏற்படுத்திக் கொள்ளுவதன் அவசியத்தையும் இக்கட்டுரை சுட்டிக் காட்டுகிறது.

நூலின் இரண்டாவது கட்டுரை 'தெற்கில் முதல் வெளிச்சம்' அன்றைய திருவிதாங்கூர்ப் பகுதியில் நிலவிய சாதிய ஒடுக்குமுறைகள் - அடிமைமுறை - ஊழியம் (கூலி இல்லாத கட்டாய வேலை) ஆகியன வற்றைத் தக்க ஆதாரங்களுடன் அறிமுகப்படுத்துகிறது. 19-ஆம் நூற்றாண்டின் தென்திருவிதாங்கூர்ப் பகுதியில் பரவிய சீர்திருத்தக் கிறித்தவம் அடித்தள மக்களை ஈர்த்து, பண்பாட்டு ஒடுக்குமுறைகளி லிருந்து விடுவித்ததையும், நூல் அச்சகம், மருத்துவமனை, பள்ளிக் கூடம் என்று கிறித்தவச் சபை மேற்கொண்ட பணிகளையும் இக் கட்டுரை குறிப்பிடுகிறது. மத மாற்றம் என்பது வெறும் நம்பிக்கை மாற்றம் அல்ல. அதற்குப் பின்னால் பல சமூகப் பண்பாட்டுக் காரணிகள் உண்டு என்பதை இக்கட்டுரை உணர்த்தி நிற்கிறது.

நம்பூதிரி - நாயர்- வெள்ளாளர் சாதியினரின் கூட்டு, மனுதர்ம சாஸ்திரம் இவர்களால் நடைமுறைப்படுத்தப்பட்டமை, தீட்டுக் கோட்பாட்டின் ஆதிக்கம், ஒவ்வொரு சாதிகளுக்கிடையிலும் நிலவிய இடைவெளி, சில சாதியினரைப் பார்த்தாலே தீட்டு என்று ஒதுக்கி வைத்த கொடுமை ஆகியனவற்றை இக்கட்டுரை அறிமுகப்படுத்துகிறது. கோவில், பள்ளிக்கூடம் போன்ற பொது நிறுவனங்களைப் பயன்படுத்துவதில் இருந்த கட்டுப்பாடு, நாடார் வாழும் பகுதிகளில் மரத்துக்கும் வரி விதிக்கப்பட்டமை, வரி வாங்குவதில் கடைப் பிடிக்கப்பட்ட கொடூர முறைகள் ஆகியனவற்றை இக்கட்டுரை விரிவாக விளக்குகிறது. அடிமை ஒழிப்பு, ஊழிய ஒழிப்பு ஆகியன மதமாற்றத்தின் பின்னால் இருந்த உரிமை வேட்கையை உணர்த்தி நிற்கின்றன.

'தென் திருவிதாங்கூர் தோள்சீலைப் போராட்டம்' என்ற மூன்றாவது கட்டுரை 19-ஆம் நூற்றாண்டில் மூன்று கட்டங்களாகத் தென்திருவிதாங்கூர்ப் பகுதியில் நிகழ்ந்த தோள்சீலைப் போராட்டத்தை அறிமுகப்படுத்துகிறது. இப்போராட்டத்தின் வரலாற்றுப் பின்புலத்தை வைகுண்டசாமியின் அகிலத் திரட்டிலிருந்தும் இப்போராட்டத்திற்குப் பின்னால் இருந்த சீர்திருத்தக் கிறித்தவ மறைப் பணியாளர்களின் நூல்களிலிருந்தும் திரட்டியுள்ளார். சாதியத்தின் பேரால் உழைக்கும் வர்க்கப் பெண்களை அரை நிர்வாணமாக அலையவிட்ட கொடுமை மனித நேயம் கொண்டோரை இன்றும் கொதித்தெழச் செய்யும். சுதேசிகள் வலியுறுத்திய அரை நிர்வாணக்கொடுமையை விதேசி களான வெள்ளையர் போக்கியது ஒரு வேடிக்கையான வரலாற்றுண்மை. சிலருக்கு இவ்வுண்மை கசக்கலாம்.

தமிழ்நாட்டில் தோன்றிய ஓர் அற்புதமான சீர்திருத்தவாதி முத்துக்குட்டி என்ற வைகுண்டசாமி. ஆனால், இன்றுவரை இவர் தமிழ் கூறும் நல்லுலகத்தில் உரிய மதிப்பைப் பெறாதது வருந்தத் தக்க ஒன்று. இவரது வாழ்வையும் பணியையும் 'வைகுண்டசாமி' என்ற நான்காவது கட்டுரை ஆராய்கிறது. வைகுண்டரைக் குறித்த தெய்வீகத் தன்மை கொண்ட கதைகளை நீக்கிவிட்டு அவரை ஆராய்ந்தால் அவர் காலத்தில் அறிமுகமான கிறித்தவச் சிந்தனைகளை உள்வாங்கிக் கொண்டு, இந்து சமயத்தின் வருணக் கோட்பாடுகளை ஒதுக்கி, கிழக்கையும் மேற்கையும் இணைத்துள்ளார் என்று கருதலாம். இது ஒரு வகையான எதிர்க்குரல்தான். சாதி வேறுபாடின்றி ஒன்றாக உணவருந்துவதை, இந்து சமயம் தடை செய்ய, வைகுண்டரோ அனைவரும் ஒன்றாகக் கூடி உண்ணும் 'துவையல் பந்தி' என்ற முறையை உருவாக்கினார். தலையில் தலைப்பாகையை அணிந்து கொண்டு இறைவனை வணங்கக் கூடாது என்பது வைகுண்டருக்குப் பின்னால் வந்த ஆறுமுக நாவலரின் கூற்று. ஆனால், வைகுண்டரோ தலைப்பாகையை அணிந்துதான் அவர் உருவாக்கிய 'பதி'யில் (கோவில்) நுழையவேண்டுமென்று விதி செய்தார். 'கலி' என்கின்ற கருத்தை அவர் பயன்படுத்தியுள்ள முறை குறிப்பிடத்தக்கது. இச் செய்திகளையெல்லாம் நூலாசிரியர் மிக நன்றாக வெளிப்படுத்தி யுள்ளார்.

நாடார்களைப் போன்றே சமூக ஒடுக்குமுறைக்கு ஆளாகி இருந்தவர்கள் ஈழவர்கள். அன்றைய கேரளத்தில் கீழ் சாதியினர் என்று முத்திரை குத்தப்பட்டவர்களுக்குப் பின்வரும் சமூகத் தடைகள் இருந்ததாக பலார்ட் என்ற ஆங்கில ரெசிடெண்ட் 1870-ஆம் ஆண்டு எழுதிய அறிக்கை ஒன்றில் குறிப்பிட்டுள்ளார்.

பொதுச்சாலைகளைப் பயன்படுத்துவதில் தடை.
நீதிமன்றங்கள், அரசு அலுவலகங்களில் ஒரு குறிப்பிட்ட
எல்லைக்கு மேல் நுழைய முடியாமை
அரசுப் பள்ளிக் கூடங்களில் அனுமதி மறுப்பு.
அரசுப் பணிகளில் அனுமதி மறுப்பு.

இத்தடைகளை எதிர்த்து ஈழவ மக்களை ஒன்று திரட்டிய ஒரு சீர்திருத்தவாதி நாராயணகுரு. சமயச் சடங்குகளில் உயர் நிலை பெறுவது மட்டும் இவரது நோக்கமில்லை. ஈழவர்களுக்குக் கல்வி புகட்டும் முயற்சியிலும் ஈடுபட்டார். இதனடிப்படையில் கல்விக் கூடங்களை நிறுவினார். அவரது பணிகளைக் குறிப்பிடுகிறது

ஐந்தாவது கட்டுரையான 'நாராயண குரு.' 1925-இல் கேரளத்திற்கு வந்த காந்திக்கும் நாராயண குருவிற்கும் நடந்த உரையாடல் இக்கட்டுரையில் இடம் பெற்றுள்ளது குறிப்பிடத்தக்கது. மதமாற்றம், ஆன்மீக விடுதலை, உலகியல் விடுதலை குறித்த நாராயண குருவின் கருத்துக்கள் அவரது பரந்துபட்ட உணர்வை வெளிப்படுத்துகின்றன. 1925-இல் வார்ட்ஸ் என்ற திவான், நாராயணகுரு நடத்திய சிவகிரி ஆசிரமத்திற்கு வந்துபோது நடந்த நிகழ்ச்சியை ஆசிரியர் குறிப்பிட்டுள்ளது வருமாறு:

ஆசிரமத்திலிருந்த ஏ.கே.தாஸ் சில பறையர் குழந்தைகளைத் திவானுக்குக் காட்டி, 'இவர்கள் பறையர் குழந்தைகளாக இருந்தனர். இவர்களை ஆசிரமத்தில் சேர்த்து மனிதராக்கினோம்' என்றார். கேட்டுக்கொண்டிருந்த சுவாமி 'அவர்கள் முதலிலேயே மனிதர்கள் தான். ஆனால் பிறர் இந்த உண்மையை அங்கீகரிக்க மறுத்து விட்டார்கள்' என்று திருத்தினார்.

உலகியலைப் புறக்கணிக்காத ஒரு ஆன்மீகவாதியாக நாராயண குருவைச் சிறப்பாக அறிமுகப்படுத்தும் இக்கட்டுரை அவரைக் குறித்து மேலும் விரிவாகத் தெரிந்து கொள்ள வேண்டுமென்ற ஆர்வத்தை வாசகனுக்கு ஊட்டுகிறது.

நாடார்கள் மற்றும் ஈழவர்களை விடவும் மிகவும் மோசமான முறையில் நடத்தப்பட்ட ஒரு சாதி புலையர் சாதி. நிலத்தோடு பிணைக்கப்பட்டு அடிமைகளாக இருந்த இவர்கள், நிலவுடைமையாளர் களின் உடைமைப் பொருளாகவே விளங்கினர். இச்சமூகத்தின் போராளியாக உருப்பெற்ற 'அய்யன் காளி'யை இந்நூலின் ஆறாவது கட்டுரை அறிமுகப்படுத்துகிறது. விலைபடு பொருளாக இருந்த புலையர்களை, உணர்வு கொண்ட மனிதர்கள் என்று ஆதிக்கச் சாதியினர் உணரும்படிச் செய்தவர் அய்யன்காளி. வில்வண்டிப் பயணம், சிரட்டை உடைப்புப் போர், கள்ளுக்கடை நுழைவு, தெரு நுழைவு, பள்ளிக்கூட நுழைவு, அரசு வேலை வாய்ப்பு என அவர் மேற்கொண்ட புலையர் சமூக மேம்பாட்டிற்கான போராட்டங்கள் இக்கட்டுரையில் இடம் பெற்றுள்ளன.

நாடார்கள் மேற்கொண்ட கோவில் நுழைவுப் போராட்டத் தையும் வைக்கம் கோவில் நுழைவுப் போராட்டத்தையும் குறித்த வரலாற்றுச் செய்திகளைக் கூறும் ஏழாவது கட்டுரை 'கோவில் நுழைவுப் போராட்டம்'. இப்போராட்டங்களுக்கான தேவை இன்றும் ஆங்காங்கே இருப்பதைச் சுட்டிக் காட்டும் ஆசிரியர் "... விழிப்புணர்வு

ஏற்படுத்தப்பட வேண்டிய கிராமங்கள் இன்னும் எத்தனை இருக்கின்றனவோ?" என்று வினா எழுப்புகிறார்.

நூலின் இறுதிக் கட்டுரையான 'சாதி தர்மமும் வர்ண தர்மமும்' இனவரைவியல் செய்திகளையும் வரலாற்றுச் செய்திகளையும் இணைத்து எழுதப்பட்ட ஆய்வுக்கட்டுரை. நாடார்களின் தோற்றம் குறித்த புராணக் கதைகளையும் இவர்களிடையே இருந்த உட்பிரிவுகளையும் விவரிப்பதோடு நாடார்களின் மதமாற்றம் குறித்தும், வைகுண்டசாமியின் பணி குறித்தும் எடுத்துரைக்கிறது. ஒரே சாதிக்குள் கிறித்தவ ஆதரவுப் போக்கும் எதிர்ப்புணர்வும் இருந்ததைக் குறிப்பிடும் கட்டுரையாசிரியர் 'சாதிக்குள் இருந்த வர்க்க முரண்பாடுகள்தான்' இதற்குக் காரணம் என்று சரியாகவே குறிப்பிடுகின்றார். இதை இன்னும் விரிவாக ஆசிரியர் எழுதியிருக்கலாம்.

கட்டுரையின் இறுதியில் 'பனை' குறித்து ஆசிரியர் எழுதும் செய்திகள் பொருள்சார் பண்பாடு (Material Culture), புராணம், சமூகவியல் என்ற மூன்று அறிவுத்துறைகளின் சங்கமத்தில் உருவாகியுள்ளன. 'கற்பகத்தரு' என்றழைக்கப்படும் அற்புதமான பனை மரத்தை நமது சமூகம் புறக்கணித்து ஒதுக்கிய அவலத்தை இக்கட்டுரையின் மூலம் அறியும்பொழுது கோபமும் வருத்தமும் ஒருங்கே தோன்றுகின்றன.

சங்ககாலத் தமிழனின் வாழ்வில் மகிழ்ச்சியூட்டும் நுகர்பொருளாகக் 'கள்' இருந்துள்ளமையைச் சங்க இலக்கியங்கள் குறிப்பிடுகின்றன. அதியமான் இறந்தபொழுது அவனது சிறப்பியல்புகளை நினைத்து உருகும் ஔவையார்.

சிறிய கள் பெரினே எமக்கீயும் மன்னே
பெரிய கள் பெரினே
யாம்பாடத் தாம் மகிழ்ந்துண்ணும் மன்னே

என்று பாடுகிறார். இத்தகைய சிறப்பு வாய்ந்த 'கள்' எப்படி இழிவுப் பொருளாக மாறியது என்பது ஆய்வுக்குரிய ஒன்று.

மனுதர்மக் கோட்பாட்டின் தாக்கமும் இதற்குக் காரணம் என்று ஆசிரியர் கூறுவது முற்றிலும் சரியான ஒன்று. பல்லவ மன்னர்களும், சோழ மன்னர்களும் பிராமணர்களுக்குப் பிரம்மதேயம் என்ற பெயரில் நிலங்களைத் தானமாக வழங்கிய போது அப்பகுதியில் வாழும் ஈழவர்கள் 'கள்' இறக்கக்கூடாது என்று விதிமுறை வகுத்துள்ளது குறிப்பிடத்தக்கது.

சர்க்கரைப் பாகுக்கழிவிலிருந்து சாராயம் தயாரிக்க அதிகார பூர்வமாக அனுமதி வழங்கும் அரசு, நச்சுத்தன்மை வாய்ந்த

சில சமயச் சிந்தனைகளைப் பயன்படுத்தியுள்ளனர் என்பதைக் கடந்த கால வரலாறு நமக்கு உணர்த்துகிறது. ஜெர்மனியில் தாமஸ் முன்சூர் தலைமையில் நடந்த குடியானவர் போராட்டமும், இதனையொட்டிப் பிறந்த சீர்திருத்தக் கிறித்தவச் சமயத்தின் தோற்றமும் இதற்குச் சிறந்த எடுத்துக்காட்டுகளாகும். 1950-54 காலகட்டத்தில் பிரான்சில் உருவான பணியாளர் குருக்கள் (Worker Priests) முறை பிரெஞ்சுத் தொழிலாளர் களிடம் ஏற்படுத்திய தாக்கம், போராட்டங்களுக்கும் சமயங்களுக்கும் இடையிலான உடன்பாடான - உறவுக்கு எடுத்துக்காட்டாகும் (பின்னர் இம்முறை ஒழிக்கப்பட்டது என்பது வேறு செய்தி). இது போன்றே இலத்தீன் அமெரிக்க நாடுகளில் ஒன்றான பெருநாட்டு கத்தோலிக்க குரு குஸ்தாரோ குத்தியாரோவ் என்பவர் 'நம் கிணறுகளிலிருந்தே நாம் தண்ணீர் பருகுவோம்' என்று குறிப்பிட்டு அறுபதுகளின் இறுதியில் உருவாக்கிய 'விடுதலைக்கான இறையியல்' என்ற கோட்பாடு இலத்தீன் அமெரிக்க நாடுகளில் ஏற்படுத்தியுள்ள தாக்கம், அமெரிக்க ஏகாதிபத்தியத்திற்கு எதிரான உணர்வை இன்றுவரை அம்மக்களிடம் நிலைநிறுத்தியுள்ளது. இவையெல்லாம் ஐரோப்பிய மற்றும் இலத்தீன் அமெரிக்க நாட்டு எடுத்துக்காட்டுகள்.

நம் நாட்டு எடுத்துக்காட்டுகளாகச் சித்தர்கள். இராமலிங்கர், வைகுண்டசாமி, நாராயண குரு, அய்யன்காளி ஆகியோர் இடம் பெறுகின்றனர். இவர்கள் அழுத்தமான கடவுள் நம்பிக்கை கொண்டவர்கள். ஆனால், அவர்களது கடவுள் நம்பிக்கையானது, ஆதிக்கத்தை நிலைநாட்டும் நோக்கில் அமைந்ததல்ல. அல்லது மறு உலகைக் காட்டி இவ்வுலகை அவர்களிடமிருந்து அப்புறப்படுத்தும் தன்மை கொண்டதும் அல்ல. ஆதிக்க எதிர்ப்புக்கு அவர்களது சமய உணர்வு துணை நின்றது.

தமிழ்நாட்டைப் பொறுத்தவரை பெரியார்தான், முதன் முதலாகச் சமய வட்டத்தைத் தாண்டி நின்று சமூக சீர்திருத்தத்தை வலியுறுத்தினார்.

இது போன்றே வெள்ளைக் காலனியத்துடன் நெருக்கமான சீர்திருத்தக் கிறித்தவம் உள்நாட்டு ஆதிக்கச் சக்திகளுடன் முரண்பட்டு ஒடுக்கப்பட்டவர்களின் பக்கம் நின்றுள்ளது. குறிப்பாகத் திருவிதாங்கூரில் அடித்தள மக்கள் கல்வி பெற்றதில் சீர்திருத்தக் கிறித்துவத்தின் பணி குறிப்பிடத்தக்கது. எழுச்சி பெற்ற சாதியினர் கல்வி கற்க விரும்பிய பொழுது அவர்களை அரசுப் பள்ளிகளில் சேர்க்க மேட்டிமைச் சாதியினர் எதிர்ப்புத் தெரிவித்தனர். இவ்விரு தரப்பினரையும் நிறைவு செய்ய அன்றைய திருவிதாங்கூர் அரசு ஒரு வழிமுறையைக் கடைப் பிடித்தது. இதன்படி கிறித்தவ மிஷனரிப் பள்ளிகளுக்கு அதிகளவு

மான்யம் வழங்கியது. கல்வி மறுக்கப்பட்டு வந்த சாதியினரின் குழந்தைகள் இப்பள்ளிகளில் கல்வி பயின்றனர். அதே நேரத்தில், மேட்டிமையோருக்கும் ஒடுக்கப்பட்ட மக்களுக்கும் இடையே கல்விக் கூடத்தை மையமாக வைத்து மோதல்கள் நிகழாது போயின.

எனவே, மதத்தின் பங்களிப்பை இந்தியச் சமூக அமைப்பில் ஆழமாகப் பரிசீலிக்க வேண்டியுள்ளது. முற்போக்கான திசை வழியில் மதத்தைப் பயன்படுத்திய வரலாற்றை இந்நூலில் உள்ள கட்டுரைகள் உணர்த்தி நிற்கின்றன.

மொத்தத்தில், இந்நூலில் இடம்பெற்றுள்ள கட்டுரைகள் சமூகச் சிந்தனையையும் மேட்டிமை எதிர்ப்பையும் தூண்டும் தன்மையில் அமைந்துள்ளன. கடந்த கால வரலாற்றின் இருண்ட பகுதிகளையும், அதில் ஒளியேற்றப் போராடிய பண்பாட்டு வீரர்களையும் இந்நூல் நன்கு அறிமுகப்படுத்துகிறது.

தமிழகத்தில் சமூக வரலாறு கல்விப் புலங்களைத் தாண்டி ஆழமான முறையில் இன்னும் எழுதப்படவில்லை. ஆர்வம் கொண்ட இடதுசாரி மற்றும் புதிய இடதுசாரி ஆய்வாளர்கள் அவ்வப்போது எழுதி வரும் கட்டுரைகளும் சிறு நூல்களும்தாம் இக்குறையை ஓரளவுக்குத் தீர்த்து வருகின்றன. இந்நூலும் இத்தகைய முயற்சியில் ஒன்றாக அமைந்துள்ளது பாராட்டத்தக்கது; வரவேற்கத்தக்கது. இதுபோன்ற நூல்களை ஆசிரியர் தொடர்ந்து எழுத வேண்டும்.

தெற்கிலிருந்து,
பொன்னீலன்,
நியூ செஞ்சுரி புக் ஹவுஸ், சென்னை

பண்பாட்டு அடையாளப் போராட்டம்

தமிழ்நாட்டின் உண்மையான சமூக வரலாறு எழுதப்படும்போது அதில் குழும மதமாற்றங்களுக்கும் (Mass Conversion) முக்கிய இடம் உண்டு. ஏனெனில் இம்மதமாற்றங்களுக்குப் பின்னால் பல்வேறு சமூகக் காரணிகள் உள்ளன. ஆனால் நமது வரலாற்றுப் பேராசிரியர்கள் இதைக் கண்டு கொள்வதில்லை. கிறித்தவ சமயத் துறவிகள் ஆன்மீகத் தேடல்களின் விளைவு என்று கூறி மதமாற்றத்திற்குப் பின்னால் செயல்பட்ட சமூகக் காரணிகளை எளிதில் புறந்தள்ளி விடுகின்றனர்.

'இரத்தத்தில் திருமுழுக்கு' என்ற தலைப்பில் கழுகுமலை நாடார்களின் மதமாற்றம் குறித்த குறுநூல் ஒன்றை பணி.ர.ஜார்ஜ், சே.ச. அவர்கள் 2000-ஆம் ஆண்டின் இறுதியில் வெளியிட்டிருந்தார்கள். இதைப் படித்த போது இன்னும் விரிவாக எழுதியிருக்கலாமோ என்று தோன்றியது. தற்போது அதே நூலை விரிவுபடுத்தி 'கழுகு மலையில் கிளர்ச்சியும் வளர்ச்சியும் 1895' என்ற தலைப்பில் நூலாக்கியுள்ளார்கள். அறிவுத் தேடலில், நிறைவடைந்துவிடக் கூடாது என்பதற்கு எடுத்துக்காட்டாக அவரது பணி அமைந்துள்ளமை பாராட்டுதலுக்குரியது.

மிகக் கவனத்துடன் இந்நூலை அவர் உருவாக்கியுள்ளார். வரலாற்றுச் சிறப்பு மிக்க கழுகுமலையில் 19-ஆம் நூற்றாண்டின் இறுதியில் நிகழ்ந்த கொடூரமான ஒரு நிகழ்வே இந்நூலின் கருப் பொருள். நூலின் மையப் பொருளுக்கு வருவதற்கு முன்னால் சில அடிப்படைச் செய்திகளை முதல் ஐந்து இயல்களில் தந்துள்ளார். முதல் இயல் கழுகுமலை ஊரின் வரலாற்றுத் தொன்மையைக் கல்வெட்டுச் சான்றுகளின் அடிப்படையில் குறிப்பிடுகிறது.

இரண்டாவது இயல் ஊரின் அமைப்பைச் சுருக்கமாகவும், விளக்கமாகவும் வெளிப்படுத்தி நிற்கிறது. சாதிய ஆதிக்கம் கோலோச்சிய 19-ஆம் நூற்றாண்டுத் தமிழகத்தில், எல்லாக் கிராமங்களும் சாதியப் படிநிலையை வெளிப்படுத்தும் முறையிலேயே அமைந்திருந்தன. இதற்குக் கழுகுமலையும் விதிவிலக்கல்ல. இந்நூலின் மையச் செய்தியைப் புரிந்து கொள்ள இவ்வியல் துணை நிற்கிறது. நாடார் சமூகத்தின் பொருளாதார வளர்ச்சியையும் அவர்களின் 'உறவின் முறை' அமைப்பின் செயல்பாடு குறித்தும் மூன்றாவது இயல் அறிவிக்கிறது.

பல்லக்கு என்ற பண்பாட்டு அடையாளத்தைப் பெறுவதற்கும், கோவில் என்ற அமைப்பிற்குள் நுழைந்து வழிபடுவதற்கும், நாடார்கள் மேற்கொண்ட முயற்சிகளையும், தென் திருவிதாங்கூர்ப் பகுதியில், ஆதிக்க வகுப்பினரால் நாடார்கள் மீது நிலைநாட்டப்பட்டிருந்த பண்பாட்டு அடையாள மறுப்புகளையும், மேலாடை அணிய அவர்கள் நிகழ்த்திய 'தோள் சீலைப் போராட்டம்' குறித்தும் நான்காவது இயலில் குறிப்பிட்டுள்ளார்.

இந்தப் பின்புலத்தில், கழுகுமலை நாடார்கள் மனுக்கள் வாயிலாகவும், பண்பாட்டு அடையாளத் தடைகளை மீறுவதன் வாயிலாகவும், நீதிமன்றங்கள் வாயிலாகவும் நிகழ்த்திய போராட்டங்கள் குறித்த செய்திகளின் தொகுப்பாக ஐந்தாவது இயல் அமைந்துள்ளது. இச்செய்திகளை வாசகருக்கு அலுப்பூட்டாத முறையில் வலுவான ஆவணங்களின் துணையுடன் எழுதியுள்ளார்.

'மதமாற்றம்' என்ற தலைப்பிலான ஆறாவது இயல்தான் இந்நூலின் மையப் பொருளாகும். தம் மீது காலங்காலமாக சுமத்தப் பட்டிருக்கும் சாதிய அடக்குமுறையையும் பண்பாட்டு ஒடுக்குமுறை களையும் போக்கிக் கொள்ளும் வழிமுறையாக, கத்தோலிக்கச் சமயத்தை நாடார்கள் தழுவியதையும், அவர்கள் முதன் முதலாக 1895 ஏப்ரல் மாதம் கொண்டாடத் திட்டமிட்டிருந்த பாஸ்கு விழாவைக் கலவரமாக ஆதிக்க வகுப்பினர் மாற்றியதையும், தொடர்ந்து நிகழ்ந்த தொடர்ச்சியான வழக்குகளையும், இறுதியாக வேறு இடத்தில் தேவாலயத்தை நாடார்கள் கட்டிக் கொண்டதையும் ஏழில் இருந்து பதினொன்று வரையிலான இயல்கள் குறிப்பிடுகின்றன.

இச்செய்திகளை உள்ளடக்கிய இந்நூலின் முக்கியச் சிறப்பு இதன் நம்பகத் தன்மையாகும். செண்பகனூர் சேசு சபை ஆவணக் காப்பகத்தின் ஆவணங்கள், அரிய வரலாற்று நூல்கள் ஆகியனவற்றின் துணையுடன் இந்நூலை மிகுந்த எச்சரிக்கையுடன் எழுதியுள்ளார். ஏற்கெனவே சேகரிக்கப்பட்ட ஆவணங்களுடன் நின்றுவிடாது புதிய ஆவணங்களையும் தரவுகளையும் நூலாசிரியர் தேடி எடுத்துள்ளார். சான்றாக, திரு. ஆழ்வார் சாமி நாயக்கர் வீட்டில் பாதுகாத்து வரும் ஓலைச் சுவடி, திரு. வேதமுத்து நாடார் குறித்த வாய்மொழிச் செய்தி, அவருக்கு எழுப்பப்பட்டுள்ள நினைவுச் சின்னம் குறித்த செய்தி ஆகியனவற்றைக் குறிப்பிடலாம்.

தான் பிறந்து வளர்ந்த ஊர், தமது முன்னோர்களுக்கு இழைக்கப்பட்ட கொடுமைகள், அவர்கள் நிகழ்த்திய போராட்டங்கள்

ஆகியவற்றைப் பற்றி எழுதும்போது உணர்ச்சிவயப்படுவதும், சார்பு நிலை எடுத்தலும் தவிர்க்க இயலாதன. ஆனால், அடிகளார் மிக எச்சரிக்கை உணர்வுடன் செயல்பட்டுள்ளார். உண்மையின் மீது அவர் கொண்ட பற்றும், ஒடுக்குமுறைக்கு எதிரான உணர்வும் இந்நூலில் அழுத்தமாகப் பதிவாகியுள்ளன. மதமாற்றத்திற்கு உந்து சக்தியாகச் செயல்பட்ட தன்மான உணர்வையும் எதிர்க்குரலையும் நன்றாக வெளிப்படுத்தியுள்ளார். பொமால் என்ற பிரெஞ்சு சேசு சபைக் குரு கழுகுமலை நாடார்களைப் பற்றிக் குறிப்பிடும்பொழுது 'அரிசியைவிட பல்லக்கே அவர்களுக்கு முக்கியமானது' என்று குறிப்பிட்டார். இங்கு பல்லக்கு என்பது சமூக உயர்நிலையின் அடையாளமாகும். இதை அடைய அவர்கள் நிகழ்த்திய போராட்டங்களும் அடைந்த துன்பங்களும் இந்நூலில் அழுத்தமாகப் பதிவாகியுள்ளன. இந்நூல் மதமாற்றம் குறித்துப் பேசினாலும் அடிப்படையில் பண்பாட்டு அடையாளப் போராட்டம் குறித்த வரலாற்று நூலாகவும் அமைந்துள்ளது. இந்நூல் தமிழ்நாட்டின் குழும மதமாற்றங்கள் குறித்த ஆய்வுகளுக்கு வழிகாட்டியாக அமையும் தன்மையது.

கழுகுமலை கிளர்ச்சியும் வளர்ச்சியும்,
பணி.ஜார்ஜ அடிகள்,
வைகறை பதிப்பகம், திண்டுக்கல்

சூழலியல் கல்வி

சூழல் என்பது அடிப்படையில் இயற்கையுடன் தொடர்பு உடையது. தொடக்கத்தில் இயற்கையுடன் இணைந்த கலைச் சொல்லாக அறிமுகமாகி, சூழலியல் சீர்கேடு, சூழல் பாதுகாப்பு என விரிவடைந்துள்ளது. தற்போது கல்விப்புலம் சார்ந்த ஓர் அறிவுத் துறையாக, சூழலியல் என்ற பெயர் பெற்றுள்ளது.

சூழலியலானது ஒருபக்கம் இயற்கை அறிவியலுடனும் மற்றொரு பக்கம் சமூகவியலுடனும், அரசியல் பொருளாதாரத்துடனும் தொடர்புடையது. உலகமயமாக்கலின் பாதிப்புக்கு ஆளான ஒன்றாகவும் சுட்டப்படுகிறது.

இந்நூல் சூழலியல் குறித்த ஓர் அறிமுக நூலாகும். சூழலியல் என்றால் என்ன என்பதைச் சுருக்கமாகவும் தெளிவாகவும் அறிமுகம் செய்யும் நூலாசிரியர், அது தொடர்பான பல்வேறு கூறுகளையும் ஆராய்ந்து வெளிப்படுத்தியுள்ளார்.

சூழலியல் சீரழிவின் தொன்மை குறித்து, முதலாளித்துவத்துக்கு முந்தைய வரலாறுகள் அனைத்தும் சுற்றுச்சூழல் சீரழிப்புகளால் கொண்டுவந்த சமூகச் சீரழிப்புகளுக்கு முன்னுதாரணங்கள்! வரலாறும், அகழ்வு ஆராய்ச்சிகளும் ஆதாரங்களுடன் பரிந்துரைக்கும் எச்சரிக்கையின் படி மயன் நாகரிகம் பகுதிபகுதியாக அழியக் காரணம் சூழலியல்! என்று நூலின் தொடக்கத்தில் குறிப்பிடும் நூலாசிரியர், கதிரவனின் ஒளி, நிலம், நீர், காற்று, கடல், ஆற்றல் என்பன மாசடைந்து நிற்பதையும் இதனால் பருவமாற்றங்களில் ஏற்படும் அவலமான விளைவுகளையும் நாம் அறியச் செய்கிறார்.

இதில் இருந்து விடுபடுவது குறித்து வழிகாட்டும் ரியோ பிரகடனத்தின் இருபத்தியேழு கொள்கைகளை விளக்கியுள்ளார். இதன் தொடர்ச்சியாக, கோலாலம்பூர் பிரகடனம், உலக ஏற்றத்தாழ்வு குறித்து போப் பிரான்சிஸ் விடுத்த அறிக்கை என்பனவும் இடம் பெறுகின்றன. சூழல் பாதுகாப்பு தொடர்பாக மேற்கொள்ள வேண்டிய வழிமுறைகள், மழைநீர் சேகரித்தல் தொடர்பான வழிமுறைகள் எனப் பரிந்துரைகளும் இடம் பெற்றுள்ளன.

சூழல் ஜனநாயகம், சூழல் சோசலிசம் என்பன குறித்த அவரது கருத்துக்கள் ஆழ்ந்த சிந்தனைக்குரியன. நூலின் இறுதியில் அவர்

தொகுத்தளித்துள்ள கலைச்சொற்களின் அட்டவணை மிகவும் பயன்தருவது. நூலின் பின்இணைப்பாக, தண்ணீர் குறித்து அவர் தந்துள்ள செய்திகள் ஆழமானவை. அவசியமானவையும் கூட.

நூலின் இறுதியாக 'சமூகப் பின்னேற்றம்', 'சமூகப் பரிணாமம்' என்ற தலைப்புகளில் அட்டவணை வடிவில் அவர் தந்துள்ள செய்திகள் எளிமையான வடிவில் வழிகாட்டும் தன்மையன.

பணிஓய்வு என்பது பணியில் இருந்து முற்றிலும் துண்டித்துக் கொள்வதல்ல. இந்நூலாசிரியர் கல்லூரிப் பேராசிரியராகவும் துறைத்தலைவராகவும் பணியாற்றும் போது வகுப்பறையின் நான்கு சுவர்களுக்குள் முடங்கிப்போகாது சிந்தனையைத் தூண்டும் கருத்துக்களைப் பொதுமக்களிடம் கொண்டு செல்வதில் ஆர்வம் காட்டியவர். ஆனால் மேடைப் பேச்சுக்காதலர் அல்லர். பொருட் காதலும் புகழ்க்காதலும் இன்றி இயங்கியவர். தற்போது தமிழ் மக்களுக்கு, இந்நூல் வாயிலாக, 'சூழலியல்' கல்வியை வழங்கி யுள்ளார். அன்னாருக்கு நன்றி கூறுகிறேன்.

பொதுவாசிப்பிற்கான நூலாகவும் பாடநூலாகவும் ஒருசேர விளங்கும் இந்நூலை வெளியிட்டுள்ள நியூ செஞ்சுரி புத்தக நிறுவனத்தைப் பாராட்டுதல் தகும்.

சூழலியல் மேலாண்மை,
ஹுயிஸ் அந்துவான்,
நியூ செஞ்சுரி புக் ஹவுஸ், சென்னை

தமிழ் பௌத்தம்

நூலாசிரியரின் மறைவுக்குப் பின்
வெளிவந்த பதிப்பில் எழுதப்பட்ட முன்னுரை.

தொகுப்பாசிரியர்

மிக எளிமையாக வாழ்ந்து ஆழமான முறையில் தமிழ் இயல் வளர்ச்சிக்கு அரும்பணியாற்றியவர் திரு.மயிலை சீனி.வேங்கடசாமி.

இன்று பல்வேறு அறிவுத்துறைகளின் துணையுடன் 'தமிழ்இயல்' என்ற புதிய ஆய்வு முயற்சியை நாம் அறிமுகம் செய்து வளர்த்து வருகிறோம்.

ஆனால் தமிழ் இயல் என்ற சொல்லாட்சி அறிமுகம் ஆகும் முன்பே, வரலாறு, கல்வெட்டியல், சொல் ஆய்வு, கால ஆராய்ச்சி, கடல்சார் வரலாறு, அழகுக் கலைகள், அச்சாக்கம், இலக்கியம், இலக்கணம் எனப் பல்வேறு அறிவுத்துறைகளின் துணையுடன் ஆய்வு மேற்கொண்டு, தனக்கெனத் தனித்துவமான ஓர் அடையாளத்தை உருவாக்கிக் கொண்டவர் மயிலையார்.

அவரது ஆய்வுப் பணியில் சமயங்களுக்கும் தமிழுக்குமான உறவு குறித்த பதிவுகள் நுட்பமானவை. சமணம், பௌத்தம் என்ற அவைதீகச் சமயங்களுக்கும், கிறித்தவம், இஸ்லாம் என்ற சிறுபான்மைச் சமயங் களுக்கும் தமிழுக்குமான உறவை அவர் காய்தல் உவத்தல் இன்றி வெளிப்படுத்தியுள்ளார். அதே நேரத்தில் எவ்விதச் சமயச் சார்புமற்ற பகுத்தறிவுவாதச் சிந்தனையாளராகவே இவர் வாழ்ந்துள்ளார்.

சமணம், பௌத்தம், கிறித்தவம் என்ற மூன்று சமயங்களுக்கும் தமிழ்மொழிக்கும் இடையிலான உறவை வெளிப்படுத்தும் வகையில் 'சமணமும் தமிழும்', 'பௌத்தமும் தமிழும்', 'கிறிஸ்தவமும் தமிழும்' என்ற தலைப்பில் அவர் எழுதிய மூன்று நூல்களும் முன்னோடி நூல்களாகும். ஒரு குறிப்பிட்ட சமயத்தை மட்டுமே முன்னிலைப்படுத்தி அச்சமயம்தான் தமிழ், தமிழ்தான் அச்சமயம் என்ற கருத்துப்பரப்பல் அழுத்தமாக இருந்த அறிவுச் சூழலில் இவர் இந்நூல்களை எழுதியுள்ளார்.

இந்நூல்கள் வெளியான பின்னர், இவர் நீண்ட காலம் வாழ்ந்து, ஆய்வுக்கட்டுரைகளை எழுதி வந்துள்ளார். அவற்றுள் சில இந்நூல்களின் உள்ளடக்கத்துடன் தொடர்புடையன. இருப்பினும் அடுத்து வந்த சில பதிப்புகளில் இக்கட்டுரைகள் இடம் பெறாது போய்விட்டன.

நாட்டுடைமை நூல்கள் வரிசையில் மயிலை சீனி. வேங்கடசாமி நூல்களை வெளியிடும் முயற்சியில் தமிழ்நாடு பாடநூல் மற்றும் கல்வியியல் பணிகள் கழகம் ஈடுபட்டுள்ளது.

'பௌத்தமும் தமிழும்' என்ற நூல் வெளிவந்த பின்னரும், பௌத்தத்திற்கும் தமிழுக்கும், தமிழ்நாட்டிற்கும் இடையிலான உறவை வெளிப்படுத்தும் கட்டுரைகளையும் மயிலையார் எழுதியுள்ளார். இந்நூலைப் படிக்கும் வாசகனுக்கு, தமிழ்ப் பௌத்தம் என்பது குறித்த முழுமையான புரிதல் கிடைக்கும்.

பௌத்தம் குறித்த அடிப்படைச் செய்திகளை அறிமுகம் செய்யும் கட்டுரைகள் நூலின் தொடக்கத்தில் இடம் பெற்றுள்ளன. (கட்டுரை எண்கள் : ஒன்று முதல் மூன்று வரை) பௌத்த சமயத் தத்துவத்தில் இடம்பெறும் 'ஊழ்' குறித்து விளக்க நூலாசிரியர் மிகுந்த முயற்சி எடுத்துள்ளார். 'ஊழ்வட்டம்' குறித்து அவர் இணைத்துள்ள வரைபடமே இதற்குச் சான்று.

இதன் அடுத்த கட்டமாக தமிழ்நாட்டிற்கும் பௌத்தத்திற்குமான உறவை அறிமுகம் செய்கிறார் (4, 5, 6, 7). இந்து மதம் பௌத்தமதக் கொள்கைகளை உள்வாங்கிக் கொண்டது தொடர்பான செய்திகளை எட்டாவது கட்டுரை விவாதிக்கிறது. ஒன்பதாவது கட்டுரை 'பௌத்தமும் தமிழும்' என்ற தலைப்பிற்கேற்ற வகையிலான செய்திகளை அறிமுகம் செய்கிறது.

பௌத்த, சமய நூல்கள் பிராகிருத மொழியில் எழுதப்பட்டவை. அம்மொழிப்பயிற்சியை தமிழர்களுக்கு வழங்கும் முயற்சியின் வெளிப்பாடாக 'கிரந்த எழுத்துக்கள்' என்ற புதிய எழுத்துவகையைப் பௌத்தம் தமிழில் அறிமுகம் செய்துள்ளது. இதன் தொடர்ச்சியாக, மணிப்பிரவாள நடை என்பது அறிமுகமாகி, அந்நடையில் நூல்கள் எழுதப்பட்ட செய்தியும், தமிழ்மொழி ஆராய்ச்சியில் பிராகிருத மொழி அறிவு அவசியம் என்பதும் 'மணிப்பிரவாள நடை' என்ற பத்தாவது கட்டுரையில் இடம் பெற்றுள்ளன.

தமிழ்நாட்டில் வாழ்ந்த பௌத்தப் பெரியார், (கட்டுரை எண்:11) பௌத்தர்; இயற்றிய தமிழ் நூல்கள் (கட்டுரை எண்: 12), புத்த சமயத்தின் அறிமுகத்தால் தமிழ்மொழியில் இடம்பெற்ற பாலி மொழிச் சொற்கள் (கட்டுரை எண். 13) என்பன குறித்த கட்டுரைகள் சுருக்கமானவை என்றாலும் புதிய செய்திகளை அறிவிப்பன.

தமது 'பௌத்தமும் தமிழும்' என்ற இந்நூலின் பின்னிணைப்பாக சில செய்திகளைத் தொகுத்து மயிலையார் வழங்கியுள்ளார். அவையும் இந்நூலில் இடம்பெற்றுள்ளன. பௌத்தர்களின் சாத்தன் (சாஸ்தா) வழிபாடு அய்யனார் வழிபாடாக மாற்றமடைந்தமை, பௌத்த

மதத்தின் தெய்வங்கள், ஆசீவகம் என்ற பெயரிலான அவைதீக சமயம், மணிமேகலை நூலின் கால ஆராய்ச்சி என்பன பல புதிய வரலாற்றுச் செய்திகளை நமக்கு அறிமுகம் செய்கின்றன. வழிபாட்டு மொழியாகும் தகுதி தமிழுக்கு இல்லை என்று வாதிடுவோருக்கு விடையளிக்கும் வகையில் 'புத்தர் தோத்திரப்பாடல்கள்' என்ற பின் இணைப்பு இடம் பெற்றுள்ளது.

அக்காலத்துத் தமிழ் மக்களின் கொள்கைக்கும் பௌத்த சமண சமயங்களின் கொள்கைகளுக்கும் பெரிய வேறுபாடுகள் இருந்தன. அக்காலத்துத் தமிழர் வாழ்க்கையின் குறிக்கோளுக்கும் சமண பௌத்த மதங்களின் குறிக்கோள்களுக்கும் பெரிய முரண்பாடுகள் இருந்தன. அவை என்னவென்றால்,

1. இக்காலத்து மேல்நாட்டாரைப் போல, சங்ககாலத்துத் தமிழர் இவ்வுலக வாழ்க்கையையே முக்கியமாகக் கருதினார்கள். வீரத்தையும், காதலையும் தமது வாழ்க்கையின் குறிக்கோளாகக் கொண்டிருந்தார்கள்.

2. இதற்கு நேர்மாறாக இருந்தது பௌத்த சமணர்களின் வாழ்க்கைக் குறிக்கோள். பௌத்த, சமண சமயத்தார் இவ்வுலக வாழ்க்கையை இழிவுபடுத்தியும் துறவறத்தை உயர்வுபடுத்தியும் போற்றினார்கள். கொல்லாமை, புலாலுண்ணாமை என்பவற்றை வலியுறுத்தினார்கள்.

இந்த முரண்பட்ட கொள்கைகளினாலே பௌத்த, சமண சமயங்கள் தமிழ் நிலப்பரப்பில் முதலில் இடம் பெறவில்லை. பின்னர், தமிழில் அறஇலக்கியங்கள் தோன்றக் காரணமாயின.

சமண சமயமும் பௌத்த சமயமும் தமிழ் மொழிக்கு அந்தக் காலத்தில் செய்த பெரிய இலக்கிய இலக்கணத் தொண்டுகளைப் போலக் கிறித்தவமதம் செய்யவில்லை என்பதைச் சொல்ல வேண்டியிருக்கிறது. ஆனால், அதே சமயத்தில் தமிழ் வசன இலக்கிய வளர்ச்சிக்கு அது பெரிதும் உதவியிருக்கிறதை மகிழ்ச்சியுடன் சுட்டிக்காட்ட விரும்புகிறேன்.

என்று தமிழ்மொழியின் வளர்ச்சிக்குக் கிறித்தவத்தின் பங்களிப்பை மதிப்பீடு செய்துள்ளார் மயிலையார்.

இவ்வாறு பல புதிய செய்திகளையும், விவாதத்திற்குரிய கருத்துகளையும் கொண்டு விளங்கும் இந்நூல் ஆய்வாளர்களுக்கு மட்டுமின்றி பொதுவாசகர்களுக்கும் பயன்தரும் தன்மையுடையது.

பௌத்தமும் தமிழும்,
மயிலை சீனி.வேங்கடசாமி,
தமிழ்நாடு பாடநூல் மற்றும் கல்வியியல் பணிகள் கழகம்,
சென்னை

புதிய கோட்பாடுகளை அணுகவேண்டும்

சமூகவியல், மானுடவியல், நாட்டார் வழக்காற்றியல் போன்ற சமூக விஞ்ஞானத் துறையினர் நிகழ்த்தும் கள ஆய்வுகளில் 'நேர்காணல்' ஒரு முக்கிய இடத்தை வகிக்கின்றது. பல்வேறு புதிய தரவுகளைத் தருவதுடன் மட்டுமின்றிச் சில நேரங்களில் வேறு ஓர் ஆய்வுப் பொருளினை நோக்கி ஆய்வாளன் பயணிக்கவும் தூண்டும் தன்மையது. ஆயினும், தமிழ் இலக்கியத் துறையில் நீண்ட காலமாகப் புறக்கணிக்கப்பட்ட ஒன்றாக நேர்காணல் அமைந்துள்ளது. பேட்டி அல்லது இலக்கியச் சந்திப்பு என்னும் பெயரில் சம்பிரதாயமான எழுத்தாளர் சந்திப்புக்கள் நிலவிய தமிழ் இலக்கியச் சூழலில் நா.பார்த்தசாரதியின் 'தீபம்' இதழில் வெளியான இலக்கியவாதிகள் மற்றும் திறனாய்வாளர்களின் நேர்காணல்கள் வேறுபாடாக அமைந்து ஓரளவிற்கு மனநிறைவைத் தந்தன. பின்னர், 'சுபமங்களா' இதழ் நேர்காணலை மேலும் வளர்த்தெடுத்தது. தமிழ் இலக்கிய வளர்ச்சிக்கு நேர்காணலின் அவசியம் குறித்து பேரா. கா.சிவத்தம்பி பின்வருமாறு குறிப்பிடுவார்:

> இலக்கிய ஆராய்ச்சியில் ஈடுபட்டுள்ள ஒருவன், விமர்சனத்தில் ஈடுபட்டுள்ளவன் என்கிற இரண்டு வகையிலும் நான் நேர்காணலை விரும்புவதற்குக் காரணம், எங்களுடைய இலக்கியப் பேட்டிகளை நல்லது கெட்டது, சரி பிழை என்ற இரண்டொரு வசனங்களில் எழுதப் பழகியிருக்கிறோமே தவிர ஓர் ஆக்கத்தை அதைச் செய்தவனுடைய பின்புலத்தை அறிவது, அவர்கள் உலக விஷயங்களை படைப்புக்களை எப்படிப் பார்க்கிறார்கள் என்பது பற்றிய தெளிவு இல்லாமல் இருந்தது. நவீன இலக்கிய வருகையோடு வந்திருக்க வேண்டிய விஷயம் இது.

இலக்கியத் துறையில் நேர்காணலின் தேவையை இவ்வாறு உணர்த்தும் பேரா. கா. சிவத்தம்பி பல்வேறு காலகட்டங்களில் நிகழ்த்திய நேர்காணல்கள் தற்பொழுது நூல் வடிவம் பெற்றுள்ளன. இந்நேர்காணல்கள் அனைத்தையும் படிக்கும் வாய்ப்பு அனைவருக்கும் கிட்டியிருக்காது. ஏனெனில், இவை தமிழ்நாடு இதழ்களில் மட்டுமின்றி, ஈழ மற்றும் ஐரோப்பிய நாடுகளில் வாழும் புலம்பெயர்ந்த ஈழத்தமிழர்கள் நடத்தும் இதழ்களிலும் வெளிவந்துள்ளன. இவை அனைத்தையும் ஒருசேரப் படிக்கும் வாய்ப்பை இந்நூல் வழங்குகின்றது.

'முந்தைய தலைமுறையிலிருந்து அறிவையும் தேடலையும் நாங்கள் பெற்றுக்கொண்டோம். அடுத்த தலைமுறைக்கு அதைக் கொடுக்கக் கடமைப்பட்டிருக்கிறோம். அறிவும் தேடலும் ஒரு தலைமுறையோடு மட்டும் நின்று விடுவதில்லை. அது மனித வரலாற்று ஓட்டத்தின் நியதி' என்ற பேராசிரியர் சிவத்தம்பியின் கூற்றிற்கேற்ப எதிர்காலத் தமிழர்களுக்கு இவை இலக்கிய ஆவணங்களாக அமைவது அவசியமான ஒன்று.

பேரா. கா. சிவத்தம்பியைக் குறித்து அறிமுகம் செய்ய வேண்டிய அவசியம் இல்லை. தமிழியல் ஆய்வில் மார்க்சிய அணுகுமுறையில் தடம் பதித்த தொ.மு.சி.ரகுநாதன், நா.வானமாமலை, க.கைலாசபதி, கா.சிவத்தம்பி என்ற நால்வர் அணியை ஒதுக்கித் தள்ளிவிட முடியாது. இந்த நால்வரில் இன்று நம்முடன் வாழ்பவர் பேரா.கா.சிவத்தம்பி ஒருவரே.

இந்நூலில் இடம்பெற்றுள்ள நேர்காணல்கள் பல்வேறு கால கட்டங்களில் பல்வேறு இதழ்களில் வெளியானவை என்றாலும் இவை அனைத்திலும் ஒரு பொதுப் பண்பு இழையோடுகிறது.

உலகமயமாக்கல், பின்நவீனத்துவம், யதார்த்தவாதம், அமைப்பியல், மார்க்சியம் ஆகியன குறித்த செய்திகள் பரவலாகப் பேசப்படுகின்றன.

பேரா. கா.சிவத்தம்பி மார்க்சிய சிந்தனையாளர் என்பதால் மார்க்சியம் குறித்த அவரது புரிதல்கள் இந்நேர்காணல்களில் எவ்வாறு பதிவாகியுள்ளன என்பதை அறியும் ஆர்வம் நம்முள் ஏற்படுவது தவிர்க்க இயலாதது. மார்க்சியத்தின் மூலவரான காரல் மார்க்ஸை அவர் எவ்வாறு பார்க்கிறார் என்பதை முதலில் அறிந்து கொள்வோம்.

நாங்கள் மார்க்ஸை ஒரு 'யுதயா' மரபில் உள்ள Prophet ஆகப் பார்க்கவில்லை. ஒரு reason உடைய, ஒரு காரண காரியத் தொடர்போடு விளங்குகிற அறிவுபூர்வமான ஒரு சிந்தனைப் பகுப்பாய்வாளர் என்கிற முறையில்தான்.

மார்க்ஸை ஒரு தீர்க்கதரிசியாக அல்லாமல் சிந்தனையாளராகப் பார்க்கும் பேரா. கா.சிவத்தம்பி, மார்க்சியத்தின் பெயரால் ஸ்டாலின் காலத்திய சோவியத் நாட்டில் நிகழ்ந்த ஜனநாயக மீறல்களை ஏற்றுக்கொள்ளவில்லை.

ஸ்டாலினியத்துடைய குணங்களாக நான் வரையறுப்பது, பிரதானமாக, லெனின் காலத்தில் இருந்த உட்கட்சி விவாதம் இல்லாமல் போவது. அந்த உட்கட்சி விவாதமும், consensus

அடிப்படையில், அதாவது ஒருமித்த சிந்தனை அடிப்படையில் விவாதங்களைக் கொண்டு செல்கின்ற தன்மையும் இல்லாமல் போனது. இதன் காரணமாக அரசு மிக முக்கியமான ஒன்றானது. கட்சிக்கும் அரசுக்கும் இருந்த, இருக்க வேண்டிய இடைவெளி இல்லாமல் போனது.

மேலும், புரட்சி பற்றிய சிந்தனையே இல்லாத ருசியப் பேரரசின் பகுதிகளை சோவியத் ஆட்சிக்குள் கொண்டு வந்தது சோவியத் வீழ்ச்சிக்கு ஒரு முக்கியக் காரணமாகக் குறிப்பிடுவது சிந்திக்க வேண்டிய ஒன்று. இதுபோன்றே, சோவியத் யூனியனில் உருவாக்கப்பட்ட சோசலிச யதார்த்த வாதம் என்ற கோட்பாட்டை அப்படியே ஈழத்திலும் தமிழ்நாட்டிலும் ஏற்றுக்கொண்டதை அவர் விமர்சனத்துக்குள்ளாக்குகிறார்.

சோசலிச யதார்த்தவாதம் குறித்த மறுபரிசீலனையை நம்முன் வைக்கிறார். தொ.மு.சி. ரகுநாதனும் இதே கருத்தைத் தன் இறுதிக் காலத்தில் கொண்டிருந்தார் என்பது குறிப்பிடத்தக்கது. சோசலிச யதார்த்தவாதத்திற்கு மாறாக விமர்சன யதார்த்தவாதத்தை நாம் பேசி இருக்க வேண்டும் என்ற பேரா. கா.சிவத்தம்பியின் கருத்தை நாம் கவனத்தில் கொள்ள வேண்டும். மார்க்சியத் திறனாய்வில் பயன்படுத்தப் படும் 'reflection' என்ற சொல்லைக் கண்ணாடி பிம்பம், கண்ணாடி பிரதிபலிப்பு என்பதாகப் பொருள் கொள்ளாமல் 'பட்டறிவுச் சிந்திப்பு' என்ற சொல்லைப் பயன்படுத்துவது குறிப்பிடத்தக்க ஒன்று. இவ்வாறு விமர்சனக் கண்ணோட்டத்துடன் மார்க்சியத்தை அணுகும் பேரா. கா.சிவத்தம்பி, மார்க்சியத்தின் எதிர்காலம் குறித்துப் பின்வருமாறு வரையறுக்கிறார்:

> மார்க்சியம் காலத்திற்கேற்றபடி வளர்க்கப்பட வேண்டும். மார்க்சியச் சிந்தனையின் பிரயோகம் இல்லாமல் சமூக ஒடுக்கு முறைகள், சுரண்டல் முறைகளை ஒழிக்க முடியாது. ஒடுக்கு முறைகளையும் சுரண்டல் முறைகளையும் பயன்படுத்தி வளரும் நிறுவனங்கள், மார்க்சிய சிந்தனையை ஊக்குவிக்கப் போவது மில்லை. ஆனால், மார்க்சியம் ஒரு முக்கியமான இண்டலெக்சுவல் இயக்கமாக இருக்கும்.

அதனைப் புதிய சூழலுக்கேற்ப, புதிய முறையில் சிந்திக்க வேண்டும். மார்க்சியம் தொடர்ந்து மனித விமோசனத்திற்கான இலக்குகளைக் காட்டுகிற அளவு, தத்துவமாக நீடிக்கும். இதுவே என் கருத்து.

இலக்கிய விமர்சனம் எவ்வாறு அமைய வேண்டும் என்பது குறித்துப் பேரா. கா.சிவத்தம்பி கூறும் செய்திகள் மிகவும்

முக்கியமானவை. அபிப்பிராயங்கள் விமர்சனம் அல்ல என்பதை மிகத் தெளிவாகச் சுட்டிக்காட்டி உள்ளார். இதுபோன்றே மார்க்சியத் திறனாய்வு முறை ஐரோப்பாவிலும் லத்தீன் அமெரிக்காவிலும் விரிவுபடுத்தப்பட்டதை அவர் சுட்டிக்காட்டுகிறார்.

குறிப்பாக, கிராம்ஸ்கியைப் பற்றிய அவரது கருத்துக்கள் இன்றைய சூழ்நிலையில் மிகவும் பொருத்தமுடையன.

> கிராம்ஸ்கியினுடைய மார்க்சிய கலை இலக்கிய நோக்கோ அல்லது உலக நோக்கோ இன்றும் மிக அவசியமானது. கிராம்ஸ்கியை ரஷ்யர்கள் சரியாக வாசித்து உள்வாங்கிக் கொண்டிருந்திருப்பார்களேயானால் ஒருவேளை ரஷ்யாவில் நடந்த எதிர்ப்புரட்சியைத் தடுத்திருக்கலாம்.'

என்ற அவரது கூற்று மிகவும் ஆழமானது. மார்க்சியம் சமூக வளர்ச்சிக் கேற்ப தன்னையும் வளர்த்துக் கொள்ளும் உயிரோட்டம் உள்ள தத்துவம். அது சமயவாதிகளின் புனித நூல்களைப் போல் மாற்றத்திற்கு உட்படாதது அல்ல. இவ்வுண்மையை உணர்ந்தால் கிராம்ஸ்கி குறித்த பேரா. கா.சிவத்தம்பியின் கருத்தை உள்வாங்கிக் கொள்வது எளிதாக இருக்கும். இன்றைய இந்தியச் சூழ்நிலையில் கிராம்ஸ்கியின் கருத்துக் களுக்கு மிகுந்த முக்கியத்துவம் உள்ளது. ஆனால், கிராம்ஸ்கியைப் பற்றி யார் அதிகம் பேச வேண்டுமோ அவர்கள் பேசவில்லை. மாறாக, அத்வானியும் முரளிமனோகர் ஜோசியும் கிராம்ஸ்கி குறித்தும் பண்பாட்டுப் புரட்சி குறித்தும் பேசுகிறார்கள்.

மொத்தத்தில் இந்நூல் கேள்வி பதில் முறையிலான நேர்காணல் களின் தொகுப்பாக அமையாமல் நிகழ்கால சமூக இலக்கியச் சித்தாந்தப் பிரச்சினைகளைக் குறித்து ஆராயும் சிந்தனை மேடையாக அமைந்துள்ளது. அவருடைய பதில்கள் ஒவ்வொன்றும் ஆழமான ஆய்வுக் கட்டுரை ஒன்றின் சுருக்கம் போல் அமைந்துள்ளன. மேலும் படிக்க வேண்டும், சிந்திக்க வேண்டும், விரிந்த திறந்த மனதுடன் புதிய கோட்பாடுகளை அணுகவேண்டும். கடந்த காலத் தவறுகளைத் தயக்கமின்றி ஏற்றுக்கொள்ள வேண்டும் என்ற உணர்வை வாசகர் உள்ளத்தில் இந்நூல் தோற்றுவிக்கிறது. இதுவே இந்நூலின் வெற்றி என நம்புகிறேன்.

கார்த்திகேசு சிவத்தம்பியின் நேர்காணல்கள்,
நியூ செஞ்சுரி புக் ஹவுஸ், சென்னை

நாட்டார் வழக்காற்றியல் ஆய்வுகளின் தேவை

முனைவர் ஆறு. இராமநாதனின் 'தமிழர் கலை இலக்கிய மரபுகள்' என்ற இந்நூல் ஒன்பது பகுதிகளாகப் பகுக்கப்பட்டு ஐம்பத்தி எட்டு கட்டுரைகளின் தொகுப்பாக வெளிவந்துள்ளது. நீண்ட காலமாக இத்துறையில் உழைத்து வரும் அவரது உழைப்பின் பயனை மொத்தமாகக் காண்பது மிகுந்த மகிழ்ச்சியைத் தருகிறது.

தமிழ்நாட்டு மக்களிடையே வழங்கி வந்த வாய்மொழிப் பாடல்கள், கதைகள், பழமொழிகள் ஆகிய வழக்காறுகளைச் சேகரித்து நூல் வடிவமாக்கும் பணி 19ஆம் நூற்றாண்டிலேயே தொடங்கி விட்டது. என்றாலும் ஓர் அறிவுத்துறையாக இருபதாம் நூற்றாண்டின் அறுபதுகளில்தான் உருப்பெறத் தொடங்கியது. அப்போது 'Folklore' என்ற ஆங்கிலச் சொல்லில் இடம் பெற்றுள்ள Folk என்பதை நாட்டுப்புறம் என்றும் lore என்பதை இயல் என்றும் கொண்டனர். இலங்கையிலும், தமிழ்நாட்டில் பேராசிரியர்கள் நா. வானமாமலை, தே. லூர்து ஆகியோரும் Folk என்ற சொல்லுக்கு நாட்டார் என்ற சொல்லைப் பயன்படுத்தத் தொடங்கினர். இதன் அடிப்படையில் Folk lore என்பது நாட்டார் வழக்காறு என்றும் Folk-loristics என்பது நாட்டார் வழக்காற்றியல் என்றும் பயன்படுத்தப்படுகிறது. அதே நேரத்தில் பல்கலைக்கழக வட்டாரத்தில் நாட்டுப்புறவியல் என்ற சொல்லாட்சியே வழக்கில் உள்ளது. இந்நூலின் முதற்கட்டுரை இக்கலைச் சொல்லாக்கம் குறித்து கருத்து நிலையில் ஆராய்கிறது. இது குறித்து எனக்கு ஆசிரியருடன் கருத்து மாறுபாடு உண்டு. ஆயினும் ஒரு செய்தியை மட்டும் இங்குக் குறிப்பிடுவது அவசியம். நூலாசிரியர் அவருடைய கருத்து நிலையை மேம்போக்காக முன்வைக்கவில்லை. சில சான்றுகளின் அடிப்படையில் தம் கருத்தை நிறுவுகிறார். ஆய்வு என்பது பல சிந்தனைகளுக்கு இடம் கொடுப்பதுதானே!

'தமிழ்நாட்டுப்புறவியல் ஆய்வு' என்ற இரண்டாம் கட்டுரை இதுவரை நிகழ்ந்துள்ள ஆய்வுகளை நான்கு பிரிவுகளாகப் பகுத்துக் கொண்டு சுருக்கமாக ஆராய்கிறது. விமர்சனமாக மட்டுமின்றி இத்துறையை மேம்படுத்துவதற்கான வழிமுறைகளையும் ஆசிரியர் முன்வைப்பது குறிப்பிடத்தக்கது.

மூன்றாவது கட்டுரையான 'தமிழியல் ஆய்வுக்கு நாட்டுப் புறவியலின் பங்களிப்பு' பரந்துபட்ட அளவில் பல்வேறு செய்திகளைக் கூறும் தன்மையது. தனியொரு நூலாக எழுதப்பட வேண்டிய ஒன்றைக் கட்டுரை வடிவில் தருவதில் ஆசிரியர் வெற்றி பெற்றுள்ளார் என்றே கூறல் வேண்டும்.

'நாட்டுப்புறவியல் ஆய்வுகளின் இன்றைய தேவை' என்ற கட்டுரை, இந்நூலுக்கு வெளியில் இருந்து கொண்டு முணுமுணுப்பவர்களுக்குப் பதில் கூறும் முறையிலும் இத்துறையின் சிறப்பை வெளிப்படுத்தும் முறையிலும் அமைந்துள்ளது. சாதி வழக்காறுகள் குறித்த ஆய்வுகளின் பயன்பாட்டை ஆசிரியர் நன்றாகவே அவதானித்துள்ளார். 'மக்கள் வழக்காறுகள் மக்களின் மேம்பாட்டுக்கே' என்று ஆசிரியர் முன்வைக்கும் கருத்து கவனத்திற்குரியது.

சேகரிப்புப் பொருளாக மட்டுமே இருந்த தமிழக நாட்டார் வழக்காறுகள், ஆய்வுத் தரவுகளாக மாற்றமடைந்தது தமிழக நாட்டார் வழக்காற்றியல்துறையில் ஏற்பட்ட மிகப் பெரிய வளர்ச்சியாகும். இவ்வளர்ச்சிப் போக்கை அறிமுகப்படுத்துவதுடன், சில புதிய அணுகுமுறைகளில் அமைந்த ஆறு கட்டுரைகளை இரண்டாவது பகுதி கொண்டுள்ளது.

மூன்றாவது இயலான 'நாட்டுப்புற இலக்கியங்கள்' அதிக எண்ணிக்கையிலான கட்டுரைகளை (31 கட்டுரைகள்) உள்ளடக்கி யுள்ளது. நாட்டுப்புற இலக்கியங்களுக்கும் அவை தோன்றிய மண்ணில் உருவான ஏட்டிலக்கியங்களுக்கும் இடையிலான தொடர்பை 'நாட்டுப்புற இலக்கியங்களும் ஏட்டிலக்கியங்களும்' என்ற தலைப்பில் அமைந்த நான்கு கட்டுரைகள் பேசுகின்றன. சங்க இலக்கியம் தொடங்கி இக்கால இலக்கியம் வரையிலான இலக்கியங்களை எழுத்திலக்கியம் என்று வகைப்படுத்தும் ஆசிரியர், இவற்றுக்கும் வாய்மொழி வழக்காறுகளான நாட்டார் பாடல்கள், கதைகள், கதைப்பாடல்கள், பழமொழிகள், விடுகதைகள், நகைப்புகள், தொன்மம் ஆகியனவற்றிற்கும் இடையிலான உறவை ஆராய்கிறார்.

நாட்டுப்புறப் பாடல்கள் என்ற தலைப்பிலான ஐந்து கட்டுரைகளும், நாட்டார் பாடல்கள் குறித்த அறிமுகமாக மட்டுமின்றி அவற்றை அணுகும் நுட்பத்தையும் எடுத்தியம்புகின்றன. 'நாட்டுப்புறப் பாடல் வகைகள்' என்ற கட்டுரையில் நாட்டார் பாடல்களை வகைப்படுத்த இதுவரை நடந்துள்ள முயற்சிகளை சுட்டிக்காட்டி, பொருண்மை அடிப்படையில் வகைப்படுத்தாது பாடப்படும் சூழல்

அடிப்படையில் வகைப்படுத்தலே சிறந்தது என்று முடிவுக்கு வருகிறார் ஆசிரியர். சூழல் அடிப்படையில் நாட்டார் பாடல்களை வகைப்படுத்தும் அணுகுமுறையைத் தம்முடையதென்று சிலர் பெருமை கொண்டாடும் அவலத்தைக் கட்டுரையின் முடிவில் நாகரீகமாக சுட்டிக் காட்டியுள்ளார்.

நாட்டார் பாடல்கள் வெளிப்படுத்தும் வரலாறு, சமூகம், அரசியல் தொடர்பான செய்திகளை மையமாகக் கொண்டு ஏனைய கட்டுரைகள் அமைந்துள்ளன. இப்பகுதியில் இடம்பெற்றுள்ள கட்டுரைகளைப் படித்து முடித்ததும் நாட்டார் பாடல்கள் என்பன உயிர்த்துடிப்புடையன என்ற உண்மை புலனாகும். குறிப்பாக, 'கானாப்பாடல்கள்', 'குடிப் பழக்கம் - நாட்டுப்புற மக்களின் நற்கருத்துக்கள்', 'அரசியல் பிரச்சாரமும் நாட்டுப்புறப் பாடல்களும்', 'நாட்டுப்புற இலக்கியங்களில் எதிர்ப்புணர்வுகள்' ஆகிய கட்டுரைகள் நிகழ்காலப் பிரச்சினைகளை நாட்டார் வழக்காறுகள் பதிவு செய்துள்ளதை வெளிப்படுத்துகின்றன.

'நாட்டுப்புறக் கதைகள்' என்ற தலைப்பில் கதைகளைக் குறித்த பொதுவான அறிமுகம் மண் சார்ந்த சிந்தனையின் அடிப்படையில் அமைந்துள்ளமை குறிப்பிடத்தக்கது. உளவியல், ஒப்பீட்டாய்வு அடிப்படையில் சில கதைகளை ஆய்வு செய்துள்ளார். சமூக நிகழ்வுகளை உள்வாங்கி புதிய கதைகள் தோன்றும் என்பதை ஆழிப் பேரலையை மையமாகக் கொண்டு உருவான கதைகளின் வாயிலாக உணர்த்தியுள்ளார்.

'கதைப்பாடல்கள்' என்ற தலைப்பில் ஆறு கட்டுரைகள் இடம் பெற்றுள்ளன. 'கதைப்பாடல்கள்' என்றால் அவை நீண்டவையாக இருக்கும் என்றும், தொழில் முறைக் கலைஞர்களால் பாடப்படுபவை என்றும் கருதும் கருத்து தவறானது என்று ஆசிரியர் குறிப்பிடுவது ஏற்புடையதே. 'குறுங்கதைப் பாடல்கள்' என ஒரு புதிய வகைமையை அறிமுகப்படுத்தியுள்ளார். குறுங்கதைப் பாடல்கள் மிகுதியாகச் சேகரிக்கப்படும் போது இதற்கான இறுக்கமான வரையறையை உருவாக்க இயலும் என்று ஆசிரியர் கூறுவது குறிப்பிடத்தக்கது. கதைப்பாடல் - விளக்கம் - வரையறை மற்றும் பதிப்புகள் பற்றிய மதிப்பீடு என்ற கட்டுரை தமிழ்க் கதைப்பாடல்கள் குறித்து மிக எளிமையான முறையில் ஆழமான செய்திகளைக் கூறுகிறது. தமிழ்க் கதைப்பாடல் குறித்த வரலாறாகவும் இது அமைகிறது. இதுவரை வெளியான கதைப்பாடல்களைக் காய்தல் உவத்தலின்றி மதிப்பிட்டு உள்ளார். ஏட்டிலக்கியங்களுக்குப் பொருந்தும் மூல பாட ஆய்வு கதைப்பாடல்களுக்குப் பொருந்தாது என்ற கருத்தை ஆசிரியர் விரிவாக

விளக்கியுள்ளார். அதே நேரத்தில் ஒரு கதைப்பாடல் துண்டு துண்டாக வாய்மொழியாக வழங்கி வந்தாலோ, ஓர் ஓலைச் சுவடியில் சில ஏடுகள் இல்லாத நிலையிலோ என்ன செய்வது என்பதையும் ஆசிரியர் ஆராய்ந்து இருக்கலாம்.

தேசிங்கு ராசன் கதைப்பாடல்கள் பற்றிய இரு கட்டுரைகளும், ஒரு குறிப்பிட்ட வரலாற்றுக் கதைப் பாடலை ஆராயப்புகுவோர் அவசியம் படிக்க வேண்டிய கட்டுரைகளாகும். தேசிங்கு ராசனின் வரலாற்றுப் பின்புலத்தில் கதைப்பாடலை அறிமுகப்படுத்தி, அதில் இடம் பெற்றுள்ள உண்மைச் செய்திகளையும் கற்பனைச் செய்திகளையும் வேறுபடுத்திக் காட்டுகிறார். கதைப்பாடல்களில் இடம் பெறும் கலப்பு மணம் குறித்த செய்திகளையும் அவற்றில் ஆதிக்க சாதியினர் ஏற்படுத்திய மாற்றங்களையும் 'கலப்புத் திருமணம் வரலாற்றுப் பார்வை' என்ற கட்டுரை ஆராய்கிறது.

புதிர்கள், நகைப்புகள் என்ற வாய்மொழி வழக்காறுகளை மையமாகக் கொண்ட இரு கட்டுரைகள் இடம் பெற்றுள்ளன.

'நாட்டுப்புறக் கலைகள்' என்ற தலைப்பில் எட்டுக் கட்டுரைகள் இடம்பெற்றுள்ளன. முதற் கட்டுரை பொதுவான அறிமுகத்தையும், அடுத்த ஐந்து கட்டுரைகள் காளியாட்டம், கரகாட்டம், தெருக்கூத்து ஆகிய நிகழ்த்துக் கலைகளை மையமாகக் கொண்டும் அமைந்துள்ளன. காளியாட்டம் குறித்த கட்டுரை, அக்கலை குறித்த ஆய்வாக மட்டுமின்றி அதை நிகழ்த்தும் திரு. இராமகிருஷ்ணன் என்ற நிகழ்த்துனரின் வாழ்க்கை வரலாற்றை ஆராய்ந்து அக்கலையில் ஏற்பட்ட மாற்றங்களுக்கும் அவரது வாழ்க்கை நிகழ்வுகளுக்கும் இடையிலான உறவை ஆராய்வதாகவும் அமைந்துள்ளது. இந்த வகையில் இது ஒரு வேறுபாடான ஆய்வு. தமது அனுபவத்தின் அடிப்படையில் இராமகிருஷ்ணனின் வாழ்க்கை வரலாற்றை ஆராய்ந்தபோது கிடைத்த முடிவுகளை வழிபாட்டுச் சடங்கின் போது காவடி எடுப்பவர்கள், தீச்சட்டி எடுத்து ஆடுபவர்கள், சாமி கொண்டாடிகள் அல்லது அம்மன் கொண்டாடிகள் எனப்படும் சாமியாட்டக்காரர்கள் முதலான பல தரப்பினரின் வாழ்க்கை வரலாற்றோடு ஒப்பிட்டுப் பரிசோதிக்க வேண்டும். அத்தகைய ஆய்வு, நிகழ்த்துக்கலை பற்றிய ஒரு கோட்பாட்டினை உருவாக்க உதவும் என்று கூறுவது குறிப்பிடத்தக்கது.

நாட்டார் நிகழ்த்துக் கலைகளின் போது மையக் கதையில் இருந்து விலகி, நிகழ்கால நிகழ்வுகள் குறித்த விமர்சனங்களை கலைஞர் இடையிடையே முன்வைப்பர். இது 'மற்றொன்று விரித்தல்'

(digression) எனப்படும். கேட்ட அல்லது பார்த்த நிகழ்வுகளையே மீண்டும் மீண்டும் சலிப்பின்றிக் கேட்பதனால் அல்லது பார்ப்பதனால் ஏற்படும் சலிப்புணர்வைப் போக்குவதுடன், சமுதாய விமர்சனமாகவும் மற்றொன்று விரித்தல் உதவுகிறது. இந்நூலாசிரியர் மற்றொன்று விரித்தலாகப் பாடப்படும் பாடல்களை 'உதிரிப் பாடல்கள்' என்று தலைப்பிட்டு, அவற்றின் உள்ளடக்கத்தின் அடிப்படையில் மூன்று வகையாகப் பகுத்துள்ளது குறிப்பிடத்தக்கது.

'பொருட்கலை' என்ற தலைப்பில் இடம்பெற்றுள்ள இரண்டு கட்டுரைகளும் 'மரபு வழி அறிவியல்' தொடர்பான மூன்று கட்டுரைகளும் நாட்டார் வழக்காற்றியல் துறையில் ஆய்வுக்கான புதிய களங்களை அடையாளம் காட்டுகின்றன.

'வாய்மொழி வரலாறு' என்ற தலைப்பில் இடம் பெற்றுள்ள மூன்று கட்டுரைகளும், வாய்மொழியாகக் கூறப்படும் வரலாற்றுச் செய்திகளின் வரலாற்று மதிப்பை ஆய்வு செய்கின்றன. 'சமூக நினைவுகள்' என்று தற்போது மேற்கத்திய வரலாற்று ஆய்வாளர்கள் குறிப்பிடுவதோடு இத்தகைய செய்திகள் ஒப்புநோக்கத்தக்கன. 'கள ஆய்வு' என்ற தலைப்பில் இடம் பெறும் இரு கட்டுரைகளும் 'நாட்டுப்புறவியல் கோட்பாடுகளும் கோட்பாட்டு ஆய்வுகளும்' என்ற தலைப்பில் இடம்பெற்றுள்ள இரு கட்டுரைகளும் இத்துறையில் ஆய்வு மேற்கொள்ளப் புகுவோர் அவசியம் படிக்க வேண்டிய கட்டுரைகள்.

இந்நூலின் முக்கிய சிறப்புப் பண்பு, கள ஆய்வின் வாயிலாகச் சேகரித்த முதல்நிலைத் தரவுகளின் அடிப்படையில் கட்டுரைகள் எழுதப்பட்டுள்ளமையாகும். நாட்டார் வழக்காற்றுத் துறையைப் பொருத்த அளவில் நல்ல களப் பணியாளரால்தான் நல்ல ஆய்வுகளை அளிக்க இயலும் என்பதற்கு இந்நூலையே சான்றாகக் கூறலாம்.

அடுத்து மிகுந்த கவனத்துடன் மேற்கத்தியக் கோட்பாடுகளைப் பயன்படுத்தியுள்ளார். கோட்பாட்டுச் சட்டகங்களுக்குள் வலிந்து தமிழக நாட்டார் வழக்காறுகளைத் திணிக்கவில்லை. பேராசிரியர் நா.வானமாமலை, 'ஆராய்ச்சி' இதழில் எழுதிய கட்டுரையொன்றில் ஐரோப்பிய அறிஞர்கள் உருவாக்கிய முறையியலைப் பயன்படுத்துவது குறித்து, "அவர்களுடைய முறையியலிலிருந்து நாம் கற்றுக்கொள்ள வேண்டியவை பல இருந்தபோதிலும், அவர்களுடைய முறையியலையும், கருத்துக்களையும் நாம் முழுமையாக நம்முடைய பண்பாட்டுப் பொருள்களுக்கும், நிலைகளுக்கும் யாந்திரீகமாகப் பொருத்திவிட

முடியாது" என்று எழுதியுள்ளமையை உள்வாங்கியது போன்று இந்நூலின் கட்டுரைகள் அமைந்துள்ளன. நாட்டார் வழக்காற்றியல் என்ற அறிவுத்துறையை, சரியாகப் புரிந்து கொள்ள வேண்டுமென்று விரும்பும் பொது வாசகர்கள், இத்துறையில் ஏற்கனவே உழைத்து வருபவர்கள், புதியதாய் நுழைய விரும்புவர்கள் என பலதரத்தவருக்கும் பயன்படும் தன்மையில் இந்நூல் அமைந்துள்ளமை பாராட்டுதலுக்கு உரிய ஒன்று.

தமிழர் கலை இலக்கிய மரபுகள் (நாட்டுப்புறவியல் ஆய்வுகள்),
ஆறு.இராமநாதன்,
மெய்யப்பன் பதிப்பகம், சென்னை

நாட்டார் பாடல்கள்

சராசரித் தமிழனின் உணர்வுகளையும், அழகியலையும், விமர்சனங்களையும் வெளிப்படுத்தும் ஓர் அற்புதமான வாய்மொழி இலக்கிய வடிவம், நாட்டார் பாடல்கள். ஆனால் இவை ஏட்டுச் சுவடிகளில் பதிவாகவில்லை. அதனால் இவை அச்சுவடிவம் பெறவில்லை.

ஆங்கில ஆட்சியின்போது ஆங்கிலேயர்கள்தான் இப்பாடல்களைச் சேகரிக்கும் பணியை மேற்கொண்டார்கள்.

'சார்லஸ் இ கூவர்' என்ற ஆங்கிலேயர் 1871ஆம் ஆண்டில் வெளியிட்ட 'தென்னிந்திய நாடோடிப்பாடல்கள்' (Folk Songs Of South India) என்ற புத்தகம்தான் முதன் முதலில் இந்தியாவில் வெளிவந்த நாட்டார் பாடல் தொகுதி என்று கருதப்படுகிறது. இவரைத் தவிர பிஷப் கால்டுவெல், பீட்டர் பெர்ஸிவல் பாதிரியார் ஆகிய சமயப் பணியாளர்களும் பெர்ஸிமாக்குவின் என்ற ஐ.சி.எஸ் அதிகாரியும் ஈடுபட்டு, தமிழக நாட்டார் பாடல்களையும் பழமொழிகளையும் திரட்டி அச்சேற்றினர்.

இவர்களையடுத்து அன்னகாமு, தூரன், தி.நா. சுப்பிரமணியன், கி.வா.ஜகந்நாதன் ஆகியோர் இப்பணியில் ஈடுபட்டதுடன் தாம் சேகரித்த பாடல்களை நூல்வடிவிலும் வெளியிட்டனர். கால வெள்ளத்தில் பல அரிய பாடல்கள் அழிந்து போய்விடாமல் காத்த பெருமை இவர்களுக்குண்டு. ஆயினும் இடக்கரடக்கலான சொற்களைத் திருத்தல், தேவையான குறிப்புகளைக் கொடாதிருத்தல் அல்லது ரசனை முறையிலான நீண்ட விளக்கம் தரல் என்பன இத்தொகுப்புகளின் குறைபாடுகளாய் அமைந்தன. மேலும் குறிப்பிட்ட பாடலைப் பாடியவர், அதைச் சேகரித்தவர் ஆகியோரைக் குறித்து எவ்விதப் பதிவும் இத்தொகுப்பில் கிடையாது.

பெரும்பாலும் உழைக்கும் மக்களிடம் உருவான இப்பாடல்களைச் சமூகவியல் நோக்கில் அணுகி, அவற்றுள் பொதிந்துள்ள சமூகச் செய்திகளை வெளிக்கொணர இவர்கள் ஆர்வம் காட்டவில்லை.

இந்நிலையில் பேராசிரியர் நா. வானமாமலை 1961ஆம் ஆண்டில் வெளியிட்ட 'தமிழர் நாட்டுப் பாடல்கள்' என்ற சிறுநூல் ஒரு திருப்புமையமாக அமைந்தது. இதனையடுத்துத் தமிழ்நாடு கலை

இலக்கியப் பெருமன்றத்தின் தோழர்கள் சிலர் சேகரித்த நாட்டார் பாடல்களைப் பதிப்பித்து தமிழர் நாட்டுப் பாடல்கள் என்ற தலைப்பில் 1964 இல் வெளியிட்டார். அதுவரை வெளியான தொகுப்புகளைவிட இது அளவில் பெரியது.

இவ்விரண்டு நூல்களிலும் பாடலைச் சேகரித்தவர் பெயர், பாடல் வழங்கும் பகுதி ஆகியன இடம் பெற்றிருந்தன. அத்துடன் சமூகப் பார்வையுடன் கூடிய சுருக்கமான குறிப்புகளும் இடம்பெற்றிருந்தன. ரசனை அணுகுமுறையில் மட்டுமே நாட்டார் பாடல்களைப் பார்க்கும் போக்கிலிருந்து விடுபட்டு, சமூகவியல் நோக்கில் அவற்றை அணுக வேண்டும் என்ற உணர்வை இவ்விரு தொகுப்புகளும் உருவாக்கின.

இதன் தொடர்ச்சியாகவே தோழர் வாய்மைநாதனின் தொகுப்பு அமைந்துள்ளது. தமிழ்நாடு கலை இலக்கியப் பெருமன்றத்துடன் தன்னை இணைத்துக் கொண்ட இவர் நாவலாசிரியர், கவிஞர், கட்டுரையாளர் எனத் தன் நூல்களின் வாயிலாகத் தமிழ் வாசகர் களிடையே நன்கு அறிமுகமானவர். திராவிட மொழியியல் கழகத்தின் முதுநிலை ஆய்வாளராகப் பேராசிரியர் நா. வானமாமலை பணியாற்றியபோது, தஞ்சை மாவட்டப் பாடல்களை அவரது ஆய்விற்காகச் சேகரித்துக் கொடுத்தவர்.

அவரது நாட்டார் பாடல் தொகுப்புக்கு முன்னுரை எழுதும்படிப் பணித்ததை நான் பெருமையாகவே கருதுகிறேன்.

நாட்டார் பாடல் தொகுப்பு என்பது தனிமனித முயற்சியால் அன்றிப் பலரது கூட்டு முயற்சியுடன் செய்யவேண்டிய ஒன்று. தோழர் வாய்மைநாதன் ஒன்பது கள ஆய்வாளர்களின் துணையுடன் பாடல்களைச் சேகரித்துள்ளார். அவர்களைக் குறித்த செய்திகளையும் நூலின் தொடக்கத்திலேயே குறிப்பிட்டுள்ளார். இது அவரது நற்பண்பின் வெளிப்பாடு. நா.வா.வின் 'தமிழர் நாட்டுப்பாடல்' தொகுப்பில் இடம் பெற்றுள்ள சேகரித்தவர் பற்றிய குறிப்பு, இதைப்படித்ததும் என் நினைவுக்கு வந்தது.

தொகுப்பின் முதற்பகுதியாக வழிபாட்டுப் பாடல்கள் அமைந்துள்ளன. சிக்கல் முருகன், நாகூர் ஆண்டவர் வேளாங்கண்ணி மாதா என அடுத்தடுத்து சமயத்தலங்களைக் கொண்ட கடற்கரையை உடையது கிழக்குத் தஞ்சைப்பகுதி (நாகை மாவட்டம்). ஒரே பாடலில் 'வேளாங்கண்ணி அம்மாவும், இஸ்லாமியத் தர்க்காவின் சந்தனக் கூடும்' இடம்பெற்றுள்ளன.

"குதிரை வருவதைப் பாருங்கம்மா
குதிரை குதித்து வருவதைப் பாருங்கம்மா

"குதிரையில் வரும் அம்பாளுக்குக்
கோடிச் சிலுவை பொன் போல"

என்ற வரியைப் படித்ததும்

"குதிரை வர்றதைப் பாருங்கம்மா
குதிரை குலுங்கி வர்றதைப் பாருங்கம்மா
குதிரை மேலிருக்கும் நம்மசாமிக்கு
கொண்டை வரிசையைப் பாருங்கம்மா"

என்ற தென்மாவட்ட அம்மன் பாடல் நினைவுக்கு வந்தது. சமயம் மாறும்போது தம் முந்தைய தெய்வப் பாடல்களில் மக்கள் மாறுதல் செய்துகொண்டுள்ளனர்.

'விளையாட்டு' என்ற தலைப்பில் சிறுவர் சிறுமியர் தம் விளையாட்டுகளின்போது பாடும் பாடல்களைத் தொகுத்துள்ளார். இதில் ஒரு சடுகுடு விளையாட்டுப் பாடல்.

"அவளைத் தொடுவானே
கவலைப் படுவானே
கச்சேரிக்குப் போவானே
கைகட்டி நிப்பானே
நிப்பானேன் நிப்பானேன்..."

என்பதாகும். கைகட்டி நிற்றல் என்பது தமிழ்ப் பண்பாட்டில் தாழ்ச்சியின் அடையாளம். போலீஸ் கச்சேரிக்குச் செல்பவன் தன்னைத் தாழ்த்திக்கொள்ள வேண்டும் என்பது நடைமுறை யதார்த்தம். கச்சேரி என்ற பெயரில் காவல் நிலையம் செயல்படத் தொடங்கிய போதே இது உருவாகிவிட்டதை இவ்விளையாட்டுப் பாடல் உணர்த்துகிறது.

தஞ்சை மண்ணில் உலவும் காதல் உணர்வுமிக்க பாடல்கள் 'காதல்' என்ற தலைப்பில் தொகுக்கப்பட்டுள்ளன. இப்பகுதியில் இடம்பெற்றுள்ள 'பிஞ்சிப் போயிடும் சவுக்கு' என்ற தலைப்பிட்ட பாடல், நாடகக்குழுக்களால் பாடப்பட்ட பாடலின் கலப்பாகும்.

'சமுதாயம்' என்ற தலைப்பில் பல அரிய செய்திகள் அடங்கிய பாடல்கள் தொகுக்கப்பட்டுள்ளன.

கோலாட்டப் பாடல்கள் வாயிலாக, பண்டைய திண்ணைப் பள்ளிக் கூட ஆசிரியர்கள் நீதி போதித்துள்ளதை, 'எறும்பை மிதிக்காதே' என்ற தலைப்பிலான பாடல் உணர்த்துகிறது. இதே பகுதியில் உள்ள பாடலொன்று, தீண்டத்தகாதோர் என்று ஒதுக்கிவைக்கப்பட்ட பிரிவினரின் எதிர்க்குரலை ஒலிக்கிறது.

"நல்லதொரு பெருங்காயம் நாய்த்தோலில் கட்டிவரும்
வையகத்து பார்ப்பார் எல்லாம் வாங்கியதைத் தின்னலையோ

பசுமாட்டின் ரத்தமதைப் பாலாய்க் குடிக்கிறீங்க
செத்த மாட்டை அறுத்த சக்கையைத் தின்கின்றேன் நான்"

தீண்டத்தகாதோர் என்று ஒதுக்கிவைக்கப்பட்ட மக்கள் பிரிவுக்குரிய சுடுகாட்டை வெளியூரிலிருந்து வந்த ஆதிக்க சாதியினன் ஒருவன் பறித்துக்கொண்டதை எதிர்த்து உருவான பாடல் ஒன்றும் இடம் பெற்றுள்ளது. இப்பாடலுக்கு ஆசிரியர் எழுதியுள்ள குறிப்பு பாடலின் செய்தியைப் புரிந்துகொள்ள உதவுகிறது. இக்குறிப்பு இல்லாவிடில் பாடல் உருவான சூழலைப் புரிந்துகொள்ள முடியாது. இப்பாடலில் அம்பாகப் பயன்பட்டவர் பெரிய எதிரியாக முன் நிறுத்தப்படுகிறார். "வில் வளைத்த... மூலவேரை அவர்களால் இனம்காண முடிந்தாலும், வாய்விட்டு வெளிப்படுத்த இயலவில்லை" என்ற குறிப்பு நோக்கத்தகுந்தது.

வளமான காவிரிச் சமவெளியில் மழைபெய்யத் தவறினால் ஏற்படும் விளைவுகள் (128-135) கொடும்பாவிப் பாடல்களில் காணப்படுகின்றன. இவற்றை,

கும்பகோணம் வேங்கியிலே
கொலுசை அடவுவச்சேன்
கொலுசு திருப்பலேயே-ஒரு
கோடிமழை பேயலேயே
தஞ்சாவூரு டவுனிலே
தாலிய அடவுவச்சேன்
தங்கச்சம்பா வெரைவாங்கி
தங்கமழை பேயலேயே
முத்துப்பேட்டை டவுனிலேயே
மூக்குத்திய அடவு வச்சேன்
மூக்குத்திய திருப்பலேயே - ஒரு
மூணு தூத்த தூறலேயே (131)
புரட்டாசி பொறந்ததுமே-நாங்க
பொடிசம்பா நெல்லறுப்போம் - அடி
பொடிசம்பா நெல்லுமில்லே
புரட்டாசி மாத்தையிலே (134)

என்ற கொடும்பாவிச் சடங்குப் பாடல்கள் உணர்த்துகின்றன.

வழக்கமான ஒப்பாரிப் பாடல்கள் மட்டுமின்றி சற்று வேறு பாடான ஒப்பாரிப் பாடல்களும் இத்தொகுப்பில் இடம்பெற்றுள்ளன. விபத்து, கொலை போன்றவற்றில் தமக்கு நெருக்கமானவரைப் பலிகொடுப்போர், பிணச் சோதனை முடிந்து, இறந்தவரின் உடலைப்

பெறுவது என்பது துயரத்திற்குள் பெருந்துயராக அமைந்துவிடும். இதை வெளிப்படுத்தும் ஒப்பாரிப் பாடல்கள் சிலவும் இடம்பெற்றுள்ளன.

சென்ற இருபதாம் நூற்றாண்டின் நடுப்பகுதிவரை வாரிசில்லாப் பெண்ணுக்குக் கணவனது சொத்தில் உரிமையில்லாத நிலை இருந்தது. கணவன் இறந்தவுடன் அவனது சொத்து அவன் சகோதரர்களைச் சென்றடையும். உடன்பிறந்தவர் இல்லையென்றால் அவனது பெரியப்பா, சித்தப்பா மகன்களைச் சென்றடையும். வாழ்க்கை நடத்துவதற்கு என்று சிறு துண்டு நிலமும், வீடும் மட்டுமே அவளது பங்காகத் தரப்படும். அதையும் விற்கவோ, தானமாக யாருக்கும் வழங்கவோ அவளுக்கு உரிமை கிடையாது. அவளது மறைவிற்குப் பின் கணவனுடன் பிறந்த ஆண்மக்களையே சேரும்.

அப்பெண்ணின் வாழ்க்கைத் தேவைக்கு ஒதுக்கப்பட்ட பங்கு நியாயமானதாக இல்லையென்ற வழக்குப்போடுவதுண்டு. எப்படி யானாலும் அவள் சொத்தின் உரிமையாளராக முடியாது. இந்த அவலத்தை,

"சந்தனத் தொந்தியிலே தம்பி பொறந்திருந்தா
சாலையிலே பாதியுண்டு சர்க்காரு நியாயமுண்டு
குங்குமத் தொந்தியிலே கொழந்தைமொத(ல்)
தானிருந்தா
கொல்லையிலே பாதியுண்டு கோர்ட்டாரு
நியாயமுண்டு"

என்ற பாடல் வெளிப்படுத்துகிறது. இதையொத்த நெல்லை மாவட்டப் பாடல் ஒன்று

"மஞ்சனைத் தொந்தியில
மைந்தன் பிறக்கலியே
மைந்தனுக்குப் பங்குமில்ல
மதுரைக் கோட்லயும் ஞாயமில்லை
குங்குமத் தொந்தியிலே
குழந்தை பிறந்தாக்க
குழந்தைக்குப் பங்குமுண்டும் - மதுரைக்
கோட்டுலயும் நியாயமுண்டும்
குங்குமத் தொந்தியிலே
குழந்தை பிறக்கலையே
குழந்தைக்குப் பங்குமில்ல - மதுரைக்
கோட்டுலயும் நியாயமில்ல"

எனப் பேராசிரியர் நா.வா.வின் தொகுப்பிலும் உள்ளது. துயரத்தில் பாடும் பாடலில் கூட உருவகத்திற்குக் குறைவில்லை என்பதற்கு,

"இஞ்சி ஏத்த போன வண்டி
இன்னிக்கு எருவேத்தி வரலாமா?
மஞ்ச ஏத்த போன வண்டி
இன்னிக்கு மணலேத்தி வரலாமா?"

என்ற வரிகளே சான்று. இவ்வாறு கூறிக்கொண்டே போவதற்கு இந்நூலில் நிறையச் செய்திகள் உள்ளன.

நிலவுடைமைக் கொள்ளைகளும் அதற்கெதிரான வீரம் செறிந்த போராட்டங்களும் கிழக்குத் தஞ்சைப் பகுதியில் தொடர்ந்து நிகழ்ந்துள்ளன. இக்கொடுமைகளுக்கெதிராகப் போராடி, சிறையில் நஞ்சூட்டிக் கொலை செய்யப்பட்டவர் தோழர் களப்பால் குப்பு. அவரது தியாக வாழ்வை நல்லதொரு வாழ்க்கை வரலாறாகத் தோழர் வாய்மைநாதன் எழுதியுள்ளார்.

இத்தகைய கொடுமைகள், போராட்டங்கள் மற்றும் போராளிகள் குறித்த வாய்மொழிப் பாடல்களும், வழக்காறுகளும் இப்பகுதியில் உருவாகியுள்ளன. இவை இம்மண்ணிற்குரிய சிறப்பான வழக்காறுகள். நாட்டார் வழக்காற்றியல் கலைச் சொல்லில் கூறினால், திணைசார் மாதிரி (Oicotype).

கலை இலக்கியப் பெருமன்றத்தின் மாநிலச் செயலாளர் முனைவர் காமராசு (மன்னார்குடி), தோழர் அப்பணசாமி ஆகியோர் இத்தகைய பாடல்கள் சிலவற்றைச் சேகரித்துள்ளனர். தோழர் வாய்மைநாதனும், இத்தகைய பாடல்களைச் சேகரித்தும் மேற்கூறிய தோழர்கள் சேகரித்த பாடல்களைக் கேட்டு வாங்கியும் இத்தொகுப்பில் இணைத்திருந்தால் இம்மாவட்டத்தின் சமூக வரலாற்றுக்கான ஆவணப் பதிவாக அவை அமைந்திருக்கும். இத்தொகுப்பில் இத்தகைய பாடல்கள் இடம் பெறாதது குறித்து எனக்கு வருத்தம் உண்டு.

எழுபது வயதுக்குமேல் உடல் தளர்ந்தாலும் உள்ளம் தளராது, படைப்பிலக்கியம், வரலாறு, நாட்டார் பாடல் சேகரிப்பு எனப் பல்வேறு அறிவுத்துறையில் இளமைத் துடிப்புடன் தொடர்ச்சியாகச் செயல்பட்டு வரும் மூத்த தோழர் வாய்மைநாதனுக்கு என் வணக்கத்தைத் தெரிவித்துக்கொள்கிறேன். அவரது பணி தொடர வாழ்த்துக்கள்.

தஞ்சை நாட்டுப்புறப் பாடல்கள்,
தொகுப்பு: வாய்மைநாதன்,
நாம் தமிழர் பதிப்பகம், சென்னை

தக்கலை அஞ்சுவண்ணத்தார்

பிற்காலச் சோழர் ஆட்சியில் வணிகக் குழுக்கள் பல செயல்பட்டு வந்தன. 'நானாதேசிகள், மணிக்கிராமத்தார் நகரத்தார், திசை அய்நூற்றுவர், அஞ்சுவண்ணத்தார் என இக்குழுக்களின் பெயர்கள், சோழர்காலக் கல்வெட்டுகளில் காணப்படுகின்றன. இவற்றுள் அஞ்சுவண்ணத்தார் அல்லது அஞ்சுவண்ணம் என்பது யூதர்கள் அல்லது கிறித்தவர்களைக் கொண்ட குழு என்று பர்னால் என்பவர் குறிப்பிட்டுள்ளார்.

டி.வி.மகாலிங்கம், அஞ்சுபஞ்சாளத்தார் என்போரைக் குறிப்பதாகக் கருதுகிறார். இரும்பு, பொன், மரம், பித்தளை - செம்பு, கல் என்பனவற்றைப் பயன்பாட்டிற்கான பொருட்களாக உருவாக்கும் தொழில்புரிவோரை பஞ்ச கம்மாளர் என்பர். இவர்கள் முறையே கொல்லர், பொற்கொல்லர், தச்சர், கன்னர், சிற்ப ஆசாரி என்றழைக்கப் படுகின்றனர். இவர்களையே அஞ்சுபஞ்சாளத்தார் என இவர் குறிப்பிடுகிறார்.

எ.சுப்பராயலு 'அஞ்சுவண்ணம்' என்ற அமைப்பு குறித்து விரிவாக ஆராய்ந்துள்ளார். அவரது ஆய்வின்படி தமிழ்நாட்டின் கிழக்குப் பகுதியிலும், கேரளத்தின் மேற்குப் பகுதியிலும் உள்ள கடற்கரை ஊர்களில் இவர்களைக் குறித்த கல்வெட்டுக்கள் உள்ளதாகக் குறிப்பிடுவதுடன் வரைபடம் ஒன்றை உருவாக்கி, அவ்வூர்களைச் சுட்டிக் காட்டியுள்ளார். அவரது கருத்துப்படி அரேபியர், பாரசீகர், யூதர், சிரியன் கிறித்தவர், இஸ்லாமியர், பார்சிகள் ஆகியோரை இச்சொல் குறித்துள்ளது. இவர்களால் உருவாக்கப்பட்ட வணிகக்குழுவே அஞ்சுவண்ணமாகும். இக்குழு அரேபியாவில் இருந்து ஜாவா வரை தன் வாணிப நடவடிக்கைகளை மேற்கொண்டிருந்தது. பதினொன்றாம் நூற்றாண்டிலும் அதற்குப் பின்னரும் இஸ்லாமிய வணிகர்களை உள்ளடக்கிய குழுவாக இது இயங்கி உள்ளது. ஏனைய வணிகக் குழுக்கள் கடற்கரைப் பகுதிகளிலும் உள்நாட்டுப் பகுதிகளிலும் செயல்பட, அஞ்சுவண்ணம் குழு கடற்கரைப் பகுதிகளில் மட்டுமே செயல்பட்டு உள்ளது. இவ்வகையில் இக்குழு கடல் வாணிபத்தை அடிப்படையாகக் கொண்ட குழுவாக இயங்கி உள்ளது. அதே நேரத்தில் கடற்கரை கிராமங்களின் நிரந்தரக் குடிகளாகவும் மாறியுள்ளது. 13ஆவது நூற்றாண்டின் இறுதிப்பகுதியிலிருந்து தமிழ்நாட்டின் வாணிபக்

குழுக்கள் மறையலாயின. அவ்வகையில் அஞ்சுவண்ணம் குழுவும் மறையலாயிற்று.

மேற்கூறிய சுப்பராயலுவின் கருத்துக்கள் ஏற்புடைத்தவையே. நீண்டகாலம் செயல்பட்ட ஒரு வணிகக்குழு மறைந்து போனாலும் அதன் எச்சங்கள் இலக்கியங்களிலும், மக்கள் வழக்காறுகளிலும் இடம்பெறுவது இயல்பு. அவ்வகையில் கி.பி.15ஆம் நூற்றாண்டைச் சேர்ந்ததாகக் கருதப்படும் 'பல்சந்தமாலை' என்ற சிற்றிலக்கியத்தில் 'அஞ்சுவண்ணம்' என்ற சொல்லாட்சி இடம்பெற்றுள்ளது. வகுதாபுரி என்ற பெயரில் அழைக்கப்பட்ட காயல்பட்டினம் என்ற கடற்கரை ஊர் தூத்துக்குடி மாவட்டத்தில் உள்ளது. இவ்வூரை ஆண்ட சிற்றரசனை 'கலிபா' (மன்னன்) என்றழைக்கும் இவ்விலக்கியம் அஞ்சுவண்ணத்தார் அவனை வணங்குவதாகக் குறிப்பிடுகிறது.

இன்றும் காயல்பட்டணம் இஸ்லாமியர்கள் மிகுதியாக வாழும் ஊர்தான். இதே மாவட்டத்தில் இஸ்லாமியர்கள் குறிப்பிடத்தக்க எண்ணிக்கையில் வாழும் ஊர் குலசேகரன்பட்டணம். இங்கு இஸ்லாமியர்கள் வாழும் பகுதியில் உள்ள ஒரு தெருவின் பெயர் 'அஞ்சுவண்ணத் தெரு' என்பதாகும். நெல்லை மாவட்டம், தென்காசி நகரில் உள்ள ஒரு பள்ளிவாசலின் பெயர் 'அஞ்சு வண்ணம் பள்ளிவாசல்' என்பதாகும்.

இது போன்றே கன்னியாகுமரி மாவட்டத்திலுள்ள தக்கலை, திருவிதாங்கோடு ஆகிய ஊர்களில் இஸ்லாமியர் மிகுதியாக வாழும் பகுதி 'அஞ்சுவண்ணம்' என்றே அழைக்கப்படுகிறது.

நண்பர் தக்கலை ஹலிமா அவர்கள் எழுதியுள்ள 'மக்களூ' என்ற இந்நூல், தக்கலை அஞ்சுவண்ணம் பகுதியில் வாழும் இஸ்லாமியர்களின் பாரம்பரியமிக்க வாழ்வியலை நமக்கு அறிமுகம் செய்கிறது. ஊரின் வரலாறு என்பது அதன் எல்லைகளை உள்ளடக்கிய வரைபடத்திற் குள்ளோ, கால வரிசையில் நிகழ்ச்சிகளைத் தொகுத்துரைக்கும் வரலாற்று நூல்களுக்குள்ளோ அடங்குவதில்லை. அங்கு வாழ்ந்த, வாழுகின்ற மக்களின் அனுபவங்களின் பதிவாக, அது அமையும் போதுதான் அது உண்மையான ஊர் வரலாறாக அமையமுடியும்.

ஊர் வரலாறென்பது அங்கு வாழ்ந்து மறைந்த முன்னோர்கள் 'மகிழ்ந்து குலாவி' இருந்ததையும், அவர்கள் சிந்தையில் பதிந்து வெளிப்பட்ட எண்ணக் குவியல்களையும், நிறைவேறிய - நிறைவேறாத ஆசைகளையும், காலச்சக்கரத்தின் சுழற்சியில் ஏற்பட்ட பாதிப்புகளையும் நேர்மையாகப் பதிவுசெய்வதாகும்.

பத்தொன்பது கட்டுரைகளின் தொகுப்பான இந்நூலின் மையம் தக்கலை என்ற ஊரில் இஸ்லாமியர்கள் மிகுதியாக வாழும் அஞ்சு வண்ணம் என்ற பகுதிதான். தக்கலை குறித்த வரலாற்றுப் பதிவுகளின் நகலாகவோ, வரையறுக்கப்பட்ட ஆய்வுச் சட்டகங்களுக்குள் அடங்கும் ஆய்வு நூலாகவோ நூலாசிரியர் இந்நூலை எழுதவில்லை. ஒவ்வொரு கட்டுரையும், தன்னிச்சைப் போக்கில் உருவாகியுள்ளன. அஞ்சுவண்ணம் பகுதியின் உம்மாக்களும், வாப்பாக்களும், பீவிகளும் வாசகனின் மனக்கண்முன் வந்து செல்கிறார்கள். தர்காக்கள், பள்ளிவாசல்கள் இவற்றின் விழாக்கள் என்பவற்றின் பங்கேற்பாளனாக வாசகன் மாறுகிறான். தக்கலை அஞ்சுவண்ணம் இஸ்லாமியர்களின் வாழ்வியலைக் கூறும் இந்நூலை எழுத நூலாசிரியர் தமக்கென ஒரு முறையியலை உருவாக்கிக் கொண்டுள்ளார். நாட்டார் வழக்காறு, சமூக நினைவுகள் என்பன இந்நூலில் குறுக்கும் நெடுக்குமாக இழையோடியுள்ளன.

இமமக்களின் நம்பிக்கைகள், சமய வாழ்க்கை, சடங்குகள், கைவினைத் தொழில்கள், உணவுத் தயாரிப்பு, இடப்பெயர்ச்சி என்பன வற்றை நமக்கு அறிமுகம் செய்கிறார். இச்செய்திகளின் ஊடாக இவர்களின் கடந்த காலத்தையும், நிகழ்காலத்தையும் நம் மனக் கண்முன் கொண்டு வருகிறார். மற்றொரு பக்கம் அஞ்சுவண்ணத்தாரின் ஆளுமைகள் குறித்த பதிவுகளை நினைவுகள் வாயிலாக வெளிக் கொணர்கிறார். அத்துடன் இந்நினைவுகளை ஆவணமாக்கியுள்ளார்.

இந்நூல் அஞ்சுவண்ணம் முஸ்லிம்களின் வாழ்க்கையைப் பேசுகிறது. இதனால்தான் 'மக்களூ' எனப் பொருத்தமாகவே இந்நூலுக்குத் தலைப்பிட்டுள்ளார்.

நினைவுகளை ஆவணமாக்குவதும், அதன் அடிப்படையில் வரலாற்றை எழுதுவதும் இன்று உருவாகியுள்ள புதிய வரலாற்றுப் பள்ளியில் சில விதிமுறைகளுக்கு உட்பட்டு ஏற்றுக்கொள்ளப் பட்டுள்ளன. பீட்டர் பர்க் என்பவர் இதை 'சமூக நினைவுகளே வரலாறாய்' (History as Social Memory) என்பார். யூதர்களின் மீது இட்லர் இழைத்த கொடுமைகள், முசோலினியின் ஆட்சியில் இத்தாலிய நாட்டு ஆலைத் தொழிலாளர் எதிர்கொண்ட இன்னல்கள் என்பன குறித்த வாய்மொழிப் பதிவுகள் இன்று பதிவுசெய்யப்பட்டு நூல் வடிவில் வெளிவந்துள்ளன.

இந்தியப் பிரிவினையின்போது நிகழ்ந்த மோசமான நிகழ்வுகளை அப்போது அதை அனுபவித்த மற்றும் நேரில் கண்டோரிடமிருந்து பதிவு செய்யும் பணி பஞ்சாபில் நிகழ்ந்துள்ளதாக பேராசிரியர் ந.முத்துமோகன் குறிப்பிட்டார்.

வரலாற்று வரைவில் நினைவுகளுக்கு இருக்கும் பங்கினை மேற்கூறிய செய்திகள் உணர்த்துகின்றன. இந்நூலிலும் சமூக நினைவுகளின் பங்களிப்பு குறிப்பிடத்தக்க அளவில் உள்ளது.

இந்நூலில் இடம்பெற்றுள்ள பத்தொன்பது கட்டுரைகளில் மூன்று கட்டுரைகள் அஞ்சுவண்ணத்தாரின் நாட்டார் வழக்காறுகளையும், நான்கு கட்டுரைகள் நாட்டார் வழக்காற்றியலுடன் நெருங்கிய தொடர்பு கொண்ட வெகுசன இஸ்லாம் குறித்தும் அறிமுகம் செய்கின்றன. இம்மக்களிடையே தோன்றிய ஆளுமைகள் குறித்து, பெரும்பாலும் நினைவுகளின் துணை கொண்டு எழுதப்பட்ட ஒன்பது கட்டுரைகளும் உள்ளன. எஞ்சிய மூன்று கட்டுரைகளில் ஒன்று, அஞ்சுவண்ணத்தாரின் இடப்பெயர்ச்சி குறித்தது. மற்றொன்று அஞ்சுவண்ணத்தாரின் வாழ்வில் இடம்பெற்றுள்ள இன்றைய சமயத் தலைமையை கடந்த காலத்துடன் ஒப்பிட்டு ஆராய்கிறது. பிறிதொன்று அஞ்சுவண்ணம் என்பது தொடர்பான வரலாற்றுச் செய்திகளை அறிமுகம் செய்கிறது.

இந்நூலில் இடம்பெற்றுள்ள முதல் மூன்று கட்டுரைகள், முதல் கட்டுரை 'கைதை' என்ற தாவரத்தின் மடல்களைக் கொண்டு பின்னும் பாய் குறித்து அறிமுகம் செய்கிறது. 'கைதை' என்பதற்கு 'தாழம்பூ' என்றே பல தமிழ் அகராதிகள் பொருள் உரைக்கின்றன. கலித்தொகையில் *(127:2)* இடம் பெறும் 'புரியவிழ் பூவின கைதையுஞ்' என்ற தொடருக்கு 'தளையவிழ்ந்த பூக்களையுடையனவாகிய தாழம்பூவும்' என்றே நச்சினார்க்கினியர் உரையெழுதியுள்ளார். நூலின் முதல் கட்டுரையும், 'தாழம்பாய்' என்றறியப்படும் 'மணவறைப் பாயும்' என்றே தொடங்குகிறது. தாழை மடலில் எப்படி பாய் பின்னமுடியும் என்று வியப்படைந்து ஏழெட்டு வரிகளைக் கடந்த பின்னர் 'கைதோலை', கைதப்படைப்பு என்ற சொற்கள் அறிமுகமாகி, கைதை வேறு தாழை வேறு என்பது புரிகிறது. கைதை ஓலையை, 'மூன்று வரிசையாக முட்கள் பச்சிளங் குழந்தைகளின் பல் அடுக்கு போல் செறிந்து இருக்கும்' என்று வருணிக்கும் ஆசிரியர், தாழம்பாய் முடையும் தொழில்நுட்பத்திற்குள் நுழைந்துவிடுகிறார். நாட்டார் தொழில்நுட்பம் குறித்த அருமையான பதிவு. கோமதி அக்கா அறிமுகம், சமயம் கடந்து நிற்கும் மனித உறவின் வெளிப்பாடு.

இரண்டாவது கட்டுரை தக்கலை அஞ்சுவண்ணத்தாரின் திருமணச் சடங்கையும், அணிகலன்களையும் அறிமுகம் செய்கிறது.

மூன்றாவது கட்டுரை, இயற்கை வைத்தியத்தையும் மந்திர வைத்தியத்தையும் பேறுகால மருத்துவத்தையும் அறிமுகம் செய்கிறது. நாட்டார் வழக்காற்றியல் ஆய்வாளர்கள் அதிகம் கண்டுகொள்ளாத வழக்காறுகளை இம்மூன்று கட்டுரைகளும் அறிமுகம் செய்கின்றன.

ஒரு சமயம் என்பது, தனக்கென சில இறுக்கமான எழுத்து வடிவிலான விதிமுறைகளையும் புனித நூல்களையும் கொண்டியங்கும் போது அதை நிறுவன சமயம் என்பர். எழுத்து வடிவிலான சமயச் சட்ட நூல்களும் புனித நூல்களும் இன்றி சில சடங்குகளையும் வழிபாடுகளையும் மட்டுமே கொண்டிருந்த சமயம் புராதன சமயம் எனப்பட்டது. இதன் வளர்ச்சியாகவே நாட்டார் சமயம், நிறுவன சமயம் என்பன அமைந்தன.

கிறித்தவம், இஸ்லாம் என்பன, ஓர் இறைக்கோட்பாட்டை வலியுறுத்துவன. அயற்பண்பாட்டைச் சார்ந்தவை. இவ்விரு சமயங்களையும், தழுவியோர் தம் மண்சார்ந்த சடங்குகளையும் விழாக்களையும் துறக்க விரும்பாத நிலையில், தாம் புதிதாகத் தழுவிய சமயத்தின் அடிப்படைக் கோட்பாடுகளுக்கு முரண்படாது அவற்றை மேற்கொள்ள அனுமதிக்கப்பட்டனர்.

இதன் அடிப்படையில் தாம் பின்பற்றும் நிறுவன சமயத்தின் எல்லைக்குள் சமய வாழ்வை அமைத்துக்கொண்டாலும், தம் வாழ்க்கை வட்டச் சடங்குகளிலும், விழாக்களிலும் தம் பழைய மரபுகளைப் பின்பற்றி வருகின்றனர். இதையே 'வெகுசனக் கிறித்தவம்', 'வெகுசன இஸ்லாம்' என்பர். வெகுசன சமயமானது, நாட்டார் சமயத்துடன் நெருங்கிவருவதுபோல் தோன்றினாலும் அது நிறுவன சமய நெறிகளிலிருந்து விலகாது இயங்கும் தன்மை கொண்டது. தக்கலை அஞ்சுவண்ணத்தாரின் வெகுசன இஸ்லாம் குறித்த பதிவுகள் நான்கு, அய்ந்து, பதினாறு, பதினேழாவது கட்டுரைகளில் இடம்பெற்றுள்ளன.

பானகம் வழங்கல், கஞ்சிச் சட்டி, தெருப்பந்தி நேர்ச்சை, ஊர்நேர்ச்சை, நெய்ச்சோறு நேர்ச்சை, பாட்டு நேர்ச்சை, களரி, களியல் ஆட்டம், சந்தனக்குடம் எடுத்தல் என அவர் விரித்துரைக்கும் நிகழ்வுகள், 'பண்பாடு ஏற்றல்' என்று சமூகவியலாளர் கூறுவதற்குப் பொருந்தும் எடுத்துக்காட்டுகள். ஆசாரிகள் சுமக்கும் பால்குடம் சமய நல்லிணக்கத்தை வெளிப்படுத்தி நிற்கிறது. பல நாட்டார் கலைகளை அழியாது பாதுகாக்கும் பணியில் அஞ்சுவண்ணத்தாரின் வெகுசன இஸ்லாம் சிறப்பாகச் செயல்பட்டு வருவதை நன்கு வெளிப்படுத்தி யுள்ளார்.

நாட்டார் மருத்துவத்தில் 'மந்திர சமய மருத்துவம்' என்ற வகைமை உண்டு. இஸ்லாத்தை மையமாகக் கொண்டு உருவான, சில மந்திர வைத்தியங்கள் அஞ்சுவண்ண மருத்துவத்தில் உண்டு என்பதையும் வெளிப்படுத்தியுள்ளார். தக்கலை அஞ்சு வண்ணத்தாரின்

வெகுசன இஸ்லாத்தையும் தமிழக நாட்டார் சமயத்தையும் ஒப்பிட்டு ஆய்வு செய்வது தொடர்பான தரவுகளை ஆசிரியர் திரட்டித் தந்துள்ளார்.

அஞ்சுவண்ணத்தின் ஆளுமைகள் குறித்த பதிவுகள் ஊரின் வரலாற்றோடு இணைந்து செயல்படுகின்றன. இசைவாணர்கள், இறையடியார்கள், பெற்றோர்கள் எனப் பலதரத்து ஆளுமைகளை நமக்கு அறிமுகம் செய்கிறார். ஆளுமைகளின் ஊடாக இன்றைய சமூகம் கற்றுக்கொள்ளவேண்டிய செய்திகளையும் வெளிப்படுத்துகிறார்.

வெகுசன இஸ்லாத்தில் முக்கிய இடம் வகிக்கும், தர்காக்கள் தக்கலை அஞ்சுவண்ணத்தாரிடமும் செல்வாக்குப் பெற்றுள்ளன. இவர்களின் சமய வாழ்வில் சிறப்பான இடத்தை, பீர்முஹம்மது அப்பா என்னும் சூஃபி சிந்தனையாளர் இடம் பெற்றுள்ளார். பதினெண்ணாயிரம் பாடல்களைப் பாடியுள்ள இவரது நினைவாக அமைந்துள்ள தர்ஹா தக்கலையின் அடையாளம் ஆகும்.

இவரது நினைவுப் பெருவிழாவின் போது நிகழும் நிகழ்வுகளை ‘ஊரு நேர்ச்சை’ என்ற கட்டுரை சுவைபட அறிமுகம் செய்கிறது. இவருடைய தாக்கத்தால் வெள்ளாளர் குடும்பப் பெண் ஒருத்தி இஸ்லாத்தைத் தழுவி அஹமது உம்மாள் என்ற இஸ்லாமியப் பெயரைப் பெற்றுள்ளார். அவருக்கு உரிமையான நிலத்தை 1890களில் கொடையாக பாப்பா தர்காவிற்கு வழங்கியுள்ளார். அவர் மறைந்தபின் அவரது நினைவுநாள் அன்று பீராப்பா தர்காவிற்கு வருகை தருவோர் அனைவருக்கும் உணவு வழங்கப்படுகிறது. கொடையாளி புலால் உண்ணாதவர் என்பதால் இறைச்சி உணவு வழங்குவதில்லை.

இஸ்லாம் என்ற மத எல்லையைக் கடந்து இந்துக்களையும், தர்காக்கள் ஈர்த்துள்ள செய்தியையும் ஆசிரியர் குறிப்பிட்டுள்ளார். கேரளத்தின் கோட்டயம் அருகில் உள்ள ஷேக்ஃபரிது தர்காவிற்குச் சென்று வழிபட்டுப் பிறந்த யாதவகுலப் பெண் ஒருத்தியின் பெயர் ஃபரிதும்மாள் என்று குறிப்பிடுகிறார் ஆசிரியர். இது பரவலான நம்பிக்கை என்றே தோன்றுகிறது. சீறாப்புராணம் எழுதிய உமறுப் புலவரின் நினைவாக உருவான தர்கா எட்டையபுரத்தில் உள்ளது. தர்கா உள்ள பகுதியில் இஸ்லாமியர்களும் இந்துக்களும் வாழ்கின்றனர். இப்பகுதியில் உமறம்மாள், உமறுக்கோனார், உமறுத்தேவர் என்ற பெயருடன் கூடிய இந்துக்கள் உள்ளனர்.

ஓர் ஊரின் சிறப்பு, அங்கு வாழும் மக்களை மையமாகக் கொண்டதுதானே! தக்கலை அஞ்சுவண்ணமும் இதற்கு விலக்கல்ல. தர்காவில் அடங்கியுள்ள ஞானிகளை மட்டுமின்றி பல்வேறு ஆற்றல் கொண்டோரையும் தன் அடையாளமாகக் கொண்டுள்ளது. நூலாசிரியரின்

வாப்பா, உம்மா தொடங்கி, அலிஸ்டார் பிரியாணி என்ற பெயரில் பிரியாணி தயாரிப்பில் புகழ்பெற்ற ஓ.ப்பி.உதுமான், கர்நாடக இசையறிஞர் குமரி அபுபக்கர், இஸ்லாமிய ஆன்மீக அறிஞர் ஷேகு பெத்தாப்பா பள்ளிவாசலில் மோதினார்கள், ஆங்கிலேயர் ஒருவரால் திப்பு சுல்தான் என்று பட்டப்பெயர் வழங்கப்பட்ட அபுதாலிப் எனத் தன் நினைவுகளில் நடமாடும் பல ஆளுமைகளை அறிமுகம் செய்துள்ளார். அபுதாலிப் குறித்த அறிமுகத்தின் தொடக்கத்தில் திப்பு சுல்தான் குறித்த சில வரலாற்றுச் செய்திகளையும் பதிவிட்டுள்ளார்.

'சார் போஸ்ட்' என்ற கட்டுரை அஞ்சல் முறை குறித்த எளிமையான அறிமுகக் கட்டுரை. உலகமயமாக்கலின் விளைவாக நாம் மெல்ல இழந்து வரும் பொதுத்துறைகளில் ஒன்று நம் அஞ்சல் துறை. எதிர்காலத் தலைமுறை அறிந்து கொள்ள வேண்டும் என்று இப்போது பதிவுசெய்துள்ளார். அஞ்சுவண்ணத் தெருக்களில் இருபத்தி அய்ந்து ஆண்டுகளாகப் பணிபுரிந்த அஞ்சற்காரரையும் கட்டுரையின் இறுதியில் நினைவு கூர்கிறார். இதைப் படித்து முடித்ததும் நான் அறிந்த செய்தி ஒன்றை இங்குக் குறிப்பிட உள்ளம் விழைகிறது. நீண்ட காலமாக மனதில் பதிந்துள்ள இச்செய்தியை எழுத்து வடிவில் பதியும் வாய்ப்பு இதுவரை கிட்டாத நிலையில் இந்த இடத்தில் அதை எழுத்தாக்கலாம் என்று எண்ணுகிறேன்.

நெல்லை மாவட்டம், திருவைகுண்டம் அருகில் திருச்செந்தூர் - திருநெல்வேலி நெடுஞ்சாலையில் உள்ள ஊர் கேம்பலாபாத்*. இஸ்லாமியர் மிகுதியாக உள்ள இவ்வூரில் பெரும்பாலான ஆண்கள் சென்னை, மும்பை, வளைகுடா நாடுகளில் பணிபுரிபவர்கள். இவர்களில் தம் குடும்பத்தை ஊரிலேயே விட்டுவிட்டுச் செல்பவர்கள் மிகுதி. இதனால் அவர்களுக்கும் குடும்பத்தாருக்கும் இடையே கடிதப் போக்குவரத்து அதிக அளவில் நிகழும்.

இங்கு அஞ்சல் கொண்டுவரும் அஞ்சற்காரர் இந்து சமயத்தவர். அஞ்சல் கொடுப்பது மட்டுமின்றி அஞ்சலை வாசித்துக் காட்டுவது அம்மாக்களும், அப்பாக்களும் வாய்மொழியாகக் கூறுவதை எழுதி அனுப்புவது என்பனவற்றை மனங் கோணாது செய்துவந்தார். இதனால் அவருக்கும் ஊராருக்கும் இடையே நல்ல உறவு. தேநீர், சர்பத், மோர் என்பனவற்றை அவருக்குக் கொடுத்து உபசரிப்பர்.

சென்னையில் வாழ்ந்து வந்த அவரது தம்பியின் அழைப்பின் பேரில் அவர் பத்து நாட்கள் வரை சென்னை செல்லவேண்டி இருந்து, விடுமுறை எடுத்ததுடன் திருவள்ளுவர் பேருந்தில் சென்னைக்கு முன்பதிவும் செய்துவிட்டார். சென்னை செல்லவிருப்பதாகக் கூறி

---

* தட்டச்சுப்படியில் 'பேட்மாநகரம்' என்று தவறுதலாகக் குறிப்பிடப்பட்டது தற்போது திருத்தப்பட்டுள்ளது.

ஊராரிடம் விடைபெறும்போது சிலர் அயல்நாட்டு வான் அஞ்சல் கடிதங்களைக் கொடுத்து சென்னையிலிருந்து அனுப்பும்படிக் கூறினார்கள். தாமதத்தைத் தவிர்க்கவே அவரிடம் அக்கடிதங்களைக் கொடுத்தனர்.

அவரும் திட்டமிட்டபடி சென்னைக்குப் பயணமானார். மதுரையைக் கடந்ததும் துவரங்குறிச்சியில் உணவுக்காகப் பேருந்து நின்றது. சாலையின் எதிர்த்திசையிலிருந்த உணவு விடுதிக்குச் செல்ல சாலையைக் கடந்தார். வேகமாக வந்த லாரி ஒன்று அவரை மோதித் தள்ளியதுடன் அவர் உடல் மீது ஏறி நசுக்கி உயிரைப் பறித்தது.

வழக்கம்போல் காவல்துறையினர் உடலை அப்புறப்படுத்தி விட்டு, இறந்தவர் யார் எனக் கண்டறிய முற்பட்டபோது, அவரது சட்டைப்பையிலிருந்த சிதைந்த வான் அஞ்சல் கடிதங்களின் அடிப்படையில் இறந்தவர் ஒரு முஸ்லீம் என்ற முடிவுக்கு வந்தனர். விபத்தில் இறந்தவர் ஓர் இஸ்லாமியர் என்பதை அறிந்த துவரங்குறிச்சி இஸ்லாமியர், விபத்தில் இறந்துபோனவரின் உடலைப்பெற்று இஸ்லாமிய முறைப்படி நல்லடக்கம் செய்தனர்.

சென்னையில் அவரை எதிர்நோக்கியிருந்த அவரது தம்பி, சென்னை நோக்கி வந்த பேருந்தில் பயணித்த அண்ணன் வராதது குறித்துக் கவலையுற்று அவரைத் தேடலானார். விபத்து குறித்து அறிந்த அவர் துவரங்குறிச்சி காவல்நிலையத்தில் வந்து விசாரித்த போது பிணத்தின் புகைப்படத்தைக் காட்டினர். அது தன் அண்ணனது புகைப்படம்தான் என்று உறுதிப்படுத்திய பின் அவரை எங்கு அடக்கம் செய்துள்ளார்கள் என்று கேட்டபோது அவர்களுக்கு அதிர்ச்சி.

ஓர் இந்துவை இஸ்லாமிய முறைப்படி அடக்கம் செய்தது மதப்பிரச்சினையை உருவாக்குமோ என்றஞ்சினார்கள். தம்பி பேசலானார்.

'என் அண்ணன் கேம்பலாபாத் முஸ்லிம்களுடன் நெருக்கமாகப் பழகியவன். அதனாலோ என்னவோ அவன் உடல் இஸ்லாமிய முறைப்படி அடக்கம் செய்யப்பட்டுள்ளது' என்று கூறிவிட்டு அடக்கம் செய்த இஸ்லாமியர்களைச் சந்தித்து, நல்லடக்கம் செய்தமைக்கு நன்றி கூறி, அண்ணன் உடல் புதைக்கப்பட்ட இடத்தை வணங்கிவிட்டுப் புறப்பட்டுச் சென்றார்.

அஞ்சல்காரர்களுக்கும் மக்களுக்கும் இடையிலான உறவு குறித்த ஆசிரியரின் பதிவைப் படித்ததும் இந்நிகழ்வு என் நினைவுக்கு வந்தது.

அஞ்சுவண்ணம் குறித்த ஆய்வினை 'வாவாஞ்சி பேரனும் வாழையடி வாழையும்' என்ற கட்டுரையும், இப்பகுதி மக்களின் கடல் கடந்த இடப்பெயர்ச்சி குறித்து, 'கடலின் அக்கரை போனோரே' என்ற கட்டுரையும் வெளிப்படுத்துகின்றன.

'குப்பாயச்சட்டை உம்மாக்களும் பத்து சதவீத இட ஒதுக்கீடும்' என்ற கட்டுரை தக்கலை அஞ்சுவண்ணம் இஸ்லாமியரின் அரசுப் பதவி வேட்கையையும், அது நிறைவேறியதையும், குறிப்பிட்டுவிட்டு இன்று அது கடந்த காலச் செய்தியாகிப் போன அவலத்தையும் சான்றுகளுடனும் புள்ளிவிவரங்களுடனும் குறிப்பிடுகிறது. அத்துடன் அதற்கான காரணத்தை அவரது அவதானிப்பாகப் பின்வருமாறு மொழிகிறார்:

"அரசியல் பேரம், அணிமாறும் சோரம், வெற்று முழக்கம், வெறுங்கூச்சல் என தமிழ் இஸ்லாமியச் சமூகத்தை முப்பதுக்கும் அதிகமாகக் கூறுபோட்டு அரசியல் நடத்திய அவலட்சணத்தின் பலனை பாவப்பட்ட சமுதாயம் இன்று அனுபவித்துக் கொண்டிருக்கிறது. அரசு நிர்வாகத்தில் அங்கம் வகிக்க வேண்டிய சமுதாயத்தின் வாலிப வசந்தங்கள் மயிர்புடுங்கும் விவாதங்களில் இன்று மண்டை உடைக்கிறார்கள்.

ஷிர்க்கை ஒழிக்கிறோம்ணு சொல்லிச் சொல்லியே சமூகத்தின் இளைஞர்களை மடைமாற்றிவிட்டதின் விளைவு இன்று அரசு நிர்வாகங்களில், ஆட்சி அமைப்புகளில் நம்மை பிரதிநிதித்துவப் படுத்துவதற்கும் நாதியற்றுக் கிடக்கிறது நம் சமூகம். மாபெரும் திறனும் ஆற்றலும் அறிவும் இயல்பாகக் கொண்ட தமிழ் இஸ்லாமிய சமூகத்தின் பலம் வாய்ந்த இளைஞர் சக்தி, வேலை வாய்ப்புகளை இங்கு போராடிப் பெறாமல் பாலை வரப்புகளில் படுத்திருக்கிறார்கள். இங்கே தங்கிவிட்டவர்களில் எஞ்சியிருப்போர் ஷிர்க்கை ஒழிக்கிறேன் என்று ஆளாளுக்கு 'மோதீன்' ஆனார்கள். ஆர்வமுள்ள இளைஞர்கள் அரசின் தேர்வுக்கூடங்களில் தென்படவே இல்லை. பரிதாபம் என்னவென்றால் இந்த நிஜங்களை மறைத்துக்கொண்டு பத்து சதவீதம் இட ஒதுக்கீடு கேட்கிற பைத்தியங்கள் ஆகிவிட்டோம்."

இதுவரை கடந்தகால, நினைவுகளிலும் பாரம்பரிய வழக்காறு களிலும் பயணித்த நூலாசிரியர் நிகழ்காலம் குறித்த தன் விமர்சனத்தை அழுத்தமாகவே இக்கட்டுரையில் முன் வைத்துள்ளார்.

தக்கலை அஞ்சுவண்ணத்தாரின் வாழ்வியலை கடந்த காலம், நிகழ்காலம் என்ற இரு காலங்களுக்குள் புகுந்து அறிமுகம்

செய்துவிட்டு நிகழ்கால நடப்பியலை சீற்றத்துடன் போட்டுடைக்கிறது இக்கட்டுரை. அரசு வேலைவாய்ப்பென்பது இன்று மறுதலிக்கப்பட்ட ஒன்றாகவே அனைத்து சமூகங்களுக்கும் ஆகிவிட்டது. பணிநிரந்தரம் என்பது கடந்தகால நினைவாக மாறிவருகிறது. அவுட்சோர்சிங் என்ற பெயரில் மனித ஆற்றலை குத்தகைக்கு எடுப்போரின் வளமான காலம் இது. இச்சூழலில் 10 விழுக்காடு என்ன 20 விழுக்காடு கூடப் பயன் தருமா என்பது கேள்விக்குரிய ஒன்றாகிவருகிறது. இச்சூழலில் வேலை வாய்ப்பை நாடிச் செல்லும் போக்கைவிட வேலை வாய்ப்பை நல்கும் தொழில்களையும் வாணிபத்தையும் மேற்கொள்வதே பயனுடையதாக அமையும். இதுகுறித்து இஸ்லாமிய சமூகம் சிந்திக்க வேண்டும்.

தமிழ்நாட்டின் கல்விப்புலங்களில் செயல்படும் நாட்டார் வழக்காற்றியல் அறிவுத்துறையானது சிறுபான்மைச் சமூகத்தின் நாட்டார் வழக்காறுகளில் அதிக ஆர்வம் காட்டுவதில்லை. இந்நூல் அக்குறையைப் போக்கியுள்ளதுடன், வாய்மொழி வழக்காறுகள் என்ற வகைமையைக் கடந்து ஆராய வேண்டிய புதிய களங்களையும் தொட்டுக் காட்டுகிறது.

நூலாசிரியரைக் குறித்து சில சொற்களைக் கூறி இம்முன்னுரையை முடிக்க விரும்புகிறேன். தக்கலை என்றதும் என் நினைவுக்கு வருபவர் கவிஞர் எச்.ஜி.ரசூல். தர்காக்களின் செல்வாக்கு மிகுந்த தக்கலையில் இருந்துகொண்டு,

இந்த தர்கா வாசல்தோறும்
கூடுகட்டி மகிழும்
சின்னச் சின்னப் புறாக்களையும்
வேட்டையாடத் திரிகின்றன.
சில துப்பாக்கிகள்

என்றெழுதினார். அவரும்கூட துப்பாக்கிகளால் குறி வைக்கப்பட்டார். ஆனால் அவரது இறுதிக் காலத்தில் தக்கலை அஞ்சு வண்ணத்தினர் அவரை அரவணைத்துக்கொண்டனர். இதன் காரணகர்த்தாவாக விளங்குபவர் இந்நூலாசிரியர் திரு. தக்கலை ஹலீமா அவர்கள்தான்.

தக்கலை ஜமாத்தின் தலைவராக, அவர் பொறுப்பேற்ற பின்னரே இது சாத்தியமானது. இதற்காகவும், தக்கலை அஞ்சு வண்ணத்தாரின் வாழ்வியலின் ஒரு கூறை வெளிக்கொணர்ந்தமைக்காகவும் என் நன்றியைத் தெரிவித்துக் கொள்கிறேன்.

மக்களூ,

தக்கலை ஹலீமா,

கீற்று வெளியீட்டகம், தக்கலை

நிகழ்த்துக்கலைகளும் சடங்குகளும்

நாட்டார் வழக்காறுகளின் நான்கு முக்கியப் பிரிவுகளுள் ஒன்று நாட்டார் நிகழ்த்துக்கலைகள். இந்த நிகழ்த்துக்கலைகள் பல இன்று வழக்கொழிந்துபோய்விட்டன. நாட்டார் வழக்காறுகளுக்கே உரிய வட்டாரத் தன்மையின் அடிப்படையில் சில நிகழ்த்துக்கலைகள் தமிழ்நாட்டின் குறிப்பிட்ட பகுதிகளில் மட்டுமே நிகழ்த்தப்பட்டு வருகின்றன.

நிகழ்த்துக்கலைகள் சில அழியாது இன்றும் நிலைத்திருப்பதற்கு அடிப்படைக் காரணம் அவை சமயச் சடங்குகளுடன் பிணைக்கப் பட்டிருப்பதுதான். அம்மன் கோவில்களுடனான உறவு துண்டிக்கப் பட்டிருந்தால் முளைப்பாரி வளர்த்தலும் முளைக்கும்மியும் எப்போதோ மறைந்து போயிருக்கும்.

தூத்துக்குடி, திருநெல்வேலி, கன்னியாகுமரி ஆகிய தென் மாவட்டங்களிலும் கோயில் சார்ந்து சில நிகழ்த்துக் கலைகள் இன்றுவரை வழக்கில் உள்ளன. இவற்றுள் 'வில்லுப்பாட்டு', 'கணியான் ஆட்டம்' ஆகியவை இம் மூன்று மாவட்டங்களிலும் நடக்கின்றன. 'கண்ணன் விளையாட்டு', 'களம் எழுத்தும் பாட்டும்' ஆகியன குமரி மாவட்டத்தில் மட்டுமே நிகழ்வன.

இன்று கிராமக் கோவில்களில் மூன்று அல்லது நான்கு தொலைக்காட்சிப் பெட்டிகளை வாடகைக்கு எடுத்து அவற்றைக் கோவில்முன் நிறுவி, குறைந்தது நான்கு திரைப்படங்களையாவது மக்களுக்குக் காட்டுவது நடக்கிறது. ஒரு நிகழ்த்துக்கலைக் குழுவுக்குக் கொடுப்பதைவிடக் குறைந்த செலவில் நான்கு திரைப்படங்களைக் காட்டிவிடுகிறார்கள்.

மற்றொரு பக்கம் பட்டிமன்றம், வழக்காடு மன்றம். அந்தக் கால எம்.ஜி.ஆர். படங்களுக்கு 'காதல், வீரம், கத்திச்சண்டை, கிளப் டான்ஸ் அத்தனையும் நிறைந்த படம்' என்று விளம்பரம் செய்வார்கள். அது போன்று நவரசம் ததும்பும் பொழுது போக்குத் தன்மை மிகுந்த இவற்றைப் பேணி வளர்த்து வருவதில் ஒருசில பேராசிரியர்களுக்குப் பெரும் பங்குண்டு. எம்.ஜி.ஆர். படத்தில் கத்திச் சண்டை என்றால், இவர்கள் தொண்டை கிழியக் கத்திச் சண்டையிடுகிறார்கள்.

இவற்றையெல்லாம் மீறி மேற்கூறிய நான்கு நாட்டார் நிகழ்த்துக் கலைகளும் இன்றுவரை கோவில்களில் நிலைத்து நிற்பதற்கு அடிப்படைக் காரணம் இவை கோவில் சடங்குகளுடன் இணைந் திருப்பதுதான். இந்நூலில் பேராசிரியர் அ.கா.பெருமாள் வில்லுப் பாட்டு, கணியான் ஆட்டம், கண்ணன் விளையாட்டு, களம் எழுத்தும் பாட்டும் என்னும் நான்கு நிகழ்த்துக்கலைகளும் சடங்குகளுடன் பின்னிப்பிணைந்து நிற்பதைக் கள ஆய்வின் அடிப்படையில் ஆராய்ந்து, இவை தொடர்பான பனுவல்களின் துணையுடன் நூலாக எழுதி உள்ளார்.

முதல் கட்டுரையான வில்லுப்பாட்டு, இக்கலை குறித்த முழுமையான அறிமுகத்தையும் ஆய்வையும் மேற்கொள்கிறது. இதன் தோற்றம் குறித்து ஆராயும் ஆசிரியர், இது தொடர்பாக சோமலெ, அருணாசலம் ஆகியோர் கூறியுள்ள கருத்துகளை மறுத்துள்ளார். இம்மறுப்பு பொருத்தமாகவே உள்ளது. நாட்டார் தெய்வங்கள்மேல் புராணத்தன்மை ஏற்றப்பட்டமை என்பது பிற்காலப் பாண்டியர் ஆட்சிக்காலத்தில் தொடங்கிவிட்டதாக ஆசிரியர் கருதுகிறார்.

நாட்டார் பெண் தெய்வங்களை நிறுவனத் தெய்வங்களாக மாற்றியமைக்கும் முயற்சியைப் பிற்காலச் சோழர் காலத்திலேயே ஆதி சங்கரர் (கி.பி. 788 - 820) தொடங்கிவிட்டார்.

நெல்லையிலிருந்து நாடார் சமூகத்தினர் குமரி மாவட்டத்திற்கு இடம்பெயர்ந்தபோது, வில்லுப்பாட்டு இம்மாவட்டத்தில் அறிமுகமான தென்றும் 17ஆம் நூற்றாண்டிற்கு முன்பே இது நடந்திருக்க வேண்டும் என்றும் பெருமாள் கருதுகிறார்.

கால்டுவெல், மீட் போன்ற சீர்திருத்தக் கிறித்தவ மிஷனரிகள், வில்லுப்பாடல் குறித்து எழுதியுள்ள இழிவான பதிவுகளை எடுத்துக் காட்டியுள்ளார். தேடிப்பார்த்தால் கத்தோலிக்க மிஷனரிகளிடமும் இத்தகைய மதிப்பீடுதான் இருந்திருக்கும் என்பது தெரியவரும். காத்தவராயன் என்னும் நாட்டார் தெய்வத்தை நம்பத்தகாதவன் என்னும் பொருளில் ராஸ்கல் (rascal) என்ற சொல்லால் சேசு சபை ஆண்டுமடல் ஒன்று குறிப்பிடுகிறது.

வில்லுப்பாடலுடன் தொடர்புடைய நாட்டார் தெய்வங்களை வழிபடும் அடித்தள மக்கள் பிரிவினரில் பெரும்பாலோர் கிறித்தவத்தைத் தழுவியதே இத்தகைய அணுகுமுறைக்குக் காரணம். முந்தைய வழிபாட்டுமுறைகளின் பாதிப்பு புதிய கிறித்தவர்களிடம் இருந்துவிடக் கூடாது எனக் கருதியமையே இத்தகைய எதிர்மறையான விமர்சனங்களை உருவாக்கியுள்ளது.

வில்லிசையில் பிற்காலத்தில் ஏற்பட்ட மாற்றம் குறித்தும் அதில் பயன்படுத்தும் குடம் குறித்தும் ஆசிரியர் கூறும் செய்திகள் அவரது கள ஆய்வின் ஆழத்தைக் காட்டுகின்றன. பனைமரத்திற்கும் வில்லின் முக்கிய உறுப்பான கதிருக்கும் இடையிலான உறவு, கதிரில் இடம்பெறும் நாணை உருவாக்குதல், குடம் செய்வதற்குப் பயன் படுத்தும் மண்ணுடன் சேர்க்கப்படும் பொருள்கள் ஆகியன தொடர்பாக அவர் கூறுவன புதிய செய்திகள். நிகழ்த்துக்கலை ஒன்றில் இடம் பெறும் கருவியை உருவாக்கும் நாட்டார் தொழில்நுட்பம் குறித்த செய்திகளாக இவை அமைந்துள்ளன.

19ஆம் நூற்றாண்டின் இறுதிவரை ஓலையில் எழுதிவைக்கும் பழக்கம் இருந்தமையும் விவிலியத்தை ஓலையில் எழுதி வைத்திருந்ததையும் குறிப்பிட்டுள்ளார்.

பாலுணர்வு முரண்பாடும், தமிழர் மலையாளி முரண்பாடும் வில்லுப்பாட்டுக் கதைகளில் படிந்துள்ளன என்ற ஸ்டூவர்ட் பிளாக்பேர்ன் கருத்தை மறுக்கும் ஆசிரியர், ‘மண உறவு மறுக்கப் படுவதற்குச் சாதியும் அந்தஸ்தும்தான் காரணங்களாக அமைகின்றன’ என்கிறார். ‘தமிழர், மலையாளி முரண்பாடு வில்லுப்பாட்டுக் கதைகளில் இல்லை என உறுதியாகக் கூற முடியும்’ எனச் சான்றுகளுடன் நிறுவியுள்ளார் (ப. 53).

1950இல் வெளியான என்.எஸ்.கிருஷ்ணனின் காந்தி மகான் கதைதான் கன்னியாகுமரி மாவட்டத்தில் அச்சான முதல் வில்லுப்பாட்டு என்பது ஸ்டூவர்ட் பிளாக்பேர்னின் கருத்து. 1933இல் கிருஷ்ணாபுரம் மு.பெருமாள் நாடார் நாகர்கோவில் ஜே.எ. தாமஸ் அச்சகத்தில் அச்சிட்ட நூல் ஒன்றின் பின்னட்டையில் சிறுத்தொண்டன் விற்கவிதை, முத்தாரம்மன் விற்கவிதை எனச் சில விற்கவிதைகளுக்கான விளம்பரம் வெளி வந்துள்ளதைச் சுட்டிக்காட்டிப் பிளாக்பேர்ன் கூற்றை ஆசிரியர் மறுத்து உள்ளார் (ப. 54). வில்லுப்பாடல் புனைபவர்கள் தொடர்பாக அவர் கூறியுள்ள கருத்தையும் பெருமாள் மறுத்துள்ளார் (ப. 54).

கட்டுரையின் இறுதியில் வில்லுப்பாட்டில் ஏற்பட்ட மாற்றங்களாக ஆறு செய்திகளை ஆசிரியர் குறிப்பிட்டுள்ளார். நிறுவனச் சமயங் களான சைவ வைணவக் கோவில்களையும் நாட்டார் தெய்வக் கோவில்களையும் பகுக்க வில்லிசையை அடிப்படையாகக் கொள்வதை ஆசிரியர் ஏற்றுக்கொள்ளவில்லை.

கலைகள்தாம் கோவில்களைச் சார்ந்து நிற்கும். கோவில்களோ அவற்றின் வழிபாடோ கலைகளை முழுவதும் சார்ந்து அமையா என்கிறார் (ப. 8). இது பொதுப்படையான கருத்துதான். நாட்டார்

தெய்வங்களின் கோவில் கொடை விழாக்களில் மைய நிகழ்வாக 'சாமியாட்டம்' அமையும். குறிப்பிட்ட தெய்வம், குறிப்பிட்ட மனிதனின் மீது இறங்கும் என்பதே சாமியாட்ட நிகழ்வு தொடர்பான நம்பிக்கையாகும். அவ்வமயம் அவரது பேச்சு, செயல் எல்லாமே அக்குறிப்பிட்ட தெய்வத்தின் பேச்சாகவும் செயலாகவும் மக்களால் கருதப்படுகின்றன. நிறுவனச் சமயக் கோவில்களில் சாமியாட்டம் மையநிகழ்வாக இடம் பெறுவதில்லை. வரத்துப்பாடல் பாடப்படுவதும் இல்லை. நிறுவனச் சமயக் கோவில்கள் சிலவற்றில் நிகழும் விழாக்களில் பொழுதுபோக்கு நோக்கில் இடம்பெறும் கலை நிகழ்ச்சிகளில் ஒன்றாக வேண்டுமானால் வில்லுப்பாடல் இடம் பெறலாம். மேற்கூறிய சடங்கு சார்ந்த பங்களிப்பு எதுவும் அதற்குக் கிடையாது.

குறிப்பிட்ட சாமியைக் குறிப்பிட்ட மனிதனின் மீது இறங்கச் செய்வதில் வில்லுப்பாடலுக்கு முக்கியப் பங்குண்டு. சாமியை வரவழைப்பதற்காக வில்லிசைக் கலைஞர் பாடுவதை 'வரத்துப் பாடுதல்' என்பர். நாட்டார் தெய்வக் கோவில்களுடன் வில்லுப் பாடல் கொண்டுள்ள சடங்கு சார்ந்த உறவில் இது குறிப்பிடத்தக்க ஒன்று. வில்லுப்பாடல் என்பது நாட்டார் தெய்வக் கோவிலில் மட்டுமே சடங்குடன் பிணைக்கப்பட்டுள்ளது.

திருநெல்வேலி, தூத்துக்குடி, கன்னியாகுமரி மாவட்டங்களின் நாட்டார் கோவில் சார்ந்த மற்றொரு நிகழ்த்துக்கலை 'மகிடாட்டம்', 'மகுடாட்டம்' என்றழைக்கப்படும் கணியான் ஆட்டம். இம் மாவட்டங்களின் பெரும்பாலான நாட்டார் தெய்வக் கோவில்களில் ஆண்டுதோறும் நிகழும் கொடை விழாவில் இன்றியமையாத சடங்கு போல் இது இடம் பெறுகிறது. 'காப்புக்கட்டல்', 'கைவெட்டு', 'திரளைகொடுத்தல்', 'பேயாட்டம்', 'அம்மன் கூத்து' என்னும் முக்கியச் சடங்குகளில் கணியான் ஆட்டக் குழுவினரின் பங்களிப்பு தவிர்க்க இயலாதது.

கோவில் விழாக்களில் கலைநிகழ்ச்சியாக அல்லாமல் விழாவின் ஒரு கூறாகவும் வழிபாட்டு நிகழ்ச்சிகளில் ஒன்றாகவும் இயங்கும் தன்மையே பிற நாட்டுப்புறக் கலைகளிலிருந்து இதன் வேறுபட்ட சிறப்பு அம்சமாக உள்ளது என்று இந்நிகழ்த்துக்கலை குறித்துப் பெருமாள் சரியாகவே அவதானித்துள்ளார். இந்த நிகழ்த்துக்கலையை நேரில் பார்க்காமல், 'ஆணும் பெண்ணுமாக இரண்டு கோமாளிகள் நாட்டுப்புறப் பாடல்களைப் பாடி ஆடுவர். இதை நிகழ்வு எனக் கூற முடியாது' என்று தமது Folklore of Tamilnadu என்னும் நூலில் சோமலெ

(1973) தவறாகக் குறிப்பிட்டுள்ளதைச் சுட்டிக்காட்டி மறுக்கும் ஆசிரியர், இக்கலை தொடர்பாக நிகழ்ந்துள்ள ஆய்வுகளையும் வெளியான நூல்கள் மற்றும் கட்டுரைகளையும் அறிமுகப்படுத்துகிறார்.

இக்கலை நிகழும் தளத்தையும் நிகழ்த்தும் கலைஞர்கள் குறித்தும் இது நடைபெறும் முறையையும் வரலாற்றையும் இதில் நிகழ்ந்துள்ள மாற்றங்களையும் விரிவாகக் குறிப்பிட்டு உள்ளார். வில்லிசைப் பாடலின் இடையில் நிகழ்த்தப்படும் உரை விளக்கத்திற்கும் கணியான் ஆட்டத்தின் உரை விளக்கத்திற்கும் இடையிலான வேறுபாட்டையும் ஆசிரியர் விளக்குகிறார். இந் நிகழ்த்துக்கலையில் முக்கியமாக இடம் பெறும் மகிடம் அல்லது மகுடம் என்றழைக்கப்படும் இசைக்கருவி குறித்தும் அதை உருவாக்கும் முறை குறித்தும் அது அடைந்துள்ள மாறுதல்களையும் குறிப்பிட்டுள்ளார் (ப.69).

"இன்று இந்துத்துவச் செல்வாக்கால் நாட்டார் தெய்வ வழிபாடு சமஸ்கிருதமயமாகித் தன் 'சுயத்தை' இழந்துவருகிறது. நாட்டார் தெய்வ வழிபாட்டில் வட்டார அளவிலும் சாதி அளவிலும் தனித்தனி வழிபாட்டு மரபுகள் உள்ளன. பன்முகத் தன்மை வாய்ந்த இவ்வழிபாட்டு மரபை, ஒற்றை அடையாளத் தன்மைக்குள் அடக்கிப் பொதுமைப்படுத்தும் போக்கு திட்டமிட்டு நடத்தப்பட்டு வருகிறது.

இந்தப் பொதுமைத் தன்மை எதிர்காலத்தில் சட்ட ரீதியாகச் செயல்பட்டால் அல்லது பரவலாகிவிட்டால் கலைகளின் சடங்குக் கூறுகள் மறைந்துபோக வாய்ப்புண்டு. அதனால் கணியான் ஆட்டமும் வழக்கொழிந்து போகலாம்."

என்று கூறுவது (ப. 77) ஆசிரியரின் தொலைநோக்குடனான ஆய்வுச் சிந்தனையை வெளிப்படுத்துகிறது. மூன்றாம் கட்டுரை 'வில்லிசையை ஒத்து நடக்கும் கலைகள்' என்பதாகும்.

"வில்லிசைக் கலையின் கூறுகளான இசைக் கருவிகள், விளக்கம் கூறுதல், பாடுபொருள், பின்பாட்டுப் பாடுதல், கோவில் விழாக்களில் நிகழ்தல், நாட்டார் தெய்வத்தை வருத்திப்பாடுதல் ஆகியவற்றுள் சிலதை உள்ளடக்கிய வேறு நாட்டார் கலைகளும் உள்ளன. கணியான் ஆட்டம், கட்சிப்பாட்டு, போட்டி வேதக்கதைப் பாடல், கதை வாசிப்பு என்னும் இவற்றுக்கும் வில்லிசைக் கலைக்கும் ஒத்த தன்மைகள் இவற்றை ஒரே வரிசையில் இணைக்கின்றன."

என்று (ப. 89) கட்டுரையின் தலைப்புக்கான விளக்கத்தை ஆசிரியர் குறிப்பிடுகிறார். இக்கலைகளும் இவற்றை நிகழ்த்தும் கலைஞர்களும்

வில்லிசையுடனும் வில்லிசைக் கலைஞர்களுடனும் வேறுபடு வதையும் விளக்கியுள்ளார்.

வில்லிசையின் தாக்கம் கிறித்தவத்திற்குள் ஊடுருவி 'போட்டி வேதக் கதைப்பாடல்' என்னும் புதிய கலை வடிவத்தை உருவாக்கி யுள்ளதையும் இக்கட்டுரையின் வாயிலாக அறிய முடிகிறது.

நான்காம் கட்டுரை 'கண்ணன் விளையாட்டு'. நிறுவனச் சமயக் கோவில்களில் இது நடைபெற்றாலும் இதை நாட்டார் நிகழ்த்துக் கலையாகவே ஆசிரியர் கொள்கிறார்.

இக்கலையை நிகழ்த்தும் முறை, கலைஞர்கள் இதனுடன் கொண்டுள்ள தொடர்பு, நிகழும் இடம், வழிபாட்டுக் கூறு எல்லாமே இதை நாட்டுப்புறக் கலைகளுடன் இணைக்கின்றன.

என்று (ப. 99) இதற்கானக் காரணத்தை ஆசிரியர் விளக்குவது பொருத்தமாக உள்ளது.

இக்கலை முன்னர் நிகழ்ந்த முறையையும் தற்போது நிகழும் முறையையும் ஒப்பிட்டுக்காட்டி, நிகழ்த்துதலில் ஏற்பட்டுள்ள மாறுதல்களை விளக்கியுள்ளார். இறுதியாக,

கண்ணன் ஆட்டத்தில் பாகவதக் கதையின் நிகழ்ச்சிகளை நடத்திக் காட்டல், சைவ வைணவ ஒற்றுமையை வெளிப் படுத்தல், போர்க்கலை புரிதல் ஆகிய மூன்று கூறுகளைக் காண முடிகிறது

எனக் (ப. 108) குறிப்பிடுகிறார்.

நூலின் இறுதிக் கட்டுரை 'களம் எழுத்தும் பாட்டும்'.

"முக்கியத் தெய்வம் இருக்கும் இடத்துக்கு எதிரே உள்ள பரந்த வெளியில் அத்தெய்வத்தின் வடிவத்தை வண்ணப் பொடிகளால் ஓவியமாக வரைவதும் அதைப் போற்றிப் பாடி இறுதியில் அழிப்பதும் 'களம் எழுத்தும் பாட்டும்' எனப்படும்."

என்று இக்கலை குறித்த அறிமுகத்தைக் கட்டுரையின் தொடக்கத்தி லேயே ஆசிரியர் குறிப்பிட்டுவிடுகிறார். இந்நிகழ்விற்கென்றே வரையப்படும் ஓவியத்தில் தெய்வத்தை வருவிப்பதற்காகப் பாடல் பாடப்படுகிறது.

இது குறித்து விரிவாக அறிமுகம் செய்யும் ஆசிரியர் களம் எழுதப் பயன்படுத்தும் வண்ணப்பொடித் தயாரிப்பின் நுட்பத்தையும் விளக்கியுள்ளார். களம் எழுதி அதைக் கலைக்கும் வரையிலான

நிகழ்வுகளை நுட்பம் குன்றாமல் ஆசிரியர் எழுதியுள்ளமை, நேர்முக வர்ணனையாக அமைந்து, நாமே இக் காட்சியைக் காண்பது போன்ற உணர்வை ஏற்படுத்துகின்றது.

நூலாசிரியர் ஆய்வுக்கு எடுத்துக்கொண்டுள்ள நிகழ்த்துக் கலைகளில், வில்லுப்பாட்டு மட்டுமே சமயம் சாரா கலை வடிவமாகவும் நிகழ்த்தப்படுகிறது. ஏனையன சமய எல்லைக்குள் மட்டுமே நிகழ்கின்றன. இதற்கு அடிப்படைக் காரணம் மற்றொன்று விரித்தல் என்னும் உத்தியை வில்லுப்பாடல் பயன்படுத்திவருவதாகும்.

வில்லுப்பாடல் நிகழ்த்தப்படும் காலத்திற்குத் தொடர்பில்லாத பழமரபுக் கதைகளையும் புராணக்கதைகளையும் நிகழ்த்தும்போது நிகழ்காலம் குறித்த தமது விமர்சனங்களையும் வில்லிசைக் கலைஞர்கள் இணைத்துவிடுகின்றனர். இது அவர்கள் பின்பற்றும் பனுவலில் எழுத்து வடிவில் நிலையாக இடம்பெறுவதில்லை. தேவைக்கேற்ப அவ்வப்போது பொருத்தமான முறையில் தம் விமர்சனங்களை மற்றொன்று விரித்தலாக நிகழ்த்துதலின்போது நுழைத்துவிடுகின்றனர்.

சான்றாக 'முத்துப்பட்டன் கதை' என்னும் வில்லுப்பாடல் நிகழ்த்துதலின்போது இடம்பெற்றுள்ள செய்தியொன்றைக் குறிப்பிடலாம்.

முத்துப்பட்டனுக்குக் கல்வியறிவு புகட்டுவதற்காக 'நல்லதொரு வாத்தியாரை வரவழைத்து' என்று தலைமைப் பாடகர் கூறியதும், முனைவர் நா. இராமச்சந்திரன் பதிவுசெய்து உருவாக்கிய பனுவலில், அவருக்கும் துணைப் பாடகருக்கும் இடையில் பின்வருமாறு உரையாடல் நிகழ்கிறது.

பி.பா : எப்படி?

தலை : நல்லதொரு வாத்தியார்

பி.பா : நல்ல வாத்தியாரா? அப்ப கெட்ட வாத்தியாரு உண்டோ? (சிரிப்பு)

தலை : கெட்ட வாத்தியாருதான் ஊருக்கு ஒண்ணு ரெண்டு ஒங்கள மாதிரி இருப்பாங்களே.

பி.பா : என்ன மாதிரியா? (சிரிப்பு)

தலை : ஆமா.

பி.பா : நான் எந்த விதத்தில் கெட்ட வாத்தியாரு?

தலை : நானே சொல்ல முடியுமா?

பி.பா : ஒரு நாள் ஒரு பொழுதாவது பள்ளிக்கூடத்தில போயி வகுப்பு நேரத்தில் பையன்களுக்குப் பாடஞ் சொல்லிக் கொடுக்காமப் பெஞ்சில் படுத்துத் தூங்கினதா சொல்ல முடியுமா?

தலை : கெடையாதய்யா.

பி.பா : கெடையவே கெடையாது. வேணுன்னா சில வேளை உக்காந்து தூங்கியிருப்பேன். (சிரிப்பு)

தலை : அதனாலதான் சொன்னேன் ஒங்கள மாதிரிப்பட்ட வாத்தியாரு. ஆனால் அந்த முத்துப்பட்டனுக்கு நல்ல வாத்தியாரு.

இவ்வுரையாடலை அடுத்துக் கதை நிகழும் கடந்த காலத்துக்கு ஆசிரியர் கதையை நடத்திச் சென்றுவிடுகிறார். ஒரு விற்பாட்டுக் கதையை ஒரு கிராமத்தில் வாழும் முதியவர் தம் பத்தாம் வயதில் கேட்கத் தொடங்கி தம் முதுமையிலும் தொடர்ச்சியாகக் கேட்டுக் கொண்டே இருப்பார். சலிப்பின்றி இக்கதையை அவர் கேட்கும்படிச் செய்வது இத்தகைய மற்றொன்று விரித்தல் உத்திதான். இது சமூக விமர்சனமாகவும் அமைந்துவிடுகிறது. இவ்வுத்தி இடம்பெற வாய்ப்பில்லாத போதும் அல்லது பயன்படுத்தாதபோதும் நிகழ்த்துக் கலைகள் தேக்கநிலையை அடைவதைத் தவிர்க்க முடியாது.

ஒரு பக்கம் நாட்டார் நிகழ்த்துக்கலைகளை அழியவிடாமல் இன்றளவும் பாதுகாக்கும் பணியைக் கோவில் சடங்குகள் செய்து வருகின்றன. மற்றொரு பக்கம் அவற்றை யந்திரகதியிலான நிகழ்த்துதலாக்கி வளர்ச்சியும் மாறுதல்களும் உருவாகாமல் தடுத்துத் தேக்கநிலையில் வைத்துள்ளன. இதைத்தான் ‘சடங்கில் கரைந்த கலைகள்’ என்கிறார் நூலாசிரியர்.

ஆழமான கள ஆய்வு, கிடைத்த தரவுகளை முறைப்படுத்துதல், கலைஞர்கள் மீதான பரிவுணர்வு, சமூக மாறுதல்கள் இக்கலைஞர்களின் மீது ஏற்படுத்தியுள்ள தாக்கம் குறித்த பதிவுகள், பொருத்தமான முறையில் இடம்பெறும் நூற்செய்திகள் ஆகியன இந்நூலின் சிறப்புக்குத் துணைநிற்கின்றன.

பேராசிரியராகப் பணியாற்றும்போது தொடங்கி, தனக்கென ஓர் அறிவுப் புலத்தைத் தேர்ந்தெடுத்துக்கொண்டவர் முனைவர் அ.கா. பெருமாள். ஓய்வுபெற்ற பிறகும் அதில் இடைவிடாது

பயணித்து வருபவர். கன்னியாகுமரி மாவட்டத்தின் வரலாறு, இலக்கியம், நாட்டார் வழக்காறு எனத் தன் சொந்த மாவட்டத்தின் அறிவுச் செல்வங்களை ஆரவாரமின்றி இடைவிடாது ஆராய்ந்து வெளிக்கொணர்ந்து வருபவர். அதன் ஒரு பகுதியாக இந்நூலும் அமைந்துள்ளது.

தமிழ்நாட்டின் வட்டார வரலாற்றை முறையாக வெளிக் கொணர இத்தகைய முயற்சிகள்தாம் துணைநிற்கும். தமிழ் நாட்டின் சமூகப் பண்பாட்டு வரலாற்றை முழுமையாக எழுத இவை புறக்கணிக்க இயலாத ஆவணங்களாக அமையும்.

முனைவர் அ.கா.பெருமாள் பணி தொடர வாழ்த்துகள்.

சடங்கில் கரைந்த கலைகள்,
அ.கா.பெருமாள்,
காலச்சுவடு, நாகர்கோவில்

ஒடுக்கப்பட்டோரின் ஏழை இயேசு

சேசு சபைக் குரு ஒருவரின் நூலுக்கு மார்க்சியவாதி ஒருவர் முன்னுரை எழுதுவதென்பதை முரண்பட்ட கருத்துடையோரிடம் கலந்துரையாடல் தொடங்கியுள்ளதன் அறிகுறி என்று கருதுகிறேன். எதிர்பாராமல் நிகழ்ந்த விபத்து என்றும் சிலர் இதைக் கருதலாம். என்றாலும் உலகமயமாக்கம் - தாராளமயமாக்கம் - தனியார்மயமாக்கம் என்ற மூன்றும் இந்திய சமூகத்தைத் தடம் புரளச் செய்து கொண்டிருக்கும் இன்றையச் சூழலில், சேசு சபையினரும் மார்க்சியவாதிகளும் சந்தித்துக் கொள் இணைந்து செயல்பட ஒரு பொதுப்புள்ளி உள்ளது என்றே நம்புகிறேன்.

நிகரகுவா, எல்சால்வாடா, கியூபா போன்ற பல லத்தீன் அமெரிக்க நாடுகளில் கத்தோலிக்கரும் மார்க்சியரும் தத்தம் சுய அடையாளங்களை இழக்காமல் ஒன்றிணைந்து போராடியுள்ளனர். சில நாடுகளில் கூட்டாக ஆட்சிப் பொறுப்பில் பங்கேற்று ஒரு முன்னுதாரணத்தை உருவாக்கியுள்ளனர்.

பணியாளர் இருதயராஜ் அடிகளார் ஒரு முன்னுரை கேட்டபோது முதலில் சற்றுத் தயங்கினாலும், பின்னர் மகிழ்ச்சியுடன் உடன்பட்டமைக்கு மேற்கூறிய வரலாற்றுச் செய்திகள்தாம் காரணம்.

பணி. இருதயராஜ் அடிகளாரை சென்னை அருட்கடல் இறையியல் கல்லூரியில் 2001ஆம் ஆண்டில் முதல் முறையாகச் சந்தித்தபோதே, அவரது துடிப்பான செயல்பாட்டையும், அறிவுத் தேடலையும் உடனடியாகப் புரிந்து கொண்டேன். அறிவுத் தேட்டம் மிக்க, பணி. பீ. ஆரோக்கியதாஸ் அடிகளார் இவரை நன்றாக இனம் கண்டிருந்தார். அவரே இவரை எனக்கு அறிமுகப்படுத்தினார். அன்றிலிருந்து எங்கள் நட்பு சித்தாந்த வேறுபாடுகளுக்கிடையில் தொடர்ந்து நீடித்து வருகிறது.

அடிகளாரின் இந்நூல் இறையியல் பயிற்சியின்போது எழுதிய கட்டுரை, கருத்தரங்குகளில் படித்த கட்டுரை, சிற்றேடுகளில் வெளியான கட்டுரை எனப் பல்வேறு கட்டுரைகளின் தொகுப்பாக அமைந்துள்ளது. இதனடிப்படையில் ஒவ்வொன்றும் ஏனைய கட்டுரை களுடன் தொடர்பில்லாத தனித்தனிக் கட்டுரைகள்தாம். ஆனால்,

இக்கட்டுரைகளை இணைக்கும் சரடாக இறையியலும் நாட்டார் வழக்காறும் அமைந்துள்ளன.

இறையியல் என்று கூறும்போது, அருட்பணியாளரும் பேராசிரியருமான ஃபெலிக்ஸ் வில்பர்ட் குறிப்பிடும் கதையொன்று நினைவுக்கு வருகிறது. அக்கதை வருமாறு:

பாராசூட்டில் சென்ற ஒருவன் புயலில் சிக்கினான்.
அவன் தரை இறங்கவேண்டிய இடத்திலிருந்து
பல கிலோ மீட்டர் தொலைவுக்கு அப்பால்
மரம் ஒன்றில் இறங்கி உயிர் பிழைத்தான்.
எங்கேயிருக்கிறோம் என்பது அவனுக்குத் தெரியவில்லை.
தான் இறங்கிய இடம் எது? என்பதைத் தெரிந்து கொள்ளும்
முயற்சியில் இறங்கினான்.
அவ்வழியாக வந்த ஒருவரிடம்,
'ஐயா, நான் எங்கே இருக்கிறேன் என்று கூற முடியுமா?'
என்று கேட்டான்.
உடனே அவரிடமிருந்து,
'நீ ஒரு மரத்தின் உச்சியில் இருக்கிறாய்!'
என்ற பதில் வந்தது.
உடனே பாராசூட்காரன்,
'நீ ஒரு இறையியலாளனா?'
என்று கேட்க,
அவ்வழிப்போக்கன் திகைப்பும் வியப்பும் அடைந்து
பாராசூட்காரனைப் பார்த்து,
'ஆமாம், நான் இறையியலாளன்தான்.
ஆனால் இதை நீ எவ்வாறு அறிந்து கொண்டாய்?'
என்று கேட்டான்.
பாராசூட்காரன் அவனைப் பார்த்து,
'ஓ! இது மிகவும் எளிதானது.
எவ்வாறென்றால் நீ கூறியது சரியானது;
ஆனால் பயனற்றது'
என்றான்.

இக்கதையைக் குறிப்பிட்டுவிட்டு, 'தனக்கென ஓர் இடத்தைக் கண்டு கொள்ளாவிட்டால், இறையியலானது முற்றிலும் பயனற்றதாகவும், சில நேரங்களில் முட்டாள்தனமானதாகவும் அமையும்' என்று பணி. ஃபெலிக்ஸ் வில்பர்ட் குறிப்பிடுவார்.

இந்நூல் இறையியலுக்குத் தமிழ்ச் சூழலில் ஓர் இடத்தைத் தேடிக் கண்டுபிடித்து, அதில் நிலைகொள்ளச் செய்ய முயற்சி செய்கிறது. இதற்குத் துணையாக நாட்டார் வழக்காற்றை அழைத்துக் கொண்டுள்ளது.

கத்தோலிக்கத் திருச்சபையில் கோலோச்சி வந்த தாமஸ் அக்கியுன்னாஸின் (1225-1274) இறையியல் போதுமானதல்ல என்பதை அண்மைக்கால உலக நிகழ்வுகள் உணர்த்தியுள்ளன.

இதன் வெளிப்பாடாக "நம்முடைய சொந்தக் கிணறுகளில் இருந்தே தண்ணீர் பருகுவோம்!" என்று கூறி பெருநாட்டுக் கத்தோலிக்கக் குரு குஸ்தாரோவ் குத்தியாரோவ் விடுதலைக்கான ஓர் இறையியல் (A Theology of Liberation) என்ற இறையியலை உருவாக்கினார்.

இதன் தாக்கம், 'மிஞ்சுங் இறையியல் (Minjung Theology), சூழல்சார் இறையியல் (Contextual Theology) என்ற இறையியல் களிலும் இடம்பெற்றுள்ளது. இந்தியாவில் தலித் இறையியல் என்ற சொல்லாடலும் ஒலிக்கத் தொடங்கியுள்ளது.

இத்தகைய வரலாற்றுச் சூழலின் தாக்கத்தினாலோ என்னவோ, அடிகளார் தமது இறையியல் சார்ந்த தேடலை நாட்டார் வழக்காறு களுடன் இணைத்துப் பார்ப்பதன் வாயிலாகத் தொடங்கியுள்ளார்.

இந்நூலின் முதல் கட்டுரை 'மக்களின் கதைகளில் மறைந்துள்ள வாழ்வியல்' என்பதாகும். தமிழ்நாட்டின் மூன்று கிராமங்களில் பெற்ற அனுபவங்களில் தொடங்கி, தலித் மக்களின் தெய்வங்கள், கதையாடல்கள், வாழ்வியல் அனுபவங்கள் ஆகியனவற்றின் துணையுடன் தம் ஆய்வை நடத்திச் செல்கிறார். இறை நம்பிக்கை தொடர்பாக ஆறு வினாக்களையும் முன்வைக்கிறார். இறுதியாக, விவிலியத்தில் இடம்பெறும் விடுதலைக் கதைகளின் இறையியல் கூறுகளைத் தொகுத்தளிக்கிறார். இது வேறுபாடான நல்ல முயற்சி.

இரண்டாவது கட்டுரையான 'மக்களின் சடங்குகளில் மறைந்துள்ள வாழ்வியல்' என்பது அடிகளாருக்குக் கிட்டிய நான்கு வெவ்வேறு வகையான அனுபவச் சூழல்களை அடிப்படையாகக் கொண்டு உருவாகியுள்ளது. இங்கு அனுபவம் என்று ஆசிரியர் குறிப்பிடுவது அவர் உற்றுநோக்கிய நான்கு சடங்குகளாகும். இவற்றுள் இரண்டு வாழ்க்கை வட்டச் சடங்குகள் சார்ந்தவை. ஒன்று வழிபாடு சார்ந்தது. மற்றொன்று அரசியல் சார்ந்தது.

இவற்றை மையமாகக் கொண்டு சடங்குகள் குறித்த ஆய்வு அமைந்துள்ளது. சடங்குகளின் தோற்றம் மனிதனுக்கும் சடங்கு களுக்கும் இடையிலான உறவு நிலை, அதில் மறைந்துள்ள உளவியல், சடங்குகளினால் அடித்தள மக்கள் பெறும் அனுபவங்கள், வாழ்க்கை வட்டச் சடங்குகள், வழிபாட்டுச் சடங்குகள் என்ற இருவகையான சடங்குகள், நாட்டார் சமயச் சடங்குகளுக்கும் நிறுவன சமயச் சடங்கு களுக்கும் இடையிலான வேறுபாடுகள் என்பனவற்றைக் கட்டுரையின் பெரும்பகுதி அறிமுகப்படுத்துகிறது.

கட்டுரையின் பிற்பகுதியில், இறைநம்பிக்கையின் அடிப்படையில் சடங்குகளைக் குறித்து எட்டு வினாக்களை எழுப்பியுள்ளார். இதன் தொடர்ச்சியாக விடுதலையை மையமாகக் கொண்ட சடங்குகளை விவிலியத்திலிருந்து அறிமுகப்படுத்துகிறார்.

ஏழு அருள் அடையாளங்கள் அனைத்தும் சடங்குகள் என்று குறிப்பிடும் அடிகளார் இவற்றின் உண்மைப் பொருளைப் பலர் அறியவில்லை என்று கூறிவிட்டு, பணி.அருள்ராஜாவின்

"ஒடுக்கப்பட்டவரை மையமாகக் கொண்டு திருச்சபை
வாழும்போது, அங்கு இயேசு அனுபவம் கிடைக்கும்.
திருச்சின்னங்கள் புத்துயிர் பெற்று நமக்குப் புதுவாழ்வு தரும்.
நம் வாழ்வு ஒடுக்கப்பட்டவரை மையமாகக் கொண்டு
அமைக்கப்படாதவரை, வாழ்வின் உச்சக்கட்ட
இறை அனுபவக் கொண்டாட்டமான திருச்சின்னங்களும்
வெறும் சடங்குகளாகச் சிறைபட்டே நிற்கும்."

என்ற கருத்தை முன்வைக்கிறார்.

தமிழ்ச் சிந்தனையாளர்கள் சடங்குகள் பற்றிக் கூறியுள்ள செய்தித் தொகுப்பு, கட்டுரையில் துருத்திக் கொண்டுள்ளது போல் உள்ளது.

கத்தோலிக்கத் திருச்சபைக்கு வெளியில் நின்று அவதானிக்கும் எம் போன்றோர், சடங்குகளை மையமாகக் கொண்டு எதிரும் புதிருமான இருவகையான போக்குகள் இடம்பெற்றுள்ளதாகக் காண்கிறோம். ஒன்று 'தாயகமாக்கல்' என்ற பெயரில், மேட்டிமையோரின் பண்பாட்டு மரபுகளை உள்வாங்குதல் (சான்று: கர்நாடக இசை). மற்றொன்று அடித்தட்டு மக்களின் பண்பாட்டுக் கூறுகளை உள்வாங்குதல். சீர்திருத்தக் கிறித்தவ சபையின் குருவான தியாபிலஸ் அப்பாவு (பரட்டை) பரமண்டல மந்திரத்தை, நாட்டார் பாடல் வடிவில் மாற்றி

இவ்வகையில் வழிகாட்டியுள்ளார். கட்டுரையின் இறுதியில் ஆசிரியர் கூறும் பரிந்துரைகள் மண் சார்ந்தவை.

அதே நேரத்தில் அடித்தள மக்களின் வாழ்க்கைத் தரம் உயர இவை மட்டும் போதுமா? என்ற வினாவும் எழுவதைத் தவிர்க்க இயலவில்லை. பணி.பால் அலங்காரம் அடிகளார் என்பவர் தூத்துக்குடி மறைமாவட்டத்தை மையமாகக் கொண்டு பின்வரும் கருத்தை அடிக்கடி பேசியும் எழுதியும் வந்தார்.

"நமது மறைமாவட்டத்தில் ஐம்பது விழுக்காட்டினர்
கடலை நம்பி வாழ்பவர்கள்.
இவர்கள் பொருளாதார நிலையை மேம்படுத்த
முயற்சிகள் செய்யாது,
ஆடம்பர சப்பர பவனிகளும், தேர்த்திருவிழாக்களும்
நடத்துவதில் பயன் எதுவுமில்லை."

சடங்குகளின் சமயம் என்றாகி, சீர்திருத்தக் கிறித்தவ சபையினரைப் போல் கல்விப் பணியில் அதிக ஆர்வம் காட்டவில்லை என்ற குற்றச்சாட்டு ஏற்கனவே தமிழகக் கத்தோலிக்கத் திருச்சபையின் மீது உண்டு. இந்நிலையில் சடங்குகள் குறித்த அடிகளாரின் கருத்துக்கள் விவாதத்திற்குரியன. இச்சடங்குகளுக்கான எதிர்வினையாகவே இன்றையக் கத்தோலிக்கர்களில் ஒரு பிரிவினர் பெந்தேகோஸ்தே சபையை நாடிச் செல்கின்றதையும் காண்கிறோம். இந்த இடத்தில்,

"உங்கள் பண்டிகைகளைப் பகைத்து வெறுக்கிறேன்;
உங்கள் ஆசரிப்பு நாட்களில் எனக்குப் பிரியமில்லை.
உங்கள் தகன பலிகளையும் போஜன பலிகளையும்
எனக்குப் படைத்தாலும் நான் அங்கீகரிக்கமாட்டேன்;
கொழுமையான உங்கள் மிருகங்களின் ஸ்தோத்திர
பலிகளையும் நான் நோக்கிப் பார்க்கமாட்டேன்.
உன் பாட்டுக்களின் இரைச்சலை என்னைவிட்டு அகற்று;
உன் வீணைகளின் ஓசையை நான் கேட்க மாட்டேன்."

என்ற ஆமோஸின் *(5:21-23)* கூற்று நினைவுக்கு வருவதைத் தவிர்க்க இயலவில்லை.

மூன்றாவது கட்டுரை 'அடையாளங்களின் அரசியல்.' கத்தோலிக்கர் ஒருவரின் சமய வாழ்வில் அருளடையாளங்கள் எந்த அளவுக்கு முக்கியமானதோ, அந்த அளவுக்கு அவரது சமூக வாழ்விலும் சில

அடையாளங்களுக்கு இடமுண்டு. இவற்றைப் பண்பாட்டு அடையாளங்கள் என்று குறிப்பிடுவது பொருத்தமாக இருக்கும். சாதியை மையமாகக் கொண்டே தமிழ்ச் சூழலில் பண்பாட்டு அடையாளங்கள் அமைகின்றன. இதனால் சில பண்பாட்டு அடையாளங்கள் இழிவை ஏற்படுத்தும் தன்மையில் அமைவதுண்டு. இது பெரும்பாலும் தலித்களின் மீது அவர் இந்துவாக இருந்தாலும் கத்தோலிக்கராக இருந்தாலும் சரி, சுமத்தப்படுகின்றன.

நான்கு அனுபவச் சூழல்களை இக்கட்டுரையின் தொடக்கத்தில் குறிப்பிட்டுவிட்டு இவற்றை மையமாகக் கொண்டு எட்டு வினாக்களை எழுப்புகின்றார்.

'பின் நவீனத்துவம்' குறித்து கட்டுரையாசிரியர் அதிக எதிர்பார்ப்பில் இருக்கிறார்.

'அருள் அடையாளங்கள் கொண்டாடப்படும் விதத்தில், இன்னும் ரோமையின் பிடியிலிருந்து நாம் விடுபடவில்லை' என்று குறிப்பிடும் ஆசிரியர், மக்களின் அடையாளங்களை அறிந்து கொள்ள திருச்சபையின் மேய்ப்பர்கள் செய்ய வேண்டுவனவாக ஒன்பது வழிமுறைகளைக் குறிப்பிடுகிறார்.

இவ்வகையில் இக்கட்டுரையானது குருக்கள், துறவியர், சகோதரிகள் ஆகியோரை மனதில் கொண்டே எழுதப்பட்டுள்ளது எனலாம்.

'மக்களின் மரபுகளில் மறைந்துள்ள வாழ்வியல்' என்ற கட்டுரை நான்கு அனுபவச் சூழல்களை குறிப்பிட்டுவிட்டு அவற்றை மையமாகக் கொண்டு சில கருத்துக்களை நம்முன் வைக்கிறார். மக்களின் மரபு களுக்கும் விவிலியத்திற்கும் இடையிலான உறவுப் பாரம்பரியத்தை சான்றுகளுடன் எடுத்துக்காட்டும் ஆசிரியர் மக்களிடம் நிலைபெற்றுள்ள பாரம்பரியமான மரபுகளில் காணப்படும் விடுதலைக் கூறுகளையும் வாழ்வியல் மதிப்பீடுகளையும் முன்னிலைப்படுத்த வேண்டும் என்ற கருத்தை முன்வைக்கிறார்.

இந்நூலின் இறுதிக் கட்டுரையான 'வழிபாடும் பண்பாட்டு மயமாக்கமும்' என்ற கட்டுரையும் நான்கு அனுபவச் சூழல்களின் அடிப்படையில் எழுதப்பட்டுள்ளது. வழிபாட்டிற்கும் பண்பாட்டிற்கும் இடையிலான உறவு குறித்தும், வழிபாட்டில் குறியீடுகளின் பங்களிப்பு குறித்தும் விரிவாக ஆராயும் ஆசிரியர் மக்களின் பண்பாட்டில்

நற்செய்தியை விதைப்பது குறித்தும், 'வெகுசன கத்தோலிக்கம் (Popular Catholicism) குறித்தும் சில கருத்துக்களை முன்வைத்து விவாதிக்கிறார். இக்கட்டுரையும் கத்தோலிக்கத் திருச்சபையின் ஞான மேய்ப்பர்களை முன்வைத்தே எழுதப்பட்டுள்ளது.

வருத்தப்பட்டு பாரஞ் சுமப்பவர்களை மனதில் கொண்டு இறையியலை அடிகளார் அணுகியுள்ளார்.

மறுவுலகைக் காட்டி, இவ்வுலகை அவர்கள் பார்வையிலிருந்து மறைக்கும் மோடி மஸ்தான் வேலை அடிகளாருக்கு கைவராத கலை என்பதும் புலப்படுகிறது.

துயரப்படுகிறவர்களை பேறுபெற்றவர்களாக நோக்காது, அவர்கள் துயரத்தைப் போக்கும் முயற்சியில் ஈடுபாடு காட்டும் நோக்கில் ஒடுக்கப்பட்டோரின் ஏழை யேசுவை அவர் சிக்கெனப் பிடித்துள்ளார்.

அடித்தள மக்களின் திருச்சபை உருவாக்கும் நம்பிக்கையை பணி. இருதயராஜ் அடிகளார் போன்ற குருக்கள் ஏற்படுத்தி வருகிறார்கள்.

வழக்காறுகள் காட்டும் வாழ்வியல்,
பணி.இருதயராஜ் சே.ச.,
நாட்டார் வழக்காற்றியல் ஆய்வு மையம்,
பாளையங்கோட்டை

தமிழ்ச் சமூகமும் நாட்டார் கலைகளும்

நாட்டார் வழக்காறுகளில் நீண்ட காலமாக ஆராயப்படாத வகைமையாக நாட்டார் நிகழ்த்துக் கலைகள் இருந்தன. வெகுசனப் பத்திரிகைகளிலும் அவை வெளியிடும் தீபாவளி, பொங்கல் சிறப்பிதழ்களிலும் அவ்வப்பொழுது சில அறிமுகக் கட்டுரைகள் வெளிவந்ததோடு சரி. இத்தகைய சூழலில்தான் 'தோற்பாவை நிழற்கூத்து' என்ற தலைப்பில் தம் முனைவர் பட்ட ஆய்வினை 1970களில் மு.இராமசாமி மேற்கொண்டார். 1983ஆம் ஆண்டில் அது நூலாக வெளியாயிற்று. இதனையடுத்து நாட்டார் நிகழ்த்துக்கலைகள் குறித்த ஆய்வுகள் பரவலாக நிகழத் தொடங்கின.

கரு.அழ.குணசேகரன், இரவி, சுந்தர்காளி, அ.கா. பெருமாள், அந்தோணி, அறிவுநம்பி, கோமதிநாயகம் எனக் கல்விப்புலம் சார்ந்த ஆய்வாளர்கள் தமிழ்நாட்டில் பல்வேறு பகுதிகளில் நிகழ்த்தப்படும் நிகழ்த்துக்கலைகள் குறித்து விரிவான கள ஆய்வினை மேற்கொண்டு ஆய்வு நிகழ்த்தினர். இவற்றுள் சில நூல் வடிவிலும், கட்டுரைகளாகவும் வெளிவந்துள்ளன.

மற்றொரு பக்கம் ந.முத்துசாமி போன்ற கல்விப்புலம் சாராத ஆய்வாளர்கள் நாட்டார் நிகழ்த்துக்கலைகள் குறித்த ஈடுபாட்டின் அடிப்படையில் சில நல்ல ஆய்வுகளை வெளிக்கொணர்ந்ததுடன் அவை நிகழ்த்தப்படும் வட்டாரத்திற்கு வெளியே அவற்றை அறிமுகம் செய்தனர்.

இவர்களைத் தவிர ஸ்டூவர்ட் ப்ளாக்பர்ன், ப்ரண்டாபெக், ஹன்னா - டி - புரூயின் என ஐரோப்பிய நாட்டினர் முறையே வில்லுப் பாட்டு, உடுக்கைப்பாட்டு, கட்டைக்கூத்து குறித்த ஆய்வுகளை மேற்கொண்டு வட்டாரத் தன்மை கொண்ட இக்கலைகளை உலக அரங்கில் ஆங்கிலம் வாயிலாகக் கொண்டு சென்றனர்.

இவையெல்லாம் ஒரு நாற்பது ஆண்டுக் காலத்திற்குள் நிகழ்ந்த நிகழ்வுகள். இவை ஏற்படுத்திய பொதுவான விளைவுகளாகப் பின்வருவனவற்றைக் குறிப்பிடலாம்.

1. நாட்டார் நிகழ்த்துக் கலைகள் ஒவ்வொன்றும் ஒரு குறிப்பிட்ட வட்டாரத்திற்கு உரியன. இதனால் தமிழ்நாட்டில் ஒரு தமிழ்ச் சமூகத்தின் பகுதியில் வாழ்பவர்கள் பலரும் பிற வட்டாரக் கலைகள் குறித்த புரிதலின்றி இருந்தனர் அல்லது கலைகளின் பெயர்களை மட்டுமே அறிந்திருந்தனர். மேற்கூறிய ஆய்வுகள் இக்குறைபாட்டை ஓரளவிற்காவது போக்கி இக்கலைகள் குறித்த புரிதலை ஏற்படுத்தின.
2. இக்கலைகளைப் பயிலவும், மேலும் ஆய்வு செய்யவும் இளைய தலைமுறையினரைத் தூண்டின.
3. தன்னார்வக் குழுக்கள், தொண்டு நிறுவனங்கள், அரசியல் இயக்கங்கள் ஆகியன மக்களிடையே தாம் பரப்ப விரும்பும் கருத்துக்களைக் கொண்டு செல்லும் கருவியாக இக்கலை களையும் பயன்படுத்தத் தொடங்கின. பயன்பாட்டு நாட்டார் வழக்காற்றியல் (Applied Folklore) அல்லது நாட்டார் வழக்காற்றியம் (Folklorism) என்ற நாட்டார் வழக்காற்றியல் பிரிவின் வளர்ச்சிக்கு இது வித்திட்டதுடன் வளரவும் வகை செய்தது.

இச்செய்திகள் நாட்டார் வழக்காற்றியல் என்ற அறிவுப் புலத்தின் மீது ஆர்வமும், பற்றும் கொண்டோரை மகிழ்விப்பன என்பதில் ஐயமில்லை. அதே நேரத்தில் சமூகவியல் நோக்குடன் சிந்திக்கும் போது ஓர் அடிப்படையான வினா எழுகின்றது.

நாட்டார் நிகழ்த்துக்கலைகள் என்பன நிகழ்த்துனர், பார்வை யாளர்கள் என்ற இரு பிரிவினரை மையமாகக் கொண்டவை. இவர்களுள் நிகழ்த்துனர்களைக் குறித்து நாம் ஆய்வு மேற்கொண்டுள்ளோமா? என்பதுதான் வினாவாகும். சொல்லிக் கொள்ளும்படியான நாட்டார் நிகழ்த்துக்கலை ஆய்வுகளுள் ஒன்றான மு.ராமசாமியின் தோற்பாவை நிழற்கூத்து ஆய்வில் தோற்பாவை நிழற்கூத்துக் கலைஞர்களின் அவல வாழ்வு அழுத்தமாகப் பதிவாகியுள்ளது. ஆனால் இவருக்குப் பின்னால் நிகழ்த்துக்கலைகளை ஆய்வு செய்ய வந்தோரில் ஒரு சிலரைத் தவிர பெரும்பாலானோர் நிகழ்த்துக்கலைகளைக் குறித்து மட்டுமே ஆய்வு செய்பவர்களாகத் தம்மைச் சுருக்கிக் கொண்டனர்.

ஆலன் டண்டிஸ் தொடங்கி பல மேற்கு ஐரோப்பிய நாட்டார் வழக்காற்றியல் அறிஞர்களின் கருத்துக்களை மேற்கோளாகக் காட்டும் நம் ஆய்வாளர்களில் பலர் 'நாட்டார் (மக்கள்) இல்லாமல் வழக்காறுகள்

இல்லை' (without folk no lore) என்ற அவரது கூற்றைப் பெரும்பாலும் மறந்துவிடுகின்றனர். இக்கூற்றின் அடிப்படையில் நோக்கினால் 'நிகழ்த்துக் கலைஞர்கள் இல்லாமல் நிகழ்த்துக்கலை இல்லை' என்ற உண்மை புலனாகும்.

நிகழ்த்துக் கலைஞர்கள் என்போரை ஒப்பனைகளுடன் மேடையில் தோன்றி ஆடிப்பாடி நடிப்பவர்கள் என்ற எல்லைக்குள் மட்டும் அடக்கிவிட முடியாது. அவர்கள் இச்சமுதாயத்தினர், நம்முடன் வாழ்பவர்கள், அவர்களுக்கென்று ஒரு குடும்பம் உண்டு, சமூகத்தின் பொருளியல் மற்றும் பண்பாட்டு அடிப்படையிலான தாக்கத்திற்கு அவர்களும் ஆளாகிறவர்கள். அவர்கள் மேற்கொள்ளும் கலைசார்ந்த வாழ்க்கை ஆத்ம திருப்தியை மட்டும் அடிப்படையாகக் கொண்டதல்ல. அவர்களின் பொருளியல் வாழ்வின் ஆதாரமாகவும் அமைவது.

இவ்வுண்மையைத் தென்னாற்காடு மாவட்டத் தெருக்கூத்துக் கலைஞர்களின் வாழ்வை மையமாகக் கொண்டு எழுதப்பட்ட 'களரி' என்ற நாவலில் அதன் ஆசிரியர் ஜீவகாருண்யன் பின்வருமாறு வெளிப்படுத்தியுள்ளார்.

> "கண்ணு ரத்தம் செத்துப் போற பொழப்பு. நாஷ்டா செலவுக்காவது சேத்துக் குடுங்க" என்று ஐந்துக்கும், பத்துக்கும், ஐம்பதுக்கும், நூறுக்கும் கூனிக்குறுகி, குனிந்து, பணிந்து கையேந்தி நிற்கின்ற காட்சி, துண்டு விரித்து நிற்கின்ற காட்சி - இன்றும் கிராமப் புறங்களில் காணக் கிடைக்கின்ற காட்சி!

சாதிய மேலாண்மையும், சாதிய ஒடுக்குமுறையும் மேலோங்கியுள்ள தமிழ்ச் சமூகத்தில் இத்தகைய பொருளாதாரச் சிக்கல் மட்டுமின்றி சாதிய அடிப்படையிலான தாக்கங்களும் இக்கலைகள் மீதும், கலைஞர்களின் மீதும் உண்டு. நாட்டார் நிகழ்த்துக் கலைஞர்கள் இன்றும்கூட சில குக்கிராமங்களில் நேரடியாகவும், சில இடங்களில் மறைமுகமாகவும் தீண்டாமைக் கொடுமைக்கு ஆளாகின்றனர். ஆனால் நாட்டார் நிகழ்த்துக் கலைகளை ஆய்வு செய்வோரில் பலர் இதனைக் கண்டு கொள்வதில்லை.

பறையர் சாதியினருக்கென்றும், வண்ணார் சாதியினருக்கென்றும் சில வேடங்களும், பாத்திரங்களும் ஒதுக்கப்பட்டுள்ள கூத்துகளும் உண்டு. இவற்றுள் சில இழிவான தன்மை உடையன. யாழ்ப்

பாணத்தின் பாரம்பரியக் கூத்துகளிலும் இப்போக்கு இடம்பெற்று உள்ளதாகத் தெரியவருகின்றது.

இச்சிக்கல்களைப் பற்றி நாம் ஆய்வு செய்யத் தவறியமைக்கு ஒரு முக்கிய காரணம், மேற்கத்தியக் கோட்பாடுகளைச் சரியான புரிதலின்றி எந்திரகதியில் ஏற்றுக் கொள்வதும் அவற்றை அப்படியே நம் ஆய்வுகளில் பயன்படுத்துவதும்தான். ஏதேனும் ஒரு கலையை விவரணைத் தன்மையில் விளக்குவது அல்லது ஒரு கோட்பாட்டு அடிப்படையில் ஆராய்வது என்பதுடன் நாட்டார் நிகழ்த்துக் கலைகள் குறித்த ஆய்வுகள் நின்று விடுகின்றன.

அக்கலையை நிகழ்த்துபவர்களுக்குச் சமுதாயத்தில் உள்ள இடம், அக்குழுவினர் நடத்தப்படும் முறை, கலைஞர்களின் குடும்ப வாழ்க்கை ஆகியவை குறித்து நுணுக்கமாக ஆராய்வதில்லை. அப்படி ஆராய்ந்தால் அக்கலையில் மாறுதல் ஏதுவும் நிகழ்ந்திருந்தால் அதற்கான காரணமும், அக்கலைஞர்கள் அக்கலையைப் புறக்கணித்து வேறு தொழில்களை நாடிச் செல்வதற்கான காரணமும் புலப்படும்.

இச்செய்திகளின் பின்புலத்தில் முனைவர் ஆ.தனஞ்செயன் எழுதியுள்ள 'தமிழ்ச் சமூகத்தில் நாட்டார் கலைஞர்கள் : தீண்டாமையும் மனித உரிமைகளும்' என்ற நூலைப் படித்தால், நாட்டார் நிகழ்த்துக் கலைகள் தொடர்பான ஆய்வில் காணப்படும் இடைவெளியைப் போக்க முனைந்துள்ளது புலனாகும். இது ஒரு தனி நூலாக எழுதப்படவில்லை. ஆறு கட்டுரைகளின் தொகுப்பாக அமைந்துள்ளது. என்றாலும் அனைத்தையும் இணைக்கும் சரடாக ஆசிரியரின் சமூகவியல் நோக்கிலான பார்வை அமைந்துள்ளது முறையான கள ஆய்வும், ஆழமான நூலறிவும் இணைந்து இந்நூலிற்கு வலு சேர்த்துள்ளன.

'தமிழ்ச் சமூகமும் நாட்டார் கலைகளும்' என்ற முதல் கட்டுரை, நூலின் நுழைவாயில் போலமைந்து நூலின் நோக்கத்தை அறிமுகப் படுத்துகிறது. "செவ்வியல் கலைகளை நிகழ்த்தும் கலைஞர்களுக்குச் சமுதாயத்தில் கிட்டும் மரியாதைக்கு இணையாக மரபு சார்ந்த நாட்டார் கலைகளை நிகழ்த்தும் கலைஞர்களுக்கு மரியாதை கிட்டுவதில்லை" என்ற தம் ஆதங்கத்தை வெளிப்படுத்தும் ஆசிரியர் இந்த அவலநிலை ஏன்? எதனால்? எப்படி? நேர்ந்தது என்ற வினாக்களை எழுப்பி விடை தேடுகிறார். ஆசிரியரின் ஆழமான சமூகவியல் நோக்கை வெளிப் படுத்தும் தன்மையதாக இவ்வினாக்கள் அமைந்துள்ளன.

பொதுவாக நாட்டார் வழக்காற்றியல் ஆய்வுகளில் சமூகவியல் அணுகுமுறை என்பது மேற்கத்திய சமூகவியலாளர்களின் நூல்களை அடியொற்றியே அமையும். இந்தியச் சமூகவியலாளர்கள் என்னும் போது எம்.என்.ஸ்ரீனிவாசனின் தாக்கம் சற்று அதிகமாகவே காணப்படும்.

ஆனால், நூலாசிரியர் நம் சமூகவியல் துறையினரில் பெரும் பாலானோர் கண்டுகொள்ளாத தலித்தியப் பார்வையில் அவ்வினாக்களுக்கு விடை தேடுகிறார். அதன் வெளிப்பாடாக 'இந்திய சமூக ஒழுங்கமைப்பு என்பதே இந்து சமய ஒழுங்கமைப்பாக விளங்குகின்றது' என்ற பட்டவர்த்தனமான உண்மையைக் கூறித் தன் கருத்துக்கு அரணாக,

> இந்து சமூக, சமய ஒழுங்கமைப்பில் ஒரு தனிமனிதன் என்பவன், அவனுக்கே உரிய பிரத்தியேகமான ஆளுமைப் பண்புகளால் பார்க்கப்படுவதில்லை. அவன் எந்தச் சாதியைச் சார்ந்தவனோ அந்தச் சாதியின் அடையாளத்தோடுதான் பார்க்கப்படுகிறான். தனிமனிதனின் நீதியும் அவனுடைய சாதியைக் கொண்டே தீர்மானிக்கப்படுகிறது. இங்கு, தனிமனிதனைவிட அவனுடைய சாதியே முதன்மையானதாகக் கருதப்படுகிறது.

என்று 'தோரட்' என்பவரின் கூற்றை நம்முன் வைக்கிறார். இக்கருத்தே ஆசிரியரின் ஆய்வை வழிநடத்திச் செல்கிறது என்று கூறுவதில் தவறில்லை. கோவில் விழாக்களில் சாதி அடிப்படையில்தான் நாட்டார் கலைகள் நிகழும் வெளி (space) தீர்மானிக்கப்படுவதாகவும், இந்து அறநிலையத் துறையினரின் கட்டுப்பாட்டில் உள்ள கோவில்களில் அக்கலைகளுக்கு இடம் மறுக்கப்படுவதையும் சான்றுகளுடன் குறிப்பிடுகிறார்.

அதே நேரத்தில் அமங்கலமாகக் கருதப்படும் இறப்பு வீடுகளில் இக்கலைகளுக்கு மட்டுமே இடம் வழங்கப்படுவதையும் ஆசிரியர் சுட்டிக் காட்டுகிறார். மேலும், இக்கலைஞர்களிடம் வழங்குவதாக வாக்களித்த ஊதியத்தை வழங்க மறுப்பதையும், பெண் கலைஞர்களிடம் பாலியல் தொல்லைகள் நிகழ்த்துவதையும் குறிப்பிட்டுவிட்டு, இதனால் தம் பிள்ளைகளை இக்கலையில் ஈடுபடுத்தாமல் பார்த்துக் கொள்ளும் மனப்பாங்கு நாட்டார் கலைஞர்களிடம் உருவாகி உள்ளதையும் குறிப்பிடுகிறார். அத்துடன் தன்மான உணர்வுகொண்ட கலைஞர்கள் சிலரையும் பெயர்ச்சுட்டி அடையாளம் காட்டுகிறார்.

'தற்காலத் தமிழ் இலக்கியத்தில் நாட்டார் கலைஞர்கள்: தீண்டாமையும் மனித உரிமைப் பிரச்சினைகளும்' என்ற இயலில் மனித உரிமை, இந்து சமய ஒழுங்குமுறை, கலைகளில் மனித உரிமை வகிக்கும் இடம் ஆகியன குறித்த செய்திகளைக் குறிப்பிட்டு விட்டு 'பறை' என்ற இசைக்கருவியின் தொன்மை, தற்காலச் சமூக வாழ்வில் அதன் இழிநிலை, சாதிய அடையாளமாக அது சுட்டப்படுதல் ஆகிய செய்திகளைக் குறிப்பிடுகிறார். அதன் அடிப்படையில் பறையடிக்க மறுக்கும் இயக்கம் உருவானமை, பறையடிக்க மறுத்த கலைஞர்கள் ஆகியன குறித்த செய்திகளை விரிவாகக் குறிப்பிட்டுவிட்டு, பறையையும் அதுபோன்ற ஏனைய இசைக்கருவிகளுடன் தொடர்புடைய சாதியினரையும் மையமாகக் கொண்டு உருவான கவிதைகளை எடுத்துக்காட்டுகளாக முன்வைக்கிறார்.

தேவதாசி முறையின் ஒரு வடிவமாகச் செல்லியம்மன் கோவிலுக்குப் பொட்டு கட்டிவிடப்பட்ட பெண்ணை மையமாகக் கொண்டு உருவான 'செடல்' என்ற நாவலை விரிவாக அறிமுகம் செய்துள்ளார். பொம்மலாட்டக் கலைஞர்கள் அனுபவிக்கும் வேதனைகளை வாசந்தியின் 'பொம்மலாட்டம்' என்ற சிறுகதையும், தோற்பாவை நிகழ்த்துக் கலைஞர்கள் ரிக்கார்ட் டான்ஸ் ஆடுபவர்களாக மாறும் அவலத்தைக் கூறும் சோ.தர்மன் எழுதிய 'நிழற் பாவைகள்' என்ற சிறுகதையையும் ஆசிரியர் அறிமுகப்படுத்துகிறார்.

> கூத்துக் கலைஞர்களின் சுயமரியாதையைப் பற்றிச் சிறிதும் கவலைப்படாத ஒரு சமூகத்தில், அவர்களும் தங்கள் கலைத் தொழிலை நடத்த வேண்டியிருக்கிறது, உரிய சன்மானம் பெற முடியாமல் ஆண் கலைஞர்கள் சிரமப்படுகிறார்கள் என்றால், பெண் கலைஞர்களோ பாலியல் தொந்தரவுக்கு ஆட்படுகிறார்கள். கூத்து நடத்தச் செல்லும் ஊர்களில் தாங்கள் கீழ்த்தரமாக நடத்தப்படுவதைத் தவிர்க்கும் பொருட்டு, ஊருக்கேற்றவாறு தங்கள் சாதி அடையாளத்தை மறைத்து முதலியார், கவுண்டர் என்று பொய் சொல்லும் நிலைக்குத் தள்ளப்படுகிறார்கள்.

என்று ஆசிரியர் கூறுவது மறுக்க முடியாத உண்மை.

மேலும் அரசு எந்திரம் ஆதிக்க சாதியினருக்கு ஆதரவாக விளங்கி வருவதையும், இக்கட்டுரையில் ஆசிரியர் சுட்டிக்காட்டுகிறார்.

'தமிழ் வெகுசனப் பண்பாட்டுச் சூழலில் நாட்டார் வழக்காற்றியம்: ஜாம்பியாவின் சாவு ஆட்டக் கலை முதல் சென்னை சங்கமம்

வரையில்' என்ற கட்டுரை பொழுதுபோக்குக் கலைகளாக மட்டுமே நாட்டார் கலைகளைக் கருதுவது குறித்து விவாதிக்கிறது. நாட்டார் நிகழ்த்துக் கலைகளை இன்றைய தமிழ்ச் சமூகம் கையாளும் அணுகுமுறையின் அடிப்படையில் இருவகையான போக்குகள் முதன்மைப்படுத்தப்படுவதாக ஆசிரியர் கணிக்கிறார். முதலாவது,

> பாரம்பரிய சமூகப் பண்பாட்டு ஒழுங்கமைப்பிலிருந்து பிரித்தெடுக்கப்பட்டு, வெறும் பொழுதுபோக்குக் கலைகளாக அல்லது வெகுஜனக் கலைகளாக மட்டுமே மாற்றப்படும் நிலை

இரண்டாவது,

> நாட்டார் கலைகள் சமகாலத்திய குரலின் வெளிப்பாடுகளாக ஆக்கப்பட வேண்டும்.

என்று கருதுவது. இவ்வாறு வரையறுக்கும் ஆசிரியர்,

> நாட்டார் கலைகளைப் பயன்படு கலைகளாக மாற்றுவது என்பது அவற்றை வெகுசனக் கலைகளாக (popular arts) ஆக்குதல் என்பதே பொருளாகும். இவ்வாறு நாட்டார் கலைகளை வெகுசன அடையாளத்தை ஏற்கும் வகையில் மாற்றுவதன் மூலம் மரபுச் சமூகத்திற்கும் அதன் கலைஞர்களுக்கும் இடைப்பட்ட உறவு என்பது முற்றிலும் அறுக்கப்படுகிறது.

என்று கருதுகிறார். இதனையொட்டி சமயத்திற்கும் கலைகளுக்கும் இடையிலான தொடர்பு குறித்தும், வெகுசனப் பண்பாடாக அதை மாற்றுவதைக் குறித்தும், ஆசிரியர் இவ்வாதத்திற்கான சில கருத்துகளை முன்வைக்கிறார்.

இதுதொடர்பாக, ஜாம்பியாவில் வாழும் இனக்குழுச் சமூகங்களில் ஒன்றான 'சேவா' என்ற சமூகத்தினரின் 'நியாவ்' என்ற இறப்புச் சடங்கில் நடனம் ஆடுவதில் வல்லவனான ஓர் ஆட்டக் கலைஞனின் வீழ்ச்சியையும் தற்கொலையையும் மையமாகக் கொண்டு எழுதப்பட்ட 'அபாயம்' என்ற நாடகத்தை ஆசிரியர் விரிவாகக் குறிப்பிட்டுள்ளார். இதனை எழுதிய நாடக ஆசிரியரின் கூற்றுப்படி,

> யாரெல்லாம் பாரம்பரியப் பண்பாட்டைப் பாதுகாக்கிறோம் என்று சொல்லிச் செயல்பட்டுக் கொண்டிருக்கிறார்களோ, அவர்களெல்லோரும் அதனை அழித்துக் கொண்டிருக்கிறார்கள்.

என்பதே நாடகத்தில் பேசப்படும் உண்மைச் செய்தி என்று கூறிவிட்டு, நாட்டார் வழக்காற்றியம், நாட்டார் வழக்காற்றுப் படிமுறை, நாட்டார்

வழக்காறுகளை வணிக மயப்படுத்தல் என்பன உள்ளிட்ட கருத்தாக்கங்களுக்கு எதிரான செய்தியையே இந்நாடக ஆசிரியர் முன்வைக்கிறார் என்கிறார். இதைப் படிக்கும் பொழுது இத்தகைய விவாதங்களை நாம் இன்னும் தொடங்கவில்லை என்ற உண்மை புலப்படுகிறது.

உலகெங்கிலும் தேசிய விடுதலை இயக்கங்களும், புரட்சிகர இயக்கங்களும் மக்கள் வழக்காறுகளையும் கலைகளையும் பயன்படுத்தியதை விவரிக்கிறார். தமிழ்நாட்டில் நாட்டார் வழக்காற்றியம் என்பது மகிழ்ச்சியூட்டும் நிகழ்த்துகையாக மட்டுமே ஆக்கப்பட்டு விட்டதையும் விளக்கிவிட்டு, இயல்பான மரபுத் தளத்தைத் தாண்டி பொதுத் தளத்திற்குள் கொண்டு செல்லப்படும் நாட்டார் நிகழ்த்துக் கலைகள்,

'நாட்டார் கலை' அல்லது 'நாட்டுப்புறக் கலை' என்னும் தகுதி சார்ந்த இயல்புகளை எல்லாம் இழந்துவிட்டு, வெகுமக்கள் பண்பாட்டுக்குரிய கலைகளாகப் படி நிலை மாற்றம் பெறுகின்றன.

என்ற முடிவுக்கு ஆசிரியர் வருகிறார். இதுவும் நாட்டார் வழக்காற்றியல் அறிவுப் புலத்தில் அவசியம் விவாதிக்க வேண்டிய ஒரு சிக்கல்.

நாட்டார் கலை வடிவங்கள் கடந்த காலத்தின் பிற்போக்கான தன்மையை மட்டும் பிரதிபலிக்கிறது என்ற கூற்றை மறுக்கும் வகையில், ஆதிக்க நிலையை எதிர்க்கும் விமர்சனப் பொருளாகவும் செயல்பட்டு வந்துள்ளதைக் காட்டுவதற்குக் காத்தவராயன் கூத்தில் இடம்பெறும் சில பாடல் வரிகளைக் குறிப்பிடுகிறார். இது தொடர்பாக மற்றொரு செய்தியையும் குறிப்பிடலாம் என்று எண்ணுகிறேன். மற்றொன்று விரித்தல் என்ற யுக்தியின் வாயிலாக நாட்டார் நிகழ்த்துக் கலைஞர்கள் தாம் நிகழ்த்தும் ஊர், அங்கு வாழும் மக்கள் தொடர்பான வாழ்வியல் சிக்கல்களை வெகுப் பொருத்தமாகப் புராணக் கதைகளுடன் கூடப் பொருத்திச் சொல்வதை இன்றும் வழக்கமாகக் கொண்டுள்ளனர். ஆனால் ஓலைச் சுவடிகளிலும், காகிதப் படிகளிலும் கிடைக்கும் பனுவல்களில் இவை இடம்பெறா. ஏனெனில் நேரத்திற்குத் தக்க தன்னியலார்ந்த வெளிப்பாடாகக் கலைஞர்கள் உரையாடல்களையோ, பாடல்களையோ உருவாக்கிவிடுவர். இதை, மற்றொரு நிகழ்த்துதலில் பயன்படுத்துவர் என்று கூற முடியாது. எனவே நிலைத்த பனுவலுக்குள் அவ்வப்போது மற்றொன்று விரித்தல் யுக்தியின் வாயிலாக சமூக நிகழ்வுகளை விமர்சனமாகச் செய்வது, நமது நாட்டார் நிகழ்த்துக்கலை மரபாக இருந்து வருகிறது.

இக்கட்டுரையின் இறுதிப் பகுதியில் மரபுசார்ந்த சமூகத்தைவிட்டு மரபு சாராத மற்றொரு சமூகத்திற்கு ஒரு கலையைக் கொண்டு செல்வதன் பொருத்தம் குறித்து ஆசிரியர் விவாதித்துள்ளார். இவை யெல்லாம் மேலும் மேலும் விவாதத்திற்கும் ஆய்விற்கும் உரியன. நாட்டார் நிகழ்த்துதல் கலைஞர்களும், நாட்டார் வழக்காற்றியல் ஆய்வாளர்களும் ஒன்றாகக்கூடி விவாதிக்க வேண்டி ஒரு முக்கியக் கருத்தை, இக்கட்டுரையின் வாயிலாக ஆசிரியர் முன்வைத்துள்ளமை பாராட்டுதலுக்குரிய ஒன்று.

'வைணவ இரவலர்களின் கிராம வாழ்க்கை : நாடோடியத்திலிருந்து நிலைக்குடி வாழ்க்கையை நோக்கிய நகர்வு' என்ற கட்டுரை நாடோடியம் என்பது குறித்த சில அடிப்படைச் செய்திகளையும், நாடோடிகளின் வகைகளையும் கூறிவிட்டு, நாடோடி நிகழ்த்துனர்களான 'பூம்பூம் மாட்டுக்காரர்கள்' குறித்தும், அவர்களின் வாழ்வியல் குறித்தும் விரிவாக விளக்குகிறது. வைணவ சமய நாடோடி இரவலர்கள் நிலைக்குடி வாழ்க்கையை நோக்கி முன்னேறுவதை ஆசிரியர் அவதானித்துள்ளார்.

'ஹிட்லரின் நாசிசமும் இந்துத்துவமும்: நாட்டார் வழக்காறு பற்றிய விரிவாக்கக் கோட்பாடு' என்ற இக்கட்டுரை அரசியல் மற்றும் சமூகவியல் களம் சார்ந்த ஓர் ஆய்வாகும். தீவிரமான ஜெர்மானிய தேசியவாதத்தைத் தூண்டுவதற்கும், தன்னுடைய நாசிசக் கொள்கைகளைப் பரப்புவதற்கும், நாட்டார் வழக்காற்றியலை ஹிட்லர் எவ்வாறு பயன்படுத்திக் கொண்டார் என்பதை அறிமுகப்படுத்தும் ஆசிரியர் பாசிங்கர் என்ற ஜெர்மானியர் எழுதிய நூலில் நாட்டுப்புற வழக்காறுகள் தொடர்பாக முன்வைக்கும் கருத்துக்களை அறிமுகப்படுத்தி, அக் கருத்துக்களை இந்தியச் சூழலோடு இணைத்து விவாதிக்கலாம் என்ற கருத்தை முன்வைக்கிறார். ஆனால் இதற்குமேல் அவர் எதுவும் சொல்லவில்லை. இந்துத்துவாவினர் நாட்டார் வழக்காறுகளை எவ்வெவ்வாறு பயன்படுத்துகின்றனர் என்பதைக் குறித்துச் சில எடுத்துக்காட்டுகளையாவது குறிப்பிட்டிருந்தால் மேலும் சிறப்பாக இருந்திருக்கும் என்று கூறத் தோன்றுகிறது.

'தற்காலத் தமிழ்க் கவிதைகளில் நாட்டார் மரபுகள்' என்ற கட்டுரை தம் சொந்த மண்ணைவிட்டு இடம்பெயர்ந்து சென்ற கவிஞர்களின் வேர்களைத் தேடும் கவிதைகளைக் குறித்து அறிமுகப்படுத்துகிறது அத்துடன் நாட்டார் தெய்வங்கள் குறித்த கவிதைப் பதிவுகளை

அறிமுகப்படுத்துகிறது. சராசரி மனிதர்கள் குலவழிபாடு வாயிலாகத் தத்தம் ஊருடன் உள்ள தொடர்பை அவ்வப்போது புதுப்பித்துக் கொள்ள, கவிஞர்கள் தம் கவிதைப் பதிவுகளின் வாயிலாகத் தாம் பிறந்து வளர்ந்த மண்ணுடன் உறவு கொண்டாடி மகிழ்கிறார்கள். இப்போக்கிற்குச் சான்றாக பல நல்ல கவிதைகளை ஆசிரியர் எடுத்துக் காட்டியுள்ளார்.

மொத்தத்தில் முனைவர் ஆ.தனஞ்செயனின் இந்நூல் ஆழமான வாசிப்பிற்கு உரிய ஒன்றாக அமைந்துள்ளது. ஒப்பாரியும் தாலாட்டும் தான் நாட்டார் வழக்காறு என்ற மாயையிலிருந்து விடுபடாதவர்களுக்கு இந்நூல் நுவலும் செய்திகள் நெருடலாக இருக்கலாம். ஆனால், விவரணை நிலையிலிருந்து நாட்டார் வழக்காறுகளைப் பயன்பாட்டு நோக்கிற்கு எடுத்துச் செல்ல விரும்புகிறவர்கள் படித்து, சிந்தித்து, விவாதிக்க வேண்டிய ஓர் ஆழமான நூலாக அமைந்துள்ளமை பாராட்டுதலுக்குரிய ஒன்றாகும்.

தமிழ்ச் சமூகத்தில் நாட்டார் கலைஞர்கள்,
ஆ.தனஞ்செயன்,
நாட்டார் வழக்காற்றியல் ஆய்வு மையம்,
பாளையங்கோட்டை

ஒயில் கும்மி

தமிழர்களின், நிகழ்த்துக் கலைகள் இரண்டாயிரம் ஆண்டுகட்குக் குறையாத பாரம்பரியம் உடையன. பொருநர், பாணர், கூத்தர், வயிரியர், விறலியர் ஆடுகளமகள் எனும் பெயர்களில் பல்வேறு நிகழ்த்துக் கலைஞர்களைச் சங்க இலக்கியங்கள் குறிப்பிடுகின்றன. வெறும் பெயர்ப் பட்டியலாக அல்லாமல் அக்கலைஞர்கள் பயன்படுத்திய இசைக்கருவிகள் குறித்தும், அவர்களது வாழ்வியல் குறித்தும் பல நுட்பமான செய்திகள் சங்க இலக்கியங்களில் பதிவாகியுள்ளன.

சங்க இலக்கியத்திற்குப் பின்னால் உருவான சிலப்பதிகாரமும், அடியார்க்கு நல்லார் உரையும் இசை குறித்தும், ஆடல் குறித்தும் மேலும் பல நுட்பமான செய்திகளைக் கூறுகின்றன.

இவையனைத்தையும் தொகுத்து, பகுத்துப் பார்த்தால் இருவேறு வகையான போக்குகள் தமிழரின் நிகழ்த்துக் கலைகளில் ஊடாடியதை உணர முடியும். ஒன்று கலைஞர்களின் கூட்டுச் செயல்பாடு; மற்றொன்று கலைஞன் ஒருவரின் தனித்துவமான செயல்பாடு. துணங்கைக் கூத்து, ஆய்ச்சியர்குரவை, வேட்டுவவரி போன்றவை நிகழ்த்துநர்களின் கூட்டுச் செயல்பாடு மேலோங்கி நிற்பவை. சில நிகழ்த்துதல்கள் தனிப்பட்ட கலைஞனை முன்னிறுத்தி, ஏனையோரைத் துணை நிகழ்த்துநர்களாகக் கொண்டவை. இவ்விரு போக்குகளும் சங்க காலத்திலேயே தோன்றிவிட்டன. அகநானூற்றில் (82) காட்டுப் பகுதி ஒன்றில் இயல்பாக நிகழும் செயல்பாடுகளை ஒரு நடன நிகழ்ச்சியாகக் கற்பனை செய்து கபிலர் பாடிய பாடலொன்றுள்ளது. அப்பாடலில் இடம்பெறும் உருவகம் வருமாறு:

1) மூங்கில் துளையில் காற்று புகுந்து எழுந்த ஒலி குழல் இசை
2. அருவி விழும் ஓசை, முழவு என்ற தோல் கருவி எழுப்பும் ஓசை
3) கலைமான்கள் எழுப்பும் ஒலி = பெருவங்கியம் என்ற நரம்பிசைக் கருவி எழுப்பும் ஓசை 4) வண்டின் ரீங்காரம் : யாழிசை 5) மயில் உலாவி ஆடுதல் = நடனக் களத்தில் ஆடும் விறலி :

சங்க இலக்கியத்தில் இடம் பெறும் இப்பாடல் பல்வேறு இசைக்கருவிகளின் துணையுடன் நிகழும் நடன நிகழ்வுகள் சங்க காலத்தில் நிகழ்ந்துள்ளமையின் வெளிப்பாடாக அமைந்துள்ளது. இதன் விரிவான பகுதியாக மாதவியின் நடன அரங்கேற்றம் குறித்து

சிலப்பதிகாரத்தின் அரங்கேற்றுக் காதை கூறும் நுட்பமான செய்திகளும் அடியார்க்கு நல்லார் உரையும் அமைகின்றன. இதற்கு நேர்மாறாகத் துணங்கைக் கூத்து அமைகிறது. 'கணம் கொள் சுற்றாமாடு கையுணர்ந்து ஆடும் துணங்கை' என்று பெரும்பாணாற்றுப்படை (234-35) குறிப்பிடுகிறது. 'மகளிர் தழீஇய துணங்கையானும்' என்று குறுந்தொகை (31:2) குறிப்பிடுகிறது.

இது போன்று மகளிர் கைகோர்த்து வட்டவடிவில் நின்று ஆடும் ஆடல் வகையில் ஒன்றாகக் குரவைக் கூத்து அமைகிறது. சிலப்பதிகார அரும்பத உரையாசிரியர் 'குரவைக் கூத்தே கைகோத்து ஆடல்' என்று குறிப்பிடுகிறார். 'பரதவ மகளிர் குரவையோடு ஒலிப்ப' என்று மதுரைக் காஞ்சியும் (97) 'வேங்கை முன்றில் குரவையும் கண்டே' என்று புறநானூறும் (24) குறிப்பிடுகின்றன.

தனிப்பட்ட கலைஞனை முன்நிறுத்தி நிகழும் ஆடல், கூட்டாகச் சேர்ந்து ஆடும் ஆடல் என இருவகையான போக்குகள் சங்க காலத்திலும், சிலப்பதிகார காலத்திலும் நிலவியதை மேற்கூறிய செய்திகள் உணர்த்துகின்றன. இவ்விரு போக்குகள் குறித்து 'வேத்தியல் பொது இயல் என்றிரு திறத்தின்' என்று சிலப்பதிகாரம் (3.9) பாகுபடுத்திக் குறிப்பிடுகிறது. சிலப்பதிகார அரும்பத உரையாசிரியர் அரசர்க்கு ஆடும் கூத்து 'வேத்தியல்' என்றும், அனைவருக்கும் ஏற்ப ஆடும் கூத்து 'பொது இயல்' என்றும் விளக்கமளித்துள்ளார். இவ்விளக்கமே, பரவலாக ஏற்றுக் கொள்ளப்பட்ட நிலையில் தெ.பொ.மீ., பொதுவியல் என்பதற்கு புதிய விளக்கம் ஒன்றை வழங்கியுள்ளார். அவரது கருத்துப்படி 'பொதுமகளிர்' என்று இழிவாக வகைப்படுத்துதல் போன்று வகைப்படுத்தப்பட்டதே 'பொதுவியல்' என்ற கூத்தாகும்.

வேத்தியலில் தனிப்பட்ட கலைஞன் முன்னிறுத்தப்பட, பொதுவியலில் குழும உணர்வுடன் கூடிய இயக்கமே மேலோங்கியுள்ள நிலையில், மேட்டிமையோரால் இகழப்பட்ட ஒன்றே பொதுவியல் எனப்பட்டது என்று கொள்வது பொருத்தமானதே. கர்நாடக இசையரங்கு, பரத நாட்டியம் என்பன தனிப்பட்ட கலைஞன் ஒருவரை முன்னிறுத்தி நிகழ்வதும், சமூக வாழ்வில் மேட்டிமையோராக இருப்போரே பெரும்பாலும் அதன் பார்வையாளராக இருப்பதும் இன்றும் கண்கூடு. அதே போழ்து ஒயிலாட்டம், கழியலாட்டம், கோலாட்டம், கும்மி, தேவராட்டம் என்ற நாட்டார் நிகழ்த்துக் கலைகள் குழுமத் தன்மையுடன் நிகழ்வதையும், சராசரிப் பொது மக்கள் இவற்றின் பார்வையாளர்களாக இருப்பதையும் நாம் காணமுடிகிறது. மேற்கூறிய நிகழ்த்துக் கலைகளில் கலைஞர்கள் வட்ட

வடிவில் அல்லது வரிசை முறையில் நின்று ஆடும் போது அனைவருமே முதன்மைப்படுத்தப்படுகின்றனர். அதே நேரத்தில் இக்கலைகள் மதிப்பற்ற நிலையில் உள்ளதுடன், இதில் பங்கேற்கும் கலைஞர்களுக்கும் உரிய மதிப்பு கிட்டுவதில்லை என்பதுடன் கலைஞர்களும் உரிய அளவில் போற்றப்படுவதில்லை.

இன்று நாட்டார் நிகழ்த்துக்கலைகளைப் பேணிப் பாதுகாப்பது, இக்கலைகளை நிகழ்த்தும் கலைஞர்களுக்கு ஊக்கமளிப்பது, இக்கலைகளைக் கற்பிப்பது, ஆவணப்படுத்துவது என அங்கொன்றும், இங்கொன்றுமாகச் சில முயற்சிகள் நடைபெறுகின்றன.

இத்தகைய சமுகச் சூழலில் ஒயிலாட்டம் அல்லது ஒயில் கும்மி என்று அழைக்கப்படும் நாட்டார் நிகழ்த்துக்கலை குறித்த இந்நூலை முனைவர் அழகுபாரதி எழுதியுள்ளார். நாட்டார் வழக்காற்றியல் ஆய்வில் கள ஆய்வு மேற்கொள்ளுதலும் மின்னணுக் கருவிகளின் துணையுடன் வழக்காறுகளை ஆவணப்படுத்துதலும் முதற்கட்டம்.

அதே நேரத்தில் விளையாட்டுகள், நிகழ்த்துக்கலைகள், சடங்குகள், கைவினைப் பொருட்கள் குறித்த ஆய்வில் உற்று நோக்குதலும் (Obsrvation) அவசியமானது. உற்றுநோக்குதலை ஒரு பார்வையாளனாக உற்றுநோக்குதல், பங்கேற்பாளனாக உற்று நோக்குதல் (Participant Observation) என இரண்டாகப் பகுப்பர். விளையாட்டு, நிகழ்த்துக் கலைகள் போன்றவை தொடர்பான ஆய்வில் பங்கேற்பாளனாக உற்றுநோக்குதல் சிறப்புடையது. இதன்படி விளையாடுபவனாகவோ, நிகழ்த்துக் கலைஞனாகவோ ஆய்வாளன் தன்னை மாற்றிக் கொள்கிறான். கேள்விப் புலனாலும், கட்புலனாலும், நேர்காணல் வாயிலாகவும் அறிய முடியாத நுட்பமான செய்திகளை அவன் அனுபவித்து அறிந்து கொள்கிறான்.

முனைவர் அழகுபாரதி ஒயிலாட்டம் என்ற நாட்டார் நிகழ்த்துக் கலையில் பயிற்சிபெற்ற ஒரு கலைஞர். அத்துடன் இக்கலையைப் பயிற்றுவிக்கும் 'வாத்தியாராகவும்' விளங்குபவர். இதனால் ஒயிலாட்டக் கலை குறித்து நுட்பமான செய்திகளை அவரால் எழுத முடிந்துள்ளது. குறிப்பாக ஆட்ட அடவுகள் குறித்து அவர் கூறுவன வற்றைக் குறிப்பிடலாம். ஆட்ட அடவுகள் குறித்து, படிப்படியாக அவர் கூறிச் செல்லும் செய்திகளினால் ஒயிலாட்டம் குறித்த அறிமுக நூலாக மட்டுமன்றி, ஒயிலாட்டக் கலையைப் பயில்வோருக்கான வழிகாட்டி நூலாகவும் அமைந்துள்ளது.

ஒயிலாட்டம் குறித்த அறிமுகத்துடன் தொடங்கும் இந்நூல் கோட்பாட்டமைப்பு, ஆட்ட அடவுகள், பயன்படுத்தப்படும் முதன்மைக் கருவிகள், துணைக் கருவிகள் ஆகியனவற்றைக் குறிப்பிடுகிறது.

அடுத்து 'நாடகமுறை ஆட்டம்' என்பது குறித்து விளக்குகிறார். ஒரு குறிப்பிட்ட கதை அல்லது நிகழ்வை மையமாகக் கொண்டு ஆடப்படுவதே நாடக முறையாட்டம் என்று குறிப்பிடும் அவர், கோபால கிருஷ்ணபாரதியாரின் 'நந்தனார் சரித்திரக் கீர்த்தனை' என்ற நூலை அடிப்படையாகக் கொண்டு நிகழ்த்தப்படும் நந்தனார் சரித்திரத்தைக் குறிப்பிடுகிறார். நமது பாரம்பரிய இசை நாடகமாக (Opera) ஒயில் கும்மியில் இடம்பெறும் நாடக ஆட்டத்தைக் கருதயிடமுள்ளது.

நாட்டார் நிகழ்த்துக்கலைக் கலைஞர்கள் சில சிக்கல்களைத் தவிர்த்து, தாமே சில சுயதணிக்கை முறையை மேற்கொள்வதுண்டு. நாட்டார் பாடல்களைப் பாடுவோரும் வாய்மொழிக் கதைகளைக் கூறுவோரும்கூட இத்தகைய சுயதணிக்கை முறையினை மேற்கொள் கின்றனர். பார்வையாளர்கள், சுயதணிக்கை முறையை மேற்கொள்ளக் காரணமாக அமைகின்றனர். களமும் கூட இதற்குக் காரணமாக அமையும். இவ்வகையில் நந்தனார் சரித்திரக் கீர்த்தனையில் இடம் பெறும் 'பறையா நீ போடா' என்ற தொடர் 'பாவியே நீ போடா' என மாற்றமடைவதையும் சில பாடல் வரிகளைப் பாடாது விட்டு விடுவதையும் அவர் சுட்டிக்காட்டுகின்றார்.

நாட்டார் வழக்காற்றியல் ஆய்வில் ஒரு வகைமையில் (Genre) இடம்பெறும் ஒரு சொல் அல்லது தொடரை, மற்றொரு வகைமையின் துணையுடன் புரிந்து கொள்ள முயலுவது பொருத்தமான ஆய்வு முறையாகும்.

நாட்டார் நிகழ்த்துக்கலைகளில் மந்தகதி, மத்தியகதி, துரிதகதி எனும் மூன்று நிலைகளில் ஆட்டத்தின் வேகம் அமையும். ஒயில் கும்மியில் பயிற்சி பெறும்போது பொதுவான வேகத்திலேயே தொடக்கப் பயிற்சி அமையும்; அப்போது தவில் வாசிப்பவர் குச்சியைப் பயன் படுத்தாமல் கைவிரல்களைப் பயன்படுத்தி வாசிப்பார். இவ்வாறு தாளம் வாசிப்பதை 'டேக்கா' வாசித்தல் என்பர். இதனடிப்படையில்,

> "கிராமங்களில், ஏமாற்றியதை 'டேக்கா' குடுத்திட்டான் என்கிறார்கள். 'டேக்கா' என்பது மெதுவாகச் செய்தல் என்ற பொருளில், வேலை செய்யாமல் ஏமாற்றுபவர்களை 'டேக்கா கொடுக்காதே' என்று திட்டுவதைக் கேட்கலாம்"

என்கிறார் ஆசிரியர். நாட்டார் வழக்காற்றியல் அறிவுப் புலமானது நிகழ்காலத்திற்கும் துணை நிற்பது. ஏனெனில் நாட்டார் வழக்காறுகள் உறைந்துபோன - பாசில்கள் அல்ல; அவை உயிர்த்துடிப்புள்ள மனிதர்களிடம் வழங்குபவை. ஒவ்வொரு நாட்டார் வழக்காறு வகைமையும் குறிப்பிட்ட சூழலுடன் (Context) தொடர்புடையது. நாட்டார் வழக்காறுகளை யந்திரகதியில் அணுகுவோர், சூழலுக்கு மட்டுமீறிய முக்கியத்துவம் தந்து சூழலில் இருந்து வழக்காறுகளைப் பிரிக்கக்கூடாது என்பர்.

பயன்பாட்டு நாட்டார் வழக்காற்றியல் (Applied Folklore) என்பது ஒரு கருத்தை மக்களிடம் கொண்டு செல்ல, ஒரு குறிப்பிட்ட வழக்காற்றைப் பயன்படுத்துவதாகும். இம்முயற்சியில் குறிப்பிட்ட சூழலில் மட்டுமே நிகழும் அல்லது கூறப்படும் ஒரு வழக்காறு, அதற்கு முற்றிலும் மாறான சூழலில் பயன்படுத்தப்படும். அப்போது வழக்காறுகளின் பனுவலில் மாறுதல் நிகழவும், புதிய பனுவல்கள் உருவாகவும் வாய்ப்புண்டு.

தமிழ்நாட்டின் சிறந்த ஒயிலாட்டக் கலைஞர்களில் ஒருவரான தோழர் கைலாசமூர்த்தி, வேலை நீக்கம் செய்யப்பட்ட ஆசிரியர் ஒருவரை மீண்டும் வேலையில் அமர்த்தும் போராட்டம் நடத்தினார். இப்போராட்டம் தொய்வடைந்த நிலையில் இப்போராட்டச் செய்திகளை உள்ளடக்கிய ஒயில் கும்மிப் பாடலைத் தாமே எழுதி, அதை ஒயில் கும்மியாட்டமாகத் தெருத்தெருவாக நிகழ்த்தினார். இதனால் போராட்டம் தீவிரமடைந்து வெற்றியும் பெற்றது. பயன்பாட்டு நாட்டார் வழக்காற்றியல் ஆய்வில் இந்நிகழ்ச்சி முக்கியப் பங்கு பெறுகிறது.

இந்நூலின் இறுதிப்பகுதியில் எய்ட்ஸ் நோய் தடுப்பு தொடர்பாக ஒயில் கும்மியின் பயன்பாடு குறித்து ஆசிரியர் விளக்கமாக எழுதியுள்ளார். அதன் பொருட்டு புதிதாக எழுதப்பட்ட ஒயில் கும்மிப் பாடல்களையும் எடுத்துக்காட்டாகத் தந்துள்ளார். பாரம்பரிய நிகழ்த்துக்கலை ஒன்றின் புதிய பயன்பாட்டை இங்கு அறிமுகப்படுத்தி யுள்ளார். ஒயில் கும்மி குறித்து அறிமுக நூலாகவும், அதைப் பயில்வோருக்கு வழிகாட்டி நூலாகவும் அமைந்துள்ளது. நூலாசிரியர் முனைவர் அழகுபாரதி மேலும் இத்தகைய நூல்களை எழுதி நாட்டார் வழக்காற்றியல் அறிவுத் துறையின் வளர்ச்சிக்கு உதவவேண்டும்.

ஒயிலாட்டம்,

அழகுபாரதி,

பாவை பப்ளிகேஷன்ஸ், சென்னை

இனவரைவியலும் இலக்கியமும்

'இலக்கிய இனவரைவியல்' என்பது இலக்கியத்தை மானுடவியல் அடிப்படையில் ஆய்வு செய்வதற்கான ஒரு முறையியல் ஆகும். - முனைவர் ஞா.ஸ்டீபன்

மனித சமூக வளர்ச்சியுடன் இணைந்து, பல்வேறு அறிவுத் துறைகளின் வளர்ச்சியும் நிகழ்ந்துள்ளது. இவ்வாறு வளர்ந்த சமூக அறிவுத் துறைகளில் ஒன்றே மானுடவியல் ஆகும். மானுடவியல் என்ற அறிவுத் துறையைக் குறிக்கும் ஆந்திரோபாலஜி என்ற கலைச் சொல்லில் ஆந்திரோப், ஆலாஜி என்ற இரண்டு இலத்தீன் மொழிச் சொற்கள் இணைந்துள்ளதாகக் குறிப்பிடும், அய்யப்பன் என்ற மானுடவியலாளர் இவற்றுள் ஆந்திரோப் என்பது மனிதனையும் ஆலாஜி என்பது அறிவையும் சுட்டுவதாகக் கூறுவார். இதன் அடிப்படையில், மனிதனைக் குறித்த அறிவுத் துறையே மானுடவியல் என்பார். இதையே, மனிதனைப் பற்றியும் அவனது ஆக்கங்களையும் நடத்தைகளையும் ஆராயும் அறிவியல் துறையே மானுடவியல் என்று சண்முகலிங்கம் வரையறுத்துள்ளார்.

மானுடவியல் என்ற அறிவுத் துறையானது இன்று உடல்சார் மானுடவியல், சமூகமானுடவியல், பண்பாட்டு மானுடவியல் என்ற மூன்று பிரிவுகளாக விளங்குகிறது.

இவற்றுள் பண்பாட்டு மானுடவியலின் முக்கிய கூறாக இனவரைவியல் அமைகிறது. ஒரு குறிப்பிட்ட மக்கள் பிரிவைக் குறித்தோ, பண்பாடு குறித்தோ ஆராயப்புகுவோர் முதலில் அப் பண்பாட்டின் அல்லது மக்கள் பிரிவின் இனவரைவியல் செய்திகளைச் சேகரிப்பது அவசியமான ஒன்றாகும். இவ்வாறு சேகரிக்கப்படும் தரவுகள் எவை என்பது குறித்து மானுடவியலாளர் சீ.பக்தவத்சல பாரதி, புவிச் சூழலியல் தொடங்கி நாட்டார் வழக்காறுகள் ஈறாக மொத்தம் முப்பத்தைந்து கூறுகளைக் குறிப்பிடுகிறார் (ஸ்டீபன்: 19).

இவ்வாறு சேகரிக்கப்பட்ட தரவுகளை அடிப்படையாகக் கொண்டு எழுதப்படும் இனவரைவியலை அது எழுதப்படும் முறை களின் அடிப்படையில் ஆறு வகைகளாக அடையாளப்படுத்தப்படு கின்றன என்று இந்நூலாசிரியர் குறிப்பிடுகிறார் (பக்.20). அத்துடன் இவை ஒவ்வொன்றைக் குறித்தும் விளக்குகிறார் (பக் 19-22).

இப்படி விளக்கிவிட்டு அவர் அடையாளப்படுத்திய இனவரைவு இலக்கியம் என்பது குறித்து,

> இனவரைவு இலக்கியம் என்பது இலக்கியத்தின் வழியாக ஒரு குறிப்பிட்ட பண்பாட்டை முழுமையாகவோ அல்லது பகுதியாகவோ விளக்குவது ஆகும். குறிப்பிட்ட பண்பாட்டைச் சேர்ந்த படைப்பாளி தனது பண்பாட்டின் வாழ்வியலை அல்லது மரபுகளை இலக்கியமாக வடித்துத் தருவதே இனவரைவு இலக்கியமாகும்

என்று வரையறுக்கிறார். இவ்வாறு வரையறுத்து விட்டு ஒரு குறிப்பிட்ட பண்பாட்டினை மேற்கொண்டுள்ள படைப்பாளி மட்டுமின்றி அதற்கு வெளியில் வாழும் படைப்பாளியும் இதை மேற் கொள்ளலாம் என்கிறார். அதன் அடிப்படையில் ஒரு குறிப்பிட்ட பண்பாட்டிற்கு உரிய படைப்பாளியின் நோக்கை 'அகநோக்கு' என்றும், ஒரு குறிப்பிட்ட பண்பாட்டிற்கு வெளியில் வாழும் ஒருவனின் நோக்கைப் புறநோக்கு என்றும் பாகுபடுத்துகிறார். இவற்றுள் அகநோக்கு என்பதைத் 'திணைசார் இலக்கியம்' என்று குறிப்பிடலாம் என்பதும் ஆசிரியரின் கருத்தாகும்.

மேலும் தொல்காப்பியர் வகுத்துள்ள 'திணைக் கோட்பாட்டு அடிப்படையிலான நடத்தை முறைகளின் தொகுப்பு இனவரை வியலுக்குச் சமமானது' என்று குறிப்பிட்டுவிட்டு இனவரைவியல் தரவுகளின் மீது கவிதை கட்டப்பட வேண்டும் என்பதே தொல் காப்பியர் வகுத்தளிக்கும் கவிதை மரபு என்ற முடிவுக்கு வருகிறார் (பக்கம் 24). இது சரியான முடிவுதான். இதன் தொடர்ச்சியாக 'இனவரைவியலைப் படைப்பாளியும் பயன்படுத்தலாம் திறனாய் வாளனும் பயன்படுத்தலாம்' என்ற கருத்தை முன்வைப்பதுடன் 'இலக்கிய மானுடவியல்' என்பது குறித்து விவாதித்துச் செல்கிறார். (பக்கம் 24-29).

கோட்பாடுகளையும் வரையறைகளையும் விவாதித்து வந்த நிலையில் இருந்து அவற்றை சங்க இலக்கியத்தில் பொருத்திப் பார்க்கும் பணியை அடுத்து மேற்கொள்ளுகிறார். இப்பணியில் சங்க இலக்கியங்களில் இடம்பெறும் நெய்தல் திணைப்பாடல்களைத் தரவுகளாகக் கொள்கிறார் (பக்கம் 30-37). நெய்தல் திணைப்பாடல்கள் கடல்சார் நிலத்தின் சூழலைப் பதிவு செய்வதாகவே உள்ளன. கடல்சார் அனுபவங்கள் இரண்டாம்நிலை அனுபவங்களாக உள்ளன என்ற கருத்தை முன்வைக்கிறார். இது முக்கியமான கருத்தாகும் (பக்கம் 30).

(மீனவர்களை மையமாகக் கொண்டு உருவான நாவல் இலக்கியத் திலும் கூட இப்போக்கே மேலோங்கி உள்ளது).

இந்நூலின் முதல் இரண்டு இயல்களும் மானுடவியல், இனவரைவியல் என்ற இரு அறிவுத் துறைகள் குறித்தும், இவற்றை உள்வாங்கி உருவான 'இலக்கிய மானுடவியல்', 'இலக்கிய இனவரைவியல்' குறித்தும் தெளிவாக அறிமுகம் செய்கின்றன. ஓமியோ மருத்துவத்தில் இடம்பெறும் 'மதர்டிஞ்சர்' போல இவை இந்நூலின் ஏனைய கட்டுரைகளுக்கு ஆதாரமாக உள்ளன.

மூன்றாவது இயல் படிமலர்ச்சிக் கோட்பாடு குறித்தது. 'இலக்கியப் படிமலர்ச்சி' என்ற தலைப்பிலானது.

படிமலர்ச்சி (பரிணாமம்) என்ற கருத்தாக்கத்தின் வளர்ச்சி குறித்தும் கட்டுரையின் தொடக்கத்தில் அறிமுகம் செய்கிறார். இதனை யடுத்து, மானுடவியல், தொல்லியல், அறிஞர்கள் எண்பமர் படி மலர்ச்சி குறித்து முன்வைத்த கொள்கைகளைப் பட்டியலிட்டுக் காட்டுகிறார் (பக்கம்-41). இப்பட்டியலில் குறிப்பிடப்பட்டுள்ள படிமலர்ச்சியியலாளர்கள் தமது கொள்கைகளில் வேறுபட்டாலும் நேர் கோட்டுப் படிமலர்ச்சி என்னும் மையக் கருத்தில் வேறுபடவில்லை. ஒவ்வொருவரும் வெவ்வேறு தரவுகளைக் கொண்டு படிமலர்ச்சியை விளக்க முயன்றுள்ளனர் என்பதே இவர்களைக் குறித்த ஆசிரியரின் மதிப்பீடாகும் (பக்கம் 42).

இதன் தொடர்ச்சியாக, 'ஒருவழிப்படிமலர்ச்சிக் கொள்கை', 'உலகளாவியல் படிமலர்ச்சிக் கொள்கை', 'பலவழிப் படிமலர்ச்சிக் கொள்கை' என்ற மூன்று கொள்கைகளை விளக்கிச் செல்கிறார்.

இப்படிமலர்ச்சிக் கோட்பாட்டை அறிவியல், சமூகஅறிவியல் புலங்களுக்கு மட்டுமின்றி இலக்கியப் புலத்திலும் பயன்படுத்த முடியும் என்ற உண்மையை விளக்கிக் கூறுகிறார். இவ்வாறு விளக்கும் போது கவிதையின் தோற்றம் குறித்து படிமலர்ச்சிக் கோட்பாட்டின் துணையுடன் சில செய்திகளைக் கூறிச் செல்கிறார் (பக்கம் 46-48). இறுதியாக, இலக்கிய வரலாறு, இலக்கண வரலாறு, மொழி வரலாறு ஆகிய மூன்றும் படிமலர்ச்சியோடு தொடர்புடையவை என்ற முடிவுக்கு வருகிறார்.

பின்னை நவீனத்துவ வாதிகளும், மார்க்சிய எதிர்ப்பாளர்களும், படிமலர்ச்சிக் கோட்பாட்டை எதிர்மறையாகவே அணுகுவர். ஆயினும் படிமலர்ச்சியை முற்றிலும் புறந்தள்ளமுடியாது. இவ்வுண்மையை இவ்வியல் வாயிலாக ஆசிரியர் எடுத்துரைப்பதுடன்,

> ஒவ்வொரு காலகட்டங்களிலும் இலக்கியத்தின் வடிவம் உள்ளடக்கம் ஆகியவற்றில் சமூகச் சூழல்களின் காரணமாக நிகழும் வளர்ச்சி, காலப்போக்கில் அவற்றின் அமைப்பை மாற்றியமைக்கின்றது. இத்தகைய மாற்றங்களே புது வகைமைகளையும் வடிவங்களையும் தோற்றுவிக்கின்றன. தமிழிலக்கிய வடிவங்களையும் அவற்றின் உள்ளடக்கங்களையும் இவ்வகையில் பொருத்திக் காணும் வாய்ப்புகள் உள்ளன.

என்று கூறி முடிக்கிறார். தமிழ் இலக்கியத்தை மையமாகக் கொண்டு ஆய்வு நிகழ்த்தப் புகுவோருக்கான அறிவுரையாக இதனைக் கொள்ளலாம்.

★★★

எஞ்சிய ஏழு கட்டுரைகளும் சங்க இலக்கியச் செய்திகளை மானுடவியல் அணுகுமுறையில் ஆய்வு செய்கின்றன. சங்ககாலத்தில் நிலவிய உணவு உற்பத்தி முறை, பரிமாற்ற முறை குறித்து நான்காவது கட்டுரை ஆராய்கிறது. சங்க இலக்கியங்கள், வேட்டைச் சமூகம், மேய்ச்சல் சமூகம், வேளாண் சமூகம் வாணிபச் சமூகம் என்ற சமூகங்களைக் குறிப்பிடுகின்றன. இச்சமூகங்கள் குறித்த சங்க இலக்கியப் பதிவுகளை அறிமுகம் செய்துவிட்டு, இறுதியாக 'சமகாலத்தில் ஒவ்வொரு திணையிலும் வெவ்வேறு சமுதாய முறைகள் வழங்கி வந்தன என்றும் கருதலாம்' என்று முடிக்கிறார். இதைத்தான் கா.சிவத்தம்பி 'அசமத்துவ வளர்ச்சி' என்பார்.

அய்ந்தாவது கட்டுரை சங்ககாலத்தில் நிலவிய இரும்புப்பண்பாடு குறித்து ஆராய்கிறது. கி.மு மூன்றாம் நூற்றாண்டு தொடங்கி கி.பி.மூன்றாம் நூற்றாண்டு முடிய உள்ள காலமே சங்ககாலம் என்பது பொதுவாக நிலவும் கருத்தாகும். இக்காலத்தில் நிலவிய இரும்பு உற்பத்தி, இரும்புத் தொழில், இரும்புக் கருவிகள் என்பன குறித்த செய்திகளை இக்கட்டுரை அறிமுகம் செய்கிறது.

ஆறாவது கட்டுரை சங்க இலக்கியங்கள் குறிப்பிடும் பதுக்கைகளுக்கும், பெருங்கற்படைக்காலப் பதுக்கைகளுக்கும் இடையிலான வேறுபாட்டினை ஆராய்கிறது. பெருங்கற்படைக் காலப் பதுக்கைகளைக் 'கற்பலகைப் பதுக்கைகள்' என்று வேறுபடுத்திக் காட்டுகிறார்.

'தாலியும் குலக்குறிச் சின்னமும்' என்ற ஏழாவது கட்டுரை 'பழந்தமிழ்ப் பெண்கள் அணிந்த அணிகலன்களை ஆராய்ந்து, அவற்றுள் தாலி இடம் பெறவில்லை' என்கிறது. சமூகச் சடங்காக முதலில் நிகழ்ந்த திருமணச் சடங்கானது, வைதீக சமயத்தின்

தாக்கத்தால் சமயத்தின் செல்வாக்கிற்கு ஆட்பட்டு சமயச் சடங்காக மாறியது. இதன் விளைவாக, குலக்குறிச்சின்னமாக இருந்த அணிகலன் புனிதத்தன்மை பெற்று, புனிதச் சின்னமான தாலியாயிற்று என்பது ஆசிரியரின் முடிவாகும்.

எட்டாவது கட்டுரை இசைக்கருவிகள் பண்டைத் தமிழர் வழிபாட்டில் பெற்றிருந்த இடத்தை ஆராய்கிறது. 'தெய்வமுறுதல்' என்ற சமயச்சடங்கில் மயக்க நிலையை உருவாக்குவதில் நரம்பு இசைக் கருவிகளைவிடத் தோல் இசைக்கருவிகளே உதவும் என்ற கருத்தை முன்வைக்கும் ஆசிரியர் இதற்குச் சான்றாக 'வெறியாட்டு' என்ற சடங்கில் பறை, துடி என்ற தோற்கருவிகள் பயன்படுத்தப்பட்டதையும் இன்றைய நாட்டார் வழிபாட்டு மரபிலும், மேளம், உடுக்கு, பறை, உறுமி போன்ற தோற்கருவிகள் இடம் பெறுவதையும் சுட்டிக்காட்டு கிறார்.

ஒன்பதாவது கட்டுரை சங்க இலக்கியங்களில் இடம்பெற்றுள்ள பேய் குறித்த கருத்தோட்டங்களை ஆராய்கிறது. இக்கட்டுரையில் சங்க இலக்கியச் செய்திகளுடன் தற்காலத் தமிழர்களிடம் நிலவும் பேய் குறித்த நம்பிக்கைகளையும் இணைத்து ஆராய்ந்துள்ளார். இதன் அடிப்படையில் 'பேய் குறித்த கருத்தோட்டங்களில் சங்ககால மரபின் தொடர்ச்சி இன்றளவும் உள்ளது' என்ற முடிவுக்கு வருகிறார். இம் முடிவுக்கான சான்றுகள் இக்கட்டுரையில் வலுவாகவே இடம்பெற்றுள்ளன.

'இலக்கியங்களில் பண்பாட்டுச் சூழலியல்' என்ற பத்தாவது கட்டுரை சங்க இலக்கியங்களை அடுத்து உருவான அறஇலக்கியங்களை மையமாகக் கொண்டு எழுதப்பட்டுள்ளது. இக்கட்டுரையில் அறஇலக்கியங்களில் பதிவாகியுள்ள அறக்கருத்துக்களை 'பண்பாட்டுச் சூழலியல்' என்ற கோட்பாட்டின் துணையுடன் ஆராய்கிறார்.

★★★

இவ்வாறு இலக்கிய மானுடவியல், இலக்கிய இனவரைவியல் என்ற இரு அறிவுத்துறைகளையும் படிமலர்ச்சிக் கோட்பாடு என்ற கோட்பாட்டையும் அறிமுகம் செய்துவிட்டு, இவற்றின் துணையுடன் சங்க இலக்கியங்களை ஆய்வு செய்துள்ளார் இந்நூலாசிரியர். இது நல்ல முயற்சியாகவும் வழிகாட்டியாகவும் அமைந்துள்ளது.

பண்டைத் தமிழர்களிடம் நிலவிய மரவழிபாடு, பாம்பு வழிபாடு என்பன குறித்த ஆய்வு நூலை 1948 ஆம் ஆண்டில் அண்ணாமலைப் பல்கலைக்கழகம் வெளியிட்டது, இதன் பின்னர் 1966 ஆம் ஆண்டில்

தமிழர்களின் சமூக வாழ்வு குறித்த தமது ஆய்வேட்டில் மானுடவியல் அறிவுத் துறையின் துணையுடன் சங்ககாலத் தமிழர்களின் நிறுவனங்கள் சமயம், வாழ்வியல் குறித்து சிங்காரவேலு ஆய்வு செய்துள்ளார். இவரை அடுத்து க.கைலாசபதி, கா.சிவத்தம்பி ஆகியோர் தமது முனைவர் பட்ட ஆய்வில் மானுடவியல் சார்ந்து சில கருத்துக்களை முன்வைத்துள்ளனர்.

நா.வானமாமலை, கா.சுப்பிரமணியன், க.ப.அறவாணன் ஆகியோர் மானுடவியல் அணுகுமுறையில் ஆய்வுகளைச் செய்துள்ளனர். இவர்களையடுத்து, சிலம்பு.செல்வராசு, பிலவேந்திரன், தனஞ்செயன் ஆகியோர் இப்பணியில் ஈடுபட்டு வருகின்றனர்.

மானுடவியலாளரான சீ.பக்தவத்சலபாரதி இலக்கிய மானுடவியல் என்ற நூல்களை மானுடவியல், பண்டைய இலக்கியம் என்ற இரு அறிவுத்துறைகளின் இணைப்பில் எழுதியுள்ளார்.

இவ் அறிஞர்களின் வரிசையில் மனோன்மணியம் சுந்தரனார் பல்கலைக்கழகத்தின் தமிழ்த்துறைப் பேராசிரியர் முனைவர். ஞா.ஸ்டீபன் இணைந்துள்ளார். பண்பாட்டு மானுடவியலுடன் நெருக்கமான தொடர்புடைய நாட்டார் வழக்காற்றியல் அறிவுத் துறையில் ஆழ்ந்த புலமையும் பயிற்சியும் உடையவர். காணிக்காரர் களின் இசைக்கருவியான கொக்கறை குறித்து நூலொன்றை எழுதியவர்.

அவரது இந்நூல் சங்க இலக்கிய வாசிப்பிற்கு வழிகாட்டியாக அமைந்துள்ளது. அத்துடன் தமிழ் இலக்கியம் பயிலும் மாணவர்கள் பிற அறிவுத் துறைகளின் துணையுடன் குறிப்பாக மானுடவியலின் துணையுடன் செவ்விலக்கியங்களை ஆய்வு செய்யத் தூண்டுவதுடன் வழிகாட்டவும் செய்கிறது. அவரது இப்பணிதொடர வாழ்த்துக்கள்!

இலக்கிய இனவரைவியல்,
முனைவர் ஞா.ஸ்டீபன்,
நியூ செஞ்சுரி புக் ஹவுஸ், சென்னை

வாய்மொழிக் கதைகளில் சமூக வரலாற்று உண்மைகள்

தமிழர்களின் சமூக வாழ்வில் வாய்மொழிக் கதைகள் முற்றிலும் மறைந்து விடவில்லை. பல்வேறு சூழல்களில் வாய்மொழிக் கதைகளைக் கூறும் மரபும் அவற்றைக் கேட்கும் மரபும் இன்றும் தொடர்கிறது. என்றாலும், பல நல்ல கதை சொல்லிகளின் வாய்மொழிக் கதைகள் எழுத்து வடிவம் பெறாமல் அவர்களுடன் மறைந்து போய்விட்டன.

மற்றொரு பக்கம் வாய்மொழிக் கதைகள் குறித்த ஆய்வுகள் நடந்தாலும் அவற்றில் ஒன்றிரண்டு மட்டுமே குறிப்பிட்டுச் சொல்லத்தக்க அளவில் உள்ளன. வாய்மொழிக் கதை ஆய்வில் உள்ள முக்கிய இடர்ப்பாடு ஆய்வாளனே சேகரிப்பாளனாகவும் இருக்க வேண்டிய நிலைதான். இத்தகைய சூழலில், முனைவர் ஞா.ஸ்டீபன் வாய்மொழிக் கதைகளை, தன் ஆய்வுப் பொருளாக மாணவப் பருவத்திலிருந்தே சிக்கெனப் பிடித்துக் கொண்டவர். நாட்டார் வழக்காற்றியல் அறிஞர் பேராசிரியர் தே.லூர்துவின் வழிகாட்டுதலுடன் தன் பூர்வீக நிலப்பகுதியான விளவன்கோடு வட்டாரப் பகுதியில் சேகரித்த வாய்மொழிக்கதைகளை மையமாகக் கொண்டு நாட்டார் கதைகளை வகைப்படுத்துதல் என்ற தலைப்பில் ஆய்வு மேற்கொண்டவர். அவர் மேற்கொண்ட இந்த ஆய்வு குறிப்பிடத்தக்க ஓர் ஆய்வாக விளங்குகிறது.

இதன் தொடர்ச்சியாக தன் முனைவர் பட்ட ஆய்வுக்கும் வாய் மொழிக் கதைகளையே ஆய்வுப் பொருளாக எடுத்துக் கொண்டார். ஒரு குறிப்பிட்ட வகைமையிலான கதை வடிவங்களைத் தேர்ந்தெடுத்து (மூடக்கதைகள்) அமைப்பியல் ஆய்வுக்குட்படுத்தியவர். முறையான களப்பணியையும், தன் ஆசிரியர், பேராசிரியர் லூர்துவிடமிருந்து கற்றுக்கொண்ட கோட்பாடுகள் குறித்த அறிவையும் அவரது இரு ஆய்வேடுகளிலும் பொருத்தமாக இணைத்து வெற்றி கொண்டவர்.

இந்நூல் வாய்மொழிக் கதைகள் தொடர்பான ஏழு கட்டுரைகளின் தொகுப்பாகும். இவற்றுள் சில அறிமுகத் தன்மையில் அமைந்திருந்தாலும், வாய்மொழிக் கதைகளைப் பொழுதுபோக்கு நோக்கிலிருந்து மட்டுமே பார்க்கும் அணுகுமுறையிலிருந்து வாசகனை விடுவிக்கின்றன. சில

கட்டுரைகள் வாய்மொழிக் கதைகளுக்குள் பொதிந்துள்ள சமூக வரலாற்று உண்மைகளை வெளிக் கொணர்கின்றன.

'கதையாடலும் சூழலும் பயன்பாடும்' என்ற தலைப்பிலான இந்நூலின் முதல் கட்டுரை வாய்மொழிக் கதைகள் கூறப்படும் சூழலைக் குறித்து விரிவாக அறிமுகப்படுத்துகிறது. அத்துடன் கதை கூறும் சூழலை, 1, தொழில்களில் ஈடுபடும் நேரம், 2. பொழுது போக்கு நேரம், 3. எதிர்பாரா சூழல் என மூன்று வகையாகப் பகுத்து, சூழலுக்கும் கதை கூறலுக்குமான உறவை ஆராய்கிறது. அத்துடன் சூழலுக்கும் கதை சொல்லி ஒருவர் தேர்ந்தெடுக்கும் கதைக்குமிடையிலான உறவும் ஆராயப்படுகிறது. இறுதியாக கன்னியாகுமரி மாவட்டம் விளவன்கோடு வட்டத்தில் 'மூடக்கதைகள்' என்ற கதை வகை கூறப்படும் சூழலையும், அக்கதைகளின் பயன்பாட்டையும், எத்தகைய சூழலில் எத்தகைய கதை வகைமைகள் - கூறப்படுகின்றன என்பதும் விளக்கப்படுகின்றன.

வாய்மொழிக் கதைகளை அறிந்த ஒருவர், அதை மற்றவர்களுக்குக் கூறும் முறையிலேயே அவரை ஒரு நல்ல கதைசொல்லியாக மற்றவர்கள் ஏற்றுக் கொள்கிறார்கள். இவ்வுண்மையை 'தமிழ்க் கதையாடல் உத்திகள்' என்ற இரண்டாவது கட்டுரை வெளிப்படுத்துகிறது. கதை சொல்லி ஒருவர் கதை கூறும்போது

1. கதை தொடங்கும் முறை
2. கூறியது கூறல்
3. விரித்தல்-
4. சுருக்கல்
5. வினாத் தொடுத்தல்
6. நாடகப் பாங்கு
7. பாடலாகப் பாடுதல்
8. கதையை முடிக்கும் முறை

என எட்டு வகையான உத்திகளைக் கையாளுகிறார் என்று குறிப்பிட்டு விட்டு, அவை ஒவ்வொன்று குறித்தும் இக்கட்டுரை விரிவாக ஆராய்கிறது. நூலாசிரியரின் கள ஆய்வு அனுபவங்கள் இக்கட்டுரையில் நன்றாகப் பதிந்துள்ளன.

'வாய்மொழிக் கதைகளும் வரலாறும்' என்ற தலைப்பிலான மூன்றாவது கட்டுரை, தமிழ்ச் சமூக வரலாறு எழுத உதவும் தரவுகளாக

வாய்மொழிக் கதைகள் பயன்பட முடியும் என்ற உண்மையை உணர்த்தி நிற்கிறது. கதைகளின் ஊடாக ஊடுருவிப் பார்த்தால் அவை சாதிய முரண்பாடுகளையும் அடித்தள மக்களின் மேட்டிமை சாதி எதிர்ப்பையும், மேட்டிமை சாதியினரின் சூழ்ச்சிக்கு அடித்தள மக்கள் பலியானதையும் கண்டறியலாம். இவ்வுண்மையைச் சில கதை வடிவங்களின் வாயிலாக ஆசிரியர் தெளிவாக வெளிப்படுத்தியுள்ளார்.

> தமிழ்ச் சமூகம் சாதிய அடிப்படையிலானது என்பதற்கு ஏற்றாற் போல் வாய்மொழிக் கதைகளும் சாதியை அடிப்படையாகக் கொண்டமைந்துள்ளன என்பது புலப்படுகின்றது. தமிழ்ச் சூழலில் வாய்மொழிக் கதைகளைச் சாதியப் பின்னணியில் அணுக இயலும் என்பதற்கு இங்குக் குறிப்பிட்ட கதைகளும் அவற்றின் பொருண்மையும் சான்றாகும்,

என்று கட்டுரையின் இறுதியில் ஆசிரியர் அவதானித்துள்ளார். அவரது அவதானிப்பு பொருத்தமானதே என்பதில் ஐயமில்லை.

நான்காவது கட்டுரை பரசுராமன் குறித்த புராணத்தையும், ரேணுகா பரமேஸ்வரி புராணத்தையும் ஒப்பிட்டு ஆராய்கிறது. ஆணாதிக்கச் சமூகத்தினை முன் நிறுத்தல், உழைக்கும் மக்களிடமிருக்கும் நிலவுடைமையைப் பறித்துக் கொள்ளல், உடல் உழைப்பிலிருந்து மேட்டிமையோர் தம்மை அந்நியப்படுத்திக் கொள்ளல் ஆகியன இக்கதைகளின் மறைபொருள் என்பதனை விளக்குகிறார். அத்துடன் ஆரியர் x திராவிடர் உள் முரண்பாடுகளை இப்புராணக் கதைகள் வெளிப்படுத்துகின்றன என்ற கருத்தையும் முன்வைக்கிறார். தமிழில் உருவான ஆரியக் கலப்புப் புராணங்கள் குறித்த ஆய்வின் வாயிலாக தமிழ்நாட்டு வரலாற்று வரைவிற்கான சில தரவுகளை நாம் பெற முடியும் என்ற கருத்தை இக்கட்டுரை முன் வைக்கிறது.

ஐந்தாவது கட்டுரை, 'மூடர் கதைகள்' என்று வகைப்படுத்தப்படும் கதைகளைக் குறித்த ஆய்வாகும். கள ஆய்வின் வாயிலாக தாம் நேரடியாகச் சேகரித்த குன்னத்தூரான் கதைகளையும், சீக்கியர்களை மையமாகக் கொண்டு உருவான 'சர்தார்ஜி' துணுக்குகளையும் ஆசிரியர் ஒப்பிடுகிறார். பிற சமூகங்களின் கேலிக்குள்ளாகும் சமூகங்கள் எவ்வாறு எதிர்க் கதையாடல்களை உருவாக்குகின்றன என்பதைச் சான்றுகளுடன் விளக்கும் ஆசிரியர்,

> தமிழகத்தில் வழக்கிலுள்ள வாய்மொழிக் கதைகள் தமிழகச் சாதிய அமைப்புகளோடு மிக நெருக்கமான தொடர்புடையவை என்பது வெளிப்படை. வாய்மொழிக் கதைகளை அவை

வழங்கும் சமூகப் பண்பாட்டுப் பின்புலத்தில் பொருத்தி ஆய்வு செய்தால் மட்டுமே அவற்றின் சமுதாய வரலாற்றுப் பொருண்மை வெளிப்படும். எழுத்துமரபு சாராத வரலாற்றுக் களஞ்சியம் வாய்மொழிக் கதைகளே என்பதில் ஐயமில்லை, என்று கட்டுரையின் இறுதியில் குறிப்பிடுவது கவனிக்க வேண்டிய ஒன்று. வாய்மொழிக் கதைகளை ஆய்வு செய்யப்புகும் இளம் ஆய்வாளர்கள் அவசியம் நினைவில் கொள்ள வேண்டிய செய்தி இது.

ஓரளவுக்கு உண்மை நிகழ்வுகளுடன் தொடர்புடைய பழமரபுக் கதைகள் குறித்து ஆறாவது கட்டுரை ஆராய்கிறது. இக்கதை வகையானது குமரி மாவட்டத்தில் ஏழு பிரிவுகளாக வழக்கில் உள்ளதைச் சுட்டிக்காட்டிவிட்டு குமரி மாவட்டத்தில் வழங்கும் கதைகளை எடுத்துக்காட்டாகக் கூறி அவை ஒவ்வொன்று குறித்தும் விளக்குகிறார்.

நாட்டார் வழக்காறுகள் என்பன கடந்த காலத்தை மட்டுமே வெளிப்படுத்தி நிற்கும் ஃபாசில்கள் அல்ல. மனித சமூகத்துடன் வளர்ச்சியடையும் உயிர்த்தன்மை அவற்றிற்கு உண்டு. எனவே, சமூக மாறுதல்களுக்கேற்ப அவை மறையும் அல்லது மாற்றமடையும். அத்துடன் புதிதாகவும் தோன்றும். இவ்வுண்மையை வெளிப்படுத்தும் வகையில் இந்நூலின் இறுதிக் கட்டுரையான 'நவீன வேடிக்கைக் கதைகள்' அமைந்துள்ளது.

இக் கட்டுரையின் தொடக்கத்தில் மூன்றாம் பத்தியில் நாட்டார் வழக்காறுகளின் மறைவிற்கும் மாறுதலுக்கும் அடிப்படைக் காரணங் களாக அமைந்த சமூக மாறுதல்களை ஆசிரியர் சுட்டிக் காட்டுவது குறிப்பிடத்தக்க ஒன்றாகும்.

'பழைய வடிவம் புது உள்ளடக்கம் அல்லது பழைய வடிவங் களிலேயே சிறு சிறு மாற்றங்கள் அல்லது மாற்றம் இல்லாமல் நவீனக் கதைகள், காலத்திற்கேற்ப உருவாகிக் கொண்டிருக்கின்றன' என்று குறிப்பிட்டு, 'நவீன வேடிக்கைக் கதைகள் வெறும் நகைச்சுவை குறிக்கோளுடையன என்று அவற்றைப் புறக்கணித்துவிட இயலாது' என்று ஆசிரியர் கூறுவது முற்றிலும் பொருத்தமானது. இக்கட்டுரையைப் படிப்போர் இக்கூற்றை ஏற்றுக் கொள்வர் என்று நம்புகிறேன்.

நாட்டார் வழக்காற்றியல் அறிவுத் துறையானது வழக்காறுகளை அடிப்படையாகக் கொண்டது. அதே நேரத்தில் அது வெறும் வழக்காறு களின் தொகுப்பு மட்டுமல்ல, அது உருவான சமூகத்துடன் நெருக்கமான பிணைப்பைக் கொண்டது, சமூகத்தின் பாதிப்புக்காளாவது. எனவே

சமூகத்திலிருந்து நாட்டார் வழக்காறுகளைப் பிரித்தாராய்வது பயனற்றது.

வாய்மொழிக் கதைகளைச் சமூகத்துடன் இணைத்தே ஸ்டீபன் பார்த்துள்ளார். சாதியம் கோலோச்சி வந்த, வருகின்ற தமிழ்ச் சமூகத்தில் உருவான வழக்காறுகளைச் சாதியத்துடன் இணைத்துப் பார்ப்பதன் அவசியத்தையும் ஆங்காங்கே உணர்த்தியுள்ளார். தூய்மை வாதம் பேசி இவ்வுண்மையைப் புறந்தள்ளவில்லை.

வாய்மொழிக் கதைகள் பொழுது போக்குத் தன்மையுடையன என்பது உண்மைதான். ஆனால், அவற்றின் நோக்கம் அல்லது பயன்பாடு அத்துடன் நின்றுவிடுவதில்லை. அவற்றில் எதிர்க்குரல் வெளிப்படுவதையும், சமூக விமர்சனம் புதைந்திருப்பதையும், வரலாற்றுண்மைகள் காணப்படுவதையும் மறந்துவிடக் கூடாது. இவ்வுண்மையைக் கதைசொல்லிகள் அறியாமல் இருக்கலாம். ஆனால், இத்துறை சார்ந்த ஆய்வாளர்களின் பணி இவற்றை வெளிப் படுத்துவதுதான். பேராசிரியர் ஸ்டீபன் இப்பணியை இச்சிறு நூலின் வாயிலாகச் சிறப்பாகச் செய்துள்ளார்.

இளம் ஆய்வாளர்களுக்கான வழிகாட்டியாகவும், பொது வாசகர் களுக்குப் பல புதிய களங்களையும் செய்திகளையும் எடுத்துரைப்ப தாகவும் இந்நூல் ஒருசேர அமையப்பெற்றுள்ளது. விவரணைத் தன்மை வாய்ந்த அணுகுமுறையிலிருந்து விலகி நின்று, கோட்பாடுகளின் துணையுடன் வாய்மொழிக் கதைகளை ஆய்வு செய்ய முற்படுவோருக்கு இந்நூல் தவிர்க்க இயலாத வழிகாட்டியாக அமைந்துள்ளது, பாராட்டு தலுக்குரிய ஒன்று. இந்நூலையடுத்து மேலும் இதுபோன்ற பல நூல்களை நூலாசிரியர் படைக்க வேண்டும்.

தமிழ்ச் சமூகத்தில் வாய்மொழிக் கதைகள்,
முனைவர் ஞா.ஸ்டீபன்,
நியூ செஞ்சுரி புக் ஹவுஸ், சென்னை

பொருள்சார் பண்பாட்டு ஆய்வு

தொடக்ககாலத் தொல்லறிவியல் கண்டுபிடிப்புகள் மனிதகுல முன்னேற்றத்திற்குத் துணைபுரிந்துள்ளன. நெருப்பின் பயன்பாட்டை அறிந்து அதைப் பயன்படுத்தத் தொடங்கியது முக்கிய நிகழ்வாக மானுடவியலாளர்களாலும் தொல் வரலாற்றியலாளர்களாலும் குறிப்பிடப் படுவதை நாம் அனைவரும் அறிவோம். இதனை அடுத்து சக்கரங்களை உருவாக்கி பயன்படுத்தத் தொடங்கியது அமைகிறது. தொல் அறிவியல் குறித்த ஆய்வில் சக்கரங்களைப் புறக்கணித்துவிட முடியாது.

சக்கரங்களின் முக்கியப் பயன்பாடாக அவற்றின் துணையுடன் வண்டிகளை உருவாக்கியது அமைகிறது. இதற்குத் தமிழர்களும் விதிவிலக்கல்ல. நமது பாரம்பரிய போக்குவரத்துக் கருவிகளில் மாட்டு வண்டியின் பயன்பாடு குறிப்பிடத்தக்க ஒன்றாகும்.

உமணர்கள் என்ற பெயரிலான உப்பு வணிகர் குறித்த விரிவான பதிவுகள் சங்க இலக்கியங்களில் இடம்பெற்றுள்ளன. உமணர் வாழ்வுடன் அவர்கள் விற்பனை செய்த உப்பு மட்டுமின்றி அதைச் சுமந்து சென்ற வண்டிகளும் இணைந்திருந்தன. இடம் பெயரும் வணிகக் குழுவினரான உமணர்களின் வண்டிகளில் விற்பனைக்கான உப்புடன் அவர்கள் குடும்பத்துப் பெண்களும் பயணம் செய்தனர். அப்பெண்களின் வளர்ப்புப் பிராணியாக விளங்கிய குரங்கும்கூட பயணித்துள்ளது. கரடுமுரடான காட்டுவழிப் பாதையில் பயணிக்கும் மாட்டுவண்டியின் முக்கிய உறுப்பான அச்சு முறிந்துபோகும் வாய்ப்பிருந்தது. இதனால் பயணம் தடைப்படுவதைத் தவிர்க்கும் வழிமுறையாக சேமஅச்சு என்ற பெயரினாலான உபரி அச்சு ஒன்றையும் உடன் கொண்டு சென்றுள்ளனர்.

நமது மரபிலக்கியங்களில் மன்னனும் அகத்துறைத் தலைவனும் பயணிக்கும் வாகனமாக 'தேர்' குறிப்பிடப்படுகிறது. இதன் வடிவமைப்பு கோவில் சிற்பங்களில் இடம்பெற்றுள்ளது. திருவாரூர் தியாகராசர் கோவில் வளாகத்தில் கல்லில் செதுக்கப்பட்ட தேர் ஒன்று மனுநீதிச் சோழன் வரலாற்றை நினைவூட்டும் முகமாக நிறுவப்பட்டுள்ளது. வளர்ச்சி பெற்ற, தேர்த் தொழில்நுட்பத்திற்கு எடுத்துக்காட்டாக இது அமைந்துள்ளது. ஆனால் உண்மையில், சரக்குகளை ஏற்றிச் செல்லும் மாட்டுவண்டியின் அமைப்பிலேயே தொடக்கத்தில் தேர் இருந்துள்ளது

என்று கருத இடமுள்ளது. திருவாரூர் மாவட்டம் கொட்டையூர் சிவன் கோவிலின் நுழைவாயிலில் மனுநீதிச் சோழனின் மகன் உயிர்த்தெழும் காட்சி புடைப்புச் சிற்பமாக இடம்பெற்றுள்ளது.

இச்சிற்பத்தில் காணப்படும் தேர், திருவாரூர் தேர் சிற்பத்திலிருந்து முற்றிலும் வேறுபட்டு மாட்டுவண்டியின் அமைப்பிலேயே உள்ளது. இதனை ஒத்த சோழர்கால ஓவியம் ஒன்றை வரலாற்று அறிஞர் செம்பக இலட்சுமியின் ஆங்கில நூல் ஒன்றில் காணமுடிகிறது. இவற்றின் அடிப்படையில் மாட்டுவண்டியின் வளர்ச்சி நிலையாகவே மன்னர்கள் பயன்படுத்திய தேர் இடம்பெற்றுள்ளது என்று கூறமுடியும். இதன் தொழில்நுட்பத்தாலும் பொருட் செலவாலும் மதிப்புமிக்க ஒன்றாக மாறி உயர்ந்தோருக்கு ஒன்றாகத் தேர் இருந்துள்ளது.

'மாடும் வண்டியும்' என்னும் இந்நூல், பொருள்சார் பண்பாட்டு ஆய்வில் ஒரு மைல்கல் ஆகும். மாட்டு வண்டியின் அமைப்பை இந்நூலைப் படிப்போர் நன்கு புரிந்து கொள்ள வேண்டும் என்பதற்காக இந்நூலாசிரியர் மிகுந்த முயற்சி எடுத்துள்ளார். மாட்டு வண்டியின் அமைப்பு, அதன் உறுப்புக்கள் என்பனவற்றை விளக்கும் வரைபடம் நூலில் இடம்பெற்று இருப்பதே இதற்குச் சான்று.

சரக்குகளைக் கொண்டு செல்லவும் வேளாண் தொழில் பயன்பாட்டிற்காகவும் உருவான சரக்கு வண்டி, தேவைப்படும்போது மனிதர் பயணிக்கும் கூண்டு வண்டியாக மாறுதல் அடைவதில் தொடங்கி ஆடம்பரமான வில்வண்டி, பந்தயத்திற்கான ரேக்ளா வண்டி என நான்கு வகையான வண்டிகளை இவர் அறிமுகம் செய்துள்ளார். பயன்பாடு, பயன்படுத்துவோர் என்பனவற்றிற்கு ஏற்ப வண்டிகளில் செய்யப்படும் தற்காலிக மாறுதல்கள் நிரந்தரமாக வடிவமைப்பில் செய்யப்பட்ட மாறுதல்கள் என்பனவற்றையெல்லாம் வாசகன் அறிந்து கொள்ள வேண்டும் என்பதில் ஆர்வம் காட்டியுள்ளார். நூலில் இடம் பெற்றுள்ள புகைப்படங்கள் அவரது ஆர்வத்திற்குச் சாட்சி பகர்கின்றன.

வண்டி என்ற சடப்பொருளை இயங்கச் செய்யும் மாடுகள் குறித்தும் அவற்றைப் பழக்கும் முறை, உணவளிக்கும் முறை, அவற்றைத் தாக்கும் நோய்கள், அந்நோய் போக்கும் நாட்டார் மருத்துவம் என்பன குறித்தும் பல நுட்பமான செய்திகளை வெளிப்படுத்தியுள்ளார். சூடு போட்டு சில நோய்களை குணப்படுத்துவதைக் குறிப்பிடும் ஆசிரியர் வரைபடத்தின் துணையுடன் அவற்றை அடையாளப்படுத்தியிருப்பது சிறப்பான ஒன்றாகும்.

வண்டியின் உரிமையாளர், வண்டி ஓட்டுபவர், வண்டியில் திருடும் கள்வர்கள் என்போர் குறித்தும் பல செய்திகளை நாம் அறியச் செய்துள்ளார். மொத்தத்தில் மாடுகள், மாட்டு வண்டிகள் குறித்தப் புரிதலை இன்றையத் தலைமுறைக்கு ஏற்படுத்துவதில் இந்நூல் வெற்றி பெற்றுள்ளது. இதற்கு அடிப்படைக் காரணமாக அமைவது நூலாசிரியரின் களஆய்வுதான். அவர் சேகரித்துள்ள நுட்பமான செய்திகளும் எடுத்துள்ள ஒளிப்படங்களும் களஆய்வில் அவர் கொண்டிருந்த ஈடுபாட்டிற்குச் சான்றுகளாய் அமைந்துள்ளன.

நூலாசிரியரின் களஆய்வு திருநெல்வேலி மாவட்டத்தின் தென்பகுதியில் உள்ள சில ஊர்களில் மட்டுமே நிகழ்ந்துள்ளது. தன் ஆய்வுக் களத்தைத் தேர்வு செய்ததில் அவர் விழிப்புணர்வுடன் செயல்பட்டுள்ளார். தன் ஆசிரியப் பணி, குடும்பப் பணி என்ற இரண்டிற்கும் ஊடாக பரந்துபட்டக் களத்தைத் தேர்வு செய்து அதில் களஆய்வு மேற்கொள்வதில் உள்ள நடைமுறை சார்ந்த இடர்பாடுகளை நன்கு புரிந்துகொண்டு தன் ஆய்வுக் களத்தைச் சுருக்கமான எல்லைக்குள் அமைத்துக் கொண்டுள்ளார் என்றே கருதுகிறேன். இந்நூலின் சிறப்பிற்கு இதுவும் ஒரு காரணம்.

நாட்டார் வழக்காற்றியலின் வகைமைகள் ஒவ்வொன்றும் வட்டாரத் தன்மை கொண்டவை. இங்கு வட்டாரம் என்பது மாவட்டம், வட்டம் என்ற அரசின் நிர்வாகப் பிரிவு சார்ந்ததல்ல. பண்பாட்டு ஆய்வில் நிர்வாகப் பிரிவு என்ற வரையறையின் அடிப்படையில் ஆய்வு மேற்கொள்வது சில இடர்பாடுகளையும் ஏற்படுத்தும் தன்மையது. மொழியியல் துறை ஆய்வுக்காக மொழியியல் சார்ந்த வரைபடத்தை உருவாக்கிக் கொள்வது என்ற மரபு உண்டு. இது நிர்வாகப் பிரிவின் அடிப்படையில் உருவாக்கும் வரைபடத்திற்கு மாறானது. நாட்டார் வழக்காற்றியல் ஆய்வுகளிலும் இனவரைவியல் சார்ந்த களத்தைத் தேர்வு செய்து கொள்ளல் அவசியம். அப்போது தான் தனித்துவமான தன்மை கொண்ட வழக்காறுகளைக் கண்டறிந்து அவற்றை அடையாளப்படுத்த முடியும்.

இவ்வகையில் காவிரி பாயும் சமவெளிப் பகுதி, மலைப் பகுதி, கரிசல் நிலப் பகுதி, கடற்கரைப் பகுதி என வெவ்வேறு வகையான நிலப் பகுதிகளில் இயங்கும் மாட்டுவண்டிகள் குறித்த ஆய்வை மேற்கொள்ள இடமுண்டு. இதற்குத் துணை நிற்கும் தன்மை இந்நூலுக்கு உண்டு.

இந்நூலை வெளியிட்டுள்ள என்.சி.பி.எச். நிறுவனத்தினர் சில ஆண்டுகளுக்கு முன்பு முனைவர் ந.குமாரவேலு எழுதிய 'காங்கேயக் காளை' என்னும் நூலை வெளியிட்டுள்ளனர். 'மாடும் வண்டியும்' என்ற இந்நூலைப் போன்று அதுவும் அளவில் சிறியது தான். ஆனால் இந்நூலைப் போன்றே அரிய செய்திகளை உள்ளடக்கிய நூல்.

நம் நீண்ட வரலாற்றுப் பாரம்பரியம் என்பது, கல்வெட்டுகள், செப்பேடுகள் என்பனவற்றில் மட்டும் பதிவாகவில்லை. மக்களின் வழக்காறுகளிலும் பதிவாகியுள்ளது. இவ்வுண்மையை உணர்ந்து இந்நூலை எழுதியுள்ள திருமதி. ஜான்சி பால்ராஜ் அவர்களுக்கும் இந்நூலை நன்முறையில் வெளியிடுவதில் ஆர்வம் காட்டியுள்ள என்.சி.பி.எச். நிறுவனத்தின் மேலாண்மை இயக்குனர், தோழரும் கவிஞருமான சண்முகம் சரவணன் அவர்களுக்கும் என் பாராட்டுகளைத் தெரிவிப்பதில் பெரும் மகிழ்ச்சியடைகிறேன்.

மாடும் வண்டியும்,
ஜான்சி பவுல்ராஜ்,
நியூ செஞ்சுரி புக் ஹவுஸ், சென்னை

நாட்டார் கலைகளும், கலைஞர்களும்

முனைவர் கரு.அழ.குணசேகரன் தமிழ் வாசகர்களுக்கும் அரங்கக்கலை ஆர்வலர்களுக்கும் புதியவரல்லர். ஓர் ஆய்வாளராகவும் ஒரு கலைஞராகவும் அரங்கக்கலை இயக்குநராகவும் ஒரு சேர விளங்குபவர்.

நாட்டார் அரங்கம், நாட்டார் கலை தொடர்பான அவரது பத்துக் கட்டுரைகளின் தொகுப்பாக இந்நூல் அமைந்துள்ளது.

'தமிழக நாட்டுப்புறக் கலைகள்' என்ற முதல் கட்டுரை. நாட்டுப்புற கலைகளின் வகைகள், வடிவங்கள், அவற்றை வகைப் படுத்துதல், இக்கலைகளில் இடம்பெறும் இசைக்கருவிகள் ஆகியன குறித்து அறிமுகப்படுத்துகிறது. இத்துடன் நின்றுவிடாமல் இவை தொடர்பான சில பிரச்சினைகளையும் நம்முன் கொண்டு வருகிறது.

'நாட்டுப்புற மக்களின் பண்பாட்டுச் செய்திகள்' பலராலும் அறியப்பட்ட ஊடகங்கள் துணை நிற்பதை ஏற்றுக்கொள்ளும் நூலாசிரியர் "அவர்களுக்கான அங்கீகாரம் சமூக மதிப்பு நிலைகள் போன்றவற்றை எவ்வகையில் தந்து நாட்டுப்புற மக்களுக்கு ஊடகவியலார் துணை நல்குகின்றனர் என்பது குறித்து அதிகம் சிந்திக்க வேண்டியதாக உள்ளது" என்ற கருத்தை நம்முன் வைப்பதுடன் இம்மக்களின் அறிவுச் சொத்துரிமை அபகரிக்கப்படுவதன் வாயிலாக அவர்கள் சுரண்டப்படுகிறார்கள் என்று எழும் விமர்சனத்தையும் சுட்டிக்காட்டுகிறார்.

நவீன தாக்கங்களின் விளைவாக நாட்டுப்புறக் கலைஞர் மண்சார்ந்த தன்மையிலிருந்து வேறுபடுவதையும் இது தொடர்பாக ஆய்வுகள் நிகழ்த்த வேண்டிய தேவையையும் குறிப்பிடுகிறார்.

இரண்டாவது கட்டுரை சடங்குமுறைக் கலைகள் தொழில்முறைக் கலைகளாக மாற்றமடைந்துள்ளதையும், இக்கலைகளுக்கிடையில் நிகழ்ந்துள்ள ஊடாட்டங்களையும் இக்கலைஞர்கள் வாழ்விற்கும் கலைக்கும் அரசு செய்யும் உதவிகளையும் அறிமுகப்படுத்துகிறது. இறுதியாக 'முகப்போலி உரு நடனங்கள்' குறித்த சில பொதுவான செய்திகளைக் குறிப்பிட்டுவிட்டுத் தமிழக முகப்போலி உரு நடனங்கள் தனித்துவம் கொண்டவை என்கிறார் இக்கருத்தைச் சற்று விளக்கி யிருக்கலாம்.

நவீனக் கலை இலக்கியங்களில் 'மலையின மக்களின் மனித உரிமைகள்' மலையின மக்களை மையமாகக் கொண்டு உருவான சிறுகதை, நாவல், அரங்கம் ஆகியனவற்றை அடிப்படையாகக் கொண்டுள்ளது.

நிகழ்கலை, வரலாறு என்ற அறிவுத் துறைகளுக்கும் நாட்டுப்புற இலக்கியத்திற்கும் இடையிலான உறவை 'நாட்டுப்புற இலக்கியமும் பிற துறைகளும்' என்ற நான்காவது கட்டுரை அறிமுகப்படுத்துகிறது.

மைத்துனர், முறைமாமன், தாய்-மகள், தாய்மாமன் ஆகிய உறவுகள் நாட்டுப்புறப் பாடல்களில் இடம்பெறும் தன்மையைத் 'தமிழக நாட்டுப்புறப் பாடல்களில் மனித உறவுகள்' என்ற அய்ந்தாவது கட்டுரை அறிமுகப்படுத்துகிறது. சமூக மாற்றத்திற்கு நாட்டுப்புற இசையின் பங்களிப்பு என்ற ஆறாவது கட்டுரை. பயன்பாட்டு நாட்டார் வழக்காறு (Applied Folklore) தொடர்பான நல்ல ஆய்வு. இன்றையச் சூழலில் நாட்டார் இசை சுரண்டலுக்கு ஆளாவதையும் உழைக்கும் மக்களில் பெரும்பாலோரைத் தீண்டாமைக்கு ஆட்படுத்திய இச்சமூகம் அவர்களின் இசையையும் தீண்டாமைக்கு ஆட்படுத்திய கொடுமையையும் ஆசிரியர் சுட்டிக்காட்டியுள்ளார்.

மேலை நாடுகளில் ஆப்பிரிக்கக் கருப்பர் இன மக்களின் இசையும் இசைக் கருவிகளும் செந்நெறி இசையாளர்களால் உள்வாங்கப்பட்டு உலகில் புதுமை நிகழ்த்தப்பட்டமையை இசை உலகு அறியும். அதைப்போல தொன்மை வாய்ந்த இந்திய மண்ணின் இசை செந்நெறி இசை மரபினரால் உள்வாங்கப்பட்டால் இந்திய இசை உலகில் மட்டுமல்லாது ஆசிய இசை உலகில் புதுமை மலர வாய்ப்புண்டு என்ற ஆசிரியரின் எதிர்பார்ப்பு அனைவரின் கவனத்திற்குரிய ஒன்று.

'நவீன நாடகப் பிரதிகளில் நாட்டுப்புறவியற் கூறுகள்' என்ற ஏழாவது கட்டுரை சே. இராமானுசம், வ. ஆறுமுகம் ஆகிய நவீன நாடக ஆசிரியர்களின் நாடகங்களில் சடங்கு, கதையாடல், இசை, இசைக் கருவி, ஆட்டம் ஆகிய நாட்டார் வழக்காற்றியல் கூறுகள் இடம் பெற்றுள்ளதைத் தக்க எடுத்துக்காட்டுகளுடன் விரிவாக விளக்குகிறது.

'நவீன நாடகத்தைத் தமிழகச் சூழலில் முதன்முதலில் விதைத்து நாற்றங்கால்களை உருவாக்கியவர் இராமானுஜம்' என்று ஆசிரியர் குறிப்பிடுவது பொருத்தமானது. தலித் அரங்கியல், பெண்ணிய அரங்கியல் ஆகியன குறித்து கட்டுரையின் இறுதியில் குறிப்பிடுவது சிறப்பானது. சூழலியல் அரங்கு குறித்த ஆய்வில் இக்கட்டுரைக்கும் இடமுண்டு. 'மண்சார் கலை' என்பது குறித்து,

> பண்பாட்டுக்கும் கலைக்கும் நேரடியான தொடர்பு இருப்பதே மண்சார் கலை
>
> கலை பண்பாட்டின் ஒரு அங்கமாகவே இருப்பதே மண்சார் கலை
>
> வட்டாரம், மதம், சாதி, இனம், மொழி, வாழ்வியல் போன்ற கூறுகளை அவை உள்வாங்கி விளங்கும்

என்று வரையறுக்கும் ஆசிரியர். ‘பண்பாட்டுத் தளங்களில் மண்சார் நிகழ் கலைகள்’ என்ற கட்டுரையில் தெருக்கூத்து. குறுநாடகம், நவீன நாடகம் ஆகியனவற்றில் இது உள்வாங்கப்பட்டுள்ளதைச் சுருக்கமாக அறிமுகப்படுத்தியுள்ளார். இதை விரிவுபடுத்தியிருக்கலாம் என்று தோன்றுகிறது.

எட்டாவது கட்டுரையான ‘பண்பாட்டுத் தளங்களில் மண்சார் நிகழ் கலைகள்’ என்ற கட்டுரை தலைப்பிற்கேற்ப சில தரவுகளைத் திரட்டித் தந்துள்ளது.

> இலக்கண வரம்பு எனும் ஒரு குடையின் கீழ் அமைக்கத்தக்க தமிழ் இலக்கண இலக்கியவாதிகளிடமிருந்து மீறி வெளிப்பட்டுக் கொண்டே சிற்றிலக்கியங்கள் பயணப்பட்டன. சாமானியப்பட்ட மக்களும் கலை இலக்கியங்கள் படைத்திடச் சிற்றிலக்கியங்களில் பாதை வகுத்தன. புதியன புகுந்தி வழி அமைத்துக் கொடுத்தன

என்ற ஆசிரியர் கணிப்பு சரியான ஒன்று.

‘பயன்பாட்டுத் தளங்களில் பழந்தமிழர் கலைகள்’ என்ற தலைப்பிலான இறுதிக் கட்டுரை சங்ககால ஆட்டம். கூத்து என்பன குறித்தும். பொருநர், கண்ணுளர், வயிரியர், பாணர் ஆகியோர் குறித்துச் சங்க இலக்கியங்கள், சிலப்பதிகாரம், சிற்றிலக்கியங்கள், பக்தி இலக்கியங்கள் ஆகியன கூறும் செய்திகளையும் அறிமுகப்படுத்தி விளக்குகிறது. ‘ஆட்டம்’, ‘கூத்து’ என்ற இரண்டிற்குமிடையிலான வேறு பாட்டை ஆசிரியர் எளிமையாகவும், தெளிவாகவும் விளக்கியுள்ளார்.

நாட்டார் கலைகளைக் கடந்த காலம் சார்ந்த ஓர் உறை பொருளாக ஆசிரியர் பார்க்கவில்லை. அது வளரும் தன்மையது என்பதை உணர்ந்துள்ளார். சடங்குகளுடன் இணைந்த ஒன்றாகவே அது இருக்க வேண்டும் என்றும் அவர் கருதவில்லை. நமது நாட்டார் மரபுகளை நவீனத்துவம் சுரண்டுவதையும் சிதைப்பதையும் அவர் விரும்பவில்லை.

நமது நாட்டார் கலை மரபை அதன் ஆன்மாவைச் சிதைக்காது நாம் உள்வாங்கிக்கொள்ள வேண்டும் என்பதே அவரது கருத்தாகவுள்ளது.

உழைக்கும் மக்களின் நோக்கில் நாட்டார் கலைகளையும், கலைஞர்களையும் அணுகும் நாட்டார் வழக்காற்றியலர்கள் ஒரு சிலரே இன்று உள்ளனர். அவர்களுள் அன்பிற்குரிய நண்பரும் தோழருமான கரு.அழ.குணசேகரனுக்கு ஒரு சிறப்பான இடமுண்டு. அவரது பணி தொடர வாழ்த்துகள்.

பண்பாட்டுத் தளங்களில் பழந்தமிழர் கலைகள்,
கரு.அழ.குணசேகரன்,
நியூ செஞ்சுரி புக் ஹவுஸ், சென்னை

இராவணன் கதை

நாட்டார் கதைப்பாடல்களைச் சேகரித்து வெளியிடுவதில் ஆர்வம் கொண்டவர்களுக்குக் குமரி மாவட்டம் ஒரு தங்கச் சுரங்கம் போன்றது. குறிப்பிடத்தக்க அளவில் ஓலைச்சுவடிகள் இம்மாவட்டத்தில் முடங்கிக் கிடக்கின்றன. ஆறுமுகப் பெருமாள் நாடார் என்ற புலவர் பல கதைப்பாடல்களைப் பதிப்பித்தும் தாமே சில கதைப்பாடல்களை எழுதியும் வெளியிட்டுள்ளார். அமெரிக்க நாட்டைச் சேர்ந்த நாட்டார் வழக்காற்றியல் ஆய்வாளர் ஸ்டுவர்ட் ப்ளாக்பர்ன் என்பவர், குமரி மாவட்டத்தில் நிகழ்த்தப்படும் கதைப்பாடல்களை அவை நிகழ்த்தப் படும் இயற்கைச் சூழலில் சேகரித்து அவற்றை ஆய்வு செய்து முனைவர் பட்டம் பெற்றுள்ளார். அவரது ஆய்வேடு 'Performances as Paradigm: Tamil Bow Song Tradition' என்ற தலைப்பில் நூலாகவும் வெளிவந்துள்ளது. குமரி மாவட்டத்துக் கதைப்பாடல்களை மையமாகக் கொண்டு அவர் எழுதிய மற்றொரு நூல் Singing of Birth and Death; Texts in Performance என்பதாகும். முதலில் மானுடராகப் பிறந்து வளர்ந்து பின்னர் தெய்வமான நாட்டார் தெய்வங்களைக் குறித்து இந்நூலில் அவர் ஆராய்ந்துள்ளார்.

ஆசியவியல் ஆய்வு நிறுவனத்தில் (சென்னை) பணியாற்றிய போது முனைவர் நா. இராமச்சந்திரன் (நாட்டார் வழக்காற்றியல் ஆய்வு மையம், பாளையங்கோட்டை) முனைவர் ஞா.ஸ்டீபன் (மனோன்மணியம் சுந்தரனார் பல்கலைக்கழகம்) இம்மாவட்டத்திலிருந்து கதைப்பாடல் ஓலைச்சுவடிகளைக் குறிப்பிடத்தக்க அளவில் சேகரித்து இந்நிறுவனத்திற்கு வழங்கியுள்ளனர். இவற்றுள் சில கதைப்பாடல்களை இந்நிறுவனம் பதிப்பித்து வெளியிட்டுள்ளது.

பேராசிரியர்கள் த.நடராசன், தங்கதுரை, அ.கா.பெருமாள், ஸ்ரீ குமார் ஆகியோரும் இம்மாவட்டத்துக் கதைப்பாடல்களைப் பதிப்பித்து வெளியிட்டு வருகின்றனர். தமது குலதெய்வமான கோயிலூட்டம்மை தொடர்பான கதைப்பாடலைப் பதிப்பித்ததன் வாயிலாக இளவல் செல்வகுமாரனும் இவர்கள் வரிசையில் இணைந்துள்ளார்.

நாட்டார் கதைப்பாடல்களை வரலாற்றுக் கதைப்பாடல்கள், சமூகக் கதைப்பாடல்கள், புராணக் கதைப்பாடல்கள் எனப் பகுப்பது ஒரு பொதுவான மரபு. வரலாற்றுக் கதைப்பாடல்களுக்கும், சமூகக்

கதைப் பாடல்களுக்கும் இடையிலான இடைவெளி மிகவும் ஆழமானதல்ல. வரலாற்று மனிதர்களை மையமாகக் கொண்டு உருவான குமரி மாவட்டத்துக் கதைப்பாடல்களில் மக்கள் வழி, மருமக்கள் வழி தாய முறை, மதமாற்றம் ஆகிய சமூகப் பிரச்சனைகள் இடம் பெற்றுள்ளன. வரலாறு என்பது சில தனி மனிதர்களின் சாதனைகளையும் அவர்களின் வீழ்ச்சியையும் பேசுவது என்ற கருத்திலிருந்து விடுபட்டு நோக்கினால் பல சமூக நிகழ்வுகளையும் போராட்டங்களையும் மையமாகக் கொண்ட முக்கிய வரலாற்றுத் தரவுகளாகக் கொள்ள முடியும். இந்த வகையில் குமரி மாவட்டத்து கதைப் பாடல்கள் பல சமூகச் சிக்கல்களை நமக்கு அறிமுகப்படுத்துகின்றன.

இவை ஒருபுறமிருக்க புராணக்கதைப்பாடல்கள் பலவும் இம்மாவட்டத்தில் உருப்பெற்றுள்ளன. இங்கு புராணம் என்பதை வடமொழி சார்ந்தது என்றோ, சைவ, வைணவ சமயம் சார்ந்தது என்றோ குறுகலாகப் பார்க்கக் கூடாது. சைவ, வைணவத் தெய்வங் களுடன் தொடர்புபடுத்தப்பட்ட வட்டாரத் தன்மை கொண்ட பல புராணங்கள் தமிழகத்தில் பிற பகுதிகளில் உருவானதைப் போலவே இங்கும் உருவாகியுள்ளன. அடித்தள மக்களின் தெய்வங்களின் கதையைப் பாடும் வில்லிசைப் பாடகர்கள் இத்தகைய புராண உருவாக்கத்தில் முக்கியப் பங்காற்றியுள்ளனர். ஆதிக்கச் சக்திகளை எதிர்த்துப் போரிட்டு அல்லது ஆதிக்கச் சக்திகளின் சூழ்ச்சிக்குப் பலியாகி மரணமடைந்தோர் அடித்தள மக்களின் தெய்வங்களாக வழிபடப்படுகின்றனர். இவ்வழிபாட்டின் ஓர் அங்கமாக வில்லுப் பாடல்கள் உருவாகும்போது அவை ஒரு வீரனின் பிறப்பு, வளர்ப்பு, மரணம் (பெரும்பாலும் கொலை), மரணமடைந்தோர் கயிலாயம் செல்லல், சிவனிடம் வரம் வாங்கி வரல், தம்மைக் கொன்றோரைப் பழிவாங்கத் தொடங்குதல், ஊரவர்கள் பீடம் அமைத்து வழிபட்டு அதன் கோபத்தைத் தணித்தல் என்ற நிகழ்வுகளை மையமாகக் கொள்கின்றனர். இதன் விளைவாக ஒரு பழமரபுக் கதை (Legend) புராணக்கதையாக மாற்றமடைகிறது. இம்மாற்றத்தை எவ்விதத் தயக்கமுமின்றி அடித்தள மக்கள் ஏற்றுக் கொள்கின்றனர். ஏனெனில் அவர்களின் வீரனுக்கு ஒரு தெய்வீக வரலாறு கிடைத்துவிடுகிறது.

எனவே வட்டார அளவிலான புராணங்களை அவை புராணத் தன்மை வாய்ந்தன என்று கூறி எளிதில் ஒதுக்கிவிட முடியாது. இதுபோன்றே சாதிகளுடன் தொடர்புடைய புராணங்களையும் நோக்குதல் வேண்டும்.

இந்த வகையில் தமது குலதெய்வமான கோயிலூட்டம்மை வழிபாட்டுடன் தொடர்புடைய 'இராவணேஸ்வரன் பூஜை கோயிலூட்டம்மை வழிபாடு' என்ற தலைப்பில் இந்நூலை திரு.செல்வகுமாரன் பதிப்பித்துள்ளார். கோயிலூட்டம்மை வழிபாடு திருநெல்வேலி மாவட்டத்தின் தென்பகுதியில் இருந்து குமரி மாவட்டத்திற்கும் பரவியுள்ளது. இத்தெய்வத்தின் தோற்றம் குறித்து தெளிவாகத் தெரியவில்லை. ஆயினும் இது ஒரு நாட்டார் தெய்வம் என்பதில் அய்யமில்லை. இத்தெய்வம் தூத்துக்குடி மாவட்டம் தட்டார் மடத்திலிருந்து குமரி மாவட்டத்திலுள்ள தெக்குறிச்சிக்கும் அதன் சுற்றுப்புறங்களுக்கும் பரவியது தொடர்பான சில வாய்மொழிக் கதைகளை ஆசிரியர் சேகரித்துள்ளார். இதில் அவர் குறிப்பிடும் ஜாதி மீறிய திருமணம் மேலும் ஆய்வுக்குரிய ஒன்றாகும்.

கோயிலூட்டம்மையின் கோயில் அமைப்பு மற்றும் வழிபாட்டின் பல படிநிலைகளையும் முன்னுரையில் ஆசிரியர் விரிவாக எழுதி யுள்ளார். ஆசிரியரின் ஆழமான களஆய்வுக்கு இப்பகுதி சான்றாக அமைகின்றது. அத்துடன் இன்று இவ்வழிபாட்டு முறையில் பிராமணியத்தாக்கம் ஏற்பட்டுள்ளதை ஆசிரியர் தெளிவாக சுட்டிக் காட்டியுள்ளார். இந்த அவலம் இன்று பல நாட்டார் தெய்வங்களுக்கும் ஏற்பட்டு வருகிறது.

இராமலைப் போரில் வெல்வதற்காக இராவணன் செய்த காளி பூசையை மையமாகக் கொண்டதே இக்கதைப் பாடலாகும். கோயிலூட்டம்மை வழிபாட்டில் நிகழ்த்தப்படும் எட்டெழுத்துப் பூசைக்கும் இராவணன் நிகழ்த்தியதாக இக்கதைப்பாடல் குறிப்பிடும் எட்டெழுத்துப் பூசைக்கும் ஒற்றுமை இருப்பதாக இப்பகுதி மக்கள் கருதுகின்றனர் என்று ஆசிரியர் குறிப்பிடுகிறார். மேலும் திராவிட இனத்தவனாகக் கருதப்படும் இராவணன் குறித்த இக்கதைப்பாடல் இம்மக்களுக்கும் இராவணனுக்கும் இடையிலான உறவு குறித்து ஆராயத் தூண்டுகின்றன.

பொதுவாக, பாரதத்தில் பல கிளைக் கதைகள் அல்லது பாரதத்தில் இடம்பெறாத சில கதை நிகழ்வுகள் பெரிய எழுத்து நூல்களாகவும் கதைப்பாடல்களாகவும் தமிழகம் எங்கும் வழக்கில் உள்ளன. புலந்திரன் களவு, ஏணியேற்றம், அல்லி அரசாணி மாலை என்பன இவற்றுள் சில. இதுபோன்று இராமாயணம் தொடர்பான கதைப்பாடல்கள் அதிக அளவில் வழக்கிலில்லை. ஒயிலாட்டம் நிகழ்த்துதலில் இராமாயணக் கதை பாடப்படுகிறது. ஏ.கே.இராமானுஜம்

Many Ramayanas என்ற தலைப்பில் வட்டாரத் தன்மை கொண்ட பல இராமாயணக் கதை வடிவங்களைத் தொகுத்துள்ளார். செல்வகுமாரன் பதிப்பித்துள்ள இக்கதைப்பாடல் வட்டாரத் தன்மை கொண்ட ஒரு இராமாயணக் கிளைக் கதையாக அமைந்துள்ளமை குறிப்பிடத்தக்கது. பதிப்புப் பணியில் மிகுந்த அக்கறை எடுத்துள்ளதை இந்நூலைப் படிப்பவர்கள் உணரலாம். இத்தகைய பணியில் அவர் தொடர்ந்து ஈடுபடவேண்டும்.

இராவணேஸ்வரன் பூஜை கோயிலூட்டம்மை வழிபாடு,
தொகுப்பு: செல்வக்குமாரன்,
காவ்யா, சென்னை

மதமாற்றம்

தமிழ்ச்சமூக வரலாற்றில் சமயங்களின் இடத்தை நோக்கும்போது பல்சமய நாடாகவே தொடர்ச்சியாகத் தமிழ்நாடு இருந்து வந்தமை புலனாகும். வைதீக சமயம், அவைதீக சமயம் என இருவேறு மாறுபட்ட சமயங்கள் தம்முள் முரண்பட்டு நின்ற நிலையை, 'பக்தி இயக்கக் காலம்' என்று குறிப்பிடப்படும் காலம் வெளிப்படுத்தி நிற்கிறது. இவ்வாறு சமயங்களுக்கிடையே நிகழ்ந்த ஊடாட்டங்களும், முரண்பாடுகளும் தமிழ்ச்சமூக வரலாற்றில் ஒரு பகுதியாக இடம் பெற்றுள்ளன.

இவ்வரிசையில் கிறித்தவத்திற்கும் ஒரு முக்கியமான பங்குண்டு. தமிழ்நாட்டில் கிறித்தவத்தின் பரவல் குறித்தும் அது பரவிய முறை குறித்தும் நமது கல்விப்புலம் சார்ந்த வரலாற்று நூல்கள் எவையும் பேசுவதில்லை. மதமாற்றம் என்பதை ஆன்மீகம் சார்ந்த ஒன்றாக மட்டும் கருதுவதே இதற்குக் காரணமாகும்.

மற்றொரு பக்கம் கிறித்தவத் திருச்சபையினர் நடத்தும் இறையியல் பள்ளிகளிலும், கல்லூரிகளிலும் பயில்வோர் 'மிஷன் வரலாறு' என்ற தலைப்பில் கிறித்தவத்தின் பரவல் குறித்துப் பயில்கிறார்கள். ஆனால் ஆன்மீகத் தேடலின் விளைவாக மட்டுமே மதமாற்றத்தை நோக்கும் போக்கு இவர்களிடம் மேலோங்கியுள்ளதால் மதமாற்றத்திற்கான சமூகப் பொருளாதாரக் காரணிகளை எளிதாகப் புறந்தள்ளி விடுகின்றன.

மிஷன் என்ற அமைப்பு ஒரு குறிப்பிட்ட பகுதியில் யாரால் உருவாக்கப்பட்டது? மிஷன் செயல்பட்ட பகுதியின் பரப்பளவு, பணி புரிந்த பிரபலங்கள், அவர்கள் எதிர்கொண்ட இன்னல்கள் கிறித்தவத்தைத் தழுவிய மக்களின் எண்ணிக்கை என்பன குறித்த செய்திகளை இவை ஓரளவுக்கு உணர்த்தினாலும் விமர்சனத் தன்மை கொண்ட மிஷன் வரலாறாகப் பெரும்பாலான நூல்கள் அமையவில்லை என்பது யதார்த்தம்.

16ஆம் நூற்றாண்டில் தமிழ்நாட்டின் கடற்கரைப் பகுதியில் காலூன்றிய கத்தோலிக்கக் கிறித்தவம் 17-ஆம் நூற்றாண்டில் தமிழ்

நாட்டின் உள்நாட்டுப் பகுதிகளில் பரவத்தொடங்கியது. 18ஆம் நூற்றாண்டில் தரங்கம்பாடியில் (1706 ஜூலை) சீர்திருத்தக் கிறித்தவம் அறிமுகமாகித் தமிழ்நாட்டின் ஏனையப் பகுதிகளிலும் பரவத் தொடங்கியது.

19ஆம் நூற்றாண்டில் (1806) திருவிதாங்கூர் பகுதிகளில் சீர்திருத்தக் கிறித்தவம் வெகுவேகமாகப் பரவத்தொடங்கியது. திருவிதாங்கூர் மன்னராட்சிப் பகுதியில் நான்கு வருணப் பாகுபாடுகள் அழுத்தமாகவும், ஆழமாகவும் வேரோடியிருந்த மோசமான சமூகச் சூழலில் இக் கொடுமைகளிலிருந்து விடுபடும் வழிமுறையாகச் சீர்திருத்தக் கிறித்தவம் காட்சியளித்தது. இதனால் குறிப்பிடத்தகுந்த அளவில் குழும மதமாற்றம் இப்பகுதியில் நிகழ்ந்தது. மதமாற்றம் அளித்த உத்வேகத்தினால் எதிர்க் குரல்கள் உரக்க ஒலிக்கத்தொடங்கின. 'ஊழியம்' என்ற ஊதியமில்லா கட்டாய வேலைகளிலிருந்து விடுபடவும் கண்ணியமாக ஆடை அணியும் உரிமைக்காகவும் மறுக்கப்பட்ட பல்வேறு பண்பாட்டு அடையாளங்களைப் பெறவும் மதமாற்றம் உறுதுணையாக இருந்தது. இதனடிப்படையில் நோக்கும் போது குமரி மாவட்டத்தில் நிகழ்ந்த சீர்திருத்தக் கிறித்தவத்தின் பரவல் குமரிமாவட்ட சமூக வரலாற்றுடனும், சமூக எழுச்சியுடனும் கலந்து நிற்பதைக் காண முடிகிறது, குறிப்பாக, சமய எல்லையைத் தாண்டி சமூக வரலாற்று ஆவணமாகக் குமரி மாவட்ட கிறித்தவத்தின் பரவல் குறித்த செய்திகள் அமைகின்றன.

இப்பின்புலத்தில்தான் பேராசிரியர் ஜி.ஐசக் அருள்தாஸ் எழுதிய 'குமரிமண்ணில் கிறித்தவம்' என்ற இந்நூலை நோக்க வேண்டும். 13 கட்டுரைகளின் தொகுப்பாக அமைந்த இந்நூலில் முதல் நான்கு கட்டுரைகள் தமிழ்நாட்டில் கத்தோலிக்கத்தின் தொன்மை குறித்தச் செய்திகளைக் குறிப்பிடுகின்றன.

'திருவிதாங்கூர் மக்கள் நிலை' என்ற தலைப்பிலுள்ள ஐந்தாவது இயல் பதினெட்டாம் நூற்றாண்டில் தென்திருவிதாங்கூர் மன்னர் ஆட்சிப் பகுதியில் நிலவிய சமூக நிலையை மிக அழுத்தமாகப் பதிவு செய்துள்ளது. சாதியப் பாகுபாடு எந்த அளவுக்குக் கடுமையாக இருந்தது என்பதையும் பிறவியில் அமைந்த சாதியின் பெயரால் அடிப்படை உரிமைகளை இழந்து நின்ற மக்கட் பிரிவினரையும் அடிமை முறை நிலவியதையும் மக்கள் மீது விதிக்கப்பட்ட விசித்திரமான வரிகள் குறித்தும், அவற்றை வசூலிப்பவர்கள் கையாண்ட கொடுமையான

நடவடிக்கை குறித்தும், நம்பிக்கைகள் மற்றும் வழிபாடுகள் குறித்தும் விரிவாக விளக்குகிறது. இப்பின்புலத்தில் குமரி மாவட்டத்தில் சீர்திருத்தக் கிறித்தவம் அறிமுகமானதை ஆறாவது இயல் குறிப்பிடுகின்றது.

இம்மதமாற்றத்தின் பரவல் ஏற்படுத்திய சமூக மாறுதல்களையும், பண்பாட்டு அடையாளப் போராட்டங்களையும் இப்போராட்டங்களில் அடைந்த வெற்றிகளையும் ஏழாவது இயல் தொடங்கிப் பன்னிரெண்டாவது இயல் முடியவுள்ள ஆறு இயல்களும் குறிப்பிடுகின்றன.

நாடு விடுதலை பெற்றபின் மொழிவாரி மாநிலம் குறித்தச் சிந்தனை வலுப்பட்டதன் விளைவாகத் தென்திருவிதாங்கூர் பகுதி இன்றைய கன்னியாகுமரி மாவட்டமாக உருவானதை 13-ஆவது இயல் விளக்குகின்றது.

ஒரு குறிப்பிட்ட மாநில எல்லைக்குள் இருந்து விடுபட்டு மற்றொரு மாநிலத்தின் பகுதியாக இணைவதற்கு மேற்கொண்ட போராட்டங்களை இவ்வியலின் வாயிலாக அறிய முடிகிறது.

ஒரு மாவட்ட உருவாக்கத்திற்குப் பின்னால் மறைந்திருக்கும் போராட்டங்கள் எத்தகையன என்பதோடு ஒரு குறிப்பிட்ட நிலப் பரப்பில் நூற்றாண்டு காலமாக நிகழ்ந்த சமூகக் கொடுமைகளையும், அக்கொடுமையால் பாதிக்கப்பட்ட மக்களின் நிலைகளையும் அவற்றிலிருந்து விடுபடக் கிறித்தவத்தின் பங்களிப்பு எத்தகைய அளவில் உதவியது என்பதையும் புரிந்துகொள்ள இந்நூல் பெரிதும் துணை செய்கிறது.

கல்வி, மருத்துவம் ஆகிய இரண்டும் அடித்தள மக்களுக்கு எட்டாக் கனியாக இருந்த ஒரு சமூக அமைப்பில் இவ்விரண்டும் அடித்தள மக்களைச் சென்றடைந்ததை இந்நூல் தெள்ளத் தெளிவாக எடுத்துரைக்கிறது. பின்னிணைப்பு 3-இல் டாக்டர். லீட்ச் ஐயர் என்ற மிஷனரி மரணமடைந்த போது பாடப்பட்ட புலம்பல் பாடலை இந்நூலாசிரியர் வெளியிட்டுள்ளார். நோய்களின் பட்டியல் இப்புலம்பலில் இடம் பெற்றுள்ளது நம்மை வியப்பில் ஆழ்த்தும் அதே நேரத்தில், இத்தகைய நோய்களுக்கெல்லாம் சிகிச்சையளித்த ஒரு தொண்டரின் பெருமையை நமக்கு அறிவிக்கிறது. பின்னிணைப்பு 4-இல் உள்ள அடிமை விற்பனை ஆவணமும், பின்னிணைப்பு 5-இல் உள்ள அடிமைகளின் விடுதலைப் பாடலும் அரிய வரலாற்று ஆவணங்களாக இடம்பெற்றுள்ளன.

மதம் என்பது நம்பிக்கைகளின் தொகுப்பு மட்டுமன்று, மாறுதல்களைத் தூண்டும் சக்தியாகவும் சில நேரங்களில் செயல்படுகிறது என்பதை இந்நூலின் வாயிலாகப் புரிந்து கொள்ள முடிகிறது. ஒரு சிறிய களத்தை எடுத்துக்கொண்டு அது குறித்த சமூக ஆய்வை மேற்கொள்வதில் ஆசிரியர் வெற்றி பெற்றுள்ளார். பல அரிய நூல்களிலிருந்து தமக்குத் தேவையான தரவுகளைத் திரட்டியுள்ளார். இந்நூலின் தொடர்ச்சியாக, குமரி மாவட்ட மிஷன் வரலாற்றை மேலும் விரிவாக ஆசிரியர் எழுத வேண்டும். அதற்கான ஆற்றல் தம்மிடம் இருப்பதை இந்நூலின் வாயிலாக அவர் வெளிப்படுத்தியுள்ளார்.

குமரி மண்ணில் கிறித்தவம்,
ஐசக் அருள்தாஸ்,
தமிழ் ஆய்வு மையம், நாகர்கோவில்

ஜெர்மன் லூதரன் திருச்சபை மறைப் பணியாளர்கள்

ஐரோப்பிய பாதிரிமார்கள் தங்கள் கிறித்துவ சமயத்தைக் கீழைநாடுகளில் பரப்ப வந்தவர்கள் என்ற தட்டையான ஒற்றை நோக்கத்தை மட்டுமே குறுகிய கண்ணோட்டத்துடன் காண்பது, தமிழகம் மற்றும் இந்தியவியல் ஆய்வாளர்கள் மத்தியில் ஏற்பட்டிருக்கும் வரலாற்றுக் கேடு.

க. சுபாஷிணி

தமிழ்நாட்டின் தொடக்ககாலக் காலனியவாதிகளான போர்ச்சுக்கீசியர், டச் நாட்டினர், டேனிசியர் இவர்களை அடுத்து வந்த பிரெஞ்சு நாட்டினர், ஆங்கிலேயர் ஆகியோர் வாணிபத்துடன் கிறித்துவமதப் பரப்புதலையும் மேற்கொண்டனர். காலனிய ஆட்சியை நிறுவிய பின்னர், உயர் அதிகாரிகளாகத் தம் நாட்டவரை நியமித்தனர். இவர்களுள் சிலர் நல்ல கல்வியறிவு பெற்றவர்களாகவும் ஆய்வு மனப்பாங்கு உடையவர்களாகவும் இருந்தனர்.

கிறித்தவ மறைப்பணியாளர்கள் சிலரும், ஐரோப்பிய உயர் அதிகாரிகளுள் சிலரும் தமக்கு முற்றிலும் அந்நியமான நம் நாட்டின் மொழி, கலை இலக்கியம், பண்பாடு, நாகரிகம், பழக்கவழக்கங்கள் குறித்துக் கட்டுரைகளாகவும், நூல்களாகவும் வெளியிட்டனர். இவற்றுள் சில, ஐரோப்பிய இனமையவாதச் சிந்தனைக்கு ஆட்பட்டவை என்றாலும் காலனிய ஆட்சிக்காலத் தமிழ்ச் சமூகம் குறித்த புரிதலை இவை நமக்கு வழங்குகின்றன.

இவற்றுள் ஆங்கில மொழியில் கிட்டும் நூல்களும் ஆவணங்களும் மட்டுமே நம்மிடையே பரவலாக அறிமுகமாகியுள்ளன. போர்ச்சுக்கீஸ், டச், டேனிஷ் மொழிகளைக் குறித்த அறிவு நம்மில் பெரும்பாலோருக்கு இன்மையால் தொடக்ககாலக் காலனியம் குறித்த செய்திகளை நாம் விரிவாக அறிந்துகொள்ள இயலவில்லை.

இத்தகைய அறிவுச் சூழலில் க.சுபாஷிணி எழுதியுள்ள 'ஜெர்மன் தமிழியல்' என்ற இந்நூல் ஜெர்மனியில் தோன்றிய 'லூதரன் மறைத் தளம்' சார்ந்த ஜெர்மானிய மறைப்பணியாளர்களின் செயல்பாடுகளை, குறிப்பாக, தமிழ்மொழி பண்பாடு தொடர்பான அவர்களது பங்களிப்பை நாம் அறியச் செய்கிறது. நூலாசிரியர் ஜெர்மன் மொழி

கற்றறிந்து, தற்போது ஜெர்மன் நாட்டில் வாழ்பவர். தமிழ்மொழிமீது அவர் கொண்டுள்ள பற்றினால் தாம் வாழும் பகுதியில் கிட்டும் தரவுகளின் துணையுடன் இந்நூலை எழுதியுள்ளார். இந்நூலின் மையத்தை, ஜெர்மனியில் உருவான லூதரன் மறைத்தளம் பெறுவதால் இந்நூலும் ஜெர்மனியில் இருந்தே தொடங்குகிறது.

உலகக் கத்தோலிக்கத் திருச்சபையின் தலைமைப்பீடத்துடன் முரண்பட்ட மார்ட்டின் லூதர், சீர்திருத்தக் கிறித்தவப் பிரிவை உருவாக்கியதிலிருந்து, தம் நூலை ஆசிரியர் தொடங்குகிறார். இந் நூலின் முதல் இயலில் முதல் இரண்டு தலைப்புகளும் இச்செய்திகளைக் கூற அடுத்த இரண்டு தலைப்புகளும் இரண்டாவது இயலும் தரங்கம்பாடி என்ற கடற்கரை ஊரை அறிமுகப்படுத்துவதுடன் 'கிறித்தவத்தின் நுழைவாயில்' என்று தரங்கம்பாடி அழைக்கப்படுவதற்குக் காரணமான ஜெர்மன் லூதரன் திருச்சபை குறித்து விரிவான செய்திகளைக் கூறுகின்றன.

தரங்கம்பாடி மறைத்தளத்தில் மறைப்பணி ஆற்றிய லூதரன் திருச்சபைப் பணியாளர்களில், பார்த்தலோமஸ் சீகன்பால்க், க்ருண்ட்லர், ரைனூஸ் (ரேனிஸ்) ஆகிய மூவர் பெயர் மட்டுமே பரவலாகக் குறிப்பிடப்படும். ஆனால் போவிஸ் என்பவர் தொடங்கி டேவிட் ரோசன் என்பவர் முடிய ஐம்பதுக்கும் மேற்பட்ட லூதரன் மறைப்பணியாளர்களை நூலாசிரியர் அறிமுகப்படுத்தியுள்ளார்.

இரண்டாம் இயலின் முக்கியச் சிறப்பு, தரங்கம்பாடியில் செயல்பட்டுவந்த கட்டணமில்லாக் கிறித்துவப் பள்ளிக்கூடங்கள் குறித்த செய்திகளாகும். தரங்கம்பாடியில் சீகன்பால்க் உருவாக்கிய ஐந்து பள்ளிகள் குறித்து இந்நூலாசிரியர் தெரிவிக்கும் செய்திகள் வருமாறு:

1. ஆண் மாணாக்கர்களுக்கான ஆரம்பநிலைத் தமிழ்ப்பள்ளி
2. ஆண் மாணாக்கர்களுக்கான உயர்நிலைத் தமிழ்ப்பள்ளி
3. பெண் மாணாக்கர்களுக்கான தமிழ்ப்பள்ளி
4. போர்த்துக்கீசிய மொழிப்பள்ளி
5. டேனிஷ் மொழிப்பள்ளி

இப்பள்ளிகளின் வேலைநேரம், பாடத்திட்டம், பாடம் கற்றுக்கொடுக்கும் முறை குறித்த விரிவான செய்திகளை நூலாசிரியர் கூறிச்செல்கிறார். சீகன்பால்க் தாம் உருவாக்கிய பள்ளியில் தமிழ் மருத்துவர் ஒருவரை ஆசிரியராக நியமித்து, மாணவர்களுக்குத் தமிழ்

மருத்துவம் கற்றுக்கொடுக்க ஏற்பாடு செய்துள்ள செய்தியைக் குறிப்பிடும் ஆசிரியர், அம்மருத்துவர் மேற்கொள்ள வேண்டிய பணிகள் யாவை என சீகன்பால்க் வரையறுத்துள்ளனவற்றையும் தொகுத்துரைக்கிறார். இறுதியாக இது குறித்த தன் மதிப்பீட்டையும் முன்வைக்கிறார்.

> பல காலங்களாகக் கல்வியை ஒருசாராருக்கு மட்டுமே அனுமதித்து, மக்களில் பெரும்பாலோரை உழைக்கும் இயந்திரங்களாக மட்டுமே பாவித்த சூழல்தான் அப்போதைய காலகட்டத்திலும் நிலவிக்கொண்டிருந்தது. அந்த இறுக்கமான சூழலை உடைத்து, மருத்துவம் தொடர்பான கல்வியையும் எளிய மக்கள் பெறுவதற்கு லூதரன் பாதிரிமார்கள் தொடங்கிய பள்ளிகள் வழிவகுத்தன என்பதை இக்குறிப்புகள்வழி அறிய முடிகிறது.

என்று குறிப்பிடுகிறார். இன்றைய தமிழகத்தில் மருத்துவக் கல்வி பயணிக்கும் திசைவழியை நோக்கும்போது லூதரன் மறைப்பணியாளர்கள் மேற்கொண்ட இம்முறை நம்மை வியப்பில் ஆழ்த்துகிறது.

ஓர் அயற்பண்பாட்டுக்காரர்கள் என்ற முறையில் தமிழ்ச் சமூகம், தமிழர்களின் வாழ்க்கைமுறை, சமயம், பண்பாடு, மருத்துவம் என்பனவற்றை லூதரன் மறைப்பணியாளர்கள் அவதானித்து எழுதிய செய்திகளும் இந்நூலில் இடம் பெற்றுள்ளன. தரங்கம்பாடி என்றதும் பலருக்கும் நினைவுக்கு வருவது சீகன்பால்க் மேற்கொண்ட விவிலிய மொழிபெயர்ப்பும் நிறுவிய அச்சுக்கூடமும்தான். இந்நூலின் நான்காவது இயல் இவை குறித்தே அறிமுகப்படுத்துகிறது. அத்துடன் சீகன்பால்குடன் இணைந்தும், அவருக்குப் பின்னும் இப்பணியை மேற்கொண்ட வேறுசில மறைப்பணியாளர்களையும் நூலாசிரியர் அறிமுகப்படுத்தியுள்ளார்.

நாகரிகம், பண்பாடு என்பனவற்றில் மிகவும் பின்தங்கி இருந்தவர்களாக ஐரோப்பிய சமூகம் நம்மைக் கருதிவந்த காலத்தில் நமது உயரிய நிலையை ஐரோப்பிய சமூகத்திற்கு இவர்கள் எடுத்துரைத்ததையும் நூலாசிரியர் வெளிப்படுத்தி உள்ளார்.

இவை தவிர வேறுசில அரிய செய்திகளும் இந்நூலில் இடம் பெற்றுள்ளன. க்ருண்ட்லர் என்ற மறைப்பணியாளர், ஐரோப்பாவின் பல்கலைக்கழகங்களில் ஒரு பாடமாகத் தமிழ் கற்பிக்கப்பட வேண்டும் என்று ஜெர்மானிய மொழியில் 15.7.1875இல் எழுதிய கடிதம் குறித்துக் குறிப்பிட்டுள்ளார்.

16ஆவது 17ஆவது நூற்றாண்டுகளில் தமிழ்நாட்டிற்கு வந்த கத்தோலிக்க மறைப்பணியாளர்கள் நிறுவிய அச்சுக்கூடங்கள், வெளியிட்ட நூல்களைக் குறித்த அறிமுகம் பின்னிணைப்பில் இடம் பெற்றுள்ளது. தமிழ் அச்சுக்கூடம், தமிழ்நூல் வெளியீடு என்ற இரு துறைகளிலும் ஜெர்மன் லூதரன் மறைப்பணியாளர்களின் முன்னோடி களாகச் செயல்பட்டவர்களை அறிந்துகொள்ள இப்பகுதி உதவுகிறது.

நூலின் தொடக்கத்தில் 'என்னுரை' என்ற தலைப்பில், கிறித்தவ மறைப்பணியாளர்கள் தமிழக வரலாற்றில் ஏற்படுத்திய தாக்கத்தைப் பின்வருமாறு அவதானித்துள்ளார்:

> சமயம் மட்டுமன்றி, சமூகவியல் மற்றும் பண்பாட்டு ஆய்வுகள், மொழியியல் ஆய்வுகள், அச்சுநூல் பதிப்பு, பெண் கல்வி, எளியோரை உயர்த்துதல், பொருளாதார நிலைப்பாடு, கிராம அமைப்பில் மாற்றங்களை உருவாக்கியது. அடிப்படைக் கல்வி முறையையும், உயர்கல்வி வாய்ப்புகளையும் உருவாக்கியது. வணிகத் தொடர்புகளை விரிவுபடுத்தியது என பல தளங்களில் குறிப்பிடத்தக்க மாற்றங்களை இப்பாதிரிமார்களின் செயல் பாடுகள் நிகழ்த்தின. ஐரோப்பிய வருகைக்கு முன்னர் தமிழ்ச் சூழலில் இருந்த இறுக்கமான சாதிக் கட்டமைப்பிலும், சமூகங் களுக்கிடையிலான தொடர்பற்ற தன்மையிலும் அவர்கள் தளர்ச்சியை ஏற்படுத்தியதை மறுக்க முடியாது. இன்று தமிழகத்தில் உள்ள குக்கிராமங்களிலும் பெருநகரங்களிலும் சிறு நகரங்களிலும் உள்ள கல்விக்கூடங்கள், பல கிறித்துவ பாதிரி மார்கள் கடந்த சில நூற்றாண்டுகளில் நிகழ்த்திய கல்வி முயற்சி களுக்கு சான்றுகளாகக் காட்சியளிக்கின்றன. அவற்றையொட்டி யிருக்கும் தேவாலயங்கள் இவர்களது சமயப்பணிகளுக்குச் சாட்சியாக அமைகின்றன.

அவரது அவதானிப்பை மூலச்சான்றுகளுடன் இந்நூலில் நிறுவி யுள்ளார். மேலோட்டமாக இதுவரை நாம் அறிந்திருந்த வரலாற்று உண்மைகளை இந்நூலில் விரிவாகப் படித்தறிய முடிகிறது. இந்நூலுடன் நின்றுவிடாது, தமிழக வரலாற்று வரைவுக்குத் துணைபுரியும் வரலாற்று ஆவணங்களை ஜெர்மானிய மொழியிலிருந்து தமிழ் மொழிக்குக் கொண்டுவரும் பணியிலும் அவர் ஈடுபட வேண்டும்.

ஏனெனில் ஆட்சியாளர்களை முன்னிலைப்படுத்தும் அரசியல் வரலாற்றுக்கே நாம் இதுவரை முக்கியத்துவம் கொடுத்து வந்துள்ளோம். சமூக வரலாறு என்ற பெயரில் கலை, இலக்கியம், சமயம், பண்பாடு குறித்தே ஆய்வு செய்துள்ளோம். அடித்தள மக்கள் வரலாறு,

நுண்வரலாறு, வாய்மொழி வரலாறு, விளிம்புநிலையினர் வரலாறு என்ற பெயர்களில் சாமானியர்களை, வரலாற்றின் விளிம்புநிலையில் இருந்து வரலாற்றின் மையத்திற்குள் கொண்டுவரும் போக்கு இன்று உருவாகியுள்ளது.

இச்சூழலில் இதுவரை அதிக அளவில் பயன்படுத்தப்படாத, கண்டறியப்படாத தரவுகளும் ஆவணங்களும் தேவைப்படுகின்றன. தமிழ்நாட்டில் பரவிய கிறித்தவம், தொடக்கத்தில் ஒடுக்கப்பட்டோரின் கிறித்தவமாகவே இருந்துள்ளது. தீண்டாமைக் கொடுமைக்கு ஆட்பட்டிருந்தோரையும்; விளிம்பு நிலை மக்களையும் நோக்கியே அது பயணித்தது. அவர்களுக்குத் துணைநின்றது. இதனால் அது பரவி, கால்கொள்ளத்தொடங்கிய காலத்து ஆவணங்கள் மேற்கூறிய புதிய வரலாற்று வரைவுக்குத் துணைநிற்பன. குறிப்பிடத்தக்க எண்ணிக்கையில் ஜெர்மானிய மறைப்பணியாளர்கள் இங்கு மறைப்பணி ஆற்றியுள்ள நிலையில், ஜெர்மானிய மொழியில் ஆவணங்கள் இருக்கும் வாய்ப்பு அதிகம். எனவே இந்நூலாசிரியரின் பணி, தமிழ்நாட்டில் வளர்ந்து வரும் புதிய வரலாற்று வரைவுக்கு உறுதுணையாக அமையும். இந்நிலை குறித்து ஆசிரியர் கூறும் பின்வரும் கருத்துகள் கணக்கில் எடுத்துக்கொள்ள வேண்டியவை:

இன்றைய தமிழக வரலாற்று ஆய்வுகளில் பல, பெருவாரியாக இங்கிலாந்தின் காலனித்துவ ஆட்சியின் அரசியல் நிகழ்வுகளை மையப்படுத்தி அமைந்த ஆய்வுகளாகவே அமைந்திருக்கின்றன. இவ்வகை ஆய்வுகள் முழுமையான தமிழகச் சூழலின் சமூக நிலையையும் அதன் பின்னணியில் அமைந்த வரலாற்றுச் செய்தி களையும் இணைத்துக்கொள்ளாத வகையில், விடுபட்டத் தகவல் களுடன் நிகழ்த்தப்படும் ஆய்வுகளாகவே வெளிவருகின்றன...

...தமிழகச் சூழலில் வரலாற்றாய்வாளர்கள் பலருக்கும் இருக்கும் குறைபாடு, சான்று ஆவணங்கள் மிக மிகக் குறைவாக, கிடைப்பது தான். அதுவும் அயல்நாடுகளில் உள்ள இத்தகைய ஆவணங்கள் ஆய்வுக்குட்படாத நிலையையே காண்கிறோம்.

இந்நூலாசிரியர் சுட்டிக்காட்டும் இக்குறைபாடுகளைக் களைவதில் அவரது ஜெர்மன் மொழியறிவு துணைநிற்கும் என்பதில் ஐயமில்லை. இந்நூலின் தொடர்ச்சியாக ஜெர்மன் மொழியில் உள்ள மூல ஆவணங் களைத் தமிழாக்கம் செய்யும் பணியிலும் அவர் ஈடுபட வேண்டும் என்பது என் வேண்டுகோள். அவரது பணி தொடர என் வாழ்த்துகள்.

ஜெர்மன் தமிழியல்,
க.சுபாஷிணி,
காலச்சுவடு, நாகர்கோவில்

நெல்லைச் சீமையில் கிறித்தவம் பரவிய வரலாறு

பதினாறாவது நூற்றாண்டில் கத்தோலிக்கக் கிறித்துவமும், பதினெட்டாம் நூற்றாண்டில் சீர்திருத்தக் கிறித்துவமும் தமிழ்நாட்டில் அழுத்தமாகக் காலூன்றிய பகுதி திருநெல்வேலிச் சீமையாகும். இன்றைய நெல்லை, தூத்துக்குடி மாவட்டங்களையும், விருதுநகர், சாத்தூர், சிவகாசி, திருவில்லிபுத்தூர் வட்டங்களையும் உள்ளடக்கிய பகுதியாக அன்றையத் திருநெல்வேலிச் சீமை விளங்கியது.

'கிறித்துவம் எனும் சர்வதேசிய மதம்' நெல்லைச் சீமையில் பரவிய வரலாறு ஆழமான ஆய்விற்குரியது. கிறித்தவத்தின் தாக்கம் இப்பகுதியில் ஏற்படுத்திய சமூக மாற்றங்களும் ஆழ்ந்து ஆராயப்பட வேண்டியன. 16-ஆம் நூற்றாண்டில் திருநெல்வேலிச் சீமையின் கடற்கரைப் பகுதியில் கத்தோலிக்கம் காலூன்றியதன் வாயிலாக அராபிய மூர்களின் கொடூரத் தாக்குதல்களில் இருந்து பரதவர் என்ற சாதியினர் சமூகப் பாதுகாப்புப் பெற்றனர். பதினெட்டாம் நூற்றாண்டில் சீர்திருத்தக் கிறித்துவம் பரவியதன் வாயிலாக மேட்டிமைச் சாதியினரின் சமூகப் பண்பாட்டு ஒடுக்குமுறைக்கு ஆளாகிவந்த நாடார் சமூகத்தினர் சமூக மேம்பாட்டை அடைந்தனர். இவ்வாறு கிறித்தவம் இப்பகுதியில் இரு முக்கியச் சாதியினரின் முன்னேற்றத்திற்கும் பாதுகாப்பிற்கும் துணை நின்றுள்ளது. ஆயினும் நெல்லைச் சீமையில் கிறித்தவம் பரவிய வரலாறு இதுவரை விரிவாக எழுதப்படவில்லை. பிஷப் கால்டுவெல், பால் அப்பாசாமி, ரெவரெண்ட் கிறிஸ்துதாஸ், ஹென்றி பாக்கியநாதன், 'வாத்தியார்' ஆர்.எஸ்.ஜேக்கப் ஆகியோர் ஓரளவிற்கு இம்முயற்சியில் ஈடுபட்டு சில நூல்களை வெளியிட்டுள்ளனர். ஆயினும் முழுமையான ஒரு நூல் இதுவரை வெளிவரவில்லை.

சீர்திருத்தக் கிறித்தவத்தின் முக்கியத்தளம் திருநெல்வேலி பகுதியாகத்தான் இருந்துள்ளது. சர்ச் மிஷனரி சங்கம் (CMS), எஸ்.பி.சி.கே. (S.P.C.K.) ஆகிய இரு சீர்திருத்தக் கிறித்தவ அமைப்புகள் இப்பகுதியில் செயல்பட்டன. 1857-ஆம் ஆண்டில் அன்றைய சென்னை மாநிலத்தின் மொத்தச் சீர்திருத்தக் கிறித்தவர்களில் 50 விழுக்காட்டினர் திருநெல்வேலிப் பகுதியில் தான் வாழ்ந்துள்ளனர். சுவார்ட்சு, ரேனியஸ் ஐயர், கால்டுவெல், ஜி.யூ.போப், விவிலியத்தைத் தமிழில் மொழிபெயர்த்த ஹென்றி பவர் போன்ற புகழ்வாய்ந்த ஐரோப்பிய

மறைப் பணியாளர்கள் இப்பகுதியில் பணியாற்றியுள்ளார்கள். கிறித்தவச் சமயம் சார்ந்த சிறந்த பக்தி இலக்கியங்களை உருவாக்கிய இந்தியக் கிறித்தவர்களும் இம்மண்ணைச் சார்ந்தவர்கள்தான். 'கிறித்தவக் கம்பர்' என்று போற்றப்படும் எச்.ஏ.கிருஷ்ணபிள்ளை, 'முத்தி வழி அம்மானை' எழுதிய ஆழ்வார்தோப்பு சுவீகரனார் ஆகியோர் புதிதாக மதம் மாறிய கிறித்தவர்களே. தமிழ் இசைப் பாடல்களை உருவாக்கிய தஞ்சை வேதநாயக சாஸ்திரியாரும் தமிழிசை அறிஞரான தஞ்சை ஆபிரகாம் பண்டிதரும் நெல்லையிலிருந்து தஞ்சைக்கு இடம்பெயர்ந்து சென்ற கிறித்தவக் குடும்பங்களைச் சார்ந்தவர்கள்தாம். பிஷப் அரியா, அப்பாசாமி போன்ற அறிஞர்களும் புதிதாக மதம் மாறிய கிறித்தவக் குடும்பங்களிலிருந்து உருவானவர்களே.

திட்டமிடாது கொலை செய்தவர்களுக்காக இஸ்ரவேலில் உருவான அடைக்கலப்பட்டினங்கள் குறித்த செய்திகள் பழைய ஏற்பாட்டில் இடம் பெற்றுள்ளன. இது போன்றே கிறித்தவராக மதம் மாறியமைக்காக கொலை அச்சுறுத்தலுக்கும் சாதி அல்லது ஊர்விலக்கத்திற்கும் ஆளானவர்களுக்காக அடைக்கலப் பட்டினங்கள் உருவாயின. நெல்லைச் சீமையில் முதன் முதலாக உருவான அடைக்கலப்பட்டினம் 'முதலூர்' என்று பெயர் பெற்றது. இதன் தொடர்ச்சியாக மெய்ஞ்ஞானபுரம், பெத்லகேம், நாசரேத், எருசலேம், சமாரியா, கலிலேயா, சாயர்புரம், சுவிசேஷபுரம், ஆனந்தபுரம், டோனாவூர் என அடைக்கலப்பட்டினங்கள் இங்கு உருவாயின. ஊர்கள் மட்டுமின்றி கல்விக் கூடங்கள், பிற பணி நிறுவனங்கள் ஆகியனவும் உருவாயின. மதமாற்றத்தை ஒட்டி உருவான இச்சமூக நிகழ்வுகள் அடித்தள மக்களை ஈர்த்தன. பலரும் கருதுவதுபோல் - ஆங்கில அரசின் முழு ஆதரவு புதிய கிறித்துவர்களுக்குக் கிட்டவில்லை. சொல்லப்போனால் தங்களது கிறித்தவச் சார்பு, ஆட்சி அதிகாரத்திற்கு இடையூறாக இருக்குமென்று நீண்ட காலமாக வெள்ளையர்கள் கருதினர்.

பத்தொன்பதாம் நூற்றாண்டின் தொடக்கத்தில் நெல்லைச் சீமையின் ஆட்சித் தலைவராக இருந்த மேஜர் பானர்மேன் "ராயனுக்குரியதை ராயனுக்கும் தேவனுக்குரியதை தேவனுக்கும் கொடுங்கள்" (மத்தேயு 22:21) என்ற விவிலிய வாசகத்தை, புதிய கிறித்துவர்களுக்கு அழுத்தமாகக் கற்றுக் கொடுக்க வேண்டுமென்று மறைப்பணியாளர்களுக்குக் கடிதம் எழுதியுள்ளார்.

மேற்கூறிய அடைக்கலப்பட்டினங்களுக்கான நிலம் ஆங்கில அரசால் நன்கொடையாக வழங்கப்பட்டதல்ல. சமயப் பற்றுமிக்க

ஐரோப்பிய கிறித்தவர்களின் நன்கொடையால் வாங்கப்பட்டதாகும். ஆயினும் ஒரே சமயத்தினர் என்ற முறையிலும், ஓரளவுக்கு (காலனிய நலனைப் பாதிக்காத அளவிற்கு) சமூக நீதியின் மீது பற்று கொண்டவர்கள் என்ற முறையிலும் வெள்ளை அதிகாரிகளின் உதவிகளை மறைப் பணியாளர்கள் பெற முடிந்தது. சான்றாக 1859 ஆம் ஆண்டில் திருநெல்வேலி நகரில் இறந்துபோன ஆதிதிராவிடக் கிறித்தவரின் உடலை, பாளையங்கோட்டைக் கிறித்துவ கல்லறைத் தோட்டத்தில் அடக்கம் செய்வது தொடர்பான நிகழ்வுகளைக் குறிப்பிடலாம்.

புதியம்புத்தூரைச் சேர்ந்த பறையர் ஒருவர் சீர்திருத்தக் கிறித்துவத்தைத் தழுவியிருந்தார். ஒரு வழக்கு தொடர்பாக நெல்லை நகருக்கு வந்த அவர் வயிற்றுப் போக்கினால் 1850 டிசம்பர் 20-இல் காலமானார். மரணத் தறுவாயில் கிறித்துவ முறைப்படித் தம்மை அடக்கம் செய்ய வேண்டும் என்று கூறியிருந்தார், கிறித்துவர்களுக்கான கல்லறைத் தோட்டம் பாளையங்கோட்டையில்தான் இருந்தது. எனவே அவரது உடலைப் பாளையங்கோட்டைக்குக் கொண்டு செல்ல வேண்டும். நெல்லை நகரின் ரதவீதி வழியாக அவரது உடலை எடுத்துச் செல்லும் போது, பிராமணர்களும் வேளாளர்களும் எதிர்ப்புத் தெரிவித்தனர். மறைப்பணியாளர்கள் அரசு அதிகாரிகளின் உதவியை நாடி காவல் துறையின் பாதுகாப்பைப் பெற்றனர். ஆயினும் ஆதிக்கச் சாதியினர் கல்லெறிந்து கலகத்தில் ஈடுபட காவல் துறையினர் துப்பாக்கிச் சூடு நடத்தி, பிணத்தைப் பாளையங்கோட்டை கொண்டு செல்ல உதவினர். ஆயினும் இதுபோல எல்லா நேரங்களிலும் அரசின் உதவியைப் பெற்றார்கள் என்று சொல்லிவிட முடியாது.

மதமாற்றத்திற்கு எதிரான அமைப்புகளும் இப்பகுதியில் உருவாயின. 'விபூதிச் சங்கம்' என்ற அமைப்பு கிறித்தவ மதமாற்றத்திற்கு எதிராகக் கடுமையாகப் போராடியது. புதிதாகக் கிறித்தவர்களானவர்களின் மீது வலுக்கட்டாயமாகத் திருநீறு பூசியது. கிறித்துவ மிஷனரிகளின் பாணியில் துண்டுப் பிரசுரங்களையும் வெளியிட்டது.

இவ்வாறு நெல்லைச் சீமையின் மதமாற்ற வரலாறு பல வரலாற்றுச் செய்திகளைத் தன்னுள் அடக்கியுள்ளது. ஆனால் கிறித்தவச் சமய எல்லையைத் தாண்டி ஓர் அறிவுத் துறையாக மிஷன் வரலாறு தமிழில் இன்னும் கருதப்படவில்லை. அரச பரம்பரை, கவர்னர் ஜெனரல்களின் பட்டியல், பிரதமர்களின் பட்டியல் என பட்டியல்களின் தொகுப்பாக வரலாற்றைப் படித்ததனாலோ என்னவோ கிறித்தவச் சபையினரும், பேராயராக யார் இருந்தார்,

அவரது பணிக்காலத்தில் எத்தனை தேவாலயங்கள் மற்றும் அற நிறுவனங்கள் புதிதாகக் கட்டப்பட்டன? அவர் எப்போது காலமானார் அல்லது ஓய்வு பெற்றார்? அவரையடுத்து யார் பொறுப்பேற்றார் எனப் பட்டியலிடும் முறையிலேயே வரலாற்றை எழுதிவிடுகின்றனர்.

சாதிய ஒடுக்குமுறை மேலோங்கியிருந்த தமிழ்ச் சமூகத்தில் ஒடுக்கப்பட்ட மக்கள் கிறித்துவத்தைத் தழுவியமைக்குப் பல்வேறு சமூகக் காரணங்கள் உண்டு. சான்றாக, பரப்பாடி என்ற கிராமத்தில் மதமாற்றம் நிகழ்ந்ததற்கான காரணத்தைக் குறிப்பிடலாம்.

நெல்லை மாவட்டம் பரப்பாடி கிராமத்தில் குளம் வெட்டும் வேலையை 1849-ஆம் ஆண்டு அவ்வூர்ப் பண்ணையார் தொடங்கினார். இதற்காக ஊர் மக்கள் அனைவரையும் சவுக்கால் அடித்துக் கட்டாய வேலை வாங்கினார். சீர்திருத்தக் கிறித்தவச் சமய குருவான சார்லஸ் ரேனியஸ் (தமிழறிஞர் ரேனியஸ் ஐயரின் மகன்) என்ற வெள்ளையர் அவ்வூரைக் கடந்து செல்லும்போது பண்ணையார் சவுக்கால் அடித்து வேலை வாங்குவதைக் கண்டார். உடனே தம் குதிரையிலிருந்து இறங்கி பண்ணையார் கையிலிருந்த, சவுக்கைப் பிடுங்கி அவரைத் திருப்பி அடித்தார். ஏழை மக்கள் மீது இத்தகைய வன்முறை கூடாது என்று கூறிவிட்டுத் தம் பயணத்தைத் தொடர்ந்தார்.

இந்நிகழ்ச்சியை நேரில் கண்ட அப்பகுதி மக்கள் அவ்வெள்ளையர் ஒரு கிறித்தவக் குரு என்பதை அறிந்து கொண்டனர். அவர் போதிக்கும் சமயத்தைத் தழுவினால் தங்களுக்குப் பாதுகாப்பு கிடைக்கும் என்று கருதி கிறித்தவத்தில் இணைந்தனர்.

இவ்வாறு மதமாற்றத்திற்கான சமூகக் காரணங்களை உற்று நோக்கினால், மிஷன் வாலறு என்பது மிஷனரிகளின் காலவரிசைப் பட்டியலாகவோ, நிறுவனங்களின் எண்ணிக்கைப் பட்டியலாகவோ அமையாது சமூக வரலாற்று ஆவணமாக அமையும் தன்மையது என்பது புலனாகும்.

பக் (Henriette Bugge) என்பவர் 'மிஷனும் தமிழ்ச் சமூகமும்' (Mission and Tamil Society) என்ற ஆங்கில நூலில் மிஷன்கள் குறித்த ஆய்வில், பின்வரும் மூன்று வினாக்களை முன்வைத்து அவற்றிற்கு விடை காண வேண்டும் என்று குறிப்பிடுகிறார்.

1. தாங்கள் பணிபுரியும் சமூகத்தைக் குறித்த மிஷனரிகளின் பார்வை என்ன?
2. மிஷனரிகள் பணிபுரிந்த பகுதியின் உண்மையான சமூக நிலை என்ன?

3. புதிய கிறித்தவர்களோ, மதம் மாற இருந்தவர்களோ, மிஷனரிகளிடம் இருந்து கற்றுக் கொண்டதை எந்த அளவிற்குப் பயன்படுத்திக் கொண்டார்கள். எந்த அளவிற்குத் தம்மை மாற்றிக் கொண்டார்கள்?

நெல்லைச் சீமையில் சீர்திருத்தக் கிறித்தவம் பரவியது தொடர்பான வரலாற்று ஆய்வில் இம் மூன்று கேள்விகளுக்கும் முக்கிய இடமுண்டு. முதல் கேள்விக்கு எடுத்துக்காட்டாக சாதியம் குறித்த மிஷனரிகளின் வேறுபாடான அணுகுமுறைகளைக் குறிப்பிடலாம். சில மிஷனரிகள் சாதியத்தை ஒரு தீமை அல்லது பாவமாகக் கருதி கடுமையாக எதிர்த்தனர். சிலர் அதனுடன் சமரசம் செய்து கொண்டு சாதியம் சார்ந்த கிறித்தவத்தை உருவாக்கினர். ஏனைய வினாக்களுக்கான விடை தேடலும் முக்கியமானது.

இம்மூன்று கேள்விகளுடன் கூடுதலாகப் பின்வரும் மூன்று கேள்விகளை நாம் உருவாக்கிக் கொள்வது அவசியம்.

அ. மதம் மாறிய அடித்தள மக்களைப் பாதித்த சமூக அரசியல் நிகழ்வுகளின்போது மிஷனரிகள் யார் பக்கம் நின்றனர்?

ஆ. மதமாற்றங்களுக்கு, குறிப்பாக குழும மதமாற்றத்திற்கு (Mass Conversion) உந்துசக்தியாக இருந்த சமுகக் காரணிகள் யாவை? (இவ்வினா, பக் குறிப்பிடும் இரண்டாவது வினாவுடன் தொடர்புடையது).

இ. மதம் மாறிய அடித்தள மக்களுக்குக் கிறித்தவம் புதிதாக வழங்கிய தகவுகள் (Values) பண்பாட்டு அடையாளங்கள் யாவை? அவர்களிடமிருந்து நீக்கிய அல்லது உள்வாங்கிச் கொண்ட தகவுகள், அடையாளங்கள் யாவை?

இம்முயற்சியில் முக்கியச் சான்றுகளாக நமக்குக் கிடைப்பன எல்லாம் ஐரோப்பிய மிஷனரிகள் உருவாக்கிய ஆவணங்கள்தான். பல ஐரோப்பிய மிஷனரிகள் ஐரோப்பிய இனமையவாத சிந்தனைக்கு ஆட்பட்டவர்கள் என்பதையும் மறுப்பதற்கில்லை. எனவே இவற்றை மையமாகக் கொண்டு எழுதப்படும் வரலாறு முழுமையான வரலாறாக அமையாது. மக்களிடையே மத மாற்றம் நிகழ்ந்த சூழல், மதமாற்றத் திற்கான காரணம், ஐரோப்பிய மிஷனரிகளுக்கும் மக்களுக்கும் இடையிலான உறவுநிலை ஆகியன குறித்த வழக்காறுகள் வாய் மொழியாக வழங்கி வந்துள்ளன. காலம் கடந்தமையால் இவற்றில் பலவற்றை நாம் இழந்துவிட்டோம். ஆயினும் சில வழக்காறுகளை இப்பொழுதும்கூட நாம் சேகரிக்க முடியும். ஐரோப்பியக் குருக்களுடன்

மாறுபட்டுப் புதிய கிறித்தவர்கள் வெளியிட்ட குறுநூல்களும் துண்டு வெளியீடுகளும்கூட சில உண்மைகளை நமக்கு உணர்த்தும் தன்மையன. இவற்றைப் பயன்படுத்தும்போதுதான், நம் நிலம் சார்ந்த சுயமான மிஷன் வரலாற்றை நாம் எழுத முடியும்.

மொழிபெயர்ப்பு வடிவில் கூட மிஷன் வரலாறுகள் தமிழ் வாசகர்களுக்குப் பரந்த அளவில் கிட்டவில்லை. ஜாய் ஞானதாசனின், 'ஒரு மறக்கப்பட்ட வரலாறு' என்ற மொழிபெயர்ப்பு நூல் குமரி மாவட்டத்தில் கிறித்துவம் பரவியது தொடர்பான பல செய்திகளைத் தருகிறது. ஆயினும் இந்நூலும் கூட ஆகுர் (Agur) என்பவர் ஆங்கிலத்தில் எழுதிய மிஷன் வரலாற்றையே முதன்மை ஆதாரமாகக் கொண்டுள்ளது.

★★★

இப்பின்புலத்தில்தான் அன்பிற்கும் மரியாதைக்கும் உரிய திரு. டேவிட் பாக்கியமுத்து அவர்கள் எழுதியுள்ள 'திருநெல்வேலிக்குக் கிறித்தவம் வந்தது' என்ற நூலைப் பார்க்க வேண்டும்.

புனித தாமஸிலிருந்து தொடங்கி சவேரியார், தத்துவ போதகர் வீரமாமுனிவர் ஆகியோரின் முயற்சியால் கத்தோலிக்கம் தென் தமிழகத்தில் பரவியதைத் தொடக்கத்தில் குறிப்பிடுகிறார். அடுத்து நெல்லைச் சீமையில் சீர்திருத்தக் கிறித்துவம் பரவியதையே விரிவாகக் கூறுகிறார்.

கோகிலா என்ற மராத்தியப் பிராமண பெண்ணை, கட்டாய உடன்கட்டையிலிருந்து லிட்டில்டன் என்ற ஆங்கிலப் படை அதிகாரி தஞ்சையில் காப்பாற்றியதிலிருந்து தொடங்கி, நெல்லை வந்த கோகிலா, மதம் மாறி கிளாரிந்தா என்ற கிறித்தவப் பெயரை சூடிக் கொண்டதையும், தன் உழைப்பையும் செல்வத்தையும் நெல்லைப் பகுதியில் கிறித்தவத்தைப் பரப்பச் செலவிட்டதையும் தொடர்ச்சியாகக் கூறிச் செல்கிறார்.

ஐரோப்பிய மறைப்பணியாளர்களின் கருத்துக்களை இந்நூலாசிரியர் வேதவாக்காக எடுத்துக் கொள்ளவில்லை. சுவார்ட்சு பாதிரியார் குறித்த வாழ்க்கை வரலாறு எழுதியவர்கள் அவரால் திருமுழுக்குக் கொடுக்கப் பெற்ற கிளாரிந்தா பற்றி எதுவும் குறிப்பிடாமையைச் சுட்டிக் காட்டுகிறார். விவிலியத்தில் இடம்பெறும் தாமர், பாகாப் ஆகிய ஒழுக்கம் தவறிய பெண்களுடன் கிளாரிந்தாவை ஒப்பிட்டு பிரௌன் என்பவர் எழுதியுள்ளதை நூலாசிரியர் கண்டிக்கிறார். இங்கு ஆசிரியரின் நேர்மையான விமர்சனத்தன்மை வெளிப்படுகிறது.

கிளாரிந்தா தொடங்கி வைத்த சீர்திருத்தக் கிறித்தவச் சபை திருநெல்வேலிச் - சீமையின் பல்வேறு பகுதிகளிலும் கால் கொண்டதை எடுத்துக்காட்டுகளுடன் கூறிச் செல்கிறார். கத்தோலிக்கம் பரவியதையும் குறிப்பிடுகிறார். முதலூர் என்ற கிறித்தவக் குடியிருப்பு உருவானதன் பின்புலத்தையும், 'தடிக்கம்பு' தாவீது சுந்தரானந்தன், தடிக்கம்பு ஏந்திய இளைஞர் கூட்டத்தை உருவாக்கி புதிய கிறித்தவர்களைப் பாதுகாத்ததையும் சுவைபடக் கூறிச் செல்கிறார். தாவீது சுந்தரானந்தத்தின் மீதான, நாட்டையர் சத்தியநாதனின் அணுகுமுறை நடுநிலை தவறியது என்பதையும், ஆசிரியர் சுட்டிக் காட்டுகிறார். முதலூர் உருவாக்கத்தையும் தாவீது சுந்தரானந்தத்தின் செயல்பாடுகளையும் மையமாகக் கொண்டு ஒரு நல்ல வரலாற்று நாவலை உருவாக்க முடியும் என்ற எண்ணம் இப்பகுதியைப் படித்தவுடன் தோன்றியது. தமிழ்நாட்டின் சாதியம் கிறித்தவச் சபைக்குள்ளும் நுழைந்துவிட்ட கொடுமையையும் குறிப்பிடுவதற்கு ஆசிரியர் தவறவில்லை. கிறித்துவ நாடார்கள் வீட்டிற்கு வந்த உபதேசியார்கள் உணவுண்ண மறுத்ததையும் மற்றொரு முறை அரிசியுடன் வந்த உபதேசியார் வீட்டிற்கு வெளியே சமைத்து உண்டதையும் ஆசிரியர் குறிப்பிடுவது அதிர்ச்சியாகவும், வேடிக்கை யாகவும் உள்ளது. இதே போல் தொடக்ககாலக் கிறித்தவர்கள் மீது நிகழ்த்தப்பட்ட கொடூரமான தாக்குதல்களையும் ஆசிரியர் குறிப்பிட்டு உள்ளார்.

ஒரு சிறிய நூலில் இவ்வாறு பல அரிய செய்திகளைத் தொகுத்துக் கொடுத்துள்ளமை பாராட்டுதலுக்குரியது. இன்னும் விரிவாக எழுதி யிருக்கலாமோ என்ற எண்ணம் நூலைப் படித்து முடித்தவுடன் ஏற்படுகிறது. ஐரோப்பியக் குருக்கள் உருவாக்கிய ஆவணங்களின் தற்சார்பை உணர்ந்து மிகுந்த எச்சரிக்கையுடன் அவற்றை ஆசிரியர் பயன்படுத்தியுள்ளார். ஆங்காங்கே அவர்களது கருத்துக்களை விமர்சிக்கவும் தயங்கவில்லை.

★★★

நூலாசிரியர் முதுமையிலும் இளமை கொண்டவர். எண்பது வயதாகும் அவர் இன்றும், பல புதிய நூல்களை உடனுக்குடன் படித்துவிடுபவர். 'தங்கவசனத்தாய்' என்று போற்றப்பட்ட திருமதி ஞானமணி திரவியம் அம்மையாரின் திருமகன். பாரம்பரியம் மிக்க அழுத்தமான கிறித்தவக் குடும்பத்தைச் சார்ந்தவர். கல்லூரிப் பேராசிரியராகவும், சென்னையிலுள்ள கிறித்தவ இலக்கியச் சங்கத்தின்

துணைச் செயலாளராகவும் வட கிழக்கு இந்திய கிறித்தவ இலக்கியச் சங்கங்களின் பொதுச் செயலாளராகவும் பணியாற்றியவர். நவீனத் தமிழ் இலக்கியத்தின் ஆய்வுக்களமாக சென்னைக் கிறித்தவ இலக்கியச் சங்கம் மாற்றம் பெற்றதும், சமய எல்லையைத் தாண்டி நவீன தமிழ் இலக்கிய நூல்களை வெளியிட்டு அனைத்துத் தரப்பினரிடமும் நெருங்கி வந்ததும் இவர் காலத்தில்தான். இவர் நடத்திய இலக்கியக் கருத்தரங்குகளில் படிக்கப்பட்ட கட்டுரைகளை மறு ஆண்டில் நூலாக வெளியிடுவதை வழக்கமாகக் கொண்டிருந்தார். அவரது ஆழ்ந்த சமயப்பற்று, பிற சித்தாந்தவாதிகளுடன் உறவு கொள்வதைத் தடுக்க வில்லை. மார்க்சியச் சிந்தனையாளர்களான பேரா.நா.வானமாமலை, கைலாசபதி, சிவத்தம்பி, செந்தில்நாதன் ஆகியோரைக் கட்டுரையாளர் களாக அழைத்து அவர்களது உரைகளை அச்சு வடிவில் கொண்டு வந்தவர். தற்காலத் தமிழ் இலக்கியவாதிகள் பலருக்கும் நெருக்கமான நண்பர். 'நண்பர் வட்டம்' என்ற இலக்கிய இதழை நடத்தியவர்.

இந்த இடத்தில் அவரது துணைவியார் திருமதி. சரோஜினி பாக்கியமுத்து அவர்களையும் கட்டாயம் குறிப்பிட்டாக வேண்டும். தமிழின் தொடக்ககால நாவலாசிரியர்களில் ஒருவரான மாதவையா, ஆங்கிலத்தில் எழுதிய 'கிளாரிந்தா', 'சத்தியானந்தன்' என்ற இரு நாவல்களையும், ஆலிவர் கோல்டு ஸ்மித் எழுதிய 'விக்கார் ஆப் வேக்பீல்ட்' என்ற நாவலையும், தமிழில் மொழி பெயர்த்தவர். 'விவிலியமும் தமிழும்' என்ற சிறந்த ஆய்வு நூலை எழுதியவர். இத்தம்பதியரை அடிக்கடி சந்தித்து உரையாடுவதை நான் வழக்கமாகக் கொண்டுள்ளேன். உரையாடலின் மையப் பொருள் இலக்கியம் அல்லது வரலாறாக இருக்கும். இவர்களிடம் உரையாடிவிட்டுத் திரும்பும்போது பல நூல்களைப் படித்தறிந்த உணர்வு ஏற்படும். இத்தகைய இயல்பு வாய்ந்த இருவரும் இணைந்து இன்னும் விரிவான முறையில் நெல்லையில் கிறித்தவம், குறிப்பாக சீர்திருத்தக் கிறித்தவம் பரவிய வரலாற்றை எழுத வேண்டும். அதற்கான தகுதி இவர்களுக்கு உண்டு.

இவர்கள் இருவரும் இணைந்து 1998ஆம் ஆண்டில் 'திருநெல்வேலிக் கிறித்தவக் குடும்ப வரலாறு' என்ற தலைப்பில் கருத்தரங்கம் ஒன்றை நிகழ்த்தி, அதில் படிக்கப்பட்ட பதினெட்டு கட்டுரைகளையும் தொகுத்து, 'புதியதோர் சமுதாயம்' என்ற தலைப்பில் 2001 ஏப்ரலில் நூலாக வெளியிட்டுள்ளார்கள்.

அந்நூலின் பதிப்பாசிரியர்கள் என்ற முறையில் இருவரும் எழுதிய பதிப்பாசிரியர் குறிப்பில்,

ஒரு திருச்சபையின் வரலாற்றைப் படிக்க மேலிருந்து கீழ் இல்லாமல், கீழிருந்து மேல் என்ற அணுகுமுறை இக்கட்டுரைகளில் செயல்படுத்தப்பட்டுள்ளது. அதாவது திருச்சபை பெருந்தலைவர்கள், நிர்வாகிகள் ஆகியோரின் சரித்திரங்களை விடவும், சமயத்தின் கொள்கை, கோட்பாடுகளை அலசுவதை விடவும், சமயம் மாறிய சாதாரணமானவர்களின் கதைகள், அவர்கள் ஊர்கள், குடும்பங்களில் அன்று நிலவிய சூழல் ஆகியவற்றை ஆய்ந்தறிந்து எழுதிப்படித்ததன் மூலம், சுவிசேடக் கிறித்தவச் சமயம் நெல்லையில் கால் கொண்ட... வரலாற்றை அறிய முயன்றோம்.

என்று எழுதியுள்ளார்கள். இத்தகைய கண்ணோட்டம் உடையவர்களால் தான், நெல்லைச் சீமையில் சீர்திருத்தக் கிறித்துவம் பரவிய வரலாற்றை விரிவாகவும் ஆழமாகவும் எழுத முடியும். இந்நூல் கிறித்தவம் பரவி வளர்ந்த வரலாறாக மட்டும் அன்றி ஒடுக்கப்பட்ட மக்கள் தங்கள் உயர்வுக்குப் பற்றுக் கோடாகக் கிறித்துவ மதத்தைத் தழுவிய உண்மையை புலப்படுத்தும் நூலாகவும், உண்மையான சமூக வரலாற்று நூலாகவும் அமையும். நெல்லைச் சீமையில் கிறித்தவம் கடந்து வந்த கரடுமுரடான பாதையைத் தெரிந்து கொள்ள விழையும் ஆர்வம் கொண்டவர்களுக்கு இந்நூல் மிகவும் பயனுடையதாக அமையும் என்பதில் ஐயமில்லை.

திருநெல்வேலிக்குக் கிறித்தவம் வந்தது,
டேவிட் பாக்கியமுத்து,
யாதுமாகி, பாளையங்கோட்டை

தமிழ்மொழி அச்சு வரலாறு

தமிழ் மொழியின் இலக்கிய வரலாற்றில், சமயங்களின் பங்களிப்பைப் புறக்கணித்து விட முடியாது. குறிப்பாக நிலவுடைமை வேர்விட்ட பல்லவர் ஆட்சியிலும், நிலவுடைமை வளர்ச்சியடைந்த பிற்காலச் சோழர்காலத்திலும், பக்தி இலக்கியம் என்ற வகைமை உருவானதுடன், சமயம் சார்ந்த சிற்றிலக்கியங்களும் உரைநடை வடிவிலான சமயதத்துவ நூல்களும் தோன்றி வளர்ந்தன. இவற்றை உருவாக்குவதிலும் பயிற்றுவித்தலிலும், நூல்களைப் பாதுகாத்தலிலும், சைவ, வைணவக் கோவில்களும் மடங்களும் முன் நின்றன. தமிழ்நாட்டில் அச்சுக்கலை பரவலாக அறிமுகமாகும் வரை இந்நூல்கள் அனைத்தும் ஓலைச்சுவடி வடிவிலேயே இருந்தன. இதனால் இவற்றின் வாசிப்புத்தளம் பரவலாக இல்லை.

இத்தகைய சூழலில் கி. பி. பதினாறாம் நூற்றாண்டில் கத்தோலிக்கக் கிறித்தவம் தமிழ்நாட்டின் கடற்கரைப் பகுதியில் அறிமுகமாகி பதினேழாம் நூற்றாண்டில் உள்நாட்டுப் பகுதிகளில் பரவியது. புதிதாக அறிமுகமான இச்சமயம் ஏற்கனவே வழக்கிலிருந்த நாட்டார் சமயநெறிகளுடனும், சைவ, வைணவ சமய நெறிகளுடனும் மாறுபட்ட வழிமுறைகளைக் கொண்டிருந்தது.

தமிழ்நாட்டின் பாரம்பரியச் சமயங்களான சைவமும், வைணவமும் வடமொழி சார்ந்த ஆகம நெறிகளைப் பின்பற்றி வந்தன. கோவிலின் அமைப்பு, வழிபாட்டு முறை, வழிபாட்டை நிகழ்த்தி வைப்போர், படையல் பொருட்கள் என்பன தொடர்பாக ஆகம நூல்கள் விதிமுறைகளை உருவாக்கி வைத்திருந்தன. அதே நேரத்தில் வழிபடும் பக்தனுக்கு ஓரளவு சுயேச்சைத் தன்மையிருந்தது. பக்திப் பனுவலில் எந்தப் பகுதியை, வாய் விட்டோ, மனதிற்குள்ளோ கூறுவது, தனது மன்றாட்டுக்களை வெளிப்படையாகக் கூறுவதா? மனதிற்குள் கூறுவதா? என்பதை வழிபடுவோனே தீர்மானித்துக் கொள்வான். வழிபாட்டை நடத்தி வைக்கும் பூசகருக்கும் அவனுக்கும் இடையே முறைப்படுத்தப்பட்ட உரையாடல் எதுவும் கிடையாது.

இத்தகைய சமயச்சூழலில் அறிமுகமான கத்தோலிக்கம் இவற்றிற்கு நேர்மாறான கூட்டு வழிபாட்டு முறையைக் கொண்டிருந்தது. வழிபாட்டு முறைகள் வரையறுக்கப்பட்டிருந்தன. ஒரே நேரத்தில் ஒரே இடத்தில்

வழிபாட்டிற்காகக் கூட்டப்பட்ட பக்தர்குழாம் கத்தோலிக்கத் திருச்சபையால் உருவாக்கப்பட்ட மன்றாட்டுகளைக் குருவின் வழிகாட்டுதலில் கூட்டமாக ஒரே குரலில் உரக்கச் சொல்ல வேண்டும். இதன் பொருட்டு அம்மன்றாட்டுகள் மனனம் ஆகியிருக்க வேண்டும். தனிப்பட்ட முறையிலான வழிபாட்டிலும் இம்மன்றாட்டுகளைப் பயன்படுத்த வேண்டியிருந்தது. அத்துடன் கத்தோலிக்கத்தின் அடிப்படை உண்மைகளையும் அறிய வேண்டியிருந்தது.

கத்தோலிக்கர் அனைவருக்கும் சில அடிப்படையான மன்றாட்டு களையும், சமய உண்மைகளையும் அறியச் செய்யும் கடமை கத்தோலிக்கத் திருச்சபைக்கு இருந்தது. ஆனால் இதை நடைமுறைப் படுத்துவதில் சில இடர்ப்பாடுகள் இருந்தன. இதில் குறிப்பிடத் தகுந்ததாக மொழிச் சிக்கல் அமைந்தது. பதினாறாம் நூற்றாண்டில் தமிழ்நாட்டின் கடற்கரைப் பகுதியில் பணியாற்றியவர்கள் தமிழ் மொழியை அறியாத போர்ச்சுக்கல் நாட்டுக் குருக்கள். தம் தாய்மொழி யாகிய போர்ச்சுக்கீஸ் மொழியையும், கத்தோலிக்கத் திருச்சபையின் அதிகாரப் பூர்வமான மொழி என்ற தகுதியைப் பெற்றிருந்த இலத்தின் மொழியையும் மட்டுமே அறிந்த இவர்களால் தமிழ் மட்டுமே அறிந்திருந்த கடற்கரைப் பகுதி மக்களிடம் தம் சமய மன்றாட்டு களையும் சமயத்தின் அடிப்படை உண்மைகளையும் கற்றுக் கொடுப்பது கடினமான பணியாக இருந்தது.

இவ்விடர்பாட்டைப் போக்கும் வழிமுறையாக அச்சு வடிவில் நூலொன்றைத் திட்டமிட்டு உருவாக்கினர். இந்நூலில் தமிழில் மொழி பெயர்க்கப்பட்ட மன்றாட்டுகள் போர்ச்சுக்கீசிய மொழியில் ஒலி வடிவில் இடம் பெற்றிருந்தன. கார்ட்டிலா (cartilha) என்ற தலைப்பில் 38 பக்கங்களுடன் 1554 இல் போர்ச்சுக்கல் நாட்டு லிஸ்பன் நகரில் அச்சாகியது.

தமிழின் ஒலிவடிவைப் போர்ச்சுக்கீசிய மொழியில் கருநிறத்தில் பெரிய எழுத்திலும், அதற்கு இணையான போர்ச்சுக்கீசிய எழுத்தை செந்நிறத்தில் சிறிய எழுத்திலும் அச்சிட்டிருந்தனர். லிஸ்பன் நகரில் இந்நூலைக் கண்டெடுத்த தனிநாயகம் அடிகளார், ‘இரு நிறங்களையும், திறமையான எழுத்துக்களையும், அய்ரோப்பிய அச்சு வரலாற்றிலேயே காண்பதறிது’ என்று வியந்து பாராட்டியுள்ளார். இந்நூலைப் புதுச்சேரியில் உள்ள பிரெஞ்சு நிறுவனம் முதலில் மறுபதிப்புச் செய்துள்ளது.

இந்நூலையடுத்து 1578 ஆம் ஆண்டில் கொல்லத்தில் உருவாக்கப் பட்ட தமிழ் எழுத்துக்களைப் பயன்படுத்தி பதினாறு பக்கங்களைக் கொண்ட தம்பிரான் வணக்கம் என்ற நூலை அண்ட்ரிக் அடிகளார் என்ற சேசுசபைத் துறவி கொல்லத்தில் அச்சிட்டு வெளியிட்டார். இது ஒரு மொழிபெயர்ப்பு நூல். இந்நூலையும் இதனையடுத்து 1579 இல் கொல்லத்தில் அச்சான கிரிசித்தியானி வணக்கம் என்ற நூலையும் இணைத்து **'வணக்கம்'** என்ற பெயரில் 1963இல், இராசமாணிக்கம் அடிகளார் என்ற சேசுசபைத் துறவி வெளியிட்டுள்ளார்.

தற்போது கார்டிலா நூலையும், தம்பிரான் வணக்கம் நூலையும் ஒருசேர இணைத்து என் அன்பிற்குரிய மாணவர் திரு.மோ. நேவிஸ் விக்டோரியா வெளியிட்டுள்ளார். இந்திய ரயில்வே துறையில் அதிகாரியாகப் பணியாற்றி அண்மையில் ஓய்வு பெற்ற இவர் வரலாற்றில் ஈடுபாடு கொண்டவர். ஏற்கனவே முத்துக்குளித்துறைப் பரதவர்கள் என்ற தலைப்பில் நூலொன்றை வெளியிட்டுள்ளார்.

மிகுந்த முயற்சியெடுத்து இவ்விரு நூல்களையும், நல்ல முறையில் பதிப்பித்துள்ளார். முதல் மூன்று இயல்களிலும், இவ்விரு நூல்களின் உருவாக்கத்திற்கான வரலாற்றுத் தேவையையும், வரலாற்றுப் பின்புலத்தையும் தெளிவாக விளக்கியுள்ளார். தமிழ் அச்சாக்க வரலாறு குறித்து அறிய விரும்புவோருக்கு இது உறுதுணையாக அமையும் தன்மையது. இது போன்றே **'தம்பிரான் வணக்கம்', 'கார்டிலா'** என்ற நூல்களின் பதிப்புரையில் எழுதியுள்ள செய்திகளும் பயன்மிக்கவை.

பழைய நூல்களை மறுபதிப்புச் செய்வதென்பது ஒரு தனிக்கலை. ஆனால் சிலர் அந்நூல்களைத் தேடியெடுத்து ஒளிநகல்செய்து அச்சுக்கு அனுப்பி விடுவதே பதிப்பாசிரியரின் கடமை என்று நம்புகின்றனர். பழைய ஓலைச்சுவடி அல்லது பழைய அச்சுப்பதிப்பு உருவான காலத்திற்கும், தற்போதைய காலத்திற்கும் இடையிலான இடைவெளியை இட்டு நிரப்புவது பதிப்பாசிரியரின் கடமை என்பதை மறந்து விடுகின்றனர். தாமும் ஒரு நூலாசிரியர் என்று காட்டிக் கொள்ள விழைவோர் தொகுப்பு நூல்களையும், பதிப்பு நூல்களையும் எவ்வித முயற்சியும் மேற்கொள்ளாது ஆய்வு முன்னுரையுமின்றி எளிதாக வெளியிட்டு வரும் காலம் இது.

இத்தகைய அறிவுச் சூழலில் தம் கடினமான உழைப்பின் அடிப்படையில், அருஞ்சொற்களுக்குப் பொருள் எழுதி, தம்பிரான் வணக்கத்தைப் பதிப்பித்துள்ளார். கார்டிலா நூலில், ஒலி மொழிபெயர்ப்பு

வடிவில் இருந்த தமிழ் மன்றாட்டுகளைத் தமிழ் வரிவடிவிலும் எழுதிப் பதிப்பித்துள்ளார்.

தமிழ்மொழியின் அச்சு வரலாற்றையும் தமிழ்க் கிறித்தவத்தின் வரலாற்றையும், மொழிபெயர்ப்பு முறையின் வளர்ச்சியையும் அறிய இந்நூல் மிகவும் உறுதுணையாக அமையும். இதன் பொருட்டு பதிப்பாசிரியர் திரு.மோ.நேவிஸ் விக்டோரியாவையும் இதை நல்ல முறையில் அச்சிட்டு வெளியிடும் பாவை வெளியீட்டகத்தாரும் பாராட்டுதலுக்குரியவர்கள்.

தம்பிரான் வணக்கம்,
மோ.நேவிஸ் விக்டோரியா,
பாவை பப்ளிகேஷன்ஸ், சென்னை

அறிவியல் தமிழும் கிறித்தவர்களும்

நாம் சமய நம்பிக்கை உடையவராக இருந்தாலும் சரி, இல்லா விட்டாலும் சரி, தமிழ்மொழிக்கும் சமயங்களுக்கும் இடையிலான உறவைப் புறக்கணித்துவிட முடியாது. பக்தியுணர்வு என்ற எல்லையைத் தாண்டி அவற்றின் பங்களிப்பு தமிழ் மொழியில் உள்ளது. இலக்கிய இலக்கணங்களாகவோ, தத்துவங்களாகவோ எழுதப்பட்டிருப்பினும் அவை இப் பயன்பாட்டு எல்லையைத் தாண்டி தமிழ் மொழி மற்றும் தமிழ்நாட்டின் வரலாற்றுக்கான அரிய தரவுகளைத் தம்முள் கொண்டுள்ளன. சமூகவியல் செய்திகளும்கூட இவற்றில் அடங்கியுள்ளன.

இவை இவ்வகையில் தமிழ்க் கிறித்தவத்தின் பங்களிப்பும் உண்டு. ஐரோப்பியர்களால் பரப்பப்பட்ட சமயம் என்று ஒதுக்கிவிட முடியாது. பதினாறாம் நூற்றாண்டில் கத்தோலிக்கக் கிறித்தவமும் 17ஆம் நூற்றாண்டில் சீர்திருத்தக் கிறித்தவமும் இங்கு அறிமுகமாயின.

தம் சமயப் பரப்பல் பணியின் ஓர் அங்கமாக இவர்கள் தமிழ் மொழியைப் பயின்றனர். கூட்டு வழிபாட்டைக் (Congregational prayer) கொண்ட சமயம் என்பதால், கிறித்தவர்கள் தம் சமயம் சார்ந்த சில வழிபாட்டு மந்திரங்களை (மன்றாட்டுகளை) அவசியம் தெரிந்திருக்க வேண்டும். கிறித்தவத்தின் புனித நூலான விவிலியத்தை வாசிப்பதும் அவசியமான சமயக் கடமையாக இருந்தது. ஆனால், ஒடுக்கப்பட்ட மக்கள் பிரிவினரே பெருமளவில் கிறித்தவத்தைத் தழுவியிருந்தனர். அவர்களுக்கு எழுத்தறிவு கற்றுக்கொடுக்க வேண்டிய கடமை கிறித்தவ மறைப் பணியாளர்களுக்கிருந்தது.

இக்கடமையை நிறைவேற்றும் வழிமுறையாக, புதிய கிறித்தவர்கள் பயில பள்ளிக்கூடங்களை நிறுவினர். நூல்களை அச்சடிக்க அச்சுக் கூடங்களை நிறுவினர். தமிழைப் பயின்று நூல்களையும், குறுநூல் களையும், துண்டு வெளியீடுகளையும் அச்சிட்டு வெளியிட்டனர். விவிலியம், இறையியல் பக்தி என்பனவே அச்சிடப்பட்ட நூல்களின் உள்ளடக்கமாக அமைந்தன. தமிழ் நூல்களை ஆங்கிலத்தில் மொழி பெயர்த்தல், அகராதி உருவாக்கல், இலக்கணம், இலக்கியம் படைத்தல் என்பன இவற்றின் தொடர்ச்சியாய் அமைந்தன. பதினாறாவது நூற்றாண்டிலேயே போர்ச்சுக்கீஸ் தமிழ் அகராதி உருவானது.

பள்ளிக்கூடங்கள் நிறுவி கற்பிக்கும் பணியை அவர்கள் மேற்கொண்டனர். 'எண்', 'எழுத்து' என்ற எல்லையைத் தாண்டி நிலவியல், அறிவியல் போன்ற நவீன அறிவுத்துறைகளைக் கற்பிக்கலாயினர். கற்கும் மாணவர்களுக்காக இவ்அறிவுத் துறை சார்ந்த பாடநூல்களைத் தமிழில் எழுதி அச்சிட்டனர். ஐரோப்பாவின் 'புத்தொளிக்காலம்' (Age of Enlightenment) உருவாக்கிய புதிய அறிவு கிறித்தவத்தின் வாயிலாக தமிழ்நாட்டில் அறிமுகமானது.

'கிறித்தவமும் தமிழும்' என்ற நூலில் மயிலை சீனி.வேங்கடசாமி, 'விஞ்ஞான நூல் வரலாறு' என்ற தலைப்பிலான இயலில் இப்பணிகள் குறித்து, பின்வரும் மதிப்பீட்டைச் செய்துள்ளார்.

> "ஐரோப்பியரின் தொடர்பினால் தமிழ் மொழியில் உரைநடை நூல்களும் அச்சுப் புத்தகங்களும் ஏற்பட்டது போலவே மற்றொரு வகை நூலும் உண்டாகியிருக்கிறது. அதுதான் விஞ்ஞான நூல். நாம் விஞ்ஞான நூல் என்று சொல்வது பூகோள நூல், வானநூல், பிராணி நூல், ஷேத்திரக் கணிதம், தேச சரித்திரம், உடல் நூல் முதலியவைகளையே. ஐரோப்பியர் வருவதற்கு முன்னே இந்த விஞ்ஞான நூல்கள் (வானநூலைத் தவிர) தமிழ் மொழியிலும் ஏனைய இந்திய மொழிகளிலும் இருந்தனவில்லை.
>
> பாதிரிமார்கள் பாடசாலைகளை அமைத்து நமது நாட்டுச் சிறுவர் சிறுமிகளுக்கு ஐரோப்பிய வழக்கத்தைப் பின்பற்றிப் பாடங்களைப் போதிக்க முற்பட்ட பொழுது, எழுதுதல், படித்தல், கணக்குப் போடுதல் என்னும் மூன்றுடன் மட்டும் நில்லாமல் பூகோள நூல், வானநூல், இயற்கைப் பொருள் நூல், ஷேத்திரக் கணிதம், தேச சரித்திரம் முதலிய விஞ்ஞான நூல்களையும் கற்பிக்கத் தொடங்கினார்கள். பாடசாலைகளில் இத்தகைய விஞ்ஞான நூல்களைப் போதிக்கத் தொடங்கியபடியால் தமிழில் இந்நூல்கள் எழுதப்பட வேண்டிய அவசியம் ஏற்பட்டது."

இவ்வாறு அறிவியலைத் தமிழில் அறிமுகப்படுத்திய கிறித்தவர்கள் குறித்த செய்திகளை இன்றைய தலைமுறையினர் அறிந்துகொள்ளும் வகையில் டாக்டர் சு.நரேந்திரன் இந்நூலை எழுதியுள்ளார். நூலின் முன்னுரையில் தமிழ்ப்பணி குறித்த நூல்களில் அறிவியல் வளர்த்த கிறித்தவர்கள் பற்றிய தகவல்கள் மிகமிகக் குறைவாக இருந்தன என்று குறிப்பிட்டுள்ளார். இது உண்மைதான். இக்குறையைப் போக்கும் வகையில் பல செய்திகளைத் தொகுத்து இந்நூலை எழுதியுள்ளார்.

தமிழ்நாட்டில் நவீனக்கல்வி முறையை அறிமுகப்படுத்தியதுடன் அதை ஜனநாயகப்படுத்தி அடித்தள மக்களிடம் கொண்டு சென்றதில் சீர்திருத்தக் கிறித்தவத்திற்குப் பெரும் பங்குண்டு. அதே நேரத்தில் அது காலனிய ஆதிக்கத்துடன் நெருக்கமான தொடர்பைக் கொண்டிருந்தது. இதையும் கணக்கில் எடுத்துக்கொள்வது தொடர்பாக த.வி.வெங்கடேஸ்வரன் கருத்தை, ஆசிரியர் மேற்கோளாகக் காட்டுவது குறிப்பிடத்தக்கது.

கிறித்தவ சமயமானது இன்று பல உட்பிரிவுகளைக் கொண்ட சமயமாகக் காட்சியளிக்கிறது. இவற்றுள், ரோமன் கத்தோலிக்கம், சீர்திருத்தக் கிறித்தவம் (பிராட்டஸ்டண்ட்) என்ற இரண்டும் பழமை யானவை. தமிழ்நாட்டைப் பொறுத்த அளவில் முதலில் அறிமுகமான கிறித்தவ சமயப் பிரிவு ரோமன் கத்தோலிக்கம்தான். வெகுசனத் தன்மை கொண்டதாக இது ஆரம்பகாலத்தில் ஐரோப்பாவில் விளங்கியது. உலகம் உருண்டையானது. அது தன்னைத்தானே சுற்றி வருகிறது என்ற உண்மையைக் கண்டறிந்த கலிலியோவை சிறையில் அடைத்தும், புருனோ என்ற விஞ்ஞானியை உயிருடன் கொளுத்தியும் அறிவியல் உண்மைகளுக்கு எதிராகச் செயல்பட்டது.

16ஆம் நூற்றாண்டில் போர்ச்சுக்கீசியர்களின் துணையுடன் தமிழ்நாட்டில் அறிமுகமான கத்தோலிக்கம், பண்பாடு ஏற்றலை மேற் கொண்டு சடங்காசாரங்களைக் கொண்ட சமயமாக விளங்கலாயிற்று. ஐரோப்பாவின் புத்தொளிக் காலச் சிந்தனைகளை உள்வாங்கிய சமயமாக அறிமுகமான சீர்திருத்தக் கிறித்தவம், தமிழ்நாட்டில் சமயத்தையும் கல்வியையும் இணைத்துச் செயல்படத் தொடங்கியது. விவிலிய வாசிப்புக்கு முக்கியத்துவம் கொடுத்தமையால், எழுத்தறிவை புதிய கிறித்தவர்களுக்குக் கொடுக்க வேண்டிய கடப்பாடு அதற்கிருந்தது. இதன் அடிப்படையில் நவீனக் கல்வி கற்பிக்கும் கல்விக் கூடங்களை நிறுவியது. இவ்வுண்மையை “ஒரு கையில் விவிலியத்தையும் மறுகையில் அறிவியலையும் ஆரம்ப காலங்களிலேயே எடுத்துக் கொண்டவர்கள்” என்கிறார் இந்நூலாசிரியர்.

காலரா நோய் குறித்து 1818ஆம் ஆண்டில் ரேனியஸ் அய்யர் எழுதி வெளியிட்ட துண்டறிக்கை மேலை அறிவியலை அறிமுகப்படுத்தும் தொடக்க கால முயற்சியின் வெளிப்பாடு என்பது நூலாசிரியரின் கருத்தாகும்.

பாரம்பரியமான இலக்கியச் செல்வங்களைக் கொண்ட நாடு தமிழ்நாடு. கூலவாணிகர், கொல்லர், கணக்கர், பொன்வணிகர், மன்னர் எனப் பல்வேறு வாழ்க்கைப் படிநிலைகளில் உள்ளோர்

பாடிய கவிதைகளின் தொகுப்பாக சங்க இலக்கியம் விளங்குகின்றது. கல்வி பரவலாக்கப்பட்டிருந்ததன் வெளிப்பாடாக இதைக் கொள்ளலாம். ஆனால் இடைக்காலத்தில் கல்வி குறிப்பிட்ட சில வகுப்பாரின் உரிமையாய்ப் போனது; மடங்களுக்குள்ளும், கோவில்களுக்குள்ளும் முடங்கிப் போனது.

இத்தகைய சமூகச் சூழலில் கிறித்தவம் கல்வியை அனைவருக்கும் வழங்கி ஜனநாயகப் படுத்தியது. இது குறித்து "பனை மரம் ஏறியவர் பனை ஓலை படிக்க ஆரம்பித்தனர். வேதம் சொல்லிக் கொடுத்த திண்ணைப் பள்ளியானது அறிவியலைப் போதித்தது" என்கிறார் நூலாசிரியர்.

அதே நேரத்தில் தமிழர்களுக்கு அறிவியல் பாரம்பரியம் இல்லை என்ற முடிவுக்கு ஆசிரியர் வரவில்லை. அறிவியல் தமிழ் அறிஞர் இராம.சுந்தரத்தின் கருத்தை மேற்கோளாகக் காட்டி, நம் பாரம்பரிய அறிவியல் தொடர்பான உண்மைகளை நினைவூட்டுகிறார். மெக்காலே கல்வி முறை குறித்த ஆசிரியர் கருத்து விவாதத்திற்குரியது. அதன் எதிர்மறைக் கூறுகளை ஆசிரியர் கணக்கிலெடுத்துக்கொள்ளவில்லை என்று கருத இடமுள்ளது.

'நூல் உள்ளே நுழையுமுன்' என்ற தலைப்பிலான நூலாசிரியரின் முன்னுரையும், 'அறிவியல் புத்துயிர் பெற்றது', '17, 18 ஆம் நூற்றாண்டின் தமிழகக் கல்வி நிலை', 'மேலை நாட்டு கிறித்தவர் வருகையும் தமிழருக்கான வரவுகளும்' என்ற தலைப்புகளில் அமைந்துள்ள முதல் மூன்று இயல்களும் வரலாற்றுப் பின்புலத்தில், சமூகவியல் அணுகு முறையில் எழுதப்பட்ட ஆய்வுரையாக அமைந்துள்ளன. அத்துடன் இந்நூலின் தேவையையும் உணர்த்தி நிற்கின்றன.

இதனையடுத்து அறிவியலின் பல்வேறு பிரிவுகளான மருத்துவம், வானியல், தாவரவியல், கணிதவியல், நூலகவியல், மனையியல், இதழியல் ஆகியனவற்றைத் தமிழ்மொழியில் அறிமுகப்படுத்திய கிறித்தவர்கள் குறித்தும், அவர்களது பணி குறித்தும் குறிப்பிடும் கட்டுரைகள் இடம்பெற்றுள்ளன. இவர்களில் ஐரோப்பாவில் இருந்துவந்த சமயப் பணியாளர்கள், அரசு அலுவலர்கள் வேறு பணிகளில் இருந்தோர் எனப் பலதரத்தினர் உள்ளனர். இலங்கையில் பணியாற்றிய மறை போதகர்களையும், இலங்கைத் தமிழ்க் கிறித்தவ அறிஞர்களையும் இணைத்துள்ளார்.

16ஆம் நூற்றாண்டு தொடங்கி இருபதாம் நூற்றாண்டு வரையிலான காலத்தில் மேற்கொள்ளப்பட்ட பணிகளை இந்நூலில்

ஆசிரியர் தொகுத்தளித்துள்ளமை பாராட்டுதலுக்குரியது. சீகன் பால்கு, ரேனியஸ் அய்யர், கால்டுவெல் எனப் பரவலாக அறிமுகமானவர்களை மட்டுமின்றி, ஆய்வாளர்கள் மட்டுமே அறிந்திருந்த சில ஆளுமை களையும் இந்நூல் வாயிலாக அறிந்துகொள்ள முடிகிறது. வாசகனை வியப்படையச் செய்யும் பல அரிய செய்திகள் இந்நூலில் இடம் பெற்றுள்ளன. சான்றாக, சில செய்திகள் வருமாறு:

- ★ கிரண்ட்லர் என்ற ஜெர்மானிய மதபோதகர் தமிழக மருந்து மூலிகைகள், அவற்றின் மருத்துவப் பயன்பாடு குறித்து 1711ஆம் ஆண்டில் 'மலபார் மருந்துகள்' என்ற தலைப்பில் ஜெர்மானிய மொழியில் குறிப்புகள் எழுதியுள்ளார். இதன் தாக்கத்தில் 1712ஆம் ஆண்டில் கோப்பன் ஹோமில் தமிழ் மருத்துவம் கற்பிக்கப்பட்டது.

- ★ 1832இல் 'பூமி சாஸ்திரம்' என்ற நூலை ரேனியஸ் அய்யர் வெளியிட்டார். இதுதான் முதல் தமிழ் அறிவியல் நூலாகும்.

- ★ இலங்கையில் பணியாற்றிய டாக்டர் சாமிவேல் ஃபிஷ்கிறீன் என்ற அமெரிக்க மதபோதகர் மருத்துவக் கல்வியைத் தமிழில் கற்பித்து உள்ளார். மொழிபெயர்ப்பாகவும் சுயமாகவும் மருத்துவ நூல்களை 19ஆம் நூற்றாண்டில் வெளியிட்டுள்ளார்.

- ★ கிறித்தவராதல் என்பது தேசியத்தை இழப்பதல்ல என்பது டாக்டர் கிறீனின் கருத்தாக இருந்தது. அவரது மருத்துவ மாணவர்கள் 'அக்காலத்தைய வேட்டி, சால்வை, தலைப் பாகையுடன்' பழைய புகைப்படங்களில் காட்சி தருவதாக நூலாசிரியர் குறிப்பிடுகிறார்.

- ★ ஆங்கில நூல்களுக்கு ஈடாக படங்களுடன் அவர் வெளியிட்ட நூல்களின் பக்க எண்ணிக்கை 4500 ஆகும். மருந்தியல், பெண்கள், குழந்தைகள் வைத்தியம், உடற்கூறு இயல், அறுவை சிகிச்சை, வேதியியல் என பத்தொன்பதாம் நூற்றாண்டிலேயே மொழிபெயர்ப்பாகவும், சுயமாகவும் மருத்துவ நூல்களை எழுதி வெளியிட்டதுடன் 'கண், காது, கை, வாய், உடல்' ஆகியன குறித்துப் பல அரிய நூல்களையும் எழுதி வெளியிட்டுள்ளார்.

- ★ மூன்றாண்டுப் பாடத்திட்டத்தில் முப்பத்து மூன்று மாணவர் களுக்கு மருத்துவக் கல்வியை தமிழ்மொழி வாயிலாகக் கற்பித்த கிறீன், அரசு மற்றும் தனியார் மருத்துவமனை களுக்கும் பணியாற்ற அவர்களை அனுப்பியுள்ளார். இச் செய்திகளுடன் தன் கருத்தாக, "இன்றைக்குக் கூட நாம்

செய்ய முடியாத செயலைத் தனி மனிதனாக ஓர் அமெரிக்கர் செய்து காட்டியது நம்மை வியக்க வைப்பது மட்டுமின்றி, தமிழ்ப் பல்கலைக்கழகம் முதல் மருத்துவப் பல்கலைக் கழகங்கள் வரை தமிழகத்தில் இருந்தும், இது இன்றுவரை நடைபெறாதது தமிழர்களாகிய நம்மை வெட்கித் தலைகுனிய வைக்கும் செயல் ஆகும்" என்று வருந்துகிறார். 1908ஆம் ஆண்டில் 'மானுட மர்ம சாஸ்திரம்' என்ற தலைப்பில் பாலியல் மற்றும் மகளிர் மருத்துவத்தைக் கற்பிக்கும் நூல் பர்மாவில் (மியான்மர்) அச்சிடப்பட்டு வெளியாகியுள்ளது. இதன் ஆசிரியர் சாமுவேல் என்பவர் மருத்துவமனைத் தலைவராக ரங்கூனில் இருந்துள்ளார்.

கிறித்தவர் நடத்திய அறிவியல் இதழ்கள், பதிப்பகங்கள் தொடர்பான செய்திகளும் நூலில் இடம்பெற்றுள்ளன. ஜெர்மானியர்களான சீகன் பால்கும், கிரண்ட்லரும், இத்தாலியரான வீரமாமுனிவரும் தமிழ் மூலிகை மருத்துவத்தில் காட்டிய ஈடுபாடு குறித்து ஆசிரியர் கூறும் செய்திகள் நம்மை வியக்க வைக்கின்றன.

பல அரிய செய்திகள் கருவூலமாக அமைந்துள்ள இந்நூலின் ஆசிரியர் கிறித்தவர் அல்லர். கிறித்தவ அமைப்பு எதனிடமும் நிதி நல்கை பெறாது இந்நூலை எழுதியுள்ளார். தமிழ் மொழியின் மீது அவர் கொண்டுள்ள உண்மையான பற்றே இந்நூலை எழுதும்படித் தூண்டியுள்ளது. மருத்துவ நூல்களையும் வெகுஜன வாசிப்பிற்கான மருத்துவ மற்றும் உடல்நல நூல்களையும் தொடர்ந்து எழுதி வருபவர். தமிழ் இலக்கிய வரலாற்றில் அதிகமாகக் கண்டுகொள்ளப்படாத ஒரு பகுதியை இந்நூலின் வாயிலாக வெளிப்படுத்தியுள்ளார். அவரது ஆர்வமும் உழைப்பும் பாராட்டுதலுக்குரியன என்பதோடு வழிகாட்டியாகவும் அமையும் தன்மையன.

கிறித்தவர்களின் அறிவியல் பணி,
டாக்டர் சு.நரேந்திரன்,
கவிதா பதிப்பகம், சென்னை

அறிவியல் பூர்வமான அணுகுமுறையிலிருந்து...

தோழர் மணிகோ.பன்னீர்செல்வத்தின் 'பாவேந்தரும் விளிம்பு நிலை மக்களும்' எனும் நூலைப் படித்தேன்.

இந்நூலின் முதல் கட்டுரை 'பாவேந்தர் பாடல்களில் விளிம்பு நிலையினரின் அடையாள வெளிப்பாடுகள்; விமரிசனக் குறிப்புகள்' என்பதாகும். கட்டுரையின் தொடக்கத்தில் அடித்தளமக்கள், விளிம்பு நிலையினர் என்ற பிரிவுகளிடையிலான சில அடிப்படை வேறுபாடுகளை விளக்கிவிட்டு, இவ்விரு பிரிவினரைச் சார்ந்தோரை மையமாகக் கொண்டு பாரதிதாசன் எழுதிய கவிதைகளை அறிமுகப்படுத்துகிறார். இக்கட்டுரையின் முடிவுரையில் ரணஜித்குகாவும் அவரது குழுவினரும் 1982இல் அடித்தள மக்கள் ஆய்வு (Subattern studies) என்னும் தலைப்பிலான ஆய்வு நூலை வெளியிட்ட பின்னரே விளிம்பு நிலை ஆய்வுகள் எனும் கருத்தாக்கம் வளரத்தொடங்கியது என்கிறார். அடித்தள மக்கள், விளிம்பு நிலையினர் என்ற சொல்லாக்கம் புதிதாக அறிமுகப்படுத்தப்பட்டது என்றாலும் இவற்றையெல்லாம், மார்க்சியம் உள்வாங்கியிருந்துள்ளது. மேற்கூறிய வரலாற்றுப் பள்ளிகளைச் சார்ந்த ஆய்வாளர்களில் ஒரு சிலரைத் தவிர பெரும் பாலோர் வர்க்கப் போராட்டத்தை ஒதுக்கிவிடும் தன்மையினர்தாம்.

'கொண்டாட்ட அரசியலும் தமிழர் அடையாளமும்' என்ற இரண்டாவது கட்டுரையில் தீபாவளி, பொங்கல் என்ற இரு விழாக்களின் அடையாள அரசியலைச் சுட்டிக்காட்டி, இவ்விரு விழாக்களைக் குறித்து, பாரதிதாசன் எழுதியுள்ள கருத்துக்களை அறிமுகப்படுத்துகிறார். 'வடவரின் பண்பாட்டுக்கு எதிரான தமிழரின். பண்பாட்டு விழாவாக' பாரதிதாசன் முன் வைப்பதாகக் கூறும் ஆசிரியர் இது தொடர்பாக எட்டுக் கருத்துக்களை முன் வைக்கிறார். அயோத்தி தாசர் பௌத்த சமயம் சார்ந்து இவ்விரு விழாக்களை அணுகி யுள்ளதையும் ஆசிரியர் குறிப்பிட்டாலும் அது குறித்து விளக்கமாக எதுவும் வரவில்லை. தமது கட்டுரை பாரதிதாசனை மையமாகக் கொண்டது என்பதால் அவ்வாறு கூறுவதைத் தவிர்த்துள்ளார் மணிகோ. பன்னீர்செல்வம் எனக் கருதுகின்றேன். தமிழர்களின் அடையாளமாகப் பொங்கலை முன் நிறுத்தியவர்கள் இன்று வெகுசன ஊடகங்களைத் தொழில் முறையில் நடத்தத் தொடங்கியதும்

அதிலிருந்து பிறழ்ந்து வேறுவழிக்குச் சென்றுவிட்டார்கள் என்பது நிகழ்கால உண்மை.

'தமிழ்ச் சூழலில் பாவேந்தரும் அவர் முன்னிறுத்தும் குறள் நெறியும்' என்ற கட்டுரை, பாரதிதாசன் பாடல்களில் குறள் பெறும் இடம் குறித்து ஆராய்கிறது. ஆரியரின் நான்மறைக்கு எதிராக தமிழரின் அடையாளமாகக் குறளைப் பெரும்பாலான தமிழர்கள் கருதுகின்றனர். பரிமேலழகரின் உரை குறித்த பாவேந்தரின் எதிர் நிலையான கருத்துக்களையும் நூலாசிரியர் விவாதித்துள்ளார். குறள் குறித்த பாவேந்தரின் அணுகுமுறைக்கு அவரது காலத்திய தமிழ்ச்சூழல் எப்படி காரணமாக அமைந்தது என்பதனையும் ஆசிரியர் விவரிக்கிறார். இது தொடர்பாக பல செய்திகளை ஆசிரியர் தொகுத்துக் கொடுத்துள்ளார். இவற்றை விரிவாக்கி கட்டுரையின் முதற்பகுதியுடன் பொருத்திக் காட்டியிருந்தால் இன்னும் சிறப்பாக இருந்திருக்கும்.

பாரதிதாசன் என்றால் பலருக்கும் முன் நிற்கும் கருத்து சமூக சீர்திருத்தமாகும். சமூக சீர்திருத்தக் கருத்துக்களில் தலையான இடத்தை சாதி ஒழிப்பு பிடித்துள்ளது. "புரட்சிக்கவியின் 'சூத்திர' நிலைப்பாடு; மாற்றுச் சிந்தனைகள்" என்ற கட்டுரை பாரதிதாசன் கவிதைகளில் இடம்பெற்றுள்ள சாதியெதிர்ப்புச் சிந்தனைகளை ஆராய்வதுடன் அவரின் 'சமத்துவப்பாட்டு' குறித்த மறுவாசிப்பாகவும் அமைந்துள்ளது.

சூத்திரச் சாதிகளைப் பட்டியலிடும் பாரதிதாசன், நான்கு வருணங்களுக்கு வெளியில் தீண்டத்தகாதவர்களாக வைக்கப்பட்ட மக்களின் அவலத்தையும் பதிவு செய்துள்ளார். குறிப்பாக, பல பண்பாட்டு அடையாளங்களைப் பயன்படுத்துவது தடுக்கப்பட்டதை எடுத்துரைக்கிறார்.

தமிழ்நாட்டு வரலாற்றில் பண்பாட்டு அடையாள மறுப்பு குறித்து பல செய்திகள் உள்ளன. ஆனால் இவையெல்லாம் முறையாக வெளிப்படுத்தப்படவில்லை, பாரதிதாசனைப் பொறுத்தளவில் பண்பாட்டு அடையாளங்களை மையமாகக் கொண்டு நிகழ்ந்த போராட்டங்களுக்கு ஆதரவு கொடுத்துள்ளார். பழைய இராமநாதபுர மாவட்டத்தில் ஆதிதிராவிடர்களுக்கு எதிராக அப்பகுதியின் ஆதிக்கச் சாதியாகத் திகழும் நாட்டார் சாதியினர் பின்வரும் எட்டுத் தடைகளை 1930 ஆம் ஆண்டு விதித்துள்ளனர்.

1. பொன் மற்றும் வெள்ளியிலான அணிகலன்களை ஆதி திராவிடர் அணியக் கூடாது.

2. ஆடவர்கள் இடுப்புக்கு மேலும் முழங்காலுக்குக் கீழும் ஆடை அணியக் கூடாது.
3. கோட், சட்டை, பனியன் ஆகியவை அணியக் கூடாது.
4. தங்கள் தலை மயிரைக் கத்தரிக்கக்கூடாது.
5. வீடுகளில் மட்பாண்டங்களைத் தவிர ஏனைய பாத்திரங்களைப் பயன்படுத்தக் கூடாது.
6. தாவணி ஆகியவற்றைப் பயன்படுத்தி பெண்கள் தங்கள் மார்பை மறைக்கக் துணி, ரவிக்கை கூடாது.
7. மலர்கள், சந்தனம் ஆகியவற்றைப் பெண்கள் பயன்படுத்தக் கூடாது.
8. வெயில், மழையிலிருந்து பாதுகாத்துக்கொள்ள ஆடவர்கள் குடை பிடிக்கக் கூடாது. காலில் செருப்பு அணியக் கூடாது.

மேற்கூறிய எட்டு கட்டுப்பாடுகளும் பண்பாட்டு அடையாள மறுப்பை வெளிப்படுத்தி நிற்பதை எளிதில் புரிந்துகொள்ள முடியும். இக்கட்டுப்பாடுகளை ஏற்றுக் கொள்ளாததால் ஆதிதிராவிடர்களின் குடிசைகளுக்கு நெருப்பு வைத்ததுடன் அவர்களின் தானியக் களஞ்சியங் களையும் ஏனைய பொருள்களையும் அழித்து, கால்நடைகளைக் கொள்ளை அடித்தனர். 1931ஆம் ஆண்டில் பதினேழு கட்டுப்பாடுகள் விதிக்கப்பட்டன. அவற்றுள் மேற்கூறிய எட்டுக் கட்டுப்பாடுகளும் அடங்கும். சில பொருளாதாரம் தொடர்பானவை. பண்பாட்டு அடையாள மறுப்பாகப் பின்வரும் நான்கு புதிய கட்டுப்பாடுகள் விதிக்கப்பட்டன.

செம்பு அல்லது பித்தளைப் பாத்திரங்களைப் பயன்படுத்தாமல் மட்பாண்டங்களிலேயே பெண்கள் தண்ணீர் எடுக்க வேண்டும். தலையில் சும்மாடாக வைக்கோலைப் பயன்படுத்த வேண்டும். துணியைப் பயன்படுத்தக்கூடாது. அவர்களது குழந்தைகள் படிக்கக் கூடாது.

மங்கல, அமங்கல நிகழ்ச்சிகளில் மேளம் போன்ற இசைக் கருவிகளைப் பயன்படுத்தக்கூடாது.

திருமண நிகழ்ச்சிகளில் குதிரை மீது ஏறி ஊர்வலமாகச் செல்லக் கூடாது. வீட்டுக் கதவுகளையே பல்லக்காகப் பயன்படுத்த வேண்டும். வேறு வாகனங்களைப் பயன்படுத்தக்கூடாது.

'புதுவை முரசு' என்ற இதழை புதுச்சேரியிலிருந்து பாரதிதாசன் நடத்திவந்தார். அவ்விதழில் மேற்கூறிய கட்டுப்பாடுகள் குறித்த

செய்திகளைக் கண்டித்து தலையங்கம் எழுதியுள்ளார். பிரெஞ்சு ஆட்சி புதுச்சேரியில் நிகழ்ந்த போது புதுச்சேரி கத்தோலிக்கத் திருச்சபையில் தீண்டாமை நிலவியது. இதைக் கண்டித்து கட்டுரைகளை வெளியிட்டதுடன் தலையங்கங்களையும் புதுவை முரசு வெளியிட்டது. இதனால் ஆத்திரமுற்ற கத்தோலிக்கத் திருச்சபை 1930 ஆம் ஆண்டு டிசம்பர் 8 ஆம் நாள் புதுவை முரசில் வெளியான தலையங்கத்திற்காக மான நட்ட வழக்குத் தொடர்ந்தது. இவ்வழக்கில் புதுச்சேரி கீழ் நீதிமன்றம், புதுவை முரசுக்கு அபராதம் விதித்தது. புதுச்சேரி உயர்நீதிமன்றமும் இத்தீர்ப்பை உறுதி செய்தது. இறுதியாக பாரீசிலுள்ள உச்சநீதிமன்றம் இத்தீர்ப்பைத் தள்ளுபடி செய்தது.

பாவேந்தரின் பாடல்களில் காணப்படும் சாதியெதிர்ப்புப் பார்வை பார்ப்பன வருணதர்ம எதிர்ப்பாக உள்ளது என்பதில் நமக்கு கருத்து மாறுபாடு இல்லை. சண்டாளரையும் பஞ்சமரையும் ஒடுக்கிய நிலையைக் கவிஞர் பதிவு செய்துள்ளது கவனிக்கத்தக்கது.

என்று மதிப்பீடு செய்யும் ஆசிரியர் இன்று தலித்துகளுக்கு எதிரான ஒடுக்குமுறையை பிராமணர் அல்லாத சூத்திரர் சாதியினரே மேற் கொள்வதைச் சுட்டிக்காட்டுகிறார். இந்த இடத்தில் நடைமுறை அனுபவங்களின் காரணமாக தலித்துகளின் வளர்ச்சிக்கு எதிரானவர்கள் யார் என்ற கேள்வி எழுப்பப்படுகிறது. இந்திய வரலாற்றில் பிராமணிய சத்திரியக் கூட்டு நிலவியதை எடுத்துக்காட்டும் அம்பேத்கர் தற்போது பிராமண-வைசியக் கூட்டாக மாறிவிட்டதாகக் குறிப்பிடுகிறார். பிராமணியத்தின் அடிப்படை இயல்பு தனக்கு மேல் எவரும் இல்லாதபடி பார்த்துக்கொண்டு தனக்குக் கீழ் பலரை வைத்துக் கொள்வது. இரண்டாவது இயல்பு அதிகாரத்தில் இல்லாமல் அதிகாரத்தின் பயனைத் துய்ப்பது. கடந்த கால இந்திய வரலாற்றில் இவ்விரு பண்புகளுக்கும் சான்றாக பல செய்திகளைக் குறிப்பிட முடியும்.

இன்று புதிய பணக்காரர்களாக சூத்திர வகுப்பில் இருந்து உருவானவர்கள் பார்ப்பனியத்தின் மேற்கூறிய இயல்புகளை குறிப்பாக முதல் இயல்பை உள்வாங்கிக் கொண்டவர்களாக உள்ளனர். திராவிட இயக்கம் சீர்திருத்த இயக்கமாக இருந்தபோது இவர்கள் அதன் கருத்து நிலையில் ஆதிக்கம் செலுத்தவில்லை. மாறாக தம் சாதிய சுய அடையாளத்தைத் துறந்திருந்தனர். சான்றாக சமபந்தி விருந்து சாப்பிட்டமைக்காக ஒன்பது தலித்துகள் மொட்டையடிக்கப்பட்ட போது பல ஊர்களுக்கு அவர்களை அழைத்துச் சென்று உரையாற்ற

வைத்தவர் பெரியார். அவர்களது உரைகளையும் படங்களையும் 'குடியரசு', 'விடுதலை' ஆகிய இரு இதழ்களும் வெளியிட்டன. மொட்டையடித்த நிலக்கிழாருக்கு எதிராக வழக்கு ஒன்றினைத் தொடுக்க பெரியார் ஏற்பாடு செய்திருந்தார். அவ்வழக்கில் தலித்துகள் சார்பில் வாதாடியவர் சர் ஏ.டி. பன்னீர்செல்வம் தான். இவர் மேற்கூறிய கொடுமையைச் செய்த நிலக்கிழாரின் சாதியைச் சார்ந்தவர். ஆனால் கொள்கைப்பற்று சாதிய அடையாளத்தை மீறி நின்றுள்ளது. படகில் தலித்துகள் ஏறக்கூடாது என பிராமணர்கள் தடை செய்தமை, இரயிலில் பயணம் செய்த தலித்துகளை நடுவில் உள்ள இரயில் நிலையத்தில் இறக்கிவிட்டமை, பேருந்தில் பயணம் செய்த தலித் இளைஞரை இறக்கி விட்டமை, தாழ்த்தப்பட்ட சமூகத்தைச் சார்ந்த தலைமைக் காவலரைக் காவலர் குடியிருப்பில் உள்ள கிணற்றில் தண்ணீர் எடுக்க அனுமதியாமை என பல மோசமான சமூக மீறல்களை பெரியார் நடத்திய 'குடியரசு', 'விடுதலை' இதழ்கள் வெளியிட்டு கண்டித்துள்ளன.

திராவிட இயக்கம் சார்ந்த ஒரு பிரிவினர் ஆட்சி அதிகாரத்தைக் கைப்பற்றியதும் மேலே குறிப்பிட்ட புதிய பணக்காரர்கள் அதில் நுழைந்து பதவிகளைப் பெற்றனர். இவர்கள் தலித்துகள் சார்பான நிலைப்பாட்டை மேற்கொள்ளுவதை விட தலித்துகளுக்கு எதிரான நிலைப்பாட்டை எடுப்பதில் தவறில்லை என்று கருதுபவர்கள். இதற்கு கணக்கற்ற சான்றுகள் உள்ளன.

இவற்றையெல்லாம் நடைமுறையில் எதிர்கொள்ளும் தலித்துகள் தங்களை அறியாமலேயே பெரியார் எதிர்ப்பு நிலைக்குத் தள்ளப்படுவதில் ஆச்சரியம் இல்லை.

ஆனால் பாரதிதாசனை பெரியாருடன் இணைத்தே பார்க்க வேண்டும். பெரியாரிடமிருந்து பிரித்துப் பார்க்க முடியாது. இறுதிவரை பெரியாரின் தாக்கம் அவரிடம் நிலைபெற்று இருந்தது.

மற்றொரு பக்கம் சில முரண்பாடுகளும் அவரிடம் உண்டு. பிரெஞ்சு ஆட்சியின் ஆதரவாளரான குபேர் என்பவரை ஆதரித்தது, பிரெஞ்சுக்காரர்கள் புதுச்சேரியில் நிலைத்திருக்க வேண்டும் என்று கூறியது ஆகியனவற்றைக் குறிப்பிடலாம். இதற்கும்கூட இந்திய தேசியத்தின் தன்மை சனாதனத்தன்மை கொண்டதாக உள்ளது என்ற அச்சம், காரணமாக இருக்கலாம். எனவே இன்றைய சூத்திர நிலைப்பாட்டுடன் பாரதிதாசனின் சூத்திரச் சார்பை இணைத்துப் பார்க்கக்கூடாது.

இந்தியச் சமூகத்தில் அழுத்தமாக வேர் பிடித்திருந்த வைதீக நெறிக்கு எதிராக உருப்பெற்ற அவைதீக சமயங்களுள் புத்தமதமும் ஒன்று. மௌரியப் பேரரசின் கடைசி மன்னனாக விளங்கிய பிரகதத்தன் என்பவனை அவனது படைத்தளபதியான புஷ்யமித்ரன் கொன்ற பிறகுதான் வைதீக சமயம் மீண்டும் வேர் பிடித்தது. பௌத்தம் என்பது உயிர் கொல்லாமை என்ற கருத்து நிலையுடன் மட்டுமே இணைத்துப் பார்க்கும் ஒரு மரபு உருவாக்கப்பட்டுள்ளது. ஆனால் உண்மையில் பௌத்தம் என்பது வருணத்திற்கு எதிரானது. தீண்டாமைக்கு எதிரானது என்று புரிந்துகொள்ள வேண்டிய ஒன்று.

சீர்திருத்தவாதியான பாரதிதாசன் கொல்லா நோன்பு ஒன்றை மட்டுமே பார்த்துள்ளது வியப்பிற்குரியது. இதை நூலாசிரியர் மென்மையாகச் சுட்டிக் காட்டியுள்ளார்.

சமத்துவத்தை, அன்பை அடிப்படையாகக் கொண்ட கிறித்தவம் தமிழ்நாட்டைப் பொறுத்தளவில் சாதிய வேறுபாடுகளை உள்வாங்கிக் கொண்ட கிறித்துவமதமாக அறிமுகமாகியுள்ளது. இதை விரும்பாத நிலையினை பாரதிதாசன் கவிதைகளில் காண்கிறோம். நாத்திக நிலையில் நின்று கிறித்துவத்தை அவர் நோக்கவில்லை. மாறாக ஒடுக்கப்பட்ட மனிதனின் கண்ணோட்டத்தில் அதை அணுகுகிறார்.

ஆடம்பரமாக ஆடை அணிந்து வர வேண்டாம் என்று பாதிரியார் இட்ட கட்டளையும், அதற்கு கிறித்துவர்களிடமிருந்து வந்த எதிர் வினையும், இதைத் தவிர்க்கும் வழிமுறையாக ஆடம்பரமாக ஆடை அணிகலன் அணிந்து வரலாம் என்று பாதிரியார் மறு உத்தரவு இட்டதையும் குறிப்பிடும் கவிதையின் இறுதி உரையில், நகை போட்ட பக்தர்கள் எல்லாரும் வந்து சேர்ந்தார்; ஏசுநாதர் மட்டும் அங்கு வரவில்லையே என்ற வரிகள் பகடித்தன்மையுடன் கூடிய விமரிசனமாக அமைந்துள்ளன.

பாரதிதாசனின் படைப்புகளில் அடிக்கடி பேசப்பட்ட ஒன்று குடும்பவிளக்கு. முதலில் தனித்தனிக் குறுநூல்களாகவும் பின்னர் ஒரே நூலாகவும் பல பதிப்புக்களைக் கண்ட நூல். இதில் இடம் பெறும் தலைவி ஒரு இலட்சியத்தமிழ்ப் பெண்ணாக தமிழாசிரியர்களால் சுட்டப்பட்டவள். ஆனால், ஒரு குடும்பத்தின் பணி மகளாகவே அவள் காட்சி அளிக்கிறாள். பெண் அடிமையான காரணம், உற்பத்தி சக்திகளின் மீதான அதிகாரத்தை இழந்ததுதான் என்று எங்கெல்ஸ் குறிப்பிடுவார்.

குடும்ப விளக்கில் கணவனைச் சார்ந்து நிற்கும் இப்பெண் தனித்துவமான நிலையில் இல்லாமல் கணவனின் நிழலாகவே

காட்சியளிக்கிறாள். இவ்வகையில் பெரியார் எழுதிய 'பெண் ஏன் அடிமையானாள்' என்ற நூலில் இடம் பெறும் கருத்துகளுக்கு முரண்பாடான படைப்பாகவே குடும்ப விளக்கின் தலைவியைக் காண்கிறோம்.

'குடும்ப விளக்கு ஒரு புரிதலை நோக்கி' என்ற கட்டுரையில் நூலாசிரியர் குடும்ப விளக்கின் தலைவியான தங்கத்தால் ஈர்க்கப் படவில்லை. இக்கட்டுரையில் மிகத் தெளிவாகவே அவளது நிலையை ஆராய்ந்துள்ளார்.

பாரதிதாசனை அவர் சார்ந்திருந்த இயக்கத்தினர் கொஞ்சம் கொஞ்சமாக மறந்துபோன நிலையில் அவரை மீண்டும் மக்களிடம் அறிமுகப்படுத்தவேண்டிய சமூகச் சூழல் இன்று நிலவுகிறது. இந்நிலையில் இந்நூலாசிரியர் பேராசிரியர் மணிகோ. பன்னீர் செல்வத்தின் முயற்சி பாராட்டுதற்கும், வரவேற்பிற்கும் உரியது. கவிதை வரிகளை மேற்கோளாகக் காட்டி, தலையாட்டி மகிழும் நிலையிலிருந்து மாறுபட்டு அறிவியல் பூர்வமான அணுகுமுறையை மேற்கொண்டுள்ளார். இதுபோன்று தொடர்ந்து இத்தகைய நூல்களை அவர் வெளியிட வேண்டும்.

பாவேந்தரும் விளிம்புநிலை மக்களும்,
மணிகோ பன்னீர்செல்வம்,
பாவை பப்ளிகேஷன்ஸ், சென்னை

சாதிய மேலாண்மைக்கெதிரான கலகக்குரல்

கத்தோலிக்கக் கிறித்தவத்தின் துறவற சபைகளுள் ஒன்று சேசு சபை. இது உருவான 16 ஆம் நூற்றாண்டில் இருந்தே, தமிழகத்தில் இச்சபை செயல்படத் தொடங்கிவிட்டது. இந்திய மொழிகளில் முதல் முறையாக அச்சிடப்பட்ட நூல் தமிழ் நூல் என்ற பெருமையை வழங்கியவர்கள் இவர்கள் தாம்.

நாம் நன்கறிந்த தத்துவபோதகரும், வீரமாமுனிவரும் இத்துறவற சபையினர்தாம். இத்தகைய பாரம்பரியத்தின் ஒரு கண்ணியாக நம்முடன் வாழ்பவர் மாற்கு என்றழைக்கப்படும் மாற்கு ஸ்டீபன்.

இவர் எழுதிய நாவல்கள் இவரை ஒரு நாவலாசிரியராக மட்டுமின்றி, தமிழகக் கத்தோலிக்கத் திருச்சபைக்குள், நலிந்தோருக்கான குரல் எழுப்புவோருள் ஒருவராகவும் அடையாளம் காட்டியுள்ளன. நாவல் என்ற இலக்கிய வகைமை ஒரு சமூக ஆவணமாகவும் விளங்க முடியும் என்பதற்குச் சான்றாக இவரது நாவல்கள் விளங்குகின்றன.

'சேர்ந்து பிறப்பதிலும், செத்துமடிவதிலும் என்ன பேதம் கண்டீர்' என்றார் பாரதிதாசன். செத்த பின்னும் வேறுபாடு நிலவும் இடமாக இடுகாடுகளும், சுடுகாடுகளும் அமைந்துவிட்டன. 'சமரசம் உலாவும் இடம்' என்பது திரைப்படப் பாடல் வரியில் மட்டும்தான்.

கல்லறைத் தோட்டத்தை, சுவர்கட்டி சாதிய அடிப்படையில் பிரித்த அவலம் நடைமுறை உண்மை. இப்பிரிவினைச் சுவரை இடித்தமையை மையமாகக் கொண்டு உருவானது இவரது 'சுவர்கள்' என்ற நாவல்.

செங்கற்பட்டு மாவட்டத்தில் உள்ள உத்திரமேரூர் என்ற வரலாற்றுச் சிறப்புமிக்க ஊரின் அருகில் உள்ள கிராமம் ஒன்றின் தேவாலயத்திலும் சமூக வாழ்விலும் தீண்டாமை கோலோச்சுவதை மையமாகக் கொண்டது இவரது 'யாத்திரை' என்ற நாவல்.

தூத்துக்குடி மாவட்டத்தில் சங்கரலிங்கபுரம் என்ற கிராமத்தில், தலித் மக்கள் மீது ஏவப்பட்ட அரசு வன்முறையை இவரது 'மறியல்' என்ற நாவல் சித்தரிக்கிறது.

தென் ஆற்காடு மாவட்டத்தில் உள்ள எறையூர் என்ற கிராமத்தின் தேவாலயத்தில் இரண்டாம் நிலைக் கத்தோலிக்கர்களாக அங்குள்ள தலித் கத்தோலிக்கர்கள் நடத்தப்பட்டதையும் அதற்கு எதிரான போராட்டத்தையும் கருவாகக் கொண்டு இவர் எழுதிய நாவல், 'மறுபடியும்'.

தென்மாவட்டம் ஒன்றில், சாதிய அடிப்படையில், கத்தோலிக்க மறைமாவட்டம் ஒன்றை இரு மறை மாவட்டங்களாகப் பிரிக்க முயன்ற அவலத்தை வெளிக்கொணர்ந்த நாவல், 'எப்படியும்',

தற்போது வெளிவரும் 'மீள் வெளி' என்ற இந்நாவல், பழைய மரபுகளை இறுகப் பற்றிக் கொண்டுள்ள கத்தோலிக்கர்களாலும், கத்தோலிக்கத் திருச்சபை ஊழியர்களாலும் ஏற்கனவே இவருக்கு இடப்பட்டிருந்த 'கலகக்காரர்' என்ற முத்திரையை உறுதி செய்வதாக அமைந்துள்ளது. இம் முத்திரையை எதிர்மறையாக அன்றி இவரது சிறப்புக் கூறாகக் காண்பதில் தவறில்லை.

யூதர்களால் ஒதுக்கிவைக்கப்பட்ட சமாரியர் என்ற மக்கள் பிரிவைச் சார்ந்த பெண் ஒருத்தியிடம் யேசு, தண்ணீர் வாங்கிக் குடித்ததை விவிலியம் குறிப்பிடுகிறது. இது யூத மரபை மீறிய செயல். இம்மரபு மீறல்தான் யேசுவின் தனித்த அடையாளம்.

ஆனால் தமிழகக் கத்தோலிக்கத் திருச்சபையில் இத்தனித்த அடையாளம் கண்டு கொள்ளப்படவில்லை. அதன் ஊழியர்களில் ஒரு பகுதியினர் தத்தம் சாதி சார்ந்தே இயங்குகின்றனர். அதே நேரத்தில் தலித் கத்தோலிக்கர்களுக்கு எதிரான நிலைப்பாட்டை எடுப்பதில் தம் சாதி கடந்து ஏனைய சாதியினருடன் ஒன்றிணைந்து கொள்கின்றனர். இதில், 'யாருக்கும் இங்கே வெட்கமில்லை'.

மற்றொரு பக்கம் இந்து சமயத்தின் சமயத்தலைவர்கள், போலன்றி தீண்டாமைக்கு எதிரான குரல் திருச்சபைக்குள் இருந்தும் ஒலிக்கிறது. தத்தம் சுயசாதி அடையாளங்களைத் துறந்து அதன் ஊழியர்களில் ஒரு பகுதியினர் இயங்குவது வரவேற்கவேண்டிய மகிழ்ச்சிக்குரிய செய்தி. இவ்வகையில் பெரும்பாலான மடாதிபதிகள், தம்பிரான்கள், ஆச்சாரியார்கள், ஜீயர்கள் ஆகியோரில் இருந்து இவர்கள் வேறுபடுகின்றனர்.

இந்நாவல் உட்பட மாற்குவின் மேற்கூறிய நாவல்கள் அனைத்திலும் மேலோங்கி இருப்பது திருச்சபைக்குள் நிலவும் தீண்டாமைக்கு எதிரான எதிர்க்குரல்தான். இவ் எதிர்க்குரல் தான் அவரை ஒரு கலகக்காரராக அடையாளம் காட்டுவோருக்குத் துணைநிற்கிறது.

இவ் உண்மைகளை நாம் உய்த்துணரச் செய்யும் வகையில் 'மீள் வெளி' நாவல் அமைந்துள்ளது. வெள்ளாளர், உடையார், நாடார், பரதவர், வன்னியர் ஆகிய 'சாதிக் கத்தோலிக்கர்', பிரிவுக் குருக்கள், ஆயர் பதவிக்கனவில் மிதப்பதில் தொடங்கும் இந்நாவல் பிச்சைமுத்து தாத்தா என்ற கதை மாந்தரின் இறப்புடன் முடிவடைகிறது.

இதற்கிடையில், சாதியத்திற்கெதிரான சிந்தனைப் போக்குடைய குருக்கள், அவர்தம் செயல்பாடுகள், அதன் பொருட்டு அவர்கள் எதிர்கொண்ட இன்னல்கள், தலித் கத்தோலிக்கரின் பஞ்சமி நிலப் போராட்டங்கள், இயற்கை வேளாண்மை என்பன இடம்பெறுகின்றன.

தமிழ்நாட்டின் பாரம்பரிய நம்பிக்கையான இறந்தோர் வழிபாடு, கத்தோலிக்கத்தின் புனிதர் வழிபாடு குறித்த விவாதங்களை ஆசிரியர் முன்வைக்கிறார். குலதெய்வ வழிபாட்டிற்கும் புனிதர் வழிபாட்டிற்கும் இடையிலான ஒற்றுமை வேற்றுமைகளை கதை மாந்தரின் உரையாடல்கள் வாயிலாக வெளிப்படுத்துகிறார். நாட்டார் சமயம், வெகுசன சமயம் குறித்த ஆய்வு மேற்கொள்வோரின் சிந்தனைக்கு இவை உதவும் தன்மையன. இந்தியக் கத்தோலிக்கர்களில் சிலரைப் புனிதர்களாக அறிவிக்க மேற்கொள்ளும் முயற்சிகளிலும் சாதியம் மறைந்திருப்பதைச் சுட்டுகிறார். மேட்டிமையோர் உருவாக்கிய அறநெறிகளை மீறியோர் குலதெய்வங்களாக விளங்க, அறநெறியை இம்மி பிசகாமல் அனுசரித்தவர்கள் தான் பெரும்பாலும் புனிதர்களாக இருப்பதையும் ஒப்பிட்டு ஆராய்கிறார். இங்கு அறநெறியென்பது ஆதிக்க வகுப்பினர் உருவாக்கிய அறநெறி என்பதையும் விளக்குகிறார்.

> மரிய கொராட்டினு ஒரு புனிதை. தனது கற்பச் சூரையாட வந்த ஒருவனுக்கு இடங்கொடுக்காததுனால அவனால குத்திக் கொல்லப்பட்டா. அந்த இளம் பெண்ணைத் திருச்சபை புனிதையாக அறிவிச்சிருக்கு. இப்படிப் பார்த்தா எத்தனை தலித் இளம் பெண்க தங்க கற்பக் காப்பாற்ற உயிரவிட்டிருக்காங்க அவங்க எல்லாம் புனிதர்கதான?

என்று ஆசிரியர் வினா எழுப்புகிறார். இந்நாவலில் இடம் பெறும் குலதெய்வம், புனிதர் தொடர்பான கருத்துக்கள், இறையியல் நோக்கில் ஆராய்வதற்குரியன. மற்றொரு பக்கம் அடித்தள மக்களின் சமய வாழ்வை வெளிப்படுத்துகின்றன. அத்துடன் 'நம் சொந்தக் கிணறுகளில் இருந்து நீர் பருகுவோம்' என்ற, 'பெருநாட்டு இறையியலாளர் குஸ்தாரோ குத்தியாரோவின்' கூற்றை இப்பகுதிகள் நினைவூட்டுகின்றன.

சோசலிசம் என்ற சித்தாந்தத்தின் தொடக்க வடிவங்களுள் ஒன்று 'கிறித்தவ சோசலிசம்' இது ஒருவகையான கற்பனா சோசலிசம் (உடோப்பியன் சோசலிசம்) என்ற விமர்சனம் உண்டு.

இந் நாவலில் மாற்கு உருவாக்கிக் காட்டும் கூட்டு வேளாண்மை முறையுடன் கூடிய கிராம வாழ்க்கை கிறித்தவ சோசலிசத்தின் தாக்கத்திற்கு உட்பட்டது என்று கூறலாம். அதே நேரத்தில் தீண்டாமைக்கெதிரான கருத்தியலை இத்துடன் இழையவிட்டுள்ளார். மண் சார்ந்த கத்தோலிக்கம் ஒன்றைப் படைக்க முயலுகிறாரோ என்று எண்ணும் வண்ணம், குலதெய்வம், புனிதர் தொடர்பான ஒப்பீட்டுச் சிந்தனைகளை முன்வைக்கிறார்.

நாவலில் அவரது தலித்தியச் சார்புநிலை பல இடங்களில் அழுத்தமாகப் பதிவாகியுள்ளது. வெளிநாட்டுப் பறவைகளைக் கண்டு வியப்படைந்த செல்லையாவிடம்,

> பக்கத்துல பறவைக சரணாலயம் இருக்கு. அங்க பல நாடுகள்ல இருந்தும் குளிர் காலத்துல பறவைக வந்து இங்கு தங்கும். பகல்ல இந்தப் பகுதில இருக்கும் குளங்க, குட்டைக, ஏரிக, வயல்களுக்கு வரும். அதுல உள்ள மீனுக, தவளைக, பூச்சிகளத் தின்னும். சாயங்காலம் திரும்பவும் சரணாலயத்துக்குப் போயிறும், எந்தெந்த நாட்டுப் பறவைகளோ? தெரியல. ஆனா ஒவ்வொரு வருசமும் வருதுக. பிள்ள குட்டிகளப் பெத்துக்கிடுதுக. மறுபடியும் பிள்ள குட்டிகளோட பறந்து போயிறுதுக. அதுக தங்குகிற இடத்த அரசாங்கம் பாதுகாக்குது. எல்லா வசதிகளும் செஞ்சு கொடுக்குது. யாரும் பறவைகளுக்குத தொந்தரவு கொடுக்கக் கூடாது, அதுகளப் பிடிக்கக் கூடாது, வெடி போடக்கூடாதுன்னு என்னென்னமோ சட்டம் போடுது. ரொம்பக் கருத்தா பாதுகாக்குது. ஆனா தலித்துகள் நம்மள, அரசாங்கம் கண்டுக்கிடுறதில்ல. திருச்சபையும் கண்டுக்கிடறதில்ல. நமக்குப் பாதுகாப்பும் இல்ல. தங்க இடமும் இல்ல. பொறம்போக்கு நிலத்துலதான் தங்கணும். அதனாலதான் ஆதிக்கச் சாதிக்காரங்க போடா பொறம்போக்குன்னு நம்மளத் திட்டுறான். எந்தெந்த நாட்டுப் பறவைகளோ இதுக. இதுகளுக்கு இருக்கிற சுதந்திரமும், பாதுகாப்புங் கூட தலித்துகளுக்கு இல்ல.

என்று சவரி கூறும் கருத்து ஓர் எடுத்துக்காட்டாகும்.

யதார்த்தவாத நாவல்களில் சில, அதில் பதிவாகியுள்ள செய்திகளின் அடிப்படையில், ஓர் ஆவணமாகவும் பார்க்கப்பட்டன. இங்கிலாந்து நாட்டின் குழந்தைத் தொழிலாளர்களின் அவலநிலை குறித்த பதிவாக சார்லஸ் டிக்கன்சின் சில நாவல்களைக் குறிப்பிடுவர். இதன் அடிப்படையில் அவை நாவலாக மட்டுமின்றி சமூக ஆவணமாகவும் பார்க்கப்பட்டன.

இன்று, ஆவணப்பதிவுகளே நாவலாக மாற்றப்படுகின்றன. விவரணனை நாவல் (டாக்குமெண்டரி ஃபிக்சன்) என்றழைக்கப்படும் நாவல்களில் ஊர்ப் பெயர்களும் கதைமாந்தரின் பெயர்களும், உண்மைப் பெயரிலோ, புனைப் பெயரிலோ இடம் பெறுகின்றன. விவரணனை நாவல் என்று ஒரு நாவலை அடையாளம் காட்டுவதால் அது சிறப்புடையதன்று என்பது பொருள் அல்ல. ஒரு புது வகைமை என்றே கொள்ளல் வேண்டும்.

சி.சு.செல்லப்பாவின் 'சுதந்திரதாகம்' பொன்னீலனின் 'புதிய தரிசனம்', 'வேள் நம்பியின்', 'பயணம்' என்பன இப்புதிய வகைமையில் குறிப்பிடத்தக்க படைப்புகள், மாற்குவின் நாவல்கள் இவ்வகைமையில் அடங்குகின்றன.

'விடுதலை இறையியல்' அல்லது 'விடுதலைக்கான இறையியல்' என்ற புதிய கிறித்தவ இறையியலின் தாயகமான இலத்தின் அமெரிக்கா, உலகக் கத்தோலிக்கர்களின் எண்ணிக்கையில் சரிபாதியைக் கொண்டது.

இங்கு உருவான இப்புதிய இறையியல் சிந்தனை, கலகக்காரத் திருச்சபையின் தோற்றத்திற்கு வித்திட்டதுடன் 'அங்கி அணிந்த கலகக்காரர்கள்' சிலரையும் உருவாக்கியது. தமிழ்நாட்டில் இது போன்ற வரலாற்றுச் சூழல் இன்று இல்லை. ஆயினும், சாதிய மேலாண்மைக்கும், தீண்டாமைக்கும் எதிரான குரல் ஒலிக்க வேண்டிய கட்டாயம் உள்ளது. மாற்குவின் நாவல்கள் ஒருவகையில், கலகக் குரலாக அமைந்து தமிழகக் கத்தோலிக்கத் திருச்சபை, தன்னை ஆன்ம பரிசோதனை செய்ய வேண்டியதின் அவசியத்தை வலியுறுத்தி நிற்கிறது.

மீள்வெளி,

மாற்கு,

பாவை பப்ளிகேஷன்ஸ், சென்னை

திரிங்கால் பாதிரியார்
ஓர் அங்கியணிந்த கலகக்காரர்

கத்தோலிக்கத் திருச்சபையின் தொன்மையான துறவற சபைகளில் ஒன்று சேசு சபை. இச்சபையின் மூத்த துறவிகளில் ஒருவர் அருட் பணியாளர் மாற்கு. இவரது பணியனுபவங்கள் பலதிறத்தவை. பள்ளியாசிரியர், தேவாலயத்தின் குரு, எழுத்தாளர் எனப் பன்முகத் தன்மைவாய்ந்த செயல்பாடுகளை மேற்கொண்டவர். இவை அனைத்திற்கும் மேலாக சமூகச் செயற்பாட்டாளர். 'தலித் கிறிஸ்தவர் இயக்கம்' என்ற அமைப்பை சென்னை, செங்கல்பட்டு, காஞ்சிபுரம் மாவட்டங்களிலும் அருந்ததியர் சமூகத்தின் மேம்பாட்டிற்காக 'கரிசல்' என்ற சமூக விழிப்புணர்வு மையத்தை விருதுநகர் மாவட்டத்தில் ஆலங்குளத்திலும் தோற்றுவித்தவர். பல்மேரா என்ற சமூக விழிப்புணர்வு இயக்கத்தை உருவாக்கியதில் இவரது பங்களிப்பும் உண்டு.

இவரது 'சுவர்கள்', 'யாத்திரை' என்ற இரு நாவல்களும் தமிழகத்தின் கத்தோலிக்கத் திருச்சபையில் நிலவும் சாதிய வேறுபாடுகளை வெளிப்படுத்தி சலசலப்பைத் தோற்றுவித்தன. யாத்திரை நாவல் இவரது உயிருக்கே அச்சுறுத்தலை ஏற்படுத்தியது. 'பஞ்சமி நிலப்போர்', 'கிறிஸ்தவத்தில் தீண்டாமை', 'அருந்ததியர் வாழும் வரலாறு' ஆகிய இவரது மூன்று நூல்களும் இவரது சமூகவியல் அறிவையும் களப்பணியையும் மட்டுமின்றி நலிந்த மக்கள் பிரிவினர் மீதான இவரது சார்பு நிலையையும் வெளிப்படுத்துவன.

இப்போது வெளிவரும் 'முன்னத்தி' வேறுபாடான படைப்பு. அடிப்படையில் இது ஒரு நாவல்தான். ஆனால், 'இந் நாவலில் இடம் பெறும் நிகழ்வுகளும் கதைமாந்தர்களும் முற்றிலும் கற்பனையே' என்று விடுக்கும் எச்சரிக்கை அல்லது நழுவல் இந் நாவலில் இடம் பெறவில்லை. இந் நாவலை வகைப்படுத்தியே ஆகவேண்டும் என்று நினைத்தால் வாழ்க்கை வரலாற்று நாவல் என்றோ சமூக வரலாற்று நாவல் என்றோ வகைப்படுத்திக் கொள்ளலாம்.

இந்நாவலில் தலைமைப் பாத்திரமாக இடம் பெறுபவர் அருளப்பர் சாமி என்ற ஜான் பாப்டிஸ்ட் திரிங்கால் (1815 - 1892).

பிரான்ஸ் நாட்டைச் சேர்ந்த இவர் மதுரை மறைத்தளத்தில் (மதுரை மிஷன்) குருவாகப் பணியாற்ற விரும்பி வந்தவர். இதன் பொருட்டு ஆங்கிலக் காலனிய ஆட்சி நிலவிய தமிழகத்தில் பிரெஞ்சு மொழி உதவாது என்பதை உணர்ந்து இங்கிலாந்து சென்று ஆங்கிலம் பயின்றவர். இந்தியாவிற்கான தமது கடற்பயணத்தை பிரான்ஸ் நாட்டின் மார்செல் துறைமுகத்தில், சக சேசுசபைத் துறவியர்கள் எழுவருடன் இருபத்தொன்பதாவது வயதை எட்டும் இளமைப் பருவத்தில் 1844ஆம் ஆண்டில் மேற்கொண்டு, அதே ஆண்டில் சென்னைத் துறைமுகத்தில் இறங்கியதிலிருந்து நாவல் தொடங்குகிறது. தமது 77ஆவது வயதில் மதுரையில் நோய்வாய்ப்பட்டு மரணம் அடைவதுடன் நாவல் முடிவடைகிறது.

கிட்டத்தட்ட திரிங்கால் சாமியின் அரை நூற்றாண்டுக் கால வாழ்க்கையை நாவல் பதிவிட்டுள்ளது. மேலோட்டமாகப் பார்த்தால் திரிங்கால் சாமியை மையமாகக் கொண்டே நாவல் நகர்கிறது. நாவலின் மையப் பாத்திரமான திரிங்கால் தமிழ் நாட்டில் வாழ்ந்தது 19ஆம் நூற்றாண்டில். ஆனால் இந்தக்கால எல்லையில் இருந்து பின்னோக்கிப் பயணித்து சில ஆளுமைகள் சாமானியர்கள் ஆகியோரை அறிமுகம் செய்வதுடன் பதினாறு பதினேழாம் நூற்றாண்டு சமூக நிகழ்வுகளை அவர்களின் துணையுடன் நம் கண்முன்னே நிறுத்துகிறார். இதனால் திரிங்கால் என்ற துறவியை மையமாகக் கொண்ட வாழ்க்கை வரலாற்று நாவல் கடந்தகால சமூக வரலாற்று நிகழ்வுகளை நாம் அறியச் செய்யும் சமூக வரலாற்று நாவலாக மாற்றம் பெறுகிறது.

பின்னோக்கிப் பார்க்கும் உத்தி என்பதன் துணையுடன் மாற்கு அடிகளார் இதைச் செய்துள்ளார் என்றுரைத்தால் அது பொருத்தப் பாடுடையதன்று என்று கூறல் தகும். அவர் தேர்வு செய்துள்ள வரலாற்று நிகழ்வுகளின் பொருத்தப்பாடே கடந்த காலத்தையும் திரிங்கால் வாழ்ந்த 19ஆவது நூற்றாண்டையும் இணைக்கும் சரடாகியுள்ளது. 'ஓர் உண்மையான வரலாற்று நாவல் ஓர் உண்மையான சமூக நாவலாகவும் விளங்கும் தன்மைத்து' என்பதை அவர் உறுதிப்படுத்தியுள்ளார்.

- தீண்டாமைக் கொடுமை
- அதற்கு ஆட்பட்டோர் மீதான சமூக ஒடுக்குமுறைகள்
- பெரு நிலக்கிழார்களும் சமிந்தார்களும் உழுகுடிகள் மீது நிகழ்த்தும் பொருளியல் சுரண்டல், பண்பாட்டு ஒடுக்குமுறை

என்பனவற்றை அனுபவித்து வந்த மக்கள் பிரிவினர்தான் கிறிஸ்தவர் களாக மதம் மாறினர். ஒருவகையில் இவர்கள் ஆதிக்கிறிஸ்தவர்களை ஒத்திருந்தனர். இவர்களது ஆன்ம விடுதலை என்பது இவற்றில் இருந்து விடுபடுதலின் வாயிலாகவே நிகழும் தன்மைத்து. இதை உணர்ந்தவராக இருந்தமையாலேயே வழிபாடு நடத்திவைப்பவராகவும், மறை உரை ஆற்றுபவராகவும், மறைநூல் மொழிபெயர்ப்பாளராகவும் மட்டுமே திரிங்கால் தம்மைக் குறுக்கிக் கொள்ளவில்லை. 'துயரப்படு கிறவர்கள் பாக்கியவான்கள், பரலோக ராச்சியம் அவர்களுடையது. இன்று சிரிப்பவர்கள் நாளை அழுவார்கள்' என்று ஆறுதல் கூறவில்லை. மாறாக, தாதுவருடப் பஞ்சத்தில் அவர்களது துயரம் போக்க முன்னின்றார். பெரு நிலக்கிழார்கள், சமிந்தார்களுக்கு எதிராக உழைப்புக்கேற்ற ஊதியம் கேட்டு வேளாண் தொழிலாளர்களை ஒன்று திரட்டினார், அவர்களுடன் தாமும் ஒருவராக நின்று போராடினார். கணவனை இழந்த பெண்ணுக்கு மறுமணம் செய்வித்தார். மதுரை நகரில் நெசவாளர் சமூகத்தில் நிலவிய சிறார் வேலை முறையை ஒழிக்கும் வழிமுறையாகப் பள்ளிக்கூடம் உருவாக்கினார். அதன் வளர்ச்சி நிலைதான் இன்று மதுரை நகரின் புகழ்வாய்ந்த பள்ளிகளில் ஒன்றாகக் திகழும் புனித மரியன்னை மேல்நிலைப் பள்ளி.

புதிய கிறிஸ்தவர்களுக்காக அவர் பணிபுரிந்த கிராமங்களில் தேவாலயங்கள் கட்டினார். இவை வெறும் வழிபாட்டுத் தலங்கள் மட்டுமல்ல, சமத்துவம் மறுக்கப்பட்டிருந்த ஒடுக்கப்பட்ட மக்களின் பண்பாட்டு அடையாளம். இதற்கு முன்னர் இம்மக்களின் தெய்வங்கள் கூரைகள் இன்றி திறந்த வெளியில்தான் இருந்தன. ஆகமவிதிப்படி கட்டப்பட்ட சைவ வைணவக் கோவில்களில் இவர்களுக்கு அனுமதி மறுக்கப்பட்டிருந்தது. இப்போது இம்மக்கள் தமக்கென்று ஒரு வழிபாட்டுத்தலத்தைப் பெற்றுவிட்டனர். இது அவர்களின் சமூக வாழ்வில் நிகழ்ந்த பண்பாட்டுப் புரட்சியாகும். இவை அனைத்தும் திடீரெனவோ எளிதாகவோ நிகழ்ந்துவிடவில்லை. இவற்றின் உருவாக்கத்தில் வரலாறு மறைந்துள்ளது. இவற்றையெல்லாம் நூலாசிரியர் விரிவுபட எடுத்துரைத்துள்ளார்.

திரிங்கால் அடிகளாரின் வரலாற்றை முன்வைத்து விஜயநகரப் பேரரசு நிறுவியிருந்த நாயக்கர் ஆட்சியிலும் போர்ச்சுக்கீசிய, டச், பிரெஞ்சு, ஆங்கிலக் காலனிய ஆட்சியிலும் தமிழ்ச் சமூகத்தில், ஒடுக்கப்பட்ட மக்கள் பிரிவின் அவல வாழ்க்கையையும், கிறிஸ்தவ மறைபரப்ப வந்தோரிடம் நிலவிய உட்பூசல்களையும் வாசிப்போரின் பார்வைக்குக் கொண்டு வந்துள்ளார். இந்த இடத்தில் ஒரு சிக்கல்

ஏற்பட இடமுண்டு. இவையெல்லாம் நாவலின் மையப்புள்ளியான திரிங்காலை விட்டு விலகி நிற்பதுடன் வாசிப்புத்தன்மைக்கு ஊறு விளைவிக்கும். மாற்கு அடிகளார் இதற்குத் தீர்வு கண்டுள்ளார். கதை மாந்தர்களுக்கு இடையிலான உரையாடலே அவர் கண்ட தீர்வாகும்.

தொடக்கத்தில், திரிங்காலுக்கும் இவர் பயணம் செய்த கப்பலின் தலைவனுக்கும் இடையே நிகழ்ந்த உரையாடல் திரிங்கால் குறித்த சில அடிப்படைச் செய்திகளையும் அவரது பயணத்தின் நோக்கத்தையும் வாசிப்பவர் அறியச் செய்கிறது. சென்னையில் இருந்து புதுச்சேரிக்குப் பயணித்தபோது வண்டியோட்டி வந்த அந்தோனியுடனான அவரது உரையாடல் தமிழ்நாட்டில் நிலவிய தீண்டாமைக் கொடுமையை அவரும் நாமும் உணரும்படிச் செய்கிறது.

இவரைப்போல இங்கு பணிபுரிய வந்த மூத்த துறவியர்களுடனும் உயர் பொறுப்பு வகிக்கும் துறவியருடனும் நிகழ்த்தும் உரையாடல்கள், கடந்தகால நிகழ்வுகள், அனுபவங்கள், நிகழ்காலத்தில் எதிர்கொள்ளும் பிரச்சினைகள் என்பனவற்றை வெளிப்படுத்துகின்றன. கிறித்தவ சமயத்தினருடன் நிகழ்த்தும் உரையாடல்கள் அவர்களது வாழ்வியல் சிக்கல்கள், எதிர்பார்ப்புகள் என்பனவற்றை உணரச் செய்கின்றன. அரசு அதிகாரிகள், பெரு நிலக்கிழார்கள், சமிந்தார்கள் ஆகியோருடன் திரிங்கால் நிகழ்த்தும் உரையாடல்கள் அடித்தள மக்களின் மீதான ஒடுக்குமுறையையும் அதற்கு எதிரான திரிங்காலின் செயல்பாடுகளையும் வெளிப்படுத்துகின்றன.

உரையாடல் போன்றே கனவும் ஓர் உத்தியாகியுள்ளது. அவரது ‘யாத்திரை’ நாவலில் இடம்பெறும் ராஜா என்ற குரு கண்ட கனவுகள் அந் நாவலில் பெற்றுள்ள முக்கியத்துவத்தைப் போன்று இந் நாவலிலும் திரிங்கால் கண்ட கனவுகள் முக்கியத்துவம் பெறுகின்றன. குறிப்பாக 11ஆவது இயலில் இடம் பெறும் கனவுக்காட்சியில் மஞ்சள் பறவையின் மரணம். இதன் தொடர்ச்சியாக அவர் நிகழ்த்திவைத்த கைம்பெண் மறுமணம் அமைகிறது.

16 ஆவது நூற்றாண்டு தொடங்கி 19ஆவது நூற்றாண்டு வரையிலான காலத்தியத் தமிழகத்தில் கத்தோலிக்கக் கிறிஸ்தவத்தின் செயல்பாடுகளை நாவல், வரலாறு போன்று கூறிச் செல்கிறது. இவை வலிந்து திணிக்கப்படாமல் நாவலின் வளர்ச்சியுடன் இணைந்தே வருகின்றன. சாதியம், தீண்டாமை என்ற இரண்டையும் கத்தோலிக்கம் எதிர்கொண்டு வளர்ந்த வரலாற்றின் பதிவு இது. இதில் நிகழ்ந்த ஊசலாட்டங்களையும் நாவல் விமர்சனக் கண்ணோட்டத்துடன்

உள்ளபடியே பதிவு செய்துள்ளது. 19ஆவது நூற்றாண்டில் நிகழ்ந்த கொடூரமான தாது வருடப் பஞ்சம், வாந்திபேதி பரவல் என்பன வற்றையும் நாம் அறியச் செய்கிறது. நாவல் என்பது இலக்கியம்தான். சில நேரங்களில் இலக்கியம் என்ற எல்லையைக் கடந்து சமூக ஆவணமாகவும் அது விளங்கும் தன்மையது. இத்தன்மையை இந் நாவலில் நாம் காணமுடியும்.

இவ்வகையில் உரையாடல்களின் பங்களிப்பு கடந்த காலத்தையும் நிகழ்காலத்தையும் இணைக்கும் பணியைச் செய்துள்ளது. மறைத்தள வரலாறு (மிஷன் ஹிஸ்டரி) தொடர்பான பல்வேறு செய்திகள் உரையாடல் வழியாகவே வெளிப்பட்டுள்ளன.

தன்னை முன்னிலைப்படுத்த விரும்பாத திரிங்கால் தான் உருவாக்கிக் கட்டிக்காத்த புதுப்பட்டி தேவாலயத்தின் உள்ளே தன் உடலை அடக்கம் செய்யக்கூடாது என்பதில் உறுதியாக இருந்ததுள்ளார். தம்மீது மட்டற்ற அன்பு செலுத்தும் புதுப்பட்டி மக்களும் அதன் சுற்றுப்புறக் கிராமங்களில் வாழும் மக்களும் தம்மை ஒரு புனிதராகக் கருதி புனிதர் பக்தி முயற்சிகளில் ஈடுபட்டுவிடுவர் என்று அவர் அஞ்சியதே இதற்குக் காரணம். தேவாலயத்திற்கு வெளியே ஒரு கல்லறைக் குழியையும் இதைத் தவிர்க்கும் நோக்கில் தோண்டி வைத்திருந்தார். எதிர்பாராத முறையில் நோய்வாய்ப்பட்டு மதுரையில் இறந்து போக மதுரையிலேயே அடக்கம் செய்யப்பட்டார்.

இந் நிகழ்வை திரிங்காலுக்கும் மூத்த குருவுக்கும் இடையே நிகழும் உரையாடல், புதுப்பட்டி கத்தோலிக்கர்களுக்கும் மூத்த குருவுக்கும் இடையே நிகழும் உரையாடல் என நடத்திச் செல்கிறார். இறுதியில் கல்லறைக் குழியில் திரிங்கால் நட்டுவைத்திருந்த சிலுவையைப் பிடுங்கியெடுத்த புதுப்பட்டி நாட்டாமை அதைப் படுக்க வைத்துவிட்டு சவேரியார் சாமியிடம் "இந்த இடத்துல புதைக்கப் பட்டிருந்தா அருளப்பர் சாமிக்கும் (திரிங்கால்) எங்களுக்குமுள்ள நெருக்கம் தொடர்ந்திருக்கும்" என்கிறார். இதற்குமேல் உரையாடல் இல்லை. அய்ம்பது ஆண்டுகளுக்கு முன்னர் கப்பல் தலைவனோடு உரையாடி வந்த திரிங்காலை நாவலின் தொடக்கத்தில் அறிமுகம் செய்த நாவலாசிரியர் நாட்டாமையின் ஒற்றைவரிக் கூற்றுடன் நாவலை முடித்துவிட்டார். இறுதியாக :

சேசுசபையின் தொடக்கத்தில் இருந்தே பிரான்ஸ், போர்ச்சுக்கல், ஸ்பெயின், இத்தாலி ஆகிய நாடுகளில் இருந்து சேசு சபைத் துறவியர் பலர் தமிழ்நாட்டில் தம் சமயப்பரப்பலையும் அத்துடன் பிறர்

அன்புப்பணியையும் மேற்கொண்டிருந்தனர். இவர்களுள் போர்ச்சுக்கல் நாட்டு சேசு சபைத் துறவியான அண்ட்ரிக் அடிகளார் (என்றிக்கு என்றிகஸ்) 16ஆவது நூற்றாண்டிலேயே தமிழ் நூலை அச்சிட்டு இந்தியாவிலேயே அச்சாக்கம் பெற்ற முதல் தமிழ் நூல் என்ற பெருமையை வழங்கினார். தத்துவ போதகர் என்ற டி நோபிலி, வீரமாமுனிவர், சின்ன சவேரியார் என்ற டி ரோசி ஆகியோர் தமிழ்ப் புலமையுடையவர்களாக அறிமுகம் ஆகியுள்ளனர். பிரான்சிஸ் சேவியரும் ஜான் டி பிரிட்டோவும் புனிதர் பட்டம் பெற்றோர் வரிசையில் இணைந்துள்ளனர். இவர்கள் எல்லோரும் கத்தோலிக்கர்களிடம் மட்டுமின்றி ஏனையோரிடமும் ஓரளவுக்காவது அறிமுகமாகியுள்ளனர்.

ஆனால் சாதியப் பாகுபாடுகளுக்கு எதிராகப் போராடிய திரிங்கால், கவுசானல் என்ற இரு துறவியருக்கும் உரிய அறிமுகம் தமிழகக் கத்தோலிக்கத் திருச்சபையிலேயே வழங்கப்படவில்லை. இத்தகைய வரலாற்றுச் சூழலில் இந் நாவலை மாற்கு அடிகளார் எழுதியுள்ளார். ஏறத்தாழ இருபது ஆண்டுகளுக்கு முன்பாகவே தூத்துக்குடி மாவட்டம் கோட்டூரின் முதற் பங்குக் குருவாகப் பொறுப்பேற்றபோது தாம் கட்டிமுடித்த குருக்கள் தங்கும் இல்லத்திற்கு 'திரிங்கால் இல்லம்' என்று பெயரிட்டார். விடுதலை இறையியல் என்ற புதிய இறையியல் கோட்பாட்டின் தாயகமான இலத்தீன் அமெரிக்க நாடுகளில் துறவிகள் சிலரை 'அங்கியணிந்த கலகக்காரர்கள்' (ரிபல்ஸ் இன் கேசக்ஸ்) என்றழைப்பர். அப்படிப்பட்ட கலகக்காரர்களாக இல்லாவிட்டாலும் மனிதநேயப் போராளிகள் உருவாக இந்நாவல் துணை புரியும் தன்மையுடையது. அடிகளாருக்குப் பாராட்டுக்கள்.

முன்னத்தி,
மாற்கு,
தமிழினி, சென்னை

திசைமாறிய பறவை

தோழர் சிலம்பு ராமசாமி நீண்ட காலம் ஆசிரியராகப் பணியாற்றியவர். அத்துடன் ஆசிரிய இயக்கத்துடன் தன்னை ஐக்கியப் படுத்திக் கொண்டவர். குடும்பம் ஆசிரியப் பணி, தொழிற்சங்கப் பணி என்ற மூன்றும் ஒன்றுடன் ஒன்று பின்னிப் பிணைந்ததாகவே அவரது வாழ்க்கை அமைந்துவிட்டது. 'விடிவை நோக்கி' என்ற இந்நாவல் அவரது தொழிற்சங்கப் பணியில் கிட்டிய அனுபவங்களின் வெளிப்பாடாக அமைந்துள்ளது. அவரது தொழிற்சங்க உணர்வும் முற்போக்குச் சிந்தனையும் இந்நாவலில் இழையோடியுள்ளன.

தமிழ் நாவல்களை உள்ளடக்க அடிப்படையில் 'சமூக நாவல்' 'வரலாற்று நாவல்', 'வட்டார நாவல்' என்று வகைமைப்படுத்தப்படுவது பொதுவான மரபு. ஆனால் இவற்றினிடையே ஆழமான வேறுபாடு கிடையாது. இத்தகைய பாகுபாட்டுக்குள் 'அரசியல் நாவல்' என்ற வகைமையும் அடங்கும். இந்திய விடுதலை இயக்கத்தின் பல்வேறு கட்டங்களை மையமாகக்கொண்டு உருவான நாவல்களை தேசிய நாவல்கள் என்று வகைமைப்படுத்துவதும் வழக்கமாக உள்ளது. ஆனால் அரசியல் பின்னுக்குத் தள்ளப்பட்டு, காந்தி பஜனையாகக் குறுகிப் போய்விட்டது என்பதே உண்மை.

அரசியல் நாவலை உருவாக்குவதிலுள்ள முக்கியச் சிக்கல் ஒரு விவரண நாவலாகவோ செய்திகளின் சாரமாகவோ அது குறுகிப்போய் விடாது பார்த்துக்கொள்வது. ஆனால் இந்நாவல் விவரண நாவலாகக் குறுகிப்போய் விடவில்லை. ஆசிரியர் இயக்கத்துடன் நீண்ட காலம் தொடர்புடைய இந்நாவலின் ஆசிரியர், அரசியலை விட்டு விலகி சுயமான தொழிற்சங்கம் ஒன்று செயல்பட முடியாது என்பதை நன்கு அறிந்தவர். உணர்ந்தவர். இதனால்தான் இந்நாவலின் மையப் பாத்திரமான ஆசிரியர் கோபு அரசியலை விட்டு விலகி நிற்காத தொழிற்சங்கவாதியாகப் படைக்கப்பட்டுள்ளார். எனவே இந்நாவல் கோபு வாழும் காலத்திய அரசியலையும் அரசியல்வாதிகளின் செயல்பாடுகளையும், பதிவு செய்துள்ளது.

அய்யனார் குளம் என்ற சிற்றூரையும் அதன் அருகே உள்ள நகரம் ஒன்றையும் களமாகக்கொண்ட இந்நாவலில் பலதரப்பட்ட மனிதர்கள் இயங்குகிறார்கள். இவர்களை நாவலாசிரியர் சுதந்திரமாக இயங்க

விட்டுள்ளார். அவரது குறுக்கீடு இல்லை. தமிழ்நாட்டில் ஒரு சராசரி கிராமத்தில் அமைந்திருக்கும் பள்ளியின் சூழலையும் அதன் தொடக்க காலநிலை மற்றும் அதன் வளர்ச்சி நிலையையும்,

> 'தான் ஈன்றெடுத்து ஒன்றிரண்டு நாட்களைக் காட்டும் குட்டியுடன் அருகில் மேய்ந்து நிற்கும் கழுதையின் தங்குமிடமாகக் காட்சி தரும் ஆரம்ப சுகாதார நிலையம்.'
>
> 'அந்தப் பக்கத்தைக் கடக்கும் போதே மூக்கை இருவிரல்களால் இறுகப் பிடித்துச் செல்லும் கட்டாயத்தைக் காட்டும் பஞ்சாயத்து கழிப்பிடம்.'
>
> 'இவைகளுக்கிடையில் ஈராசிரியர் பள்ளியாக ஆரம்பிக்கப்பட்ட அந்த ஊராட்சி ஒன்றிய தொடக்கப்பள்ளி எட்டு ஆசிரியர்கள் கொண்ட நடுநிலைப் பள்ளியாக உயர்வு பெற்று நடுநிலைப் பள்ளியான தன் ஓராண்டு நிறைவு விழா தோரணங்கள்.'

என்று கூறி ஆசிரியர் கோபுவின் செயல்திறனை நமக்கு அறிமுகப் படுத்தும் நாவலாசிரியர், கோபுவின் மாணவர் ராஜாவின் தாயார் கூற்றாக.

> 'அவங்க இந்த ஊருக்கு வர்றதுக்கு முன்னால எத்தனையோ ஆசிரியர்கள் வந்திருக்காங்க. அவங்கல்லாம் தங்களை தனிச்சாதி யாகவே நினைச்சிட்டிருந்தாங்க. ஆனா இவங்க அவர்கள்ல இருந்து வித்தியாசமானவங்கடா.'
>
> 'இவங்க வந்த பிறகுதான் ஐந்தாவது வகுப்பு வரை இருந்த பள்ளிக்கூடம் எட்டாவது வகுப்பு வரை உயர்ந்தது.'
>
> 'முதியோர்களுக்கு அநாதை பென்ஷன் வாங்கிக் கொடுக்கிறதுல இருந்து தெரு லைட்டுக்கு ஏற்பாடு செய்யிறது வரையிலான பொதுக் காரியங்கள் வரை அவங்க சம்பந்தப்படாததே இல்லைன்னு சொல்லலாண்டா.'

என்று குறிப்பிடுவதன் வாயிலாகக் கோபுவைக் குறித்த நல்ல சித்திரம் கிடைக்கிறது. இதற்கு மாறாகக் காற்றடிக்கும் திசையில் பயணிக்க வேண்டும் என்று முடிவு செய்துகொண்டவர்கள் போல் சுயநல உணர்வுகொண்ட கதைமாந்தர்கள் சிலரையும் நாவலில் சந்திக்கிறோம். எப்படியாவது பாலிடெக்னிக்கில் இடம் வாங்கத் துடிக்கும் ராஜா, அவனது தந்தை நாராயணக் கோனார், ஏ. இ. ஓ. ஆகியோர் நாம் அன்றாட வாழ்வில் சந்திக்கும் சுயநல மனிதர்களின் வடிவங்கள்தான். கட்சி மாறி தர்மலிங்கமும், சட்டமன்ற உறுப்பினரும் சமகால மூன்றாம் தர அரசியல்வாதிகளின் அப்பட்டமான வார்ப்புகள் இவர்களைப் பற்றிய செய்திகள் எவையும் மிகைப்படுத்தப்பட்டவை அல்ல.

நாவலில் இரண்டு போராட்டங்கள் இடம் பெறுகின்றன. ஒன்று ஆசிரியர் இயக்கம் நடத்தும் திட்டமிட்ட வேலை நிறுத்தப் போராட்டம். இரண்டாவது இளம் விதவை ஷீலாவின் மீது தர்மலிங்கம் நிகழ்த்திய பாலியல் வன்முறைக்கு எதிரான போராட்டம். முதல் போராட்டத்தில் முறையான மருத்துவ உதவி உரிய காலத்தில் கிட்டாமல் கருப்பண்ணன் என்ற ஆசிரியர் சிறைச்சாலையில் இறந்து போகிறார்.

இரண்டாவது போராட்டத்தில் கோபுவின் மாணவன் ராஜா காவல்துறையின் துப்பாக்கி குண்டிற்குப் பலியாகின்றான்.

ராஜாவை 'திசை மாறிய பறவை' என்று ஆசிரியர் குறிப்பிடுவதற்கு இதுவே காரணம் என்று கூறலாம். ஒன்றியச் செயலாளர் தர்மலிங்கமும் சட்டமன்ற உறுப்பினரும் தனக்கு உறவு என்பதை 'தர்மலிங்கம் எனக்கு மருமகன் முறை வேணும். எம்.எல்.ஏ. பேரன் முறை வேணும்' என்று கூறி நாராயணக் கோனார் பெருமை கொண்டாடுகிறார். ஆனால் சிறிது காலத்திற்குள் உறவைவிடப் பணம் முக்கியமானது என்பதை அவர் உணர்ந்துகொள்கிறார். தேர்தலுக்கு இவரது மகன் ராஜாவைப் பயன்படுத்திக்கொண்ட ஒன்றியச் செயலாளர் தர்மலிங்கமும், சட்டமன்ற உறுப்பினர் கமலநாதனும் அதன் பின்னர் அவனைப் புறக்கணித்துவிட்டதைக் காலங்கடந்து அறிந்துகொள்கிறார். அவரது மகன் ராஜா, ஷீலாவுக்கு ஆதரவாகக் காவல் நிலையத்தை நோக்கி ஆசிரியர் கோபுவுடன் செல்வது தர்மலிங்கத்தின் மீது கொண்ட கோபத்தினால் மட்டுமல்ல, அவனிடம் புதையுண்டு கிடந்த சமூக உணர்வினாலும்தான். தர்மலிங்கத்துடன், அருந்ததியர் குடியிருப்புக்கு வாக்கு வேட்டைக்குச் சென்றிருந்தபோது அவர்கள் சார்பில்;

'எங்க பகுதியில் இடிந்துகிடக்கும் அம்மன் கோயிலக் கட்டிக் கொடுத்து கும்பாபிஷேகம் நடத்துறதுக்கான ஏற்பாடு செஞ்சிட்டீங்கன்னா போதுங்க' என்ற வேண்டுகோள் முன் வைக்கப்படுகிறது.

'தர்மலிங்கம் கமலநாதன் ஆகியோருக்குப் பின்னால் நின்று கொண்டிருந்த ராஜாவின் இதயத்தை, அந்தப் பகுதியில் எத்தனை பேர் படிச்சிட்டு வேலையில்லாம சுத்திட்டு திரியிறாங்க, அவங்க வேலை வாய்ப்புக்கு எதுவும் கேட்காம என்ன இந்த மனுஷங்க இப்படிக் கேக்குறாங்க? இப்படி ஓர் எண்ண அலை தாக்கியது.'

ராஜாவின் மேற்கூறிய சிந்தனை, அவனது சமூகவுணர்வு மழுங்கி விடவில்லை என்பதை வெளிப்படுத்துகிறது. பாலிடெக்னிக் கல்வியின் மீது அவன்கொண்ட ஆசை அவனது நேர்மையுணர்வை மழுங்கடிக்க அது கிட்டாத நிலையில் அது மீண்டும் வெளிப்படுகிறது.

நாவலின் மையப்பாத்திரமான ஆசிரியர் கோபுவின் மகள் கல்பனா, மற்றொரு முக்கிய பாத்திரமாகக் காட்சியளிக்கிறார். இளமைத் துடிப்புடன் காட்சியளிக்கும் பாத்திரமாக மட்டுமன்றி முற்போக்கான சிந்தனைகளை உள்வாங்கிய பாத்திரமாகவும் கல்பனாவை நாவலாசிரியர் படைத்துள்ளார். ராஜாவின் மீது அவள் உள்ளத்தில் அரும்பிய காதலுணர்வு, அவன் திசைமாறிய பறவையாக மாறியபோது வாடிப் போய்விடுகிறது. அதே நேரத்தில் அவனை அறவே வெறுத்து ஒதுக்கவுமில்லை. ராஜா மனம் திரும்புவதற்கு கல்பனாவின் அணுகுமுறையும் கூட காரணமென்று குறிப்பிடலாம். சிந்தனையளவில் மட்டுமல்லாமல் செயலளவிலும் அவளிடம் போராட்ட குணம் மேலோங்கி இருந்ததை ஆசிரியர்கள் சிறை சென்றிருந்தபோது அவர்களது போராட்டத்தின் நியாயத்தன்மையை பிறருக்கு எடுத்துக்கூறி எழுச்சி உரை நிகழ்த்திய போதும் பாலியல் வன்முறைக்கு ஆளான ஷீலாவை காவல்நிலையம் அழைத்துச் சென்று புகாரைப் பதிவு செய்ய எடுத்துக்கொண்ட முயற்சியின் போதும் அவளுக்கு ஆதரவாக நடவடிக்கை கோரி காவல்நிலையம் நோக்கி நடந்த ஊர்வலத்தில் முன்னணி பாத்திரம் வகித்து கலந்துகொண்ட போதும் உணர முடிகிறது.

ஷீலாவின் மீது தர்மலிங்கம் நிகழ்த்திய பாலியல் வன்முறையைக் குரூரமாக வர்ணித்து நாவலாசிரியர் மகிழ்வடையவில்லை. மாறாக;

'உடற்கூறு ரீதியாக வெல்லும் வலிமை மிகுந்த இனம் வழக்கம்போல் இங்கும் தனது வெற்றியைச் சாதித்தது.'

'சற்று நேரத்தில் பருந்திடம் சிக்குண்ட கோழிக்குஞ்சானாள் ஷீலா.'

என்று விரசமின்றி நிகழ்ச்சியைக் கூறிச் செல்கின்றார் ஆசிரியர்.

சாதியம், பணவேட்கை முதலிய சமூக நோய்களுக்கிடையில் அவற்றிற்கு எதிராகப் போராடும் நல்ல உள்ளங்களை இந்நாவலில் நாம் சந்திக்கிறோம். நல்லவனாக தனிப்பட்ட முறையில் இருந்து பயனில்லை. ஓர் இயக்கத்தில் தன்னைப் பிணைத்துக்கொண்டு வெறும் மனித நேய உணர்வுக்கு மாறாக, போர்க்குணமிக்க மனிதநேயத்தை வளர்த்துக்கொள்ள வேண்டும். போராட்டங்கள் ஓய்வதில்லை. போராடாமல் நியாயம் கிட்டுவதில்லை. 'விடிவை நோக்கி' நாவல் விடுக்கும் செய்தி இதுதான்.

விடிவை நோக்கி,
சிலம்பு இராமசாமி,
நியூ செஞ்சுரி புக் ஹவுஸ், சென்னை

தலித் மக்கள் வாழ்வுரிமை

இந்தியாவை அடிமைப்படுத்திய ஆங்கிலேயர்கள் 'தாங்கள் செய்வது இன்னதென்று அறியாமலேயே' சில ஆக்கப் பணிகளையும் மேற்கொண்டனர். அவற்றுள் ஒன்று கல்வியை ஜனநாயகப்படுத்தி யமையாகும். நவீனக் கல்வி கற்பிக்கும் பள்ளிகளையும், கல்லூரி களையும் உருவாக்கியதன் வாயிலாக ஜாதிய மற்றும் மதத் தடைகளை மீறிப் பல்வேறு தரப்பினரும் கல்வி கற்கும் வாய்ப்பை உருவாக்கினர். வெள்ளை அரசு மட்டுமின்றி வெள்ளைக் காலனிய ஆட்சியுடன் நெருங்கிய தொடர்பு கொண்ட கிறித்தவ சபைகளும் நவீனக் கல்வியை இந்தியர்களுக்கு வழங்கின. இதன் விளைவாக இந்தியச் சமூகத்தில் அரசுப் பணியாளர்கள், வங்கி மற்றும் தனியார் வணிக நிறுவனங்களின் ஊழியர்கள், பேராசிரியர்கள், மருத்துவர்கள், வழக்கறிஞர்கள், பத்திரிகையாளர்கள் என மூளை உழைப்பாளிகள் பிரிவு தோன்றியது. பின்னர் இதுவே இந்தியாவின் மத்தியதர வர்க்கமாக உருப்பெற்றது.

தமிழ்நாட்டைப் பொறுத்தளவில் பிராமணர்களும், வேளாளர் களுமே பெருமளவில் நவீனக்கல்வியைப் பெற்று தமிழ் நாட்டின் மத்தியதரவர்க்கமாக விளங்கினர். இதனால்தான் தொடக்க காலத் தமிழ் எழுத்தாளர்களும், பத்திரிகையாளர்களும் பெரும்பாலும் இவ்விரு சமூகத்தைச் சேர்ந்தவர்களாக இருந்தனர். தமிழின் தொடக்க நாவலாசிரியர்களான வேதநாயகம் பிள்ளையும், பொன்னுசாமி பிள்ளையும் வேளாளச் சமூகத்தைச் சேர்ந்தவர்கள். மாதவய்யா - ராஜம் அய்யர் - குருசாமி சர்மா - பண்டித நடேச சாஸ்திரி ஆகியோர் பிராமண சமூகத்தைச் சேர்ந்தவர்கள். நாவலை வாசிக்கும் வாசகர்களும் கூட பெரும்பாலும் இவ்விரு சமூகத்தைச் சேர்ந்தவர்களாகவே இருந்தனர். எனவே இவர்கள் உருவாக்கிய நாவல்களின் களமும், முக்கியக் கதை மாந்தர்களும் இவ்விரு சமூகத்தினரின் வாழ்க்கையை வெளிப்படுத்து வனவாகவே அமைந்தன.

நாட்டு விடுதலைக்குப் பின் இடதுசாரி எழுத்தாளர்களும், ஓரளவுக்குத் திராவிட இயக்க எழுத்தாளர்களும், தொடக்க கால நாவல் மரபை மீறிச் சென்று அடித்தளமக்களின் அவலங்களையும், எழுச்சிகளையும் தங்களது நாவல்களின் கருவாகக் கொண்டார்கள். ரகுநாதன், டி.செல்வராஜ், சின்னப்பபாரதி, பொன்னீலன் போன்ற

இடதுசாரி எழுத்தாளர்களும் ராஜநாராயணன், ராஜம் கிருஷ்ணன், சமுத்திரம் போன்ற எந்தவொரு அரசியல் இயக்கத்தையும் சாராத எழுத்தாளர்களும் அடித்தள மக்களின் வாழ்க்கையை மையமாகக் கொண்டு நாவல்களைப் படைத்தவர்களில் குறிப்பிடத்தக்கவர்களாவர்.

எண்பதுகளில் தலித்துகள் வாழ்க்கையை மட்டுமே மையமாகக் கொண்டு நாவல்கள் வெளிவந்தன. ஈழத்தில் கே.டானியலும், தமிழ்நாட்டில் துறவி மாற்கும் 'தலித் நாவல்' என்ற வகைப்பாட்டிற்கு வித்திட்டு வளர்த்தனர். இவர்களை அடுத்து பூமணி, சிவகாமி, பாமா, அறிவழகன் ஆகியோர் தலித் நாவல் இலக்கியத்தைப் பெரிதும் வளப்படுத்தினர். இத்தலித் நாவல் ஆசிரியர்கள் வரிசையில் புதிதாக இடம் பெற்றுள்ளவர் ஸ்ரீதர கணேசன். 'உப்பு வயல்' (1995) என்ற தமது முதல் நாவலின் வாயிலாகத் தமிழ் வாசகர்களுக்கு அறிமுகமான இவரது இரண்டாவது நாவல் 'சந்தி'.

சந்தி என்பது மூன்று அல்லது நான்கு தெருக்கள் சந்திக்கும் இடம் என்பது அனைவரும் அறிந்த ஒன்றுதான். பல்வேறு தரப்பு மக்களையும் சந்தியில் சந்திக்க முடியும். எனவேதான் 'சந்தி சிரிக்க வச்சிடுவேன்' என்ற தொடர் வழங்குகின்றது. இன்னொரு வகையில் சந்தியில் நின்று வேடிக்கை பார்ப்பது பலருக்கும் சுகமான பொழுது போக்கு. ஸ்ரீதர கணேசனின் 'சந்தி' தூத்துக்குடி கீழூர்ப் பகுதியில் உள்ள 'மட்டக்கடைப்' பகுதியாகும். இப்பகுதியில் தலித் குடும்பத்தில் பிறந்து வளர்ந்த முத்துசாமி என்ற பாத்திரத்தை மையமாகக் கொண்டு இந்நாவல் சுழன்றாலும், முத்துசாமி சந்தித்த, பழகிய, நட்பு கொண்ட, சண்டையிட்ட பல்வேறு மனிதர்களின் குணநலன்களையும், வாழ்க்கை அனுபவங்களையும் இந்நாவல் நம் கண்முன் கொண்டு வந்து நிறுத்துகிறது.

முத்துசாமியின் வாழ்க்கை அனுபவங்கள் ஒருவகையில் ஒரு தேடலாகவே அமைந்துள்ளன. ஆனால் இத்தேடல், 'நான் யார்? என் உளம் யார்' என்று 'ஆத்ம' விசாரணை செய்யும் அகவயமான ஆன்மீகத் தேடல் அல்ல. அவனது தேடல்கள் புறவயமான இம்மண்ணுலகில் காலூன்றி நிற்பதற்கான முயற்சியின் வெளிப்பாடுதான். பள்ளிப் படிப்பில் முத்துசாமி தேர்ச்சி பெறவில்லை என்பதைவிட, முத்துசாமியின் உள்ஆற்றலை, கலையுணர்வை 'மண்படு கல்வி' கற்பிக்கும் ஆசிரியர்கள் இனம் காண முடியவில்லை என்பது தான் உண்மை யாகும். அவனுடைய மென்மையான உணர்வுகளும், ஆற்றல்களும் அழிக்கப்பட, கல்விக்கூடம் சிறைக்கூடம் ஆகின்றது. ஆசிரியர்கள்

சிறைக்காவலர்களாகக் காட்சியளிக்கின்றனர். இச்சிறையில் இருந்து தப்பி ஓடி, வாழ்க்கை என்ற பல்கலைக்கழகத்தில் அவன் பெற்ற பயிற்சிகள் தான் எத்தனை? கட்டிடத் தொழிலாளி - கருவாடு சிப்பம் கட்டுபவன் - சிலைகள் உருவாக்கும் கலைஞரான தன் தந்தையின் உதவியாள் என்ற பணிகளைப் புரிந்து, இறுதியில் பஞ்சாலைத் தொழிலாளியாக மாறுகிறான்.

ஒடுக்கப்பட்ட சாதியைச் சேர்ந்த ஒரு தாயின் வாழ்க்கை அனுபவங்கள் முத்துசாமியின் அம்மாவின் வாயிலாக வெளிப்படுகின்றன. பொறுப்பும், கடின உழைப்பும், மன உறுதியும் கொண்ட அம்மா தன் நினைவுப் பெட்டகத்தில் இருந்து அவ்வப்போது கடந்த கால நிகழ்வுகள் பலவற்றை, கதை போலக் கூறுகின்றாள். அம்மாவிடம் இத்தகைய கதைகளைக் கேட்பதில் முத்துசாமிக்கு மிகுந்த ஆர்வம் உண்டு. அவ்வாறு அவன் கேட்ட கதைகளில் தான் எத்தனை வகையான செய்திகள்!

* தூத்துக்குடியில் வெள்ளைக்காரன் ஹார்வி, பஞ்சாலை ஒன்றைத் தொடங்கியது.
* கரியை எரித்து மின்சாரம் உற்பத்தி செய்து அந்த ஆலையை இயக்கியது.
* நுறைக்கல் எனப்படும் கடல் பாறைத் துண்டுகளால் சாலை போட்டது.
* அச்சாலையில் இரும்புச் சட்டங்களால் ஆன வண்டியில் நூல் கட்டுகளை வைத்து இழுத்துச் சென்றது. அப்போது பாடிய நாட்டார் பாடல்.
* ஹார்வி ஆலையிலும், ஏனைய வெள்ளையர் நிறுவனங்களிலும் பறையர் சாதியினரை விருப்பத்துடன் வேலையில் சேர்த்துக் கொண்டது.
* வெள்ளையர்கள் தம் சமையல்காரர்களாகப் பறையர்களை வைத்துக் கொண்டமை,
* சாதிய இழிவைப் போக்கிக் கொள்ளும் வழி முறையாக சில பறையர் குடும்பங்கள் கத்தோலிக்க சமயத்தைத் தழுவியமை,
* பிற சாதித் தெருக்களில் சுற்றும் அம்மன் கோவில் சப்பரங்கள், பறையர் வாழும் தெருக்களுக்கு மட்டும் வராத நிலை,
* தங்களது மதிப்பை நிலைநாட்டும் வகையில் தங்களுக்கென்று ஒரு சப்பரத்தைச் செய்து கொண்டமை.

எனப் பல்வேறு கடந்த கால நிகழ்வுகளை முத்துசாமி ஆர்வத்துடன் கேட்கும்போது, நாமும் அவனுடன் சேர்ந்து தூத்துக்குடி நகரின் கடந்த காலச் சமூக வாழ்க்கையின் பல்வேறு அம்சங்களை அறிந்து கொள்கிறோம். உண்மையான சமூக நாவல் ஒரு சமூக ஆவணமாகவும் பயன்படும் என்பதற்கு மேற்கூறிய செய்திகள் சான்றாக அமைகின்றன.

சிலை செய்யும் கலைஞரான அப்பா, உறவினர்கள், தெருக் காரர்கள், இரவில் தங்க இடம் கொடுத்து ஓரினச் சேர்க்கைக்கு முயலும் கடைக்காரன், வண்டியோட்டிகள், லாரி டிரைவர், முத்துசாமியின் மீது அன்பு காட்டிய அடைக்கலம் டீச்சர், தலித்துகள் காரை வீடு வாங்குவதைத் தாங்க முடியாத சுப்பையா பிள்ளை, சேரிப் பிள்ளை தன் வீட்டுச் சுவரைத் தொட்டால் சண்டை போட்டுவிட்டு தீட்டுப் போகத் தண்ணீர் விட்டுச் சுவரைக் கழுவும் சுப்பையா பிள்ளையின் மனைவி, பொறுப்பற்ற குடிகாரனை மணந்து இரண்டு பிள்ளைகளுக்குத் தாயாகி தந்தையின் வீட்டிலேயே தங்கியிருக்கும் லூர்து அக்கா, அவளது நிலையினைப் பயன்படுத்தி அவளுடன் உறவுகொள்ள முயலும் எட்வின், பணம் வந்த காரணத்தால் சகப் பறையர்களை வெறுத்து ஒதுக்கும் அற்புதமணிப் பாட்டியின் மாணிக்கவில்லா குடும்பத்தினர், சுயேச்சையான தன்மையுடன் இயங்கும் முத்துசாமியின் பாட்டி சங்குவதி சாம்பாத்தி எனப் பல்வேறு வகையான மனிதர்களை இந்நாவலில் சந்திக்கிறோம்.

இவர்கள் ஒவ்வொருவரும் ஒவ்வொரு வகையான குணாம்சத்தையும், திறமைகளையும், வாழ்க்கை நோக்கையும் கொண்டவர்கள். மொத்த சமூகத்தில் இடம் பெறும் பல்வேறு வகையான மனிதர்களின் பிரதிநிதிகளாக இவர்கள் காட்சியளிக்கின்றனர்.

சந்தியின் ஓரத்தில் நின்று இம்மனிதர்களை ஆசிரியர் வேடிக்கை பார்க்கவில்லை. சந்தியில் நிற்கும், இயங்கும் மனிதர்களுள் ஒரு மனிதராக அவரும் காட்சியளிக்கின்றார். அவர்களது இன்ப துன்பங்களை, விருப்பு வெறுப்புகளை, நிறைவேறிய ஆசைகளை, நிறைவேறா ஆசைக் கனவுகளை வெளிப்படுத்துகின்றார். புறவயமான யதார்த்த உலகின் பிரச்சினைகளைக் கதைமாந்தர்களின் வாயிலாக வெளிப்படுத்துவதுடன் நின்று விடாமல் அவர்களின் உள்ளார்ந்த மன உணர்வுகளையும், மன உளைச்சல்களையும் மிக நுணுக்கமாகச் சித்திரித்துள்ளார். பகட்டில்லாத எளிமையான பேச்சு வழக்கு வாயிலாகவே ஆழமான மனித உணர்வு களை வெளிக்கொணர்ந்து விடுகிறார். ஆங்காங்கே மென்மையான நையாண்டியும் இழையோடுகின்றது.

நாவலில் பல்வேறு சோகங்களை நாம் சந்திக்கிறோம். ஆனால் அவை அழுகைச் சத்தமாக ஒலித்து நம்மைப் புலம்ப வைக்கவில்லை. அவலங்களுக்கு இடையிலும் வாழ வேண்டும் என்ற உயிர்த்துடிப்பு, மனித நேயம், அழகியல் உணர்வு ஆகியன மனிதர்களிடம் இடம் பெற்றுள்ளதை நம்மனதில் பதிய வைக்கின்றன. முத்துசாமியின் அம்மா, வாழ்க்கை எனும் உலைக்களத்தில் வார்த்து எடுக்கப்பட்ட மனத்திண்மை கொண்ட உன்னதப் பாத்திரம். பஞ்சாலை மேலாளரின் குளிர்பதன அறையில் இருந்து முத்துசாமியின் அம்மா வெளிவருவதுடன் நாவல் முடிவடைகிறது. வாழ்க்கைப் போராட்டத்தில் எதிர்கொண்ட துன்பங்களும், துயரங்களும் அம்மாவின் உறுதியை அழித்துவிடவில்லை.

"அறையை விட்டு வெளியில் வரும் போது உஷ்ணக்காற்று முகத்தில் அடிப்பதை உணர முடிந்தது. இது புதுசா என்ன? இவ்வளவு காலமும் அனலும் பஞ்சு தூசியும் பறக்கிற இயந்திரங்களுடன் தானே முட்டி மோதி அம்மா வேலை பார்த்துக்கொண்டிருந்தாள். இனியும் தீக்கங்குகள் கூட மேல் விழுந்தாலும் சமாளித்துக் கொள்ளும் தைரியம் அம்மாவுக்கு இருந்தது" என்று நாவலை முடிக்கின்றார். இது அம்மாவுக்கு மட்டும் தானா? அம்மாவின் சாதியைச் சார்ந்த, அம்மாவின் வர்க்கத்தைச் சார்ந்த அனைவருக்கும் இது பொருந்தும்தான்.

யதார்த்த நோக்கில் சமூக நிகழ்வுகளைக் காணமுடிதல் இந்நூலின் சிறப்பம்சம். தூத்துக்குடி நகரிலும், அங்கு வாழும் தலித் மக்களின் வாழ்விலும் காலந்தோறும் நடைபெற்றுள்ள நிகழ்வுகளையும், மத்திய தரவர்க்கத்தின் முழுப் பரிமாணத் தோற்றத்தையும், வளர்ச்சியையும் அதன் அவலங்களையும் போலி மதிப்புகளையும் வரலாறு போல் இந்நாவல் கூறிச் செல்கின்றது. வாழ்க்கைப் போராட்டத்தில் எதிர் நீச்சல் போடும் தலித் கதை மாந்தர்களின் கடந்த கால நினைவுகள் குறிப்பாக முத்துசாமியின் அம்மாவின் நினைவலைகள் நாவலின் களத்திற்கு முப்பரிமாணத்தை வழங்கியுள்ளன. யதார்த்த நாவல் வரிசையில் இந்நாவல் ஒரு பாராட்டத் தகுந்த படைப்பு. நண்பர் ஸ்ரீதர கணேசனின் முயற்சிக்குப் பாராட்டுக்கள். தலித் மக்களிடமிருந்து, ஆலைத்தொழிலாளி வர்க்கத்திடம் இருந்து ஆற்றல் மிகு படைப்பாளர் ஒருவர் உருவாகியுள்ளார் என்பது மகிழ்ச்சிக்கும், பாராட்டுக்கும் உரிய ஒன்று தானே!

சந்தி,
ஸ்ரீதர கணேசன்,
பாலம், சென்னை

காலனியக் கிறித்தவத்தின் வெற்றி

இந்நூலின் தலைப்பே அதன் கருவை உணர்த்தி நிற்கிறது. ஆப்பிரிக்க மக்கள் பிரிவு ஒன்றைச் சேர்ந்த சிறுவன் ஒருவன் தனது பழங்குடியின் தொல்சமயத்தைக் கைவிட்டு கிறித்தவ சமயத்தைத் தழுவிய கதை இது.

முன்னாள் சோவியத் ஒன்றியக் குடியரசுகளின் மொழிகளில் வெளியான சிறந்த சிறுகதைகளைத் தொகுத்து 'சோவியத் இனமொழிச் சிறுகதைகள்' என்ற தலைப்பில் சிறுகதைத் தொகுதி ஒன்றை, மாஸ்கோ அயல்மொழிப் பதிப்பகம் சென்ற நூற்றாண்டின் அறுபதுகளில் பூ.சோமசுந்தரம் மொழி பெயர்ப்பில் வெளியிட்டது. அத் தொகுப்பில் இடம்பெற்ற லாட்விய மொழிச் சிறுகதையே இது. இந் நெடிய சிறுகதையின் ஆசிரியர் அந்திரேய் ஊப்பித் *(1877 - 1960)* லாட்வியாவின் கோர்கி என்று அழைக்கப்பட்டவர். 'மதம் மாறியவன் என்பது ஊப்பித் எழுதியுள்ள சிறந்த கதைகளுள் ஒன்று' என்று சோவியத் பதிப்பின் ஆசிரியர் குறிப்பில் குறிப்பிடப்பட்டுள்ளது.

கதைக்குள் நுழையுமுன் கிறித்தவம் குறித்த சில, செய்திகளை அறிமுகம் செய்துகொள்ளலாம்.

உலகின் அனைத்துச் சமயங்களுக்கும் இரு முகங்கள் உண்டு. ஒரு முகம் அன்பு, இரக்கம், பிறர் துன்பம் களைதல் என உயரிய சமூக விழுமியங்களை வெளிப்படுத்தும். மற்றொரு முகம் ஆதிக்க வாதிகளின் பக்கம் நின்று குரல் எழுப்பும். வறியோர்க்கு அவ்வுலகைக் காட்டி இவ்வுலகை அவர்களிடமிருந்து மறைக்கும்.

சமயம் ஓர் அமைப்பாக இயங்கத்தொடங்கும்போது அது ஆளுவோரின் நலனைப் பாதுகாக்கும் பணியை மேற்கொள்ளும். இது கிறித்தவத்திற்கும் பொருந்தும். கிறித்தவத்தை அறிமுகம் செய்த யேசு அய்ரோப்பியரல்லர். எகிப்தியர்களின் அடிமைகள் போன்று வாழ்ந்த யூத இனத்தவர். அவருடைய சீடர்களில் மத்தேயு நீங்கலாக ஏனையோர் மீன் பிடித்தலை மேற்கொண்டு வாழ்ந்த யூதர்கள்தாம். முதல் முறையாக உரோமை நாட்டில் இது பரவியபோது கீழைத்தேய சமயமாகவும் அடிமைகளின் சமயமாகவும் பார்க்கப்பட்டது. அதைத் தழுவியோர் சிறை வாழ்க்கையையும் சித்திரவதைகளையும் எதிர்கொள்ள நேரிட்டது. சிலர் மரணதண்டனைக்கும் ஆளாயினர்.

இவர்களை ஆதிக்கிறித்தவர்கள் என்றழைக்கும் எங்கல்ஸ் இது தொடர்பாகப் பின்வரும் மதிப்பீட்டைச் செய்துள்ளார் :

> அடிமைகள், அடிமைத்தனத்திலிருந்து விடுபட்ட சுயேச்சையான மனிதர்கள், எல்லா உரிமைகளையும் இழந்த ஏழைமக்கள், உரோமைப் பேரரசினால் விரட்டப்பட்ட அல்லது கட்டுப்படுத்தப் பட்ட மக்களின் சமயமாகவே அது தொடக்கத்தில் காட்சியளித்தது.

கி.பி 350 வாக்கில் ஒரு மதமாக, கிறித்தவம் ஏற்றுக்கொள்ளப் பட்ட பின் ஒடுக்கப்பட்டோரின் சமயம் என்ற அடையாளத்தை அது சிறிது சிறிதாக இழக்கலாயிற்று. அதிலும் கீழை நாடுகளுடனான கடல்வாணிபமும் அதன் வளர்ச்சி நிலையாக உருவான காலனிய ஆட்சி முறையும் தோன்றிய பின்னர், ஒடுக்கப்பட்டோரின் சமயமாக விளங்கிய கிறித்தவம் ஒடுக்குவோரின் சமயமாக மாற்றமடைந்துவிட்டது.

போர்ச்சுக்கல், ஸ்பெயின், பிரான்ஸ் ஆகிய அய்ரோப்பிய நாடுகள், கத்தோலிக்கக் கிறித்தவத்தையும், இங்கிலாந்து, டச், டென்மார்க் ஆகிய நாடுகள் பிராட்டஸ்டண்ட் கிறித்தவத்தையும் தம் காலனிய நாடுகளில் அறிமுகம் செய்தன. பிராட்டஸ்டண்ட் கிறித்தவப் பிரிவுக்குத் தேவையான மறைப்பணியாளர்களை அனுப்பியுதவும் பணியினை ஜெர்மனி செய்தது.

சமச்சீர் அற்ற பண்டமாற்று வாணிபம், கனிமவளச் சுரண்டல், வேளாண்மையில் ஊடுருவல், தம் ஆலைகளுக்குத் தேவையான கச்சாப் பொருட்களை அனுப்புதல், தம் ஆலைகள் உற்பத்தி செய்யும் பொருட்களை சந்தையாக்கம் செய்தல், அத்துடன் வரிவாங்குவோராகவும் ஆட்சியாளர்களாகவும் காலனியவாதிகள் தம்மை நிலை நிறுத்திக் கொண்டனர். இம் முயற்சியில் ஒரு பண்பாட்டாயுதமாகக் கிறித்தவம் பயன்படலாயிற்று. இதனால்தான், கவிதை வடிவிலும் உரைநடை வடிவிலும் ஆப்பிரிக்கர் ஒருவரின் கூற்றாக ஆசிரியர் பெயர் சுட்டியும் சுட்டாமலும் பின்வரும் கூற்று பரவலாக அறிமுகமாகியுள்ளது: “நீங்கள் இங்கு வந்தபோது பைபிளுடன் வந்தீர்கள். அப்போது நிலம் எங்களுக்குச் சொந்தமாக இருந்தது. இப்போது பைபிள் எங்கள் கைக்கும் நிலம் உங்கள் கைக்கும் மாறிவிட்டது”.

ஆதிக்கிறித்தவம் என்ற சொல்லாட்சிக்கு நேர்மாறாக, காலனியக் கிறித்தவம் உருவாகிவிட்டது. இக் காலனியக் கிறித்தவத்தை அடிப்படையாகக் கொண்டே ‘மதம் மாறியவன்’ என்ற இச் சிறுகதை உருவாகியுள்ளது. இவ்வாறு குறிப்பிடுவதன் அடிப்படையில், கதையின் களமாக அமைந்துள்ள காலனி நாடு எது? காலனியவாதிகள்

யார்? என்ற வினாக்களை எழுப்பி விடை தேடினால் இவ்வினாக்களுக்கான விடை கிடைக்காது. ஊர், நாடு என்ற அடையாளங்கள் இன்றியே கதை உருவாகியுள்ளது. ஐரோப்பிய காலனியவாதிகள் உருவாக்கிய காலனி நாடுகள் அனைத்திலும் காணப்பட்ட பொதுவான பண்பு என்று ஆசிரியர் கருதியதின் வெளிப்பாடாக இதைக் கொள்ளலாம்.

ஆயினும் மனித இறைச்சியை உண்ணும் ஆப்பிரிக்கப் பழங்குடிகள் வாழும் நாடு ஒன்று இக் கதையின் களமாக அமைந்துள்ளது என்பதை நாம் அறியும்படியான சான்றுகளை கதையாசிரியர் வெளிப்படுத்தியுள்ளார். ஆசிரியர் குறித்த அறிமுக உரையின் இறுதியில் 'கீழ்நாடுகளில் ஐரோப்பிய பூர்ஷ்வாக்களது காலனிக்கொள்கையின் பொய் முகமூடியைக் கிழித்தெறிந்து அதன் கோர ரூபத்தை வெளிப்படுத்துகிறது இக்கதை' என்று குறிப்பிட்டுள்ளதன் பொருத்தப் பாட்டை, இக்கதையைப் படித்து முடித்தவுடன் உணரமுடியும்.

பெயர் சுட்டப்படாது 'அவன்' என்று சுட்டப்படுபவன்தான் இக் கதையில் மையப்படுத்தப்படும் பாத்திரமாக அமைகிறான். அவன் தாய் தந்தை இருவரின் உணவு தேடும் வாழ்க்கையை அறிமுகப் படுத்துவதில் இருந்து கதை தொடங்குகிறது. அத்துடன் அவர்களின் சமய வாழ்க்கை எத்தகையது என்ற புரிதலுக்கான செய்திகளும் வாசிப்போனுக்குக் கிட்டுகின்றன. வெள்ளையர்களின் வருகையும் பண்டமாற்று என்ற பெயரால் அவர்கள் மேற்கொண்ட ஏமாற்றுச் செயல்களும் இயல்பான முறையில் வெளிப்படுத்தப்படுகின்றன. இதன் அடுத்த கட்டமாக வெள்ளையர்களின் வருகை அதிகரித்து, துப்பாக்கிகளின் துணையால் அவர்களின் மேலாதிக்கம் கருப்பினப் பழங்குடிகளின் மீது நிலைநிறுத்தப்பட்டது. அவர்களது குடிசை களுக்கு வரி விதிக்கப்பட்டது. அவர்களின் இயக்கம் கட்டுப்படுத்தப் படுகிறது. அவர்களது கட்டளைகளை மீறியவர்கள் சவுக்கடிக்கு ஆளாகிறார்கள். காலனியவாதிகள் அப்பகுதியின் ஆட்சியாளர்களாகத் தம்மை நிலைநிறுத்திக் கொண்டார்கள்.

காலனிய ஆட்சியாளர்களுக்குச் செலுத்தவேண்டிய வரியை முறையாகச் செலுத்துவதே மெய்யான கிறித்தவனின் கடமை என்று காலனிய ஆட்சியினர் கருதினர். பதினெட்டாவது நூற்றாண்டின் இறுதியில் (1799-1801) திருநெல்வேலி மாவட்டத்தின் ஆட்சித்தலைவராக இருந்த லூசிங்டன் என்ற வெள்ளையர் சென்னை வேப்பேரியில் இருந்த ஜெர்கி என்ற கிறித்தவ மறைப்பணியாளருக்கு எழுதிய கடிதத்தில் "சீசருக்கு உரியதை சீசருக்கும் தேவனுக்கு உரியதைத்

தேவனுக்கும் கொடுங்கள்" என்ற விவிலியத் தொடரை புதிய கிறித்தவர்களுக்குக் கற்றுக்கொடுக்க வேண்டும் என்று கடிதம் எழுதியுள்ளார். இங்கு சீசர் என்பது உரோமை மன்னனைக் குறித்தாலும் ஆட்சிபுரியும் எந்த மன்னனையும் குறிப்பதாகக் காலனியக் கிறித்தவம் பொருள்கொண்டது. லூசிங்டன் போன்ற உயர் அதிகாரவர்க்கத்தின் எதிர்பார்ப்பை, தொடக்ககாலக் கிறித்தவ மறைப்பணியாளர்கள் நன்றாகவே நிறைவேற்றினர்.

இக்கதையிலும் பெனிடிக்ட் பாதிரியார் பால் பென்ஹார்ட்டுக்குப் பின்வருமாறு கற்றுக் கொடுக்கிறார்:

> இந்த நிலமும் நீங்கள் எல்லோரும் லூசிடியா வேந்தருக்குச் சொந்தம். அவரோ கடவுளுக்கு அடுத்தபடியாக உலகிலே எல்லாரையும் விட மாட்சிமை தங்கிய அரசர். அவருடன் ஒப்பிடும் பொழுது உங்களுடைய இனத்தலைவர்களும் எங்களது சொந்த அதிகாரிகளும், நானுமே கூட யானை முன் ஈக்கள் போல அற்பமானவர்கள். இங்கே கூடியிருக்கும் நீங்கள் எல்லாரும் பாவிகளான மற்ற கறுப்பர்கள் அனைவருமே அவருடைய காலடித் துகள் தவிர வேறில்லை *(பக்கம்: 29).*
>
> தனியார் சொத்து புனிதமானது. ஆக்கிரமிக்கத் தகாதது என்பதன் பொருளைத் தம்மால் மதம் மாற்றப்பட்டவர்களுக்கு ரேமைக் சட்டத்தின் அடிப்படையில் மனதில் பதிய வைத்தார். பெனிடிக்ட் பாதிரியார் *(பக்கம்: 33).*
>
> பொறுமையும் மௌனமும் கடைப்பிடிப்பாயாக மகனே. அரசின் ஆட்சி கர்த்தராலேயே விதிக்கப்பட்டது. எனவே அதற்குப் பணிந்து கீழ்ப்படிவது நமது கடமையாகும். கருணையுள்ளவர்கள், கடுமையானவர்கள் இரண்டு வகையான எஜமானர்களுக்கும் ஒரே மாதிரியாக நாம் தலைவணங்க வேண்டும். உனது தேகம் மரித்த பின்பு புண்ணியசாலிகள் எல்லோருடனும் சேர்ந்து நீ நேரே சொர்க்கம் செல்வாய். அங்கே உனது ஆன்மா அனுபவிக்கப் போகிற பேரின்பத்துடன் ஒப்பிடும்போது இந்தத் துயரங்களெல்லாம் எம்மாத்திரம். மகிழ்வடைவாயாக என் மகனே. உன்னை மிதித்துத் துவைக்கும் பாதங்களை முத்தமிடுவாயாக *(பக்கம்: 37).*

இவற்றையெல்லாம் கேட்டு வளர்ந்த அவனுக்கு பெனிடிக்ட் பாதிரியார் அன்பளிப்பாக வழங்கிய யேசுவின் உருவத்தைப் பார்க்கும் போது தோன்றும் நினைவு குறித்து ஊப்பித் :

இயேசுவின் சிலுவையுரு அவன் மேஜை மீது இருந்தது. அது ஒன்றுதான் எவ்வளவு முயன்றும் அவனுக்குப் பழக்கமாக மாட்டேனென்றது. அதைப் பார்க்கும் போதெல்லாம் எறும்புப் புற்றுகளுக்கு மேல் தொங்க விடப்பட்டு இரவு முழுவதும் கோ கோவெனக் கதறி ஊளையிட்டு, முடிவில் சதையெல்லாம் கறவப்பட்ட எலும்புக் கூடுகளாய் மரங்களில் கட்டுண்டு ஊசலாடிய கறுப்பர்களின் நினைவு அவனுக்கு உண்டாகும்
(பக்கம்: 52)

என்கிறார். இது பால் பெர்ன்ஹார்ட்டின் ஆழ்மனப் பதிவின் வெளிப்பாடு. இதை மட்டுமின்றி தன் தாய், தந்தை, தம்பி ஆகியோரை எவ்வாறு வெள்ளையர் கொடூரமாகக் கொலை செய்தனர் என்பதை அவன் நினைவு கூர்வதையும் இணைத்துப்பார்த்தால் அவன் உள்ளத்தில் கனல் கனன்று கொண்டிருப்பதாக நினைக்கத் தூண்டுகிறது.

அவர்கள் அழைத்து வந்த வெண்ணிறத் தாடிகொண்ட வயது முதிர்ந்த பெனிடிக்ட் பாதிரியார் மற்ற வெள்ளையர்களைப் போல் சிறுவர்களிடம் கடுமையாக நடந்து கொள்ளவில்லை. அவர் எப்போதும் பரலோகத்தில் உள்ள தேவனைப் பற்றியும் வெள்ளையர் வாழும் நகரத்தின் சிறப்பு குறித்தும் அவர்களிடம் பேசிக்கொண்டே இருப்பார். இதனால் 'உளறுவாய்ச் சடையன்' என்று அவர்கள் பெயரிட்டனர். கதையின் தொடக்கத்தில் 'அவன்' என்ற பெயரில் அறிமுகமானவன் அவர் கூறியதை எல்லாம் மிகமிக விரைவாகப் புரிந்து கொண்டதால் அவனுக்குத் திருமுழுக்கு வழங்கி பால் பெர்ன்ஹார்ட் என்ற பெயரும் இட்டார்.

இதன்பின், அவன் 'ஆதர்ச கிறித்தவன்' ஆனான். 'சாவுக்கு ஒப்பான அஞ்ஞான இருளிலிருந்து மீட்கப்பட்டான்.' தன் சாதனை யாக இதைக் கருதிய பெனிடிக்ட் பாதிரியார், தம்மை விளம்பரப் படுத்திக் கொள்ளவும், எதிர்காலப் பணிக்கு நிதி திரட்டவும் உதவும் என்ற நோக்கில் அவனைக் கப்பலில் தன் நாட்டிற்கு அழைத்துச் செல்கிறார். அவரது நோக்கம் நன்றாகவே நிறைவேறுகின்றது. அந்நாட்டு நகரின் தேவாலயத்தைப் பெருக்கி, வழிபாட்டின் போது மணியடிக்கும் வேலையில். அவனை அமர்த்திவிட்டு மீண்டும் ஆப்பிரிக்கப் பகுதிக்குத் திரும்புகிறார். இதன் பின்பும் கதை நீள்கிறது. தேவாலயப் பணியில் இருந்து அடுத்தடுத்து வேறு சில பணிகளை மேற்கொள்கிறான். சிறை வாழ்க்கை அனுபவமும் கிட்டுகிறது. இறுதியில் தன் சொந்த சமூகத்தைப் பழிவாங்கும் வெள்ளையரின் கருவியாக மாறுகிறான்.

'அவன்' என்ற பெயரில் சிறுவனாக அறிமுகமாகி, பால்பெர்ன்ஹார்ட் என்ற கிறித்தவப் பெயர் அடையாளத்தைப் பெற்று, தன் சொந்த சமூகத்தையே அழிக்கும் கருவியாக மாறிப்போனவனின் கதை இது. சிறு வயதிலேயே அவனிடம் வெளிப்பட்ட வெள்ளையர் எதிர்ப்புக்குச் சான்றாக, 'வானுலகத்தில் கடவுள் ஒரு வெள்ளைக்காரனுக்கு விட்டார் பாருங்கள் உதை' (பக்கம்: 27)

என்று பெனிடிக்ட் பாதிரியாரிடம் கதை விட்டதைக் கூறலாம். அவன் தந்தை, தாய், தம்பி ஆகியோரைக் கொடூரமாக வெள்ளையர்கள் கொன்றதை நேரடியாகப் பார்த்தவன். நகர வாழ்க்கை அவனிடம் சலிப்பை ஏற்படுத்துகிறது (பக்கம்: 54 & 55 & 67).

தண்டனைப் படையின் அதிகாரியாக அவன் உள்ளத்தில் தோன்றிய சிந்தனைகள் அவனிடம் மனமாற்றம் தோன்றுகிறது என்பதை வெளிப்படுத்துகின்றன (பக்கம்: 70 & 71).

ஆனால் இறுதி முடிவு அவனது சுயநலத்தின் வெற்றியை வெளிப்படுத்தி நிற்கிறது. மதமாற்றம் என்பது அவனைப் பொறுத்த அளவில் முன்னேற்றத்திற்கான ஏணிப்படியாக அமைந்துவிட்டது. மதம் மாற்றத்தின் மூலம் ஒரு கருப்பு ஆடு காலனியவாதிகளுக்குக் கிடைத்துவிட்டது. இது காலனியக் கிறித்தவத்தின் வெற்றி.

மதம் மாறியவன்,
அந்திரேய் ஊப்பித் - மொழிபெயர்ப்பு: பூ.சோமசுந்தரம்,
கலப்பை பதிப்பகம், சென்னை

நூலாசிரியர்கள் அகரவரிசை

அந்திரேய் ஊப்பித் (மொழிபெயர்ப்பு: பூ.சோமசுந்தரம்)	மதம் மாறியவன்	320
அந்துவான் லூயிஸ்	சூழலியல் மேலாண்மை	180
அந்தோணிசாமி, எஸ்.பி.	உவரி மீனவர் வாழ்வியல்	64
அமுதன் அடிகள்	வரலாற்றில் புன்னைக்காயல்	33
அருள்தாஸ். ஐசக்	குமரி மண்ணில் கிறித்தவம்	265
அழகியநாயகி அம்மாள்	கவலை	85
அழகுபாரதி	ஒயிலாட்டம்	237
இராசமாணிக்கனார், மா.	கல்வெட்டுகளும் தமிழ்ச் சமூக வரலாறும்	24
இராமச்சந்திர குஹா, (தமிழில்: வே.இராஜகோபால்)	வெர்ரியர் எல்வினும் அவரது பழங்குடிகளும்	73
இராமசாமி. சிலம்பு	விடிவை நோக்கி	311
இராமநாதன், ஆறு	தமிழர் கலை இலக்கிய மரபுகள் (நாட்டுப்புறவியல் ஆய்வுகள்)	189
இருதயராஜ் சே.ச.,	வழக்காறுகள் காட்டும் வாழ்வியல்	220
இளங்கோவன். எழில்	பவுத்தம் ஆரிய திராவிடப் போரின் தொடக்கம் ஆதிக்கத்திற்கெதிரான சிந்தனை	157
இளசை மணியன்	வம்சமணி தீபிகை	14
கங்காதரன்	யார் அந்த பஞ்சமர் ஒரு தொலைந்த உலகு	153
காசி விஸ்வநாதன்	கரிசலில் உதித்த செஞ்சூரியன்	104
குணசேகரன், கரு. அழ.	பண்பாட்டுத் தளங்களில் பழந்தமிழர் கலைகள்	257
குருமலை சுந்தரம் பிள்ளை (தொகுப்பு: செயவீரதேவன்)	ஜி. சுப்பிரமணிய ஐயர் வாழ்க்கை வரலாறு	94
கௌதம சன்னா	இடஒதுக்கீட்டின் மூலவரலாறு	141
சிவத்தம்பி, கா.	கார்த்திகேசு சிவத்தம்பியின் நேர்காணல்கள்	185
சுபாஷிணி, க.	ஜெர்மன் தமிழியல்	269
சுபாஷிணி, க.	மெட்ராஸ் 1726	126
செந்திவேலு, வெ.	சொக்கத்தங்கம் செம்புலிங்கம்	79
செயவீரதேவன்	செருப்பு	162

செல்வக்குமாரன், வெ.	இராவணேஸ்வரன் பூஜை கோயிலூட்டம்மை வழிபாடு	261
டெக்லா, சகோ.	முத்துக்குளித்துறையில் போர்ச்சுக்கீசியர்கள்	29
டேவிட் பாக்கியமுத்து	திருநெல்வேலிக்குக் கிறித்தவம் வந்தது	274
தக்கலை ஹலீமா	மக்களு	201
தஞ்சை சாம்பான்	ஆடுபாரம்	115
தம்பி அய்யா பர்னாந்து	பாண்டியர் பண்பாட்டில் பழைய காயல்	72
தனஞ்செயன், ஆ.	தமிழ்ச் சமூகத்தில் நாட்டார் கலைஞர்கள்	227
நரேந்திரன், சு.	கிறித்தவர்களின் அறிவியல் பணி	287
நல்லகண்ணு, ஆர்.	தலித் மக்களின் வாழ்வுரிமை	133
நேவிஸ் விக்டோரியா, மோ.	முத்துக்குளித்துறை பரதவர்கள்	69
நேவிஸ் விக்டோரியா, மோ.	தம்பிரான் வணக்கம்	283
பகத்சிங், அ.	வாழும் மூதாதையர்கள் தமிழகப் பழங்குடி மக்கள்	120
பன்னீர்செல்வம், மணி.கோ.	பாவேந்தரும் விளிம்புநிலை மக்களும்	293
பிலோ ஜான்	நீதிக்கு வாதிப்போம் நின்று	111
புஷ்பராஜன்	வயல உணங்கு குறுமீணல்	57
பெருமாள், அ.கா.	சடங்கில் கரைந்த கலைகள்	211
பொன்னீலன்	தெற்கிலிருந்து	165
மாற்கு	முன்னத்தி	305
மாற்கு	மீள்வெளி	300
ரகுபதி	பறையன் பாட்டு	147
வறிதையா & அருட்பணி ஜோசப் ஐஸ்டஸ்	ஆழிப் பேரிடருக்குப் பின்	46
வாய்மைநாதன்	தஞ்சை நாட்டுப்புறப் பாடல்கள்	195
வின்சென்ட், இலா.	தமிழ் இனமும் நிலமும்	11
வேங்கடசாமி, மயிலை சீனி.	பௌத்தமும் தமிழும்	182
ஜார்ஜ் அடிகள், பணி.	கழுகுமலை கிளர்ச்சியும் வளர்ச்சியும்	176
ஜான்சி பால்ராஜ், த.	மாடும் வண்டியும்	253
ஸ்டீபன், ஞா.	தமிழ்ச் சமூகத்தில் வாய்மொழிக் கதைகள்	248
ஸ்டீபன், ஞா.	இலக்கிய இனவரைவியல்	242
ஸ்டீபன் கோமாஸ் அடிகளார்	நெய்தல் இலக்கியம்	43
ஸ்ரீதர கணேசன்	சந்தி	315